सर्व विद्यापीठे, स्पर्धा परीक्षांचे विद्यार्थी आणि पत्रकारितेचे विद्यार्थी या सर्वांना उपयुक्त

महाराष्ट्रातील परिवर्तनाचा इतिहास

१८१८-१९६०

प्रा. गणेश द. राऊत
एम.ए., एम.फिल, डी.सी.जे,
इतिहास विभाग प्रमुख, ह. वि. देसाई महाविद्यालय, पुणे

प्रा. ज्योती गणेश राऊत
एम.ए., बी.एड., डी.वाय.ए. ॲण्ड एम.
श्री सिद्धिविनायक आर्ट्स ॲण्ड कॉमर्स महिला महाविद्यालय,
कर्वेनगर, पुणे - ५२

डायमंड पब्लिकेशन्स

महाराष्ट्रातील परिवर्तनाचा इतिहास

प्रा. गणेश राऊत, प्रा. ज्योती राऊत

Maharashtratil Parivartanacha Itihas

Prof. Ganesh Raut, Prof. Jyoti Raut

प्रथम आवृत्ती : सप्टेंबर २००५

चौथी आवृत्ती : डिसेंबर २००९

पुनर्मुद्रण : २०११, २०१४, २०१९

ISBN 81-902858-8-2

मुखपृष्ठ :

शाम भालेकर

प्रकाशक

डायमंड पब्लिकेशन्स

१२५५ सदाशिव पेठ, लेले संकुल

पहिला मजला, निंबाळकर तालमीसमोर

पुणे ४११ ०३०. ☎ ०२० – २४४५२३८७

info@diamondbookspune.com

www.diamondbookspune.com

मनोगत

या पुस्तकाची नवीन आवृत्ती वाचकांच्या हाती देत असताना आम्हाला खूपच आनंद होत आहे. महाविद्यालये, प्राध्यापक, विद्यार्थी, वाचक या साऱ्यांनी या पुस्तकाला जो उत्तम प्रतिसाद दिला त्याबद्दल मन:पूर्वक धन्यवाद !

काही जाणकार वाचकांनी पुस्तक वाचून त्यातील त्रुटी नजरेस आणून दिल्या त्या दुरुस्त केलेल्या आहेत. या पुस्तकात प्रथम आवृत्तीपेक्षा काही वेगळा मजकूर दिलेला आहे. पुरवणीत भर घातलेली आहे. त्याचा साक्षेपी वाचकांस अधिक फायदा होईल. अधिकाधिक माहिती उपलब्ध होईल त्या प्रमाणात देण्याचा प्रयत्न केलेला आहे. या संदर्भात वाचकांनी सुद्धा सहकार्य केले.

काही जाणकार वाचकांनी राजर्षी शाहू महाराजांविषयी अधिक माहिती द्यावी अशी अपेक्षा व्यक्त केल्याने राजर्षींच्या कार्याविषयीचे सविस्तर परिशिष्ट दिले आहे. काही वेळा नव्याने माहिती येत असते त्याचाही उपयोग होतो. देशातील पहिली सहकारी बँक अन्योन्य सहकारी बँक होय. गुजरातमधील वडोदर (बडोदा) येथे महाराजा सयाजीराव गायकवाड यांच्या काळात आशियातील पहिली सहकारी बँक स्थापन करण्यात आली. कोऑपरेटिव्ह बँकिंग अॅक्ट १९०४ मध्ये मंजूर झाला. १८८९ मध्ये त्या अगोदरच ही बँक विठ्ठल लक्ष्मण कवठेकर आणि भव्य मराठी माणसांनी स्थापन केली तेव्हा ३५ भागधारक होते. २००८ मध्ये ही संख्या २३,००० (तेवीस हजार) झाली. (संदर्भ – महाराष्ट्र टाइम्स, ९/९/०८ – पृ.९)

पुस्तक लिहिण्यापासून प्रकाशित करण्यापर्यंत सर्वांचीच मदत मोलाची असते. ते कोणा एका व्यक्तीचे काम नव्हतेच. कै. एम. ए. कुलकर्णी यांचे एक स्वप्न या निमित्ताने पूर्ण करता आले. डॉ. भ. ग. बापट, डॉ. अशोक निरफराके, विजय राऊत, जयंत पवार, हरि नरके, डॉ. राजा दीक्षित, डॉ. अरुण अडसूळ यांच्यामुळे पुस्तक लिहिणे सोपे झाले. भाईसंम ग्रंथालय, कै. वरुणराज भिडे सरांचा ग्रंथसंग्रह, देसाई महाविद्यालयातील ग्रंथालय व विद्यार्थी, विशेषत: गौरी म्हसवडे, श्रेयस नाखरे, श्रेयस जगताप, तृणाली शहा यांची मदत झाली. वि. ना. होनप व दिनकरराव मुरकुटे यांच्यामुळे पुस्तक अधिक निर्दोष होऊ शकले. डायमंड पब्लिकेशन्सचे दत्तात्रेय पाष्टे यांचे नवीन आवृत्ती काढण्याचे धाडस विशेष होय. या सगळ्या कालखंडात डायमंड बुक डेपोतील नीलम पाष्टे, सविता यादव, विशाल पार्टे यांनी जी संदर्भांची मदत केली ती अतुलनीय आहे. या सगळ्यांचे आभार मानणे म्हणजे समुद्राचे पाणी घेऊन समुद्रालाच अर्पण करण्यासारखे आहे.

अधिक काय लिहिणे ? इति विज्ञापना !

लेखक

अनुक्रमणिका

१

आधुनिकतेचा पाया

या भागात आपण आधुनिकतेच्या प्रेरणा अभ्यासणार आहोत. १९-२०व्या शतकात महाराष्ट्रात जे परिवर्तन घडून आले त्याच्या मागे कोणत्या प्रेरणा कार्यरत होत्या, याचा अभ्यास करणे महत्त्वाचे आहे. आधुनिक महाराष्ट्राची पाळेमुळे आपणास मध्ययुगात दिसतात. आधुनिकतेच्या प्रेरणा मध्ययुगात सापडतात. मध्ययुगीन भक्ती चळवळीचे योगदान या दृष्टीने अर्थपूर्ण आहे. शिवाजी महाराजांची स्वराज्य स्थापण्याची प्रेरणा हा भक्ती चळवळीचाच राजकीय आविष्कारच आहे.

छत्रपती शिवाजी महाराजांचे स्वराज्य ही महाराष्ट्राच्याच नव्हे तर भारताच्या इतिहासातील एक अत्यंत महत्त्वाची घटना आहे. मध्ययुगीन वैभवशाली, एकछत्री मुघल साम्राज्याचा शेवट याच सत्तेने घडवून आणला. इंग्रजांना याच सत्तेकडून भारताची सूत्रे हाती घ्यावी लागली. या अर्थाने मध्ययुग ते आधुनिक युग यांना जोडणारा धागा म्हणजे मराठ्यांची सत्ता. 'महाराष्ट्रधर्म' हा शब्द याच कालखंडात पुढे येतो. त्यामुळे 'महाराष्ट्रधर्म' आणि 'स्वराज्याची संकल्पना' समजून घेणे आवश्यक आहे.

छत्रपतींनी स्थापन केलेले स्वराज्य १७ व्या आणि १८ व्या शतकात विस्तारत गेले. पेशव्यांनी भौगोलिक विस्तार प्रचंड केला. याच काळात आधुनिकतेकडे आपली पावले पडत होती. बदलाची पूर्व चिन्हे दिसत होती. मात्र त्यांनी पुरेसा वेग घेतलेला नव्हता. १७-१८ व्या शतकातील मराठी सत्तेचा धावता आढावा आपण घेणार आहोत. आर्थिक व राजकीय दृष्ट्या मराठ्यांपेक्षा वरचढ ठरलेल्या इंग्रजी सत्तेने मराठ्यांचे वर्चस्व भारतातून १८१८ मध्ये संपविले. किंबहुना १७५० च्या आगेमागेच मराठ्यांनी स्वत:च आत्मनाशाच्या दिशेने पावले टाकायला सुरुवात केलेली होती. याचा आढावा आपण या भागात घेणार आहोत. मध्ययुगाचे आकलन होण्यासाठी पोर्तुगीज, इंग्रज, फ्रेंच यांचे भारतातील आगमन आणि सत्ता विस्तार आपणास पाहावा लागतो. इंग्रज सर्वश्रेष्ठ का ठरले? याची कारणे आपणास सापडतात. तराजू-तलवार-तख्त हा प्रवास तेथे समजतो. याच काळात आपणास राष्ट्रनिर्मिती, नव प्रशासन कल्पना, इंग्रजी शिक्षण, नवा वर्ग उदयाला येणे या गोष्टी दिसतात. त्यात एक सातत्य आहे. त्याचा पुढचा टप्पा म्हणजे ब्रिटिश सत्तेची महाराष्ट्रातील स्थापना. महाराष्ट्रात आलेल्या या प्रशासन व्यवस्थेचे परिणाम महाराष्ट्राच्या सर्वच क्षेत्रात झाले. राजकीय, सामाजिक, आर्थिक

सांस्कृतिक क्षेत्रे त्याला अपवाद नव्हती. एलफिन्स्टनच्या धोरणांनी सुरुवातीचा महाराष्ट्र घडला. इंग्रज–मराठा युद्धे, तैनाती फौजेची पद्धत, इंग्रजांचे श्रेष्ठत्व या राजकीय घटना जशा महत्त्वाच्या तशाच उदारमतवाद, समतेचे तत्त्वज्ञान, मध्यम वर्गाचा उदय, औद्योगिकीकरण, शहरीकरण, शिक्षण–विशेषत: इंग्रजी शिक्षण, कायद्यासमोर समानता, जबाबदारीचे तत्त्व या आधुनिक मूल्यांनी महाराष्ट्राच्या जीवनात चंचूप्रवेश करायला सुरुवात केली. इंग्रजी विद्येच्या प्रभावापुढे महाराष्ट्रातील सर्वच लोक दिपून गेले. हे सगळे कसे घडले? याचा आढावा आपणास घ्यायचा आहे. चला तर मग या नवमन्वंतराच्या शोधाला.

इतिहास

इ.स. च्या चौथ्या शतकापासून 'महाराष्ट्र' या नावाचा उल्लेख मिळतो. तर महाराष्ट्रातील आद्य मानवाचा काळ पुरातत्त्व अभ्यासकांच्या मते इ.स.पूर्व ५ लाख ते ३० लाख वर्षे आहे. संस्कृत व पालीचा प्रभाव यातून मराठीचा विकास होत राहिला. मराठीतील साहित्यनिर्मितीची प्रक्रिया यादवकालाच्या सुमाराची. श्री. चक्रधर, संत ज्ञानेश्वर, संत नामदेव, संत चोखामेळा, सरस्वती गंगाधर, संत एकनाथ, संत रामदास, संत तुकाराम, वामनपंडित, श्रीधर, महिपती, मोरोपंत यांनी जुन्या काळात भाषा समृद्ध केली. संस्कृत या देववाणीचे महत्त्व मान्य करूनही संतांनी मात्र मराठीचाच पुरस्कार केला. या संदर्भात संत एकनाथांची भूमिका– 'संस्कृत वाणी देवे केली। प्राकृत तरी चोरापासोनि झाली?' इतकी रोखठोक होती. 'महाराष्ट्री प्राकृत'पासून व अपभ्रंशातून मराठी भाषा उदयास आली. पुढे द्राविडी भाषांचा प्रभाव, फार्सी, तुर्की, अरबी शब्दांचा प्रभावही या भाषेवर पडला. भाषेने लवचिकता दाखवून सर्वसमावेशकता व्यक्त केली.

महाराष्ट्रीय संस्कृतीच्या विकासाची चिन्हे आपणास संगमनेरजवळील प्रवरा नदीच्या परिसरात जोर्वे येथे सापडली. तोटीची पक्क्या भाजणीची भांडी सापडली. वाडगे, कळशा यावरून ताम्रपाषाणयुगाच्या संस्कृतीची चिन्हे समजतात. दागिने, चित्रे, मातृदेवतेच्या मूर्ती सापडल्या. काळ जसजसा पुढे सरकत गेला तसे नव्या राजतंत्राचा उदय झाला. सातवाहन, वाकाटक, चालुक्य, राष्ट्रकूट, कलचुरी, यादव, शिलाहार, कदंब यांनी राजकीय महाराष्ट्र घडविला. वैदिक, वैष्णव, शैव, जैन, बौद्ध धर्मांनी धर्ममत घडविले. सगुणपूजा, मूर्तिपूजा, व्रतवैकल्ये, कर्मकांड, यज्ञ संस्कृती, विविध उपासना पद्धती यांनी समाजमन घडवायला सुरुवात केली.

धर्मजीवनात भगवान शंकर, दुर्गा, भवानी, गणपती, जोतिबा या दैवतांना पूज्य मानण्यात येऊ लागले. शिवोपासनेतून नाथ व लिंगायत पंथांचा उदय झाला. निवृत्तिनाथांकडून परंपरेने आलेली नाथपंथीय धारा ज्ञानेश्वरांनी वारकरी पंथात विलीन

केली. बसवेश्वरांनी जातिभेद कमी करण्याचा प्रयत्न केला. त्याही अगोदर महानुभावांनी स्त्रियांस पुरुषांच्या बरोबरीनेच मुक्तीचा अधिकार आहे, हे सांगून बंडखोरी केली. वाङ्मय, तत्त्वज्ञान, आचारविचार या सगळ्यात परंपरेचा धागा नाकारून महानुभावांनी सुधारणांचा नवा पंथ तयार करायला सुरुवात केलेली होती. त्याचा अप्रत्यक्ष फायदा पुढील काळात अन्य पंथीयांना मिळाला.

ग्रामजीवन समृद्ध करण्यास ग्रामदैवते आणि तीर्थक्षेत्रे, यात्रा, जत्रा यांनी मदत केली. जाखाई, यमाई, तुकाई, जोतिबा, बहिरोबा, म्हसोबा, जननी, जनाई, टेंबलाई, खंडोबा या ग्रामदैवतांनी सर्वसामान्यांना भावनिक आधार दिला. काहींना तर कुलदेवतेचे स्थानसुद्धा मिळाले. औंढ्या नागनाथ, घृष्णेश्वर, परळी वैजनाथ, भीमाशंकर, त्र्यंबकेश्वर, शिखर शिंगणापूर येथे यात्रा होऊ लागल्या. महादेव तर कामेश्वर, व्याघ्रेश्वर, हरिहरेश्वर, भोमेश्वर, वेनेश्वर, विमलेश्वर, वीरेश्वर या नावांनी विविध रूपांत प्रगटला. पंढरीचा राणा, नाशिकचा काळाराम भक्तहृदयात स्थिरावले. मोरगाव, थेऊर, रांजणगाव, लेण्याद्री, ओझर, सिद्धटेक, महड व पाली येथील अष्टविनायकांची स्थाने प्रसिद्ध पावली. दत्तोपासनेची स्थळे म्हणून नरसोबाची वाडी, औदुंबर, गाणगापूर पुढे आली. नवसाला पावणारी देवी म्हणून माहूर, कोल्हापूर, अमरावती, चंद्रपूर, वणी, औंध या देवींना मान्यता मिळाली. रामनवमी, हनुमानजयंती, वटसावित्री, नागपंचमी, कृष्णाष्टमी, गणेशचतुर्थी, नवरात्र, दीपावली, महाएकादशी, दत्तजयंती, रथसप्तमी, महाशिवरात्र या सण, उत्सवांमुळे लोक एकत्र येऊ लागले. प्र. न. जोशींच्या शब्दात महाराष्ट्र जीवनात चैतन्य आले.

प्राचीन साहित्य

महाराष्ट्रजीवन समृद्ध करण्यात प्राचीन वाङ्मयाने आपला वाटा उचलला. हाल यांचा गाथा-सप्तशती, सर्वसेनाचे हरिविजय काव्य, द्वितीय प्रवरसेनाचे सेतुबंध व रावणवहो काव्य महत्त्वाचे होय. पंडित विज्ञानेश्वराने याज्ञवल्क्यस्मृतीवर मिताक्षरा नामक टीका रचली. यादवकालात भास्कराचार्यांचे सिद्धांतशिरोमणी व करणकुतुहल ग्रंथ महत्त्वाचे होत. हेमाद्रिपंडिताचा 'चतुर्वर्गचिंतामणी' हेही अन्य महत्त्वाचे ग्रंथ होत.

महाराष्ट्राचे सांस्कृतिक जीवन समृद्ध करण्यात आणि चहुअंगांनी विकास करण्यात राज्यकर्ते दक्ष होतेच. बदलत्या राजवटींनुसार नवनव्या राजधान्या उदयाला आल्या. भव्य मंदिरे, मठ, स्तूप, लेणी, दुर्ग, वाडे, घाट, तलाव अस्तित्वात आले. प्राचीन महाराष्ट्राच्या स्थापत्याने कळस गाठला तो वेरुळच्या कैलासलेण्यात. हेमाडपंती देवळे, जैन मंदिरे, बौद्ध विहार, लेणी यातून महाराष्ट्रीय शिल्पकलेचे दर्शन घडते. अजिंठ्याच्या लेण्यांमधील चित्रकलेने अजोड नमुना दाखवून दिला.

महाराष्ट्राचा भूगोल

महाराष्ट्राची उत्तर-दक्षिण आणि पूर्व-पश्चिम लांबी अनुक्रमे ७२० आणि ८०० कि.मी. आहे. महाराष्ट्राच्या उत्तरेला गुजराथ आणि मध्यप्रदेश, पूर्वेला मध्यप्रदेश आणि आंध्रप्रदेश, दक्षिणेला आंध्र व कर्नाटक राज्ये आहेत. महाराष्ट्राच्या पश्चिम सीमेवर ५६० कि.मी. अरबी समुद्र पसरला आहे. ६४० कि.मी. लांबीची सह्याद्रीची रांग तर सातपुड्याची रांग २४० कि.मी. लांब आहे. तापी, पूर्णा, गोदावरी, भीमा, कृष्णा, वैतरणा, उल्हास, कुंडलिका, सावित्री, वासिष्ठी, वर्धा, वैनगंगा, इंद्रायणी अशा कित्येक छोट्या-मोठ्या नद्यांनी येथील लोकजीवनाचा विस्तार घडवून आणला. तांबडी माती आणि काळ्या मातीने कृषिजीवन समृद्ध केले.

राजकीय जीवन

महाराष्ट्रात यादवांनंतर, बहामनी, निजामशाही, आदिलशाही, फारुकी, इमादशाही, बरीदशाही, कुतुबशाही यांनी कमी अधिक प्रमाणावर राज्य केले. यादवकाल संपल्यावर जी परकीय राज्ये येथे आली त्यांनी मराठ्यांच्या अस्तित्वावरच घाला घातला. राज्यकर्त्यांची भाषा, संस्कृती, धर्म, राज्यपद्धती वेगळी असल्याने त्यांनी महाराष्ट्रातील गावांना स्वभाषीय नावे देणे, काफरांचा नाश करणे, मठ-मंदिरांचा नाश करणे, स्त्रियांना गुलाम करणे, लोकांना बाटविणे, कर लादणे या गोष्टी महाराष्ट्रीयांस 'न भूतो' अशा स्वरूपाच्या होत्या. आक्रमणाचा रेटाच एवढा जबरदस्त होता की, विरोध किंवा प्रत्याक्रमण शक्यच नव्हते तर स्वत:चा प्राण वाचविणे महत्त्वाचे ठरले. विरोधाचा सूर आळविण्याऐवजी बचावाचा मंत्र उपयोगी पडला. 'महापुरे झाडे जाती तेथे लव्हाळे वाचती' या न्यायानुसार पूर्वी 'मोडेन पण वाकणार नाही' असे म्हणणारा महाराष्ट्र प्रसंगी 'वाकेन पण मोडणार नाही' या शिवकालातील धोरणाची पूर्वपीठिका तयार करू लागला.

मध्ययुगीन भक्ती चळवळीचे सामाजिक योगदान

मध्ययुगातील गडद अशा अंधारयुगात महाराष्ट्राची अस्मिता जागी ठेवण्याचे कार्य जर कोणी केले असेल तर ते फक्त महाराष्ट्रीय संतांनी. स्वधर्म, स्वसंस्कृती, स्वभाषा याविषयीचा अभिमान जागृत ठेवण्याचे कार्य त्यांनी केले. महाराष्ट्रातील संतमंडळी विविध जाती-जमातींमधून पुढे आलेली असल्याने त्यांनी पाखंडपणावर टीका केली. धार्मिक दुराग्रह, जातिभेद, कर्मठपणा यांवर कोरडे ओढले. एकेश्वरवादाचा पुरस्कार करीत असतानाच परमेश्वर प्रसन्न करून घेण्यास भक्तिमार्गाला पर्याय नसल्याचे त्यांनी लोकांच्या मनावर ठसविले. भक्तिमार्गात कोणीही उच्च-नीच नसून प्रत्येकाला आपल्या कर्माने मोक्ष मिळू शकतो, यावर त्यांनी भर दिला. प्रत्यक्ष वा अप्रत्यक्षरीत्या,

कळत वा नकळत या संतांनी यवनी चाकरीचा निषेधच केला. हे जोखड आपणास आज ना उद्या फेकून द्यायचे आहे, याची मानसिक तयारी ते करवून घेत होते. आज ना उद्या आपण सत्ताधीश होऊ शकतो. याविषयी मराठ्यांच्या मनात पक्का विश्वास होता. ते अनुकूल संधीची वाट पाहात होते.

यात सगळ्यात महत्त्वाची भूमिका बजावली ती वारकरी पंथाने. या पंथाने ज्ञानाचे किंवा कर्मठपणाचे अवडंबर माजविले नाही. आपला दैनंदिन कामधंदा, व्यवसाय सांभाळून चांगले कर्तव्यकर्म करा, त्यासाठी संन्यास किंवा वैराग्याची गरज नाही असे वारकरी पंथाने स्पष्टपणे सांगितले. चित्तशुद्धी व सदाचार याच गोष्टी जास्त महत्त्वाच्या ठरल्या. विठ्ठल हीच संतांची गुरुमाउली असल्याने वारकरी पंथ गुरुबाजीपासून दूर राहिला. परमेश्वर व भक्त यांच्यातील नाते मायलेकराचे झाले. लोकांनी कर्तव्यबुद्धीने संसार करावा यासाठी 'अवघाची संसार सुखाचा करीन' हे पालुपद वारकरी पंथाने आळविले. वैयक्तिक जीवनात ज्ञानेश्वरांना जातीयवादाचा प्रचंड त्रास झाला; परंतु त्याचे प्रतिबिंब त्यांनी ज्ञानेश्वरी, अमृतानुभव यात पडू दिले नाही. सामान्य लोकांची जातींच्या झगड्यात होणारी कुचंबणा पाहून त्यांनी 'ज्ञानदीप लावू जगी' चा मार्ग अनुसरला. ज्ञानेश्वर–नामदेव यांनी पंढरपूरच्या वाळवंटात समतेचा ध्वज उंच धरला. त्या झेंड्याखाली महाराष्ट्रातील बहुसंख्य जनता गोळा झाली यात आश्चर्य काय! पंढरपूरच्या वाळवंटात लक्षावधी जनता अभंग, भजन–कीर्तनात न्हाऊन निघू लागली. 'याचसाठी केला होता अट्टाहास' हे त्यांचे स्वप्न पूर्ण होणार असे दिसू लागले. मधला काही काळ लोटल्यावर सोळाव्या शतकात वारकरी पंथाला पुन: महत्त्वाचे स्थान मिळवून दिले ते संत एकनाथांनी. विचार आणि आचार यात विसंगती नसणारे संत म्हणजे एकनाथ. 'वारकरी पंथाच्या तत्त्वज्ञानाचा प्रत्यक्ष व्यवहारातील आदर्श म्हणजे नाथांचे 'चरित्र व चारित्र्य' अशा शब्दात ह. श्री. शेणोलीकर यांनी एकनाथांचा गौरव केला आहे. स्वविचार प्रसारासाठी त्यांनी टीका, कथाग्रंथ, आख्याने, आध्यात्मिक प्रकरणे, अभंग, पदे, गौळण, भारूड हे साहित्य प्रकार वापरले. विद्वत्ता व लोकाभिमुखता यांचे दर्शन त्यातून घडते. भागवतधर्माचे सोपे विवेचन करण्यासाठी त्यांनी एकनाथी भागवताची रचना केली. 'भावार्थ रामायण' या आपल्या शेवटच्या ग्रंथात त्यांनी रामाला आपला चरित्रनायक केले. यातील सूचकत्व महत्त्वाचे आहे. रामाचे जीवन, त्याचा संघर्ष, राजधर्म, युद्धनीती यांसाठी त्यांनी रामकथा निवडली. रामचरित्राचे खरे रहस्य देवांच्या मुक्ततेत आहे, हे ठसविण्याचा प्रयत्न केला.

एकनाथांच्या पुरोगामी विचारांचा वारसा जोरकसपणे पुढे नेला तो संत तुकारामांनी. 'धर्माचे पालन । करणे पाखंड खंडण' अशी जोरकस भूमिका त्यांनी घेतली.

आपल्या अभंगांतून त्यांनी कायमच चारित्र्य, भूतदया, सदाचार, नीती यांचा प्रसार केला. आयुष्यभर याच पद्धतीने वागल्यामुळे त्यांनी 'वेदांचा तो अर्थ आम्हासीच ठावा' असे छातीठोकपणे सांगितले. मध्ययुगात हा एक चमत्कारच होता. त्याचीच अंतिम परिणती 'तुका झालासे कळस' यात झाली. संतांचा हाच आत्मविश्वास अंधश्रद्धा, ढोंगी साधू यांच्यावर टीका करताना, कर्मठांच्या अवडंबरावर हल्ला करताना प्रकटला. शुष्क चर्चा, निरुपयोगी कर्मकांडे यांना त्यांनी कायमच विरोध केला.

संत तुकारामांनी कर्मकांडापेक्षा आत्मिक शुद्धी, सदाचार यांचे समर्थन केले. संत रामदासांच्या दासबोधात त्यांची स्वराज्याकांक्षा, राजकारणाबद्दलची जागरूकता जाणवतेच. अन्य संतांपेक्षा रामदासांचे लेखन त्यांच्या वेगळेपणामुळे ठसते. जे सांगायचे ते अगदी स्पष्ट, रोखठोक अशा स्वरूपात आपल्यासमोर येते. शर्करावगुंठित औषध असला प्रकार नाही. संत नामदेवांनंतर त्यांनी भारतभ्रमण केले होते. खऱ्या देशाचे दर्शन झाल्यावर राक्षसी सत्तेच्या तावडीतून सुटका करायची झाल्यास 'कोदंडधारी रामाला' पर्याय नाही अशा निष्कर्षाला ते आले होते. 'धर्नुधारी राम आणि वीर मारुती' हीच नव्या काळाची दैवते असणे आवश्यक असल्यामुळे त्यांनी रामोपासनेचा अर्थात बलोपासनेचा स्वतंत्र पंथ उभारला. चळवळ करावी, लोकांचे संघटन करावे यासाठी 'अकरा मारुती' मंदिरे उभारली. शिस्तबद्ध शिष्य संप्रदाय, मठ स्थापना आणि 'समर्थाचिया सेवका वक्र पाहे असा भूमंडळी कोण आहे?' असा दरारा. यामुळे लोक एकत्र यायला सुरुवात झाली. वैयक्तिक आणि सामाजिक बलोपासनेचा आग्रह धरणारे रामदास हे पहिलेच संत होत. पूर्वीच्या संतांच्या लेखनातील आर्जव आणि बचावात्मक धोरण रामदासांच्या लेखनात आक्रमक बनून येते. दासबोध हा फक्त रामदासांनी घ्यायचा बोध नसून समूहाने घ्यायचा बोध आहे. म्हणून त्यांनी दासबोधात प्रथमच व्यक्तीला जीवनात यशस्वी व्हायच्या गोष्टी सांगितल्या आहेत. रोकडा व्यवहारवाद ते शिकवितात. त्यांचा भर महाराष्ट्रधर्म वाढविण्यावर आहे.

या सर्व संतांच्या कार्याचे मूल्यमापन करताना प्रा. गं. बा. सरदार 'संत वाङ्मयाची सामाजिक फलश्रुती' यात लिहितात, 'ज्ञानेश्वरांनी महाराष्ट्राला तत्त्वज्ञान दिले, नामदेवांनी नाम-शक्तीचा उद्‌बोध केला, एकनाथांनी तत्त्व आणि तपशील, विचार आणि आचार यांचा मिलाफ घडवून आणला. ज्ञानाशिवाय भक्तीला डोळसपणा नाही. आचाराशिवाय तिच्यातील जडता नाहीशी होत नाही. परंतु या तिन्ही प्रवृत्ती एकवटून त्यांची सामाजिक नीतिमत्तेत परिणती झाल्याशिवाय मानवी जीवनाला पूर्णत्व नाही. तुकारामांनी नीतिमूल्यांचे संवर्धन करून ज्ञानेश्वरप्रणीत भागवत धर्माच्या देवालयावर कळस चढविला.'

रामदासांनी अत्यंत आक्रमक पवित्रा स्वीकारून मराठ्यांमधील वन्ही चेतविला. कारण भोवतालची राजकीय परिस्थिती बदलत चाललेली होती. रामदासांनी जे 'आनंदवनभुवनाचे' स्वप्न पाहिले त्याचे रक्षक सर्वसामान्य जनता होती. भागवतधर्माच्या व्यापक झेंड्याखाली सर्वच लोक जमा झाले आणि ज्या स्वराज्याची आकांक्षा त्यांनी पिढ्यान्‌पिढ्या मनात जोपासली होती ती वास्तवात येऊ लागली. म्हणूनच ज्ञानेश्वरांपासून ते संत रामदासांपर्यंत सारेच 'महाराष्ट्र धर्माचे प्रवक्ते' म्हणून ओळखले गेले.

राजकीय आढावा

संतांचे कार्य आणि महाराष्ट्र धर्म पाहिल्यावर शिवपूर्वकाळाचा आढावा घेणे आवश्यक आहे. शिवाजी महाराजांपूर्वी शहाजीराजे यांनी एका विशिष्ट मर्यादित स्वराज्याचा किंवा मर्यादित स्वायत्त जहागिरदारांचा प्रयोग केला. एका विशिष्ट सीमारेषेपर्यंत त्यांना त्यात यशही आले. मात्र त्यांचे स्वप्न पूर्णत्वाला जाऊ शकले नाही. अशा गोष्टी घडून येण्यास काळाची जी अनुकूलता लागते ती जुळून न आल्याने शहाजीराजे स्वराज्य संस्थापक होऊ शकले नाहीत. पित्याच्या प्रयोगांचा फायदा मुलाला झाला. मालोजी व उमाबाई यांच्या पोटी शहाजीराजांचा जन्म झाला. शहाजीराजांना प्रसिद्धी मिळवून देणारी घटना म्हणजे भातवडीची लढाई. या लढाईत त्यांच्या पराक्रमाचा, कौशल्याचा कस लागला. या लढाईमुळे मलिक अंबरच्या प्रतिष्ठेत भर पडली. या लढाईनंतर ते सरलष्कर म्हणून आदिलशहाच्या सेवेत गेले. १६२८ च्या सुमारास परत निजामशाहीत परतले. याच दरम्यान शहाजींचे सासरे लखुजी जाधवराव यांची निजामशहाने हत्या घडवून आणली. म्हणून ते मुघलांच्या चाकरीत गेले. तेथे पंचहजारी किताब मिळाला. मात्र शहाजीराजे अल्पसंतुष्ट नसल्याने, निजामशाहीचा कोसळता डोलारा सावरण्यासाठी ते परत निजामशाहीत परतले. अल्पवयीन निजामशहा आणि पालक व चालक शहाजीराजे अशी निजामशाहीची राजवट सुरू झाली. विजापूरची आदिलशाही आणि मुघल यांच्या विरोधात आपण यशस्वी होऊ शकत नाही, हे लक्षात घेऊन शहाजीराजे यांनी आदिलशाहीशी तह केला. आदिलशहाची चाकरी स्वीकारल्यावर दरबारी राजकारणापासून लांब राहून त्यांनी सदैव लष्करी स्वाऱ्यांमध्ये मग्न रहायला सुरुवात केली. आदिलशहाने विजापूरच्या दक्षिणेकडील भाग जिंकण्यासाठी शहाजींची नेमणूक केली. या संधीचा फायदा घेऊन कर्नाटक, बेदनूर, चित्रदुर्ग, तंजावर, मदुरा येथील प्रदेशावर त्यांनी आक्रमण सुरू केले. तेथील प्रमुखांना आदिलशहाचे वर्चस्व मान्य करायला लावून त्यांचे स्वतंत्र अस्तित्व शहाजीराजांनी राखले. मुसलमानी सरदारांपेक्षा शहाजीराजांशी व्यवहार करणे सोपे झाले. म्हणून शहाजीराजांचे महत्त्व वाढू लागले. विजापूर दरबारात शहाजीराजांविरुद्ध वातावरण

तयार झाले. त्यांचे महत्त्व न समजणाऱ्या लोकांनी आदिलशहास भरीस घालून अफझलखान, बाजी घोरपडे, मुस्तफाखान यांच्याकरवी शहाजीराजांना अटक करविली. आदिलशहाने शहाजीपुत्र संभाजी व शिवाजी यांचे पारिपत्य करण्यासाठी जे सैन्य पाठविले ते पराभूत झाले. शिवाजीमहाराजांनी कोंढाणा तर संभाजींनी बंगळूर, कंदर्पी भाग आदिलशहाला देण्याचे मान्य केल्यावर शहाजीराजांची सुटका करण्यात आली. सुटका होताच आदिलशहाने परत त्यांची कर्नाटकावर नेमणूक केली. तेथील एका संयुक्त स्वारीत अफझलखानाने शहाजी पुत्र संभाजींचा मृत्यू घडवून आणला. १६६४ साली होदेगिरीच्या जंगलात शिकारीसाठी शहाजीराजे गेले असता त्यांचे अपघाती निधन झाले. जे आपल्याला जमले नाही ते मुलाने केले म्हणून त्यांना आनंद होताच. विश्वासू माणसांचा पुरवठा, सल्ला व जमेल तेवढी मदत त्यांनी शिवाजीमहाराजांना केलेली होतीच.

स्वराज्य स्थापना व शिवाजीमहाराज

छत्रपती शिवाजीमहाराजांचा उदय ही मध्ययुगीन भारताच्या इतिहासातील अत्यंत महत्त्वाची घटना आहे. त्यांची प्रेरणा, त्यांनी जागविलेली स्वातंत्र्याची ज्योत आजही जनतेच्या मनामनात जागी आहे. यातच त्यांचे यश दडले आहे. लोकांचे राजे अनेक असतात; पण जनतेच्या हृदयात गेली ३-४ शतके राज्य करणे ही सोपी गोष्ट नाही. शिवाजीमहाराज म्हणजे जनतेच्या स्वातंत्र्याकांक्षेचे प्रतिनिधी होत. १९ फेब्रुवारी १६३० रोजी त्यांचा जन्म जुन्नरजवळ शिवनेरी किल्ल्यात झाला. शहाजीराजे व राजमाता जिजाबाई यांचे ते द्वितीय अपत्य होत. थोरले बंधू संभाजीराजे होत. शिवाजींच्या जन्मावेळी शहाजीराजे शत्रूशी लढण्यात गर्क होते. त्यांचे राजकीय भवितव्य अस्थिर झालेले होते. त्यामुळे जिजाबाईंना शिवनेरीच्या किल्ल्यात ठेवून दर्याखानच्या विरुद्ध ते लढायला गेलेले होते. आदिलशहाकडून पुणे व सुपे भागाची जहागीर त्यांना मिळाली होती. या जहागिरीवर स्वत:चा विश्वासू माणूस म्हणून त्यांनी दादोजी कोंडदेव यांना पाठविले.

शिवाजी महाराजांचे बालपण अत्यंत धामधुमीत गेले. बौद्धिक, शारीरिक व लष्करी शिक्षण त्यांना देण्यात आले. दादोजी कोंडदेवांच्या मार्गदर्शनाखाली शिवाजींनी जहागिरीचे पुनर्वसन केले. शिवापूर, पुणे येथे मुक्काम करून त्यांनी लोकांना आश्वस्त केले. पुण्यात सोन्याचा नांगर फिरवून आपण काय करणार याची दिशा दाखवून दिली. श्वापदे, चोर-दरोडेखोर यांचा बंदोबस्त करून वस्ती करायला सुरुवात केली. शेतकऱ्यांचे प्रश्न सोडविले. फळझाडे लागवडीवर भर दिला. न्याययंत्रणा कार्यक्षम केली. या कामात जहागिरीच्या सर्वच प्रदेशात दादोजींनी शिवाजींची प्रतिमा राजपुत्र, जहागिरीचे वारसदार अशीच केलेली होती. जिजाऊंनी बालशिवाजींच्या संदर्भात आई, वडील, शिक्षक, मार्गदर्शक ही सारी नाती स्वत:च निभावून नेली. जिजाऊंनी बाल शिवाजीला

स्वत:चे कर्तबगार वडील लखुजी जाधवराव यांची वाताहत व पराक्रमी पती शहाजीराजे भोसले यांची कुचंबणा सांगून स्वराज्याच्या उद्योगाला प्रवृत्त केले. बालशिवाजींनी भावी आयुष्यात आईच्या सर्व अपेक्षा पूर्ण केल्या. बालशिवराय एकदा कर्नाटकला जाऊन आले. तेथे त्यांनी विजयनगरचे भग्न साम्राज्य पाहिले. त्याची चिरंतन स्मृती घेऊन ते १६४२ च्या सुमारास पुण्यास परतले. शहाजीराजांनी अत्यंत विश्वासू माणसे, खजिना, हत्ती, शिवरायांना लागणाऱ्या सर्व गोष्टी बरोबर दिल्या. शिवरायांनी स्वत:च्या जहागिरीची उत्तम व्यवस्था लावली. पडके किल्ले दुरुस्त करण्यावर भर दिला. साम, दाम, दंड, भेद या मार्गांचा वापर करून पुरंदर, कोंढाणा ताब्यात घेतले. पुढे चाकण, बारामती, इंदापूर घेतले. यामुळे आदिलशहाच्या लक्षात संभाव्य धोका आला. यामुळे शिवाजींच्या हालचालींवर मर्यादा आणण्यासाठी आदिलशहाने शहाजीराजांना कैद केले. शिवाजींचा पराभव करण्यासाठी फत्तेखान व मुसेखान यांना पाठविण्यात आले. परंतु शिवाजींनी त्यांचा पराभव केला. कोंढाणा किल्ला परत करण्याच्या अटीवर शहाजीराजांना सोडण्यात आले. याच कालखंडात सार्वभौम राजाप्रमाणे शिवाजीराजांनी स्वत:ची मुद्रा तयार केली.

प्रतिपच्चंद्रलेखेव । वर्धिष्णुर्विश्ववंदिता ।।
शाहसूनो: शिवस्यैषा । मुद्रा भद्राय राजते ।।

'शहाजीचा पुत्र जो शिवाजी, त्याची ही मुद्रा आहे. प्रतिपदेच्या चंद्रकोरीप्रमाणे वाढत जाणारी व विश्वातील सर्वांना मान्य होणारी ही मुद्रा, सर्वांच्या कल्याणासाठी शोभत आहे.'

शहाजीराजांच्या सुटकेनंतर शिवाजीराजांनी जावळीच्या मोऱ्यांना धडा शिकविला व जावळी ताब्यात घेतली. जावळीवरील विजयाने रायरी, वासोटा, घाट मार्ग, खिंडी, समुद्रकिनाऱ्याची सरहद्द, इ. शिवाजीमहाराजांच्या ताब्यात आले. रोहिडा, सुपे, कल्याण, भिवंडी ताब्यात घेऊन स्वराज्याचा विस्तार चौफेर होऊ लागला. शिवाजीराजांच्या वर्चस्वाला आळा घालण्यासाठी आदिलशहाने अफझलखानाची नेमणूक केली. खान शिवाजीराजांना मारण्यासाठीच आला होता. त्यामुळे प्रतापगडच्या पायथ्याशी झालेल्या भेटीत प्रथम कोण हल्ला करणार हा प्रश्न नव्हता तर कोण जिवंत राहणार? हा प्रश्न महत्त्वाचा ठरला. अफझलखानाला झुलवत ठेवून आणि त्याच्यावर दबाव आणून त्याला स्वराज्यात आणले व ठार मारले. या कृत्याने शिवाजीराजांना भारतभर प्रसिद्धी मिळाली. अफझलखान पाठोपाठ सिद्धी जौहरची स्वारी स्वराज्यावर झाली. मात्र बाजीप्रभू देशपांडे यांच्या बलिदानामुळे शिवाजीमहाराज या संकटातून सहीसलामत सुटले. तत्काळ त्यांनी पुण्यात मुक्कामास राहिलेल्या स्वराज्याच्या शत्रूला औरंगजेबाच्या

मामाला शाहिस्तेखानाला धडा शिकविला. स्वराज्याचा खर्च भरून काढण्यासाठी महाराजांनी सुरत लुटली. औरंगजेबाने शिवाजी महाराजांचे पारिपत्य करण्यासाठी मिर्झाराजे जयसिंग यांची नेमणूक केली. अजेय सेनापती मिर्झाराजे यांनी स्वानुभव, पराक्रम आणि दग्धभू धोरणाच्या बळावर शिवाजीमहाराजांना जेरीस आणले. त्यामुळे शिवाजींनी पुरंदरचा तह केला. शिवाजीमहाराज व मिर्झाराजे यांनी संयुक्तपणे आदिलशहाच्या विरोधात मोहिमा काढल्या; परंतु त्यांना अपयश आले. मिर्झाराजे व त्यांचे पुत्र रामसिंह यांच्याकडून जीविताची हमी घेऊन शिवाजीमहाराज औरंगजेबाच्या भेटीस गेले. आग्रा येथील पहिल्याच भेटीत औरंगजेब व शिवाजीमहाराज यांचे खटके उडाले. त्यामुळे गैरसमज निर्माण झाले. औरंगजेबाच्या दरबारातील एका पक्षाला शिवाजीमहाराजांना ठार मारावे वा कैदेत टाकावे, असे वाटत होते. औरंगजेबाने महाराजांना नजरकैदेत ठेवले. शाहिस्तेखानाची फजिती, सुरतेची लूट या पार्श्वभूमीवर शिवाजीमहाराजांना महाराष्ट्रात परत जाऊ देण्यात अर्थ नव्हता. याही विपरीत परिस्थितीवर महाराजांनी मार्ग काढला. आजारी पडल्याचे नाटक करून एके दिवशी शिवाजीराजे औरंगजेबाच्या डोळ्यांत धूळ फेकून पळाले. २५ दिवसांच्या सलग प्रवासानंतर ते महाराष्ट्रात परतले. स्वराज्यात परतल्यावर तहात गमावलेले किल्ले परत जिंकायला सुरुवात केली. दुसऱ्यांदा सुरत लुटून स्वराज्याचे नुकसान भरून काढण्यात आले. यामुळे सुरतेची बदसुरत झाली.

या सगळ्या कालखंडात शिवाजीमहाराजांचे सिद्दी, इंग्रज, पोर्तुगीज, फ्रेंच, डच यांच्याशी संबंध येत होतेच. जंजिऱ्याच्या सिद्दीचा पराभव झाल्यास आपणास धोका आहे, म्हणून इंग्रज व पोर्तुगीज सिद्दीला मदत करत असत. शिवाजीमहाराज आणि सिद्दी यांच्यातील संबंध कायमच शत्रुत्वाचे व यशापयशाचे पारडे आलटून-पालटून दोन्ही बाजूंकडे झुकत असे. या निमित्ताने शिवाजीमहाराजांना आरमाराचे महत्त्व पटले होते. त्या दृष्टीने त्यांनी स्वत:चे आरमार उभारले. एतद्देशीय सत्तेकडे आरमार असणारे शिवाजीमहाराज हे मध्ययुगातील एकमेव राजे होत. आरमार व जलदुर्गांची उभारणी करणारे ते दूरदृष्टीचे नेते होत. शिवाजीमहाराज व पोर्तुगीज यांचा संबंध १६४८ मध्ये आला. मराठे व पोर्तुगीज यांच्यात मैत्रीचे तह होत असत. दोन्ही पक्ष एकमेकांच्या अडचणी पाहून तह पाळत, अन्यथा दोघेही तह पाळत नसत. पोर्तुगीज भक्कम बांधकाम करतात म्हणून शिवाजीमहाराजांनी त्यांच्याकडे अभियंत्यांची मागणी केली होती. मात्र मराठी राज्याला ज्याचा फायदा होईल अशा कोणत्याच गोष्टी पोर्तुगीजांनी पुरविल्या नाहीत. शिवाजीमहाराज व संभाजीराजे यांच्या राजकारणाला यश आले असते तर गोवा भारतात सामील होण्यासाठी १९६०-६१ पर्यंत वाट पाहावी लागली नसती.परंतु इतिहासात जर-तरला स्थान नाही.

शिवाजीमहाराज आणि डच यांचे संबंध फार मित्रत्वाचे किंवा संघर्षाचे नव्हते. सुरतेच्या लुटीत मराठ्यांनी डचांच्या वखारीला हात लावला नाही. कोकणातील त्यांचा व्यापार मराठ्यांमुळे बसला. इंग्रजांशी संबंध पन्हाळा आणि त्याच्या अगोदर दाभोळ संदर्भात आला होता. इंग्रजांना स्वत:चा देश, व्यापार व स्वार्थ महत्त्वाचा वाटत असल्याने ते नेहमीच या तीन गोष्टींना कायम प्राधान्य देत. त्यामुळे व्यापाऱ्यांना कोणीच कायमचा शत्रू किंवा मित्र नसतो. शिवाजीमहाराजांनी तोफा, बंदुका, दारूगोळा इंग्रजांकडे मागितला; पण इंग्रजांनी दिला नाही. या देशाचे खरे शत्रू टोपीकर इंग्रजच आहेत याची खात्री महाराजांना पटली होती. मात्र फ्रेंचांना राजापूर येथे वखार उघडण्याचा परवाना महाराजांनी दिला. त्यामुळे फ्रेंचांनी मराठ्यांना दारूगोळा पुरविला.

औरंगजेबाच्या कैदेतून सुटका करून महाराष्ट्रात परतल्यावर महाराजांनी स्वत:स राज्याभिषेक करण्याचे ठरविले. त्या दिशेने पावले टाकायला सुरुवात केली. रायगड किल्ला दुर्गम व चखोट असल्याने राजधानीचे ठिकाण पक्के झालेले होतेच. गागाभट्टांच्या नेतृत्वाखाली राज्याभिषेक करण्यात आला. निश्चलपुरी गोसावींच्या मार्गदर्शनाखाली नंतर तांत्रिक राज्याभिषेक करण्यात आला. याच दरम्यान जिजाऊसाहेबांचे निधन झाले. राज्याभिषेकानंतर शिवाजीराजांनी उसंत न घेता दक्षिण दिग्विजयाची मोहीम हाती घेतली. राज्याचा विस्तार केला. किल्ले ताब्यात आणले. पुढील काळात त्याचा उपयोग औरंगजेबाच्या विरुद्ध लढताना राजाराममहाराजांना झाला. याच काळात गैरसमजाने संभाजीराजे मोगलांना जाऊन मिळाले. शिवाजी-महाराजांनी त्यांना कौशल्याने स्वराज्यात परत आणले. अत्यंत कृतार्थ अवस्थेत शिवाजीमहाराजांचे महानिर्वाण १६८० मध्ये रायगडावर झाले.

शिवाजीमहाराजांनी कर्तृत्वाने प्रशासनाचे मानदंड निर्माण केले. राजा, मंत्री, मित्र, खजिना, राष्ट्र, गड, सैन्य या राज्याला आवश्यक असणाऱ्या सप्तांगांची जपणूक केली. अष्टप्रधान मंडळाची निर्मिती करून कर्तृत्वावर जागा भरायला सुरुवात केली.

अठरा कारखाने, बारा महाल उभारून त्यांनी राज्याची व्यवस्था लावली. गावापासून ते प्रांतापर्यंत कारभाराची व्यवस्था लावून दिली. सर्व अधिकाऱ्यांना रोख वेतन दिले जाई. प्रजेवर अन्याय करण्यात मध्ययुगातील राज्यकर्त्यांनी गैर मानले नाही. मात्र बहुजनहिताय, बहुजनसुखाय असे राज्य शिवाजीमहाराजांनी केले. करपद्धतीची आकारणी शेतकऱ्यांना न्याय देणारी होती. सर्व जाती-धर्मांना स्वत:च्या प्रगतीची संधी उपलब्ध होती. जातींवरून कोणालाही झुकते माप नव्हते. स्वत:चे कर्तृत्व सिद्ध करा आणि स्वराज्याचे पाईक व्हा, हाच मंत्र त्यांनी जपला. जावळी, अफझलखान, शाइस्तेखान, सुरत लूट, आग्रा भेट या सर्वच ठिकाणी शिवाजीमहाराजांनी स्वत: नेतृत्व

केले. स्वत:चा जीव धोक्यात घातला. पराक्रमाचा, चारित्र्याचा, नेतृत्वाचा आदर्श त्यांनी घालून दिला. *'केवळ नूतन सृष्टीच निर्माण केली'.*

शिवाजीमहाराजांनंतर राज्याचे नेतृत्व संभाजीराजांनी स्वत:कडे घेतले. सुरुवातीचा विरोध आणि विश्वासू लोकांची कटकारस्थाने संपवून त्यांनी स्वत:ची सत्ता स्थिर केली. औरंगजेबाचा मुलगा अकबर बापाविरुद्ध बंड करून महाराष्ट्रात संभाजीराजांच्या आश्रयाला आला. परंतु अकबराची स्वत:चीच कुवत कमी असल्यामुळे संभाजीराजांचे अकबरविषयक राजकारण फारसे यशस्वी झाले नाही. पोर्तुगिजांच्या विरोधात कारवाई सुरू झाल्यावर संभाजीराजांचे त्यांच्या विरोधात जोरदार संघर्ष सुरू झाले. पण औरंगजेबाची मदत पोर्तुगिजांना मिळाल्यामुळे मोहीम आटोपती घ्यावी लागली. सिद्दीच्या उपद्रवाला आळा घालण्यासाठी इंग्रज व संभाजीराजे यांच्यात तह घडून आला. आदिलशाही, कुतुबशाहीचा नाश करून औरंगजेब संभाजीराजांच्या पूर्ण विरोधात उतरला. अत्यंत विषम अशा सामन्यात संभाजीराजांना हार पत्करावी लागली. त्यांना संगमेश्वर मुक्कामी पकडण्यात आले. त्यांचा छळ करून त्यांना १६८९ मध्ये मारण्यात आले. त्यांच्या मृत्यूने महाराष्ट्रात क्रांतिकारक परिवर्तन घडवून आणले. सारा महाराष्ट्र लढण्यासाठी एक झाला.

संभाजीराजांनंतर छत्रपती राजाराम सत्तेवर आले. औरंगजेबाने सारी ताकद राजाराममहाराजांविरुद्ध एकवटली. रायगडला वेढा दिल्यावर राजाराममहाराज निसटले; पण शाहूराजे व आईसाहेब येसूबाई औरंगजेबाच्या ताब्यात गेले. औरंगजेबाला एकाच वेळी दोन्ही आघाड्यांवर लढायला लावण्यासाठी राजे जिंजीला रवाना झाले. संताजी घोरपडे, धनाजी जाधव यांनी अतुलनीय पराक्रम गाजवून मराठेशाहीचे रक्षण केले. राजारामराजे स्वराज्यात परत आले. २ मार्च १७०० रोजी त्यांचे आकस्मिक निधन झाले. राजारामांच्या पत्नी महाराणी ताराबाई यांनी सत्तेची सूत्रे हाती घेतली. १७०० ते १७०७ अशी सात वर्षे त्यांनी औरंगजेबाला सळो की पळो करून सोडले. अत्यंत विषम असा सामना त्यांनी स्वत:च्या बाजूने झुकविला. राजा नाही, राज्य अधांतरी, खजिना नाही, अशा अवस्थेत छत्रपती शिवाजी महाराज हेच प्रेरणास्थान ठेवून त्यांनी सारा महाराष्ट्र एक ठेवला. उपलब्ध मनुष्यबळाची मदत घेऊन औरंगजेबाला 'दे माय धरणी ठाय' करून सोडले. औरंगजेबाच्या दृष्टीने महाराष्ट्र भूमी म्हणजे 'जेथे गवतालाही भाले फुटतात' अशी झाली. प्रचंड साम्राज्याचा स्वामी अत्यंत हताश अवस्थेत १७०७ मध्ये 'दक्षिण हीच ज्याच्या कीर्तीची आणि अपकीर्तीची कबर ठरली' अशा महाराष्ट्रात मरण पावला. औरंगजेबाने महाराष्ट्राकडे दुर्लक्ष केले असते तरी चालले असते; पण औरंगजेबाने स्वत:च स्वत:चा विनाश ओढवून आणला. याच कालखंडात महाराष्ट्रात

एकापेक्षा एक सरस अशा कर्तबगार नेत्यांची पिढी उदयाला आली. मोगली सत्तेचा पराभव हेच त्यांचे ध्येय होते आणि त्यांनी ते पूर्ण केले. अशा रीतीने मोगलांच्या इतिहासातील एक पर्व संपले आणि मराठ्यांच्या इतिहासातील देदीप्यमान पर्वाचा दुसरा अंक सुरू झाला. बाबर ते औरंगजेब हा मुघल साम्राज्यातील पहिला आणि शेवटचा अंक संपला तर छत्रपती शिवाजीमहाराज ते छत्रपती राजाराम हा स्वराज्य संस्थापक ते स्वराज्य रक्षकत्वाचा पहिला अंक संपला. बचावासाठी सिद्ध असलेले मराठे प्रतिकारासाठी नव्हे तर नवसाम्राज्य स्थापायला उद्युक्त झाले.

१८ वे शतक

१८ व्या शतकातील मराठी साम्राज्याचा विस्तार आणि बदलाची चिन्हे, आपणास अभ्यासावयाची आहेत. १७०७ मध्ये औरंगजेबाचा मृत्यू झाल्याची बातमी येताच त्याचा मुलगा आज्जमशाह याने शाहूंची सुटका केली.

शाहूंचे आगमन व राज्याची विभागणी

छत्रपती शाहूंचे आगमन महाराष्ट्रात होताच अनेक मातब्बर सरदार त्यांना येऊन मिळाले. वंशपरंपरेने ते मराठी राज्याचे वारसदार असल्याने त्यांनी राज्यावर हक्क सांगणे अगदीच स्वाभाविक होते. महाराणी ताराबाई मात्र 'राज्य संकटात असताना सांभाळले व वाचवले.' तेव्हा हक्क सोडणार नाही अशी भूमिका घेऊन संघर्षासाठी उभ्या राहिल्या. संकटाच्या क्षणी माणसे एकत्र असतात. आनंदाच्या क्षणी ती एकटी असतात याचा अनुभव मराठी राज्याने या घटनेपासून घ्यायला सुरुवात केली. संघर्षाची, दुहीची ही बीजे पेरली गेली ती मराठेशाहीच्या अस्तापर्यंत पुरली. ताराबाईंचा सेनापती धनाजी जाधव छत्रपती शाहूंना येऊन मिळाला. ताराबाईंच्या सैन्याचा खेडच्या लढाईत पराभव झाला. साताऱ्यात शाहूराजांचा प्रवेश झाला व १७०८ मध्ये त्यांनी स्वत:स राज्याभिषेक करवून घेतला. औरंगजेबाच्या मृत्यूनंतर त्याची मुले कामबक्ष आणि यांच्यात सत्तेसाठी लढाई झाली. या लढाईत शाहूंनी बहादूरशहाला मदत केली व तो बादशहा झाला. परंतु मुघलांनी शाहूंची सत्ता मान्य करायला नकार देऊन सनदा देणे नाकारले. बाळाजी विश्वनाथाच्या मदतीने शाहूंनी अनेक प्रश्न सोडविले. बाळाजी विश्वनाथाला पेशवेपदाची सूत्रे मिळाली. त्यांनी कान्होजी आंग्रे यांना शाहूच्या पक्षात आणले. मराठी राज्याची सातारा व कोल्हापूर असे दोन भाग झाले. याच काळात मराठे ज्या शत्रूला भारत स्वतंत्र होईपर्यंत संपवू शकले नाहीत त्या निजाम-उल्-मुल्क या शत्रूचा उदय झाला.

दिल्लीचे मुख्य कारभारी सय्यद बंधू यांना अंतर्गत संघर्षात मराठ्यांची मदत घेणे अपरिहार्य झाले असता बाळाजी विश्वनाथाच्या नेतृत्वाखाली मराठे प्रथमच दिल्लीला वेगळ्या भूमिकेत निघाले. सय्यद बंधूंनी मराठ्यांच्या मदतीने मुहमदशहा

उर्फ रोशन अख्तरला मुघल बादशहा म्हणून गादीवर बसवले. मराठ्यांना स्वराज्याच्या सनदा, (चौथाई व सरदेशमुखी) येसूबाईंची सुटका या गोष्टी साध्य करता आल्या. या सनदांमुळे मराठ्यांना सहा मुघली सुभ्यातून चौथाई व सरदेशमुखी वसूल करण्याचा अधिकार मिळाला. पुढे बाळाजी विश्वनाथ यांनी मराठा मंडळाची निर्मिती केली. सरदारांच्या पराक्रमासाठी नवे क्षितिज उपलब्ध करून देऊन राज्याची घडी बसविण्याचा त्यांचा प्रयत्न चालू असतानाच पेशवे २ एप्रिल १७२० रोजी मृत्यू पावले. त्यांचे थोरले चिरंजीव बाजीराव यांस वयाच्या २० व्या वर्षी पेशवेपदाची सूत्रे देण्यात आली.

थोरले बाजीराव पेशवे (मराठी सत्तेचा विस्तारक आणि अजिंक्य योद्धा)

१८ ऑगस्ट १७०० रोजी जन्मलेल्या या पेशव्यास वडिलांच्या मार्गदर्शनाचा लाभ मिळाला होता. वडिलांच्या तालमीत त्यांनी राजकारणाचे धडे गिरविले. वडिलांची जागा भूषविण्याचा मान मिळविला. आपला धाकटा भाऊ चिमाजीअप्पा याच्या मदतीने त्यांनी सर्व राजकारण सिद्धीस नेले. पेशवेपदाच्या कारकिर्दीत निजामाचा पराभव केला, छत्रसालाची संकटातून मुक्तता केली. दक्षिणच्या सहा सुभ्यांचा चौथाई व सरदेशमुखीचा अधिकार मिळविला. मराठी राज्याला स्थैर्य दिले. महत्त्वाकांक्षा वाढलेल्या मराठा सरदारांना उत्तर दिशा पराक्रमासाठी दाखविली. बंडखोर मराठा सरदारांचे पारिपत्य केले. सेनापती दाभाडेंचा पराभव केला. सिद्दी-पोर्तुगीज यांना भूतकाळात कधी मिळाला नसेल एवढा मार दिला. गुजरात, माळवा, बुंदेलखंड भागात प्रथमच मराठ्यांच्या तलवारीचे पाणी दाखवून दिले. भीमथडीची तट्टे गंगा-यमुना-नर्मदेचे पाणी पिऊ लागली. व्यापक अशा मराठी सत्तेचा पाया घातला आणि *'आकांक्षापुढती गगन ठेंगणे'* अशी अनुभूती मराठी माणसाला दिली, यातच त्यांचे मोठेपण दडलेले आहे.

मराठी राज्यात येऊ घातलेल्या नव्या प्रेरणा आपणास येथे स्पष्टपणे दिसतात. औरंगजेबासारख्या बलाढ्य शत्रूला पाणी पाजल्यावर मराठी राज्याला स्थितिशीलतेचे स्वरूप येऊ लागले होते. गतिरुद्ध समाज आपसात संघर्ष करून संपतो. त्यामुळे त्याच्या पराक्रमाला नवे क्षितिज उपलब्ध करून द्यावे लागते. हे भान पेशव्यांकडून सांभाळले गेल्याने दक्षिणाभिमुख मराठे उत्तराभिमुख झाले. शनिवारवाड्याचे तोंड उत्तराभिमुख आहे, याचे इंगित यात दडलेले आहे. मराठे उत्तरेत जाऊ लागले. राज्याचा विस्तार होऊ लागला. एक नवे जग समोर दिसू लागले. स्वतःच्या अपुरेपणाची कल्पना आली. पोकळी कोणाची वाट पाहात नसते. जो पुढाकार घेतो तो जिंकतो. औरंगजेबाच्या मृत्यूने निर्माण झालेल्या पोकळीत मराठे पुढे घुसले आणि ते राज्यकर्ते ठरले.

अर्थात् असे असले तरी या कालखंडातील काही त्रुटींचा उल्लेख करणे आवश्यक आहे. साम्राज्य उभारायचे असेल तर प्रतिस्पर्ध्यापेक्षा जास्त संहारक शस्त्रास्त्रे

बाळगणे हे मध्ययुगाचे लक्षण होते. 'ज्याचे हत्यार श्रेष्ठ त्याची संस्कृती श्रेष्ठ' या मूलभूत तत्त्वाकडे पेशव्यांनी दुर्लक्ष केले त्यामुळे विजय मिळाले पण शत्रू समूळ नष्ट झाला नाही. मोगल, निजाम, पोर्तुगीज हे शत्रू तात्पुरते खच्ची झाले. मराठ्यांची पाठ वळताच बलिष्ठ झाले. नादिरशहाने एकाच स्वारीत कित्येक पिढ्यांना पुरेल एवढी संपत्ती लुटून नेली; पण मराठे वारंवार स्वाऱ्या करत असूनही त्यांना पैसा कमाविणे वा शत्रूचा नि:पात करणे या गोष्टी जमल्या नाहीत. इ. स. १७४० मध्ये थोरले बाजीराव मृत्यू पावले.

नानासाहेब पेशवे

पेशवे बाळाजी बाजीराव उर्फ नानासाहेब यांचा जन्म १२ डिसेंबर १७२१ ला झाला. वडील व कर्तबगार चुलत्यांच्या तालमीत ते तयार झाले होते. या पेशव्यांविषयी शाहूराजांचा गैरसमज होऊन अल्पकालावधीसाठी त्यांना पेशवेपद सोडावे लागले होते. माळवा, राजपुताना या भागात या पेशव्यांचे आडाखे चुकले. त्यांना दाभाडे, गायकवाड, आंग्रे यांच्याशीच संघर्ष करावा लागला. नागपूरकर भोसल्यांशीसुद्धा वितुष्ट आले. इंग्रजांची मदत घेऊन पेशव्यांनी मराठ्यांचेच आरमार बुडविले. शिवाजीमहाराजांपासून चालत आलेली आरमारी परंपरा खंडित झाली. निजामाच्या विरोधातील राजकारण मराठ्यांच्या राज्याला अंतिमत: फायदेशीर ठरले नाही. यातच अब्दालीची स्वारी झाली आणि पानिपतच्या तिसऱ्या लढाईत सदाशिवरावभाऊ पेशवे, विश्वासराव पेशवे ही दोन मोत्यें गळाली, २७ मोहरा गमावल्या, तांब्याची नाणी किती गेली याची गणतीच नाही, अशी मराठ्यांची हानी झाली. नानासाहेब स्वत: युद्धनेतृत्व करण्याऐवजी हाताखालच्या लोकांवर जास्त अवलंबून होते. नानासाहेबांच्या काळात मराठे सरदार एकसंध किंवा एकदिलाने उभे आहेत असे दिसले नाही. स्वार्थ, फुटीरता, लाचखोरपणा या गोष्टी कळसास पोहोचल्या. मध्ययुगीन विलासी राहणी, जुने मोडू नये, नवे मांडू नये याच विचारसरणीने त्यांनी कारभार केला. पानिपतच्या आघाताने १७६१ मध्येच या पेशव्यांचा मृत्यू घडून आला. त्यांच्यानंतर थोरल्या माधवरावांचा अंमल सुरू झाला. हा सगळा कालखंड भाऊबंदकीचा इतिहास सांगणारा आहे.

थोरले माधवराव पेशवे

थोरले माधवराव पेशवे तर चुलते रघुनाथराव कारभारी झाले. या चुलत्याने स्वत:च्या महत्त्वाकांक्षेपायी नव्या पेशव्याचे व मराठी राज्याचे आयुष्य संपुष्टात आणले. माधवरावांच्या अनुपस्थितीत सत्ता हातात मिळविण्याचे प्रयत्न अयशस्वी ठरल्यावर रघुनाथरावांनी वेळोवेळी निजाम, हैदर या मराठी राज्याच्या शत्रूंशी हातमिळवणी केली. शिंदे, होळकरांच्या कर्तृत्वास माधवरावांनी वाव दिला. जानोजी भोसल्यांची बंडखोरी पेशव्यांनी मोडली. हैदर विरोधात राघोबांच्या कारस्थानामुळे पेशव्यांना निर्णायक यश

मिळाले नाही. इंग्रजांचा धोका या पेशव्याने ओळखला होता. १७७२ मध्ये या कर्तबगार पेशव्यांचे निधन झाले. या पेशव्याने मराठी राज्याचा डोलारा सांभाळण्याचा स्वकुवतीनुसार प्रयत्न केला. परंतु मराठी राज्यात घुसलेले दोष बाहेर काढण्याचे त्यांचे प्रयत्न विफल ठरले. पारंपरिक राजकारण व युद्धपद्धती यांचाच त्यांनी अवलंब केला. व्यापार व उद्योगांच्या पद्धतशीर विकासाकडे पेशव्यांनी दुर्लक्षच केले. धर्मभोळे व अंधश्रद्ध असणारे माधवराव अमर्याद रागीटही होते. राज्यकर्त्या पुरुषाला क्रोध मर्यादित ठेवावा लागतो. पोर्तुगीज, फ्रेंच, इंग्रज यांच्याशी संबंध येऊनसुद्धा एकाही एतद्देशीय सत्तेला विज्ञानाची कास धरावी वाटली नाही त्याला पेशवे तरी कसे अपवाद असणार? १८ नोव्हेंबर १७७२ ला थेऊर मुक्कामी थोरले माधवराव यांचा अकाली अंत झाला आणि पेशवेपदाची सूत्रे आकस्मिकपणे नारायणराव पेशव्यांकडे आली. या निमित्ताने महाराष्ट्राच्या राजकारणात कली शिरला. ज्या गोष्टीपासून मराठ्यांचे सत्ताकारण मुक्त होते ती गोष्ट म्हणजे खून व कत्तलीचे राजकारण या गोष्टी सुरू झाल्या. नारायणरावांनी सूत्रे हाती घेतली आणि रघुनाथरावांच्या जुन्या स्वभावाने उचल घेतली. दरबारी कटकारस्थानांना ऊत आला. वयाच्या १७ व्या वर्षी १३ डिसेंबर १७७२ ला नारायणरावांना पेशवाईची वस्त्रे मिळाल्यावर ३० ऑगस्ट १७७३ ला म्हणजे अवघ्या आठ महिन्यातच त्यांचा कारभार आटोपला. नारायणरावांना ठार मारण्याचे कृत्य रघुनाथरावांनी स्वत:च्या महत्त्वाकांक्षेपायी घडवून आणले. नारायणराव पेशव्यांचे चिरंजीव सवाई माधवराव पेशव्यांस वयाच्या ४० व्या दिवशी पेशवेपदाची सूत्रे देण्यात आली. सवाई माधवराव पेशव्यांच्या नावे बारभाई मंडळाने कारभार पहायला सुरुवात केली. या बारभाई मंडळात नाना फडणीस, हरिपंत फडके, सखारामबापू बोकील, त्र्यंबकराव पेठे, मोरोबा फडणीस, बापूजी नाईक, मालोजी घोरपडे, भवानराव प्रतिनिधी, रास्ते, पटवर्धन, महादजी शिंदे, तुकोजी होळकर यांचा समावेश होता. या मंडळाचा कारभार पुढे चालला. नाना फडणीस व महादजी शिंदे यांच्याकडे सत्तेचे सुकाणू गेले. १७७५ मध्ये रघुनाथरावाने इंग्रजांशी तह केला व इंग्रजांनी त्याला पेशवेपद देण्याचे कबूल केले. परंतु इंग्रजांना या कामी यश आले नाही. १७८४ मध्ये रघुनाथराव मरण पावले. नानाने महाराष्ट्र सांभाळावा व महादजींनी उत्तरेकडचा प्रांत सांभाळावा असे ठरले. महादजींना बादशहाने वकील-इ-मुतलक पदवी दिली. भावी काळातील आपले शत्रू इंग्रज आहेत हे ओळखून त्यांनी कवायती फौजा उभारण्यावर भर दिला. परंतु ज्वराचे निमित्त होऊन १२ फेब्रुवारी १७९३ रोजी महादजींचा मृत्यू झाला. नाना फडणिसांस हा फारच मोठा धक्का होता. पुढची दोन वर्षे धावपळीची गेली आणि मराठी राज्याला अनपेक्षित संकटाला सामोरे जावे लागले. ते म्हणजे सवाई माधवरावांनी

शनिवारवाड्यात २५/१०/१७९५ ला गच्चीवरून कारंजावर उडी मारली. २७ तारखेला त्यांचे निधन झाले. यामुळे कोणाच्याही ध्यानीमनी नसताना रघुनाथरावांचा पुत्र दुसरा बाजीराव १७९६ ला गादीवर आला तो १८१८ पर्यंत. २२ वर्षे त्याला पेशवेपद मिळाले. एवढे भाग्य अन्य पेशव्यांच्या वाट्याला आले नाही. जन्मल्यापासून त्याच्या नशिबात बंदीवासच होता. नाना फडणिसांचा या बाजीरावाला प्रथमपासूनच विरोध असल्यामुळे या बाजीरावाने पेशवेपदाच्या मोबदल्यात शिंद्यांना सव्वा कोटी रूपये व २५ लाखांची जहागीर देण्याचे मान्य केले. परंतु या सगळ्याच घडामोडीत नानांनी वेगवान सूत्रे हालवून स्वत:च दुसऱ्या बाजीरावास अपरिहार्यपणे पेशवाईची सूत्रे दिली. याच दरम्यान दौलतराव शिंद्यांनी बाजीरावाला अटक केली व चिमणाजीला गादीवर बसवले. नाना फडणिसांनी 'महाड कारस्थान' करून निजाम, इंग्रज, भोसले यांना पैशाची लालूच दाखवून शिंदे यांच्या विरोधात एकत्र केले. हे सगळे होत असतानाच १३/०३/१८०० रोजी नानांचा मृत्यू झाला व मराठी राज्यातील शहाणपण लयास गेले. शिंदे व होळकरांचा आपसात संघर्ष सुरू झाला. होळकरांनी शिंदे व पेशवे यांच्या संयुक्त लष्कराचा पाडाव १८०२ मधे हडपसरला केला त्यामुळे पेशवे महाडला पळाले. ३१ डिसेंबर १८०२ ला वसई येथे पेशव्यांनी इंग्रजांबरोबर करार करून तैनाती फौज स्वीकारली. भारताच्या सार्वभौमत्वासाठी इंग्रजांचा अखेरचा लढा सुरू झाला तो येथपासूनच. इंग्रज-मराठा तीन युद्धे झाली. यात अंतर्गत यादवी, फंद-फितुरीत अडकलेल्या मराठ्यांचा पराभव झाला यात काय आश्चर्य! इंग्रज आणि मराठे यांच्यातील संघर्ष हा असमान संघर्ष होता. एका प्रगत व विकसित होत चाललेल्या भौतिक संस्कृतीच्या प्रतिनिधींविरोधात १६-१७ व्या शतकात रेंगाळणाऱ्या मनोवृत्तीचा हा लढा होता. औद्योगिक क्रांतीमुळे त्यांची ताकद प्रचंड वाढली होती. भारतीयांना 'लघुउद्योग' परिचित होते. ते क्रांतीविषयी अनभिज्ञ होते. 'ज्याचे हत्यार श्रेष्ठ त्याची संस्कृती श्रेष्ठ' हे विधान जणू इंग्रजी संस्कृतीलाच लागू होते. युरोपात त्यांनी श्रेष्ठत्व मिळविलेच होते. शिस्त आणि शास्त्रशुद्ध तंत्र व जोडीला साम, दाम, दंड, भेद यामुळे इंग्रजांचे उद्दिष्ट लवकर साध्य झाले. शिस्त आणि शास्त्रशुद्ध तंत्र मराठ्यांनी पाहिले होते. ते आत्मसात करण्याचा प्रयत्न महादजी शिंदे वगळता कोणी केला नाही. एखाद्या राज्याचा उदय किंवा ऱ्हास या गोष्टी एका क्षणात घडून येत नसतात तर त्या अनेक कारणांचा आणि परिस्थितीचा परिपाक असतात. देशाभिमानाचा अभाव, सरंजामदारांची प्रवृत्ती, राष्ट्राभिमानाची कल्पना खूपच दूर; राज्याभिमानही अवघड झाला. ना धड दक्षिणेवर पूर्ण ताबा तर ना धड उत्तरेवर ताबा, दळणवळण व्यवस्थेचा अभाव, संपूर्ण राज्याचे म्हणून काही धोरणच अस्तित्वात नसावे असे दिसते. प्राथमिक उद्दिष्टे

दीर्घकालीन उद्दिष्टे यावर चर्चा–विचारविनिमय नाही. दिल्लीच्या तख्तावर बसावे की बसू नये, दिल्लीवर राज्य करावे की करू नये, मालक असूनही दुय्यमत्व का पत्करायचे हे प्रश्न मराठ्यांना पडले असतील, पण उत्तरे सापडत नाहीत.

युद्धशास्त्र आणि युद्धकला यातील फरक समजणे व वापरणे यावर लढणारांचे यश अवलंबून असते. १७ व्या शतकात शिवाजी महाराज हे सर्वोत्कृष्ट सेनानी होते. युद्ध कसे–कधी जिंकावे? माघार कधी घ्यावी, हे त्यांना चांगले समजायचे. संपूर्ण पराभव वा नाशापेक्षा माघार परवडली. त्यामुळे मराठ्यांनी माघार घेतली पण ते संपले नाहीत. त्यांनी राजपूतांसारखा केसरीया जोहार केला नाही. पेशवाईत मराठे इंग्रजांविरुद्ध सर्वंकष युद्ध लढताना दिसत नाही. मराठ्यांनी इंग्रजांबरोबर राहून टिपूशी युद्ध केले; पण ते इंग्रजांकडून काहीच शिकले नाहीत.

मराठ्यांचा तोफखाना इंग्रजांपुढे असून नसल्यासारखा! पाश्चात्त्य दर्जाच्या तोफा मराठेच काय भारतातील कोणतीच राजसत्ता उभारू शकली नाही. कारण त्यासाठी लागणारा भौतिक शास्त्रांचा अभ्यास वा ते येणाऱ्या लोकांची पगारी नेमणूक करणे या गोष्टी येथल्या लोकांनी केल्याचे दिसत नाही. शिवाजीमहाराजांनंतर कार्यक्षम हेर यंत्रणा वापरल्याची उदाहरणे अगदीच अल्प आहेत. मराठ्यांकडील आरमाराचा अभाव इंग्रजांच्या पथ्यावर पडला. आर्थिक दिवाळखोरी राज्याच्या पाचवीलाच पुजलेली. शिवाजीमहाराजांनी उत्पन्न कमी व खर्च जास्त असा प्रकार कधी केलाच नाही. पेशवे मात्र कायम कर्जात बुडालेले. व्यापाराला उत्तेजन नाही, पैसा निर्मितीची साधने नाहीत. यामुळे अपरिहार्यपणे पेशवे सावकारांवर विसंबून राहिलेले. 'जो दुसऱ्यावरी विसंबला त्याचा कार्यभाग बुडाला!' लुटालुटीने फार तर वेळा भागविल्या जातात, कायमची सोय होत नाही, याचा विसर मराठ्यांना पडला. यामुळे मराठी राज्य आर्थिकदृष्ट्या कधीच स्थिर झाले नाही.

इंग्रजांना युरोपात जो वारसा मिळाला त्याचे परिणाम भारतातही झाले. वैचारिक प्रबोधन व औद्योगिक क्रांती यांचा वारसा घेतलेला युरोप समाजजीवनाला गतिमान करणाऱ्या सर्वच क्षेत्रात पुढे गेला. छपाईच्या क्रांतिकारक शोधामुळे एकूण समाजाचीच शैक्षणिक पातळी उंचावली, पण भारतात तसे झाले नाही. मराठे राजकीय क्षेत्र वगळता अन्य क्षेत्रांमध्ये 'ठेविले अनंते तैसेचि रहावे' यावर विश्वास ठेवून होते. इंग्रज आणि मराठे युद्धात मराठे हरले. अपयशाला अनेक कारणे असतात. अपयशांची यादी कितीही वाढविता येते. थोडक्यात असे म्हणता येईल की मराठ्यांच्या स्वत:च केलेल्या चुकांची संख्या जास्त असल्याने त्यांचा पराभव झाला.

ईस्ट इंडिया कंपनी

महाराष्ट्रातील ब्रिटिश प्रशासन व त्याचे राजकीय, सामाजिक, आर्थिक व सांस्कृतिक परिणाम आपणास अभ्यासावयाचे आहेत. ईस्ट इंडिया कंपनीची स्थापना व पार्श्वभूमी समजावून घेणे महत्त्वाचे आहे. ३१ डिसेंबर १६०० रोजी पूर्वेकडील देशांशी व्यापार करण्याच्या उद्देशाने इंग्लंडची राणी एलिझाबेथ हिने ईस्ट इंडिया कंपनीची स्थापना केली. १७ व्या शतकात पोर्तुगाल, इंग्लंड, हॉलंड यांना भारतात रस होता. भारताशी व्यापार करण्याचे सर्वाधिकार कंपनीला मिळताच जगातील सर्वात मोठा व्यापारी व साम्राज्यवादी कालखंड अभावितपणे सुरू झाला. एडमंड बर्कच्या म्हणण्यानुसार कंपनीचा आरंभ व्यापाराने झाला आणि शेवट साम्राज्य स्थापनेने झाला. १६०८ मध्ये कॅप्टन हॉकिन्स या ब्रिटिश असामीने सर्वप्रथम भारतात पाऊल टाकले. १६१२ मध्ये सम्राट जहांगीरने कंपनीस सुरत येथे वखार काढण्याचे फर्मान दिले. १६१५ मध्ये सर थॉमस रो कंपनीचा वकील म्हणून जहांगीरच्या दरबारात आला. सुरत, मच्छलीपट्टण, हरिहरपूर, मद्रास, बंगाल, मुंबई असा १६८७ पर्यंत वखारींचा विस्तार झाला. कंपनीने १६०० ते १७५० या काळात बंगालमधे दिवाणी हक्क प्राप्तीपर्यंत फक्त व्यापार व १७६५ च्या पुढे राजकारण केले. १७६५-७३ हा कालखंड दिवाणी अधिकारांचा व पार्लमेंटच्या 'रेग्युलेटींग ॲक्ट' द्वारा हस्तक्षेपाचा. १७७३ ते १८५८ कंपनी सरकारचे अंतिम पर्व. १७८४ मध्ये पार्लमेंटने पिटचा कायदा करून कंपनीचे नियंत्रण स्वत:कडे घेतले. १८५३ मध्ये व्यापारी मक्तेदारी संपली तर १८५७ च्या स्वातंत्र्यसमराने उंटावरची शेवटची काडी ठेवली आणि १८५८ पासून इंग्लंडच्या सरकारचा प्रत्यक्ष अंमल सुरू झाला.

मुंबई इंग्रजांना कशी मिळाली?

भारतात सर्वप्रथम युरोपीय लोक आले ते पोर्तुगीजांच्या रूपाने. गोव्यात पोर्तुगीजांची सत्ता सुरू झाल्यावर १५०९ मध्ये गोव्याचा पहिला गव्हर्नर डॉम फ्रान्सिस्को अल्मिडा या व्हाईसरॉयने सर्वप्रथम मुंबईला भेट दिली. १५२८-२९ मध्ये पोर्तुगीज गव्हर्नर लोपो वाझ सँपियो याने मुंबईवर हल्ला करण्यासाठी हेटर सिल्वेरा या सेनापतीला ३०० लोकांचे सैन्य दिले. १५३४ च्या सुमारास पोर्तुगीज व गुजरातचा सुलतान बहादूरशहा यांच्यातील तहाने पोर्तुगिजांना वसई व आजूबाजूचे प्रदेश मिळाले. त्यातच त्यांनी मुंबई ताब्यात घेतली. हिंदुस्थानातील औषधी वनस्पती आणि औषधे यांची ओळख (कॉन्व्हर्सेशन ऑन द ड्रग्ज् अँड सँपल्स ऑफ इंडिया) या पुस्तकाचा कर्ता गॉसिओ डी ऑरटा याला पोर्तुगिजांनी मुंबई वर्षाला ७५ पौंड भाड्याने दिली. हा मुंबईतला पहिला डॉक्टर. याच्याच बंगल्यात पोर्तुगीज व इंग्रज गव्हर्नर हंफ्रे कुक यांच्यात

मुंबई इंग्रजांना सुपूर्द करणारा ऐतिहासिक करार झाला.

इंग्लंडचा राजा दुसरा चार्ल्स याचे लग्न पोर्तुगालची राजकन्या कॅथेरिन ब्रॅगांझा हिच्याशी इ. स. १६६१ मध्ये झाले असे समजले जाते. प्रत्यक्षात चार्ल्सचा लग्नाचा करार २३ जून १६६१ साली झाला. प्रत्यक्ष लग्न ३१ मे १६६२ रोजी झाले. या लग्नकरारात २० कलमे होती. पोर्तुगिजांनी हुंड्यादाखल मुंबई इंग्रजांना दिली. पण त्यांनी ताबा ८ फेब्रुवारी १६६५ मध्ये घेतला तेव्हा त्यांच्याकडे फक्त १२० इंग्रज होते. या करारातील पाचव्या कलमान्वये पोर्तुगिजांनी इंग्रज राजाला २० लक्ष क्राऊन किंवा पोर्तुगीज 'क्रुझेडो' द्यायचे ठरले, ते सुद्धा लग्नानंतर एक वर्षाच्या मुदतीत दोन हप्त्यात. त्या काळात एवढा हुंडा कोणत्याही युरोपीय राजाला मिळाला नव्हता. करारातील अकराव्या कलमान्वये मुंबई बेट इंग्रजांना आंदण म्हणून देण्यात आले. इंग्रजांच्या ईस्ट इंडिया कंपनीचे पूर्वेकडील संबंध आणि व्यापार सुधारणे आणि पोर्तुगिजांना पूर्वेकडील व्यापार उदिमातील व्यवहारात इंग्रजांनी मदत व संरक्षण देणे ही दोन उद्दिष्टे साध्य करण्यासाठी हा करार करण्यात आला होता. मुंबईवरील ही मालकी दुसरा चार्ल्स, त्याचे वारस व हक्कदार यांना कायमची देण्यात आली. पुढे राजा चार्ल्स याला पैशांची अत्यंत गरज पडली म्हणून त्याने ईस्ट इंडिया कंपनीकडून ५०,००० पौंड कर्ज घेतले ते ६% व्याजदराने. कर्जाच्या बदल्यात कंपनीला मुंबई बेट सर्व हक्कांनिशी वर्षाला १० पौंड या नाममात्र भाड्यात मिळाले. कंपनीला मुंबईत रस होता. कारण हे बंदर बारा मैल लांब व चाळीस फूट खोल, सुरक्षित व मोक्याच्या जागी होते. पश्चिम किनारपट्टीवरील मुसळधार पावसापासून आसरा घेण्यासाठी व्यापारी जहाजांसाठी एवढे चांगले बंदर सबंध किनारपट्टीवर दुसरे नव्हते. कंपनीने राजा चंद्रगिरीकडून १२०० होन देऊन मद्रास घेतले. बंगालच्या नबाबाकडून कलकत्ता १२०० रुपये वार्षिक भाड्याने घेतले. त्या मानाने मुंबई भलतीच स्वस्तात मिळाली.

कंपनीचे प्रशासन

इ.स.१८१८ ते १८५७ या कालखंडात कंपनीने झपाट्याने स्वत:चे वर्चस्व महाराष्ट्रात निर्माण केले होते. सत्ता वर्चस्वाची प्रक्रिया १८६१ पर्यंत चालूच होती. १८१८ ला पेशव्यांचे राज्य संपुष्टात आले. त्या अगोदरच मराठे सरदारांपैकी भोसले, शिंदे, होळकर, गायकवाड यांचा पराभव इंग्रजांनी केलेला होता. त्यामुळे त्यांच्या वर्चस्वाखाली असणारा सारा प्रदेश इंग्रजांना मिळाला होता.

इंग्रजांनी तलवार, खोटी आश्वासने, फंद-फितुरी यांच्या आधारे मराठ्यांचा शेवट घडवून आणला. साताराच्या प्रतापसिंह महाराजांना 'मराठ्यांचे राज्य देतो' असे खोटे आश्वासन देऊन प्रत्यक्षात सातारा जिल्ह्यापुरतेच मांडलिक संस्थानिक म्हणून

अधिकार दिले. सातारच्या अधिपत्याखाली येणारा फलटण, औंध, जत, अक्कलकोट, भोर हा संस्थानी प्रदेश इंग्रजांच्या वर्चस्वाखाली होताच. गव्हर्नर जनरल लॉर्ड डलहौसीने 'दत्तक वारस नामंजूर' या कायद्याने सातारा, कोल्हापूर, नागपूर, इचलकरंजी, गगनबावडा, कापशी, विशाळगड, कागल, सावंतवाडी संस्थाने ताब्यात घेतली. यामुळे मुंबई इलाखा या राज्याचा प्रचंड विस्तार झाला.

मुंबई इलाखा

या काळातील मुंबई इलाख्यात गुजरातचा काही भाग, संपूर्ण पश्चिम दख्खन (सातारा व कोल्हापूर राजांकडील भाग वगळता), खानदेश, बेळगाव, रत्नागिरी, कुलाबा, धारवाड, एडन, सिंध, वैजापूर, पंचमहाल असा सारा प्रदेश१८६१पर्यंत सामील करण्यात आला.

एल्फिन्स्टनचे प्रशासन

पेशवाई राज्यात नेमके काय चालले होते व आपण काय करायला हवे याची पूर्ण जाणीव एल्फिन्स्टनला होती. पेशव्यांच्या राज्यात काही काळ राहिल्यामुळे त्याला वातावरणाचा अंदाज आलेला होता. त्यामुळे कोणत्याही सुधारणा, प्रशासकीय बदल करताना त्याचे धोरण आस्ते कदम असेच होते.

प्रशासन व्यवस्था

प्रशासनाच्या सोयीसाठी एल्फिन्स्टनने महाराष्ट्राचे प्रमुख पाच भाग पाडले. यात खानदेश, पुणे, अहमदनगर, कर्नाटक, सातारा संस्थान यांचा समावेश होता. पहिले चार विभाग प्रत्यक्ष जिल्हाधिकाऱ्याच्या नियंत्रणात तर सातारा पोलिटिकल एजंटच्या ताब्यात होता. जिल्हाधिकारी प्रशासनाचा मुख्य असे तो गव्हर्नरला उत्तरदायी असे. जिल्हा पातळीवरील या सर्वोच्च अधिकाऱ्याच्या हाताखाली मामलेदार, शिरस्तेदार, कमाविसदार, पोलिसपाटील, कुलकर्णी, तलाठी यांची अधिकारांची श्रेणी तयार करण्यात आली. प्रत्येक जण आपल्या वरच्या अधिकाऱ्याला उत्तर द्यायला बांधील व वरच्या अधिकाऱ्याच्या हुकमात कनिष्ठ अधिकारी असे. ही साखळी एल्फिन्स्टनने इतकी भक्कम बांधली की त्यात पुढे फारसा कोणाला बदल करावासा वाटला नाही. इंग्रज देश सोडून जाईपर्यंत थोडाफार अपवाद वगळता नोकरशाहीतील भारतीय ब्रिटिशांना कायम एकनिष्ठ राहिले. हे या पद्धतीचे सर्वात मोठे बलस्थान होय.

संपूर्ण राज्याची विभागवार वाटणी झाल्यावर विभागांची जिल्ह्यांमध्ये विभागणी करण्यात आली. एका जिल्ह्यात किमान १० ते १२ तालुके असत. अर्थात हा काही नियम नव्हता. परिस्थितीनुरूप व भौगोलिक सलगतेनुसार यात फरक पडत असे. प्रत्येक तालुक्यात साधारणपणे १५०-२०० खेडी असत. खेडी आकाराने लहान व लोकसंख्येने

मर्यादित असल्यामुळे प्रशासनावर ताण येत नसे. या खेड्यांमधला जमीनमहसूल गोळा करणारी सर्व यंत्रणा अत्यंत चोखपणे सरकारने उभारली. धान्योत्पादन होवो, न होवो कर मात्र भरला पाहिजे असे बंधन शेतकऱ्यांवर आणि दुष्काळ पडो अथवा काहीही होवो कर मात्र गोळा केलाच पाहिजे असे बंधन महसूल यंत्रणेवर टाकण्यात आले.

जिल्ह्याचा प्रमुख म्हणजे जिल्हाधिकारी. जिल्हाधिकारीपद हे इंग्रजांसाठी राखीव असे. तेथे भारतीयांना प्रवेश नसे. जिल्हाप्रमुख या नात्याने वर्षातून चार महिने त्याला जिल्ह्यातील सर्व भागांना भेट द्यावी लागे. त्याला मॅजिस्ट्रेटचेही अधिकार देण्यात आले. जिल्ह्यातील महसूल, न्याय, जकात, स्टँप रेव्हेन्यू, खास कर वसुली, त्यावर देखरेख करण्याची व्यवस्था ही सारी कामे त्याला प्रशासनाचा मुख्य कारभारी म्हणून करावी लागत असत. त्याच्या मदतीला मामलेदार, डेप्युटी कलेक्टर, पाटील, कुलकर्णी व प्रशासनातील अन्य अधिकारी असत.

मामलेदार हा अधिकारी तालुका पातळीवरील प्रमुख अधिकारी असे. ५० हजार ते ७० हजार रुपये वार्षिक उत्पन्नाचा विभाग म्हणजे तालुका होता. महसुलाच्या दृष्टीने हा विभाग सगळ्यात महत्त्वाचा असे. या अधिकाऱ्याला शेतसारा वसुलीवर लक्ष ठेवणे, शांतता सुव्यवस्था राखण्यासाठी पोलिसांची मदत घेऊन व्यवस्था राखणे, मुलकी व फौजदारी स्वरूपाच्या तक्रारी स्वीकारणे, मुलकी तंटे पंचायतीकडे तर फौजदारी तंटे जिल्हाधिकाऱ्यांकडे पाठविण्याचे काम त्याला खालच्या अधिकाऱ्यांच्या मदतीने पार पाडावे लागे. शिरस्तेदार या अधिकाऱ्याकडे पूर्ण तालुक्याचे रेकॉर्ड (नोंद) ठेवण्याची जबाबदारी असे. हे काम इतके शिस्तबद्ध चाले की त्यात सर्व प्रकारच्या नोंदी अत्यंत बारकाईने केलेल्या असत. हिशेबनीसाकडे तालुक्याच्या महसुलाची जबाबदारी असे. वसुली व हिशेब ही कामे त्याला बारकाईने पार पाडावी लागत असत. त्या काळात मामलेदाराचा पगार दरमहा ७० ते १५० रुपये तर शिरस्तेदाराचा पगार १० ते ५० रुपये होता.

या व्यवस्थेत परिवर्तन घडवून आणण्यासाठी, लोकांचा कामात सहभाग वाढविण्यासाठी १८५० साली मध्यवर्ती (केंद्रीय) सरकारने प्रांतिक सरकारांना स्थानिक स्वराज्य संस्था उभारण्यास उत्तेजन दिले. प्रांतिक सरकारांनी नगरपालिका उभारण्यास प्रोत्साहन दिल्याबरोबर मुंबई, सोलापूर, पुणे या शहरात नगरपालिकांची उभारणी झाली. सर्वसामान्य जनतेला व त्यांच्या प्रतिनिधींना राज्यकारभारात सामावून घेण्याचा प्रयत्न भारताच्या इतिहासात प्राचीन कालखंडाचा अपवाद वगळता प्रथमच करण्यात आला. लोकनियुक्त, सरकार नियुक्त अधिकारी, सरकार नियुक्त प्रतिनिधी यांच्या समन्वयातून नवी यंत्रणा उदयाला आली.

सुशासन

अंतर्गत शांतता व सुव्यवस्था असल्याखेरीज कोणतीही शासनपद्धती यशस्वी होऊच शकत नाही, याची कंपनी सरकारला जाणीव होती. पेशवाईचा अस्त नुकताच झालेला. त्यामुळे ठग, पेंढारी, लुटारू यांना मोकळे रान मिळाले. राज्यात पेशवाई संपण्याअगोदर १-२ वर्षे अंदाधुंदी पसरल्याचीच स्थिती होती. त्यामुळे बळी तो कान पिळी चे धोरण जोरात चाललेले होते. दंगे, चोऱ्या, दरोडे हे जणू लोकांच्या अंगवळणी पडल्यासारखे झाले होते. त्यामुळे कंपनीने सर्वप्रथम कार्यक्षम असे पोलिस दल तयार केले. जिल्हाधिकाऱ्यांच्या नियंत्रणाखाली एक प्रमुख पोलिस अधिकारी नेमण्यात आला. जिल्ह्याच्या अखत्यारीतील शांतता व सुव्यवस्थेची संपूर्ण जबाबदारी त्यांच्यावर टाकण्यात आली. पूर्वीच्या कालखंडातील पारंपरिक रखवालदारांचा उपयोग नव्या व्यवस्थेत करण्यात आला. त्यांच्या नोकरीची शाश्वती मिळताच त्यांनी आपल्या निष्ठा नव्या राजवटीला वाहिल्या. १८६१ पासून जिल्ह्यांवर स्वतंत्र पोलिस अधिकारी नेमून त्यांच्यावर पूर्ण जबाबदारी टाकण्यात आली. त्याने लोकांच्या सोयीसाठी ठराविक अंतरावर पोलिस चौक्या आणि पहारे सुरू केले. त्यामुळे इंग्रजांच्या राज्यात 'आसेतु हिमाचल' काठीस सोने बांधून नेले तरी भीती नाही असे पुढच्या काळात म्हणण्यात येऊ लागले. सुरक्षितता आली; पण त्यांनी काठीला बांधायला सोनेच शिल्लक ठेवले नाही.

पोलिस प्रमुखाने लोकांमधे दहशत निर्माण व्हावी म्हणून तुरुंग व्यवस्थेचा प्रभावी वापर सुरू केला. मध्यवर्ती तुरुंगात ज्यांना दीर्घकाळ शिक्षा झालेली आहे असे कैदी तर जिल्हा तुरुंगात अल्प मुदतीचे कैदी, खटल्याचा निकाल प्रलंबित असताना गुन्हेगारांना ठेवण्याची व्यवस्था या गोष्टी अस्तित्वात आल्या. त्याचीच परिणती १८९४ च्या तुरुंग कायद्यात झाली.

कायद्याचे राज्य

सर्व देश कंपनीने आपल्या अमलाखाली आणला तरी सर्व प्रांतात भिन्न भिन्न कायदे होते. देशव्यापी कायदे यंत्रणा अस्तित्वात नव्हती. कायद्यासमोर सारे भारतीय समान ही भूमिका भारतात इंग्रजांनीच प्रथम आणली. प्राप्त परिस्थितीत साम, दाम, दंड, भेद पाळून इंग्रज राज्य करीत होतेच. मात्र त्या त्या प्रांतातील गव्हर्नर परिस्थिती पाहून कायदे करीत असे. महाराष्ट्रात १८३४ पर्यंत एल्फिन्स्टनने केलेले कायदे हे प्रमाणभूत मानले गेले. तो अत्यंत उदारमतवादी अधिकारी असल्याने फारसे प्रश्न निर्माण झाले नाहीत. पुढे लॉर्ड मेकॉले याची गव्हर्नर जनरलच्या कार्यकारी मंडळात 'लॉ मेंबर' म्हणून नियुक्ती होताच त्याने येथील परिस्थितीत बदल घडविण्याचा चंग बांधला. १८३३ च्या चार्टर ॲक्टप्रमाणे 'कायदा आयोगाची' निर्मिती करण्यात आली. त्या

आयोगाचा मेकॉले सदस्य होता. १८३७ मधे 'पीनल कोड' अस्तित्वात आले. भारतीय समाजजीवनाचे संहितीकरण घडून आले. या कायद्याचे प्रमुख वैशिष्ट्य म्हणजे कायद्यासमोर सारे समान. जात, धर्म असा कोणत्याही प्रकारे यात फरक करण्यात येणार नव्हता. त्यामुळे एका निश्चित अशा दंडसंहितेची निर्मिती करण्यात आली. जोपर्यंत गुन्हा सिद्ध होत नाही तोपर्यंत व्यक्तीला निर्दोष समजण्यात यावे, ही शिफारससुद्धा खूपच महत्त्वाची होती. १८३६ च्या कायद्याने इंग्रजांनासुद्धा कंपनीच्या दिवाणी न्यायालयांच्या अधिकार कक्षेत सामील करण्यात आले. इंग्रजांच्या संदर्भात (फौजदारी खटल्यांच्या प्रकरणात) सर्वोच्च न्यायालयाची तरतूद करण्यात आल्याने कायद्याच्या मूळ हेतूलाच बगल देण्यात आली.

न्यायालयांची निर्मिती

कायद्याच्या पायावर उभारण्यात आलेली न्यायालये ही इंग्रजांचीच देणगी. प्राचीन व मध्ययुगीन काळात प्रत्येक खेडेगावात 'पंचायत' अस्तित्वात असल्याने स्थानिक पातळीवर न्याय केला जाई. तेथे 'वरचे कोर्ट' ही गोष्ट अस्तित्वात नव्हती. त्यामुळे सामाजिक दडपण हा न्यायाचा अपरिहार्य भाग असे. नव्या व्यवस्थेत दुसरेच टोक गाठण्यात आले. पंचायतीचे न्याय पद्धतीचे अस्तित्व संपविणारी व्यवस्था आली. येथील रूढी, परंपरांची माहिती नसणाऱ्या न्यायाधीश वर्गाकडून न्याय मिळणार असल्याने लोकांनी या व्यवस्थेचे 'थंडे स्वागत' केले. पुढे-पुढे या व्यवस्थेला महत्त्व प्राप्त झाले. व्यवस्थेला स्थैर्य आले. तालुका-जिल्हा-उच्च न्यायालय अशी पद्धती अस्तित्वात आली. वॉरन हेस्टिंग्जने सर्वप्रथम जिल्हा पातळीवर 'दिवाणी अदालत' व 'फौजदारी अदालत' अशा दोन प्रकारच्या न्यायालयांची स्थापना केली. भारतात सर्वोच्च न्यायालय स्थापून त्यावर सर एलिजा इम्पे यांची पहिले न्यायाधीश म्हणून नेमणूक करण्यात आली.

जिल्हाधिकाऱ्यांच्या अधिकारात वाढ करून दिवाणी व फौजदारी न्यायालयांवर त्याचे नियंत्रण सुरू करण्यात आले. त्याच्याही अगोदर कॉर्नवॉलिसने कायद्याची संहिता आणली. पारंपरिक संकेतांऐवजी छापील कायदा आला. त्यामुळे त्याचे सार्वत्रिकीकरण झाले. क्रूर शिक्षांऐवजी सक्तमजुरी आली. १८३३ च्या कायद्यानुसार गव्हर्नर जनरलच्या कौन्सिलमध्ये तीन सदस्यांच्या जोडीला चौथा सदस्य 'कायदामंत्री' म्हणून नेमण्यात आला. शासन व विधी ही दोन स्वतंत्र कार्ये ठरविण्यात आली. मेकॉले पहिला कायदेमंत्री झाला. १८३३ पूर्वी प्रांतिक सरकारला कायदे करण्याचा अधिकार होता, तो रद्द करण्यात आला. प्रांतांनी सूचना पाठविल्यानंतर त्यावर गव्हर्नर जनरलचे कौन्सिल अंतिम निर्णय घेणार होते. सर्व उच्च न्यायालये गव्हर्नरच्या अखत्यारीत आणण्यात आली. लॉर्ड

बेंटिकने या काळात न्यायव्यवस्थेत सुधारणा केल्या. फार्सीऐवजी देशी भाषांचा वापर, कनिष्ठ न्यायाधीशपदावर भारतीयांच्या नेमणुका, ज्युरी पद्धत या गोष्टी येथे सुरू झाल्या. गव्हर्नर जनरलच्या मदतीसाठी १२ सदस्यांचे विधीमंडळ अस्तित्वात आले. प्रांत प्रतिनिधी तत्त्व मान्य करण्यात येऊन मुंबई-मद्रासचे प्रतिनिधी आले. परंतु या प्रतिनिधित्वात भारतीयांना जागा नव्हती. डलहौसीची भारतीयांस प्रतिनिधित्व देण्याची शिफारस डावलून गव्हर्नर जनरलला विधी मंडळाचा कोणताही कायदा किंवा शिफारस फेटाळण्याचा व्हेटो (नकाराधिकार) देण्यात आला.

कायद्यांची कायदेशीर वाटचाल

प्राचीन व मध्ययुगातील कायदे धर्मशास्त्रांवर आधारित होते. हिंदू कायदा- मुसलमान कायदा वेगळे होते. धर्मशास्त्रांचा अधिकारी कायद्याचा जो अर्थ लावेल त्यानुसार कायदा बदलत असे. एकाच गुन्ह्याला वेगवेगळ्या शिक्षा असत. गुन्हेगाराची जात अत्यंत महत्त्वाची ठरत असे. विविध, पंचायत, साक्षीदार या सगळ्याच गोष्टींमध्ये भारतभर एकवाक्यता नव्हती. त्यामुळे इंग्रजांना भारत एका कायद्याच्या सूत्रात बांधण्याशिवाय पर्याय नव्हता. १८१८ ते १८३४ या कालखंडात कायद्याच्या पातळीवर सार्वत्रिक गोंधळाचीच परिस्थिती होती. न्याय देणाऱ्या न्यायाधीशांसाठी ही परिस्थिती म्हणजे प्रचंड आव्हान होते. भारतासारख्या खंडप्राय देशात प्रांतीय विधीनियम, पार्लमेंटचे कायदे, इंग्लिश कॉमन लॉ, हिंदू-मुस्लिम कायदे, स्थानिक परंपरा, चालीरीती यांमुळे कायदा कोणासाठी, कशासाठी, त्याचा अर्थ कसा लावायचा, हे सारेच प्रश्न अधिक बिकट झाले होते. भूतकाळात कधी नव्हे एवढी, कायद्यांचा प्रमाणभूत अर्थ लावण्याची परिस्थिती निर्माण झालेली होती.

१८३३ मध्ये कायदे करण्याचा अधिकार प्रांतांकडून मध्यवर्ती सरकारकडे गेला. १८६१-१८९२ च्या कायद्यांनी अस्तित्वात आलेल्या मर्यादित अधिकार मंडळांचे अधिकार वाढले. हेच सारे कायदे मुंबई इलाख्यात लागू होते. १८३३ ते १८५३ पर्यंत पहिल्या विधी आयोगाने काम केल्यावर १८५३ मधे दुसरा आयोग नेमला गेला. या आयोगाने दंडसंहिता, फौजदारी न्यायदान प्रक्रिया संहिता, दिवाणी न्यायदान प्रक्रिया संहिता रचल्या.

१. दंडसंहिता-भारतीय दंडसंहिता कायद्याने १८६२ मध्ये अंमलात आली. या दंडसंहितेनुसार विविध गुन्हे, गुन्हेगारांना द्यायच्या शिक्षा यांची सविस्तर माहिती यात दिली आहे.

२. फौजदारी न्यायदान प्रक्रिया संहिता-१८४७ पासून फौजदारी न्यायदान प्रक्रिया संहिता काम चालू होऊन १८६२ मध्ये ती अंमलात आली. फौजदारी

खटल्यातील न्यायपद्धती यात सविस्तर दिलेली आहे. यात सतत सुधारणा करण्यात आल्या. ख्यातनाम कायदेतज्ज्ञ जेम्स स्टीफनने या संहितेवर शेवटचा हात फिरवला. १८९८ पर्यंत या संहितेचे स्वरूप लवचिकच राहिले.

३. दिवाणी न्यायदान–प्रक्रिया संहिता–वेगवेगळ्या दिवाणी खटल्यात वापरण्याची लवचिक संहिता ईस्ट इंडिया कंपनीचे तत्कालीन अध्यक्ष वूड यांच्या सूचनेनुसार अस्तित्वात आली. सर्वांत कनिष्ठ न्यायालय ते उच्च न्यायालयात वापरता येईल अशी संहिता करण्यात आली.

नागरी संहितेच्या संदर्भात एतद्देशीय लोकांच्या खासगी वा धार्मिक जीवनात ढवळाढवळ न करता ब्रिटिशांनी लॉ ऑफ एव्हिडन्स, दि कॉन्ट्रॅक्ट ॲक्ट, दि स्पेसिफिक ॲक्ट, दि रजिस्ट्रेशन ॲक्ट, दि निगोशिएबल इन्स्ट्रूमेंट ॲक्ट, दि ट्रान्स्फर ऑफ प्रॉपर्टी ॲक्ट, दि इंडियन ट्रस्टस् अँड कंपनीज् ॲक्ट असे विविध स्वरूपाचे कायदे केले. मात्र धार्मिक जीवनात हस्तक्षेप करण्याचे कटाक्षाने टाळण्यात आले.

१८६१ मध्ये भारतीय उच्च न्यायालय कायदा पास झाला. त्या अगोदर मुंबईत 'सुप्रीम कोर्ट' होते. त्याचे सुरुवातीचे कार्यक्षेत्र मुंबई बेट, इंग्रजांच्या वखारी येथपर्यंत मर्यादित होते. या कोर्टाचे एक जादा काम होते ते म्हणजे प्रांतीय कारभारावर लक्ष ठेवणे. या कामात कोर्ट खूपच रस घेत असल्यामुळे मुंबईचा गव्हर्नर व कोर्ट यांच्यात सतत वाद चालत. १४ ऑगस्ट १८६२ रोजी ही अनिश्चितता दूर करण्यासाठी व दिवाणी–फौजदारी न्यायालये रद्द करून मुंबई हायकोर्टाची स्थापना करण्यात आली. संपूर्ण प्रांत या कोर्टाच्या अखत्यारीत आणण्यात आला.

भ्रमनिरास–कायद्यासमोर सारे समान याला अपवाद म्हणजे 'प्रेसिडेन्सी' व्यतिरिक्त (मुंबई, कलकत्ता, मद्रास येथे) न्यायालयात भारतीय न्यायाधीशांसमोर युरोपियन गुन्हेगारांचा खटला चालविण्यास परवानगी नव्हती. समानता आणण्यासाठी लॉर्ड रिपन यांनी प्रयत्न करताच त्यांना युरोपियनांच्या प्रचंड विरोधाला तोंड द्यावे लागले. तेव्हा विधेयक मागे घेण्याचे प्रयत्न झाले. त्याच्याही अगोदर वांशिक भेदाचे उदाहरण म्हणजे १८७८ मध्ये गोऱ्या लोकांना विनापरवाना शस्त्रास्त्रे बाळगण्याचा अधिकार होता. भारतीयांना अशी शस्त्रास्त्रे बाळगण्यासाठी परवाना घ्यावा लागे. त्यामुळे महाराष्ट्रातील कित्येक सरदारांच्या तलवारींची विळी झाली.

जंगल जपणूक–सरकारने केलेल्या चांगल्या कायद्यांपैकी हा एक चांगला कायदा. मुंबई प्रांतिक सरकारने वनविषयक कायदा करून प्रशिक्षित वनअधिकारी नेमायला सुरुवात केली. जंगल ही संपूर्ण राज्याची संपत्ती झाली. जंगले राखीव म्हणून घोषित होऊ लागली.

पोस्ट व तारायंत्र–१८५७ च्या स्वातंत्र्यसमरात इंग्रज सत्ता जिंकण्याच्या महत्त्वाच्या कारणांपैकी एक कारण म्हणजे पोस्ट व तारायंत्राचा प्रभाव. उठावाची बातमी एतद्देशीयांना कळवायला जितके दिवस भारतीयांना लागले त्यापेक्षा कमी वेळात ही बातमी इंग्रजांनी इतरत्र कळविली व तयारीला त्यांना वेळ मिळाला. या यंत्रणेचा जसा इंग्रजांना फायदा झाला तसा अप्रत्यक्षपणे भारतीयांना झाला. पोस्ट यंत्रणेद्वारे मनी ऑर्डर, बचत बँक, पार्सल पाठविणे या सुविधा सुरू झाल्या. तारायंत्राच्याद्वारे देश जोडला गेला.

१८६५ पासून ऐतिहासिक, सामाजिक, आर्थिक, राजकीय माहिती गोळा करण्यात येऊ लागली. त्याचेच रूपांतर पुढे गॅझेटियरमधे झाले. १८७१ पासून प्रथमच भारतीयांची जनगणना करण्याचा प्रयत्न करण्यात आला. तत्कालीन जाती, जमाती, दळणवळण, उद्योगधंदे यांची माहिती आपणास या गॅझेटियरमधून मिळते.

येथून पुढील भागात आपणास ब्रिटिश प्रशासनाचे राजकीय, सामाजिक, आर्थिक व सांस्कृतिक परिणाम काय झाले हे पाहायचे आहेत.

लोकमान्य टिळकांनी त्यांच्या एका लेखात इंग्रजी राज्यापासून झालेले फायदे दिलेले आहेत. त्यात शांतता, कायद्याची सर्वत्र व्यवस्था, अपराध्यांचा बंदोबस्त, सार्वजनिक आरोग्य, व्यापार समृद्धी, शेतकी सुधारणा, खनिज संपत्ती, विद्यादानाच्या अनुपम सोयी, स्वराज्य कारभाराची प्राप्ती, लेखन स्वातंत्र्य, यंत्रादी सुख सामग्रीचा परिचय, स्वातंत्र्याची अभिरूची यांचा समावेश आहे.

राजकीय परिणाम–१८१८ ला पेशवाई संपुष्टात आल्यावर राज्यकारभाराची एक भरभक्कम चौकट येथे अस्तित्वात आली. शिक्षित असे अधिकारी येथे येऊन त्यांनी भारतीय प्रशासनाला आकार दिला. संपूर्ण देशात एकछत्री अंमल सुरू होऊन हळूहळू एक कायदा या तत्त्वाकडे वाटचाल सुरू झाली. प्रशासनाच्या चौकटीत सुरुवातीला राज्यकारभाराच्या आड येणाऱ्या गोष्टी इंग्रजांनी थोपविल्या. जात, धर्म, वंश असे भेदाभेद न करता राज्य टिकाऊ पायावर कसे उभे राहील, याचाच त्यांनी विचार केला. इंग्रजांनी ठग, पेंढारी, लुटारू लोक यांचा अत्यंत निर्दयपणे अंत घडवून आणला. प्रजेला शांतता व सुव्यवस्था दिल्याशिवाय आपले राज्य स्थिर पायावर उभे राहू शकणार नाही, याचा अंदाज त्यांना होता. आपल्याविरुद्ध छुपा असंतोष असणारच याची पूर्ण जाणीव त्यांना असल्यामुळे सर्व प्रकारचे सशस्त्र उठाव त्यांनी वेळीच दडपून टाकले. हे करताना त्यांनी साम, दाम, दंड, भेद या मार्गांचा वापर केला. त्यामुळे इंग्रजांनी देशाला शांतता, सुरक्षितता, सुशासन दिले. राजकीय पातळीवर स्थैर्य येताच त्यांनी अन्य क्षेत्रांना अग्रक्रम दिला.

राजकीय पातळीवर संस्थानिकांची सत्ता कायम ठेवीत असतानाच दत्तक वारस नामंजूर करून राज्ये खालसा केली. संरक्षण व परराष्ट्र व्यवहारांच्या संदर्भात संस्थाने इंग्रजांवरच अवलंबून होती. त्यामुळे संस्थाने म्हणजे मर्यादित स्वायत्त प्रदेश होता. संस्थानिकांच्या व नोकरशहांच्या रूपाने ब्रिटिशांनी स्वत:साठी एक कायमस्वरूपी निष्ठावंत वर्ग तयार केला.

सामाजिक परिणाम

इंग्रजांनी भारतीय जीवनात जे सर्वंकष स्वरूपाचे बदल घडवून आणले त्यामुळे भारताचा आधुनिक युगात प्रवेश होण्यास मदत झाली. इंग्रजांच्या अगोदर मध्ययुगातील राजसत्तेला सर्वसामान्य जनतेच्या सामाजिक व धार्मिक जीवनात हस्तक्षेप करण्याचे काहीच कारण नव्हते. ब्रिटिश राज्य हे निव्वळ लष्करी राज्य नसल्यामुळे त्यांनी सत्ता स्थिर होताच प्रजेच्या अन्य गोष्टींकडे लक्ष द्यायला सुरुवात केली.

शिक्षणात 'इंग्रजी' भाषेचा अंतर्भाव झाला आणि येथील पहिली इंग्रजी शिक्षित पिढी 'वाघिणीचे दूध' पिऊन गुरगुर करू लागली. एका अमर्यादित जगात या सुशिक्षितांचा प्रवेश झाला. इंग्रजी भाषेतील विद्या व विचार पाहून हे सारे दिपून गेले. त्यांनी सुधारणांसाठी प्रयत्न सुरू केले. महाराष्ट्रात 'आपण का हरलो?' ह्याची मीमांसा सुरू झाल्यावर निव्वळ लष्करी कारणांमुळे हरलो यावर विश्वास बसणे शक्यच नव्हते. एका प्रगत संस्कृतीने आचारांनी मागास असलेल्या भारतीय समाजाला पराभूत केलेले होते. त्यामुळे इंग्रज प्रशासक व समाजसुधारक यांनी एकत्र येऊन काही मागण्या पुढे रेटल्या. सती प्रथेवर बंदी, विधवा विवाहाला उत्तेजन, बालविवाहाला बंदी या साऱ्या गोष्टी घडू लागल्या. मध्ययुगीन जीवनात ज्या गोष्टी अपरिहार्य म्हणून मानल्या होत्या त्यातील निरर्थकता लोकांना समजू लागली.

परंपरेने स्त्रियांना व कनिष्ठ वर्गांना शिक्षणापासून दूर ठेवले होते, त्यांनाही शिक्षण मिळू लागले. एका नव्या जगाची दारे त्यांच्यासाठी खुली झाली. इंग्रजी शिक्षणामुळे लोक आपल्या धर्मातील वैगुण्यांबद्दल चर्चा करू लागले. सामाजिक सुधारणांची निकड पटू लागली. हे प्रयत्न वैयक्तिक पातळीवर न करता सामूहिक पातळीवर म्हणजेच मंडळीकरण करून केले पाहिजे, याची जाणीव येथील लोकांना प्रथमच झाली. धार्मिक सुधारणा येथे घडून येण्यासाठी समाजाचे मंडळीकरण घडून आले. येथूनच धर्माच्या प्रबोधनाच्या विचारांना चालना मिळाली. धर्मविचार–आचारांचे परीक्षण, त्यावर टीका व सुधारणा या गोष्टी मध्ययुगात शक्य नव्हत्या. त्या आता शक्य झाल्या.

स्त्रियांच्या अवस्थेत'न भूतो' असे परिवर्तन घडून आले. स्त्रियांचे स्वतंत्र अस्तित्व प्रथमच मान्य करण्यात आले. स्त्रीधनाची कल्पना कायद्यानेच आली.

कायद्याचे पाठबळ व सोयी येताच स्त्रीसुधारणांच्या चळवळींना गती मिळाली. त्याचा फायदा म.गांधी यांना स्वातंत्र्यचळवळीत झाला. म.गांधी यांच्या चळवळीत स्त्रिया मोठ्या प्रमाणात येत राहिल्या. त्याची पायाभरणी या काळात झाली. स्त्रियांच्या केशवपनाचा प्रश्न नाभिकांचा संप घडवून आणून सोडविण्यात आला. या संदर्भात म.फुले व सावित्रीबाई फुले यांचे कार्य मोलाचे आहे. बालहत्या प्रतिबंधक गृह त्यांनी काढले, मुलाला दत्तक घेतले व त्याला वाढविले, स्त्रियांची शाळा काढली, भारतातील पहिली स्त्री शिक्षिका तयार केली. या सगळ्या मार्गांच्याद्वारे म.फुले यांनी स्वत:चे कर्तेपण सिद्ध केले.

धर्मांतराची चळवळसुद्धा येथे आली. ज्या धर्मात जन्माला आलो त्याच धर्मात मरायचे ही कल्पना मागे पडली. आमिषाने व विचारांनी धर्मांतरे सुरू झाली. नव्या धर्मातही जातींचे वर्चस्व तसेच राहिले हा भाग अलाहिदा! समुद्रपर्यटनावरील धार्मिक बंदी बाजूला ठेवून लोक परदेशात शिक्षणासाठी जाऊ लागले. समाजात एकूणच नवे मन्वंतर घडून आले.

आर्थिक परिणाम

'दिल्लीश्वरो वा जगदीश्वरो' या मंत्राचा जप करणाऱ्या मध्ययुगीन समाजाला नव्या युगात वेगळ्याच आर्थिक समस्यांना तोंड द्यावे लागले. इंग्रजी राजवटीचा प्रत्यक्ष परिणाम आर्थिक क्षेत्रावरच झाला. राज्य स्थिर होईपर्यंत ब्रिटिशांनी रयतवारी, महालवारी अशा विविध महसुलपद्धती येथे आणल्या. पुढे व्यवस्थेतील दोष त्यांनी दूर केले. ब्रिटिशांनी रोख स्वरूपातच महसूल गोळा करायला सुरुवात केल्याने शेतीचे व्यापारीकरण झाले. नगदी पिके घेण्याचे प्रमाण वाढू लागले. ऊस, मिरची, तंबाखू, भुईमूग, कापूस यांचे उत्पादन वाढले. याचा तोटा दुष्काळात जाणवला तो म्हणजे नगदी पिके खाता येत नाहीत. त्यावर प्रक्रिया करून ती विकावी लागतात. शेतकऱ्यांना आर्थिक दुरवस्थेला तोंड द्यावे लागले. शेतकऱ्यांच्या जमिनी सावकार विकत घेऊ लागले. पूर्वी जमिनी विकत नसत. आता जमीन विक्रीयोग्य गोष्ट झाली. सावकारांचे वर्चस्व वाढले. शेतकरी दरिद्री होऊ लागला.

पेशवाई नष्ट झालेली, संस्थाने खालसा झालेली. त्यामुळे त्यांच्याकडे नोकरीला असणारे लष्कर, कारागीर बेकार झाले. त्यांचा बोजा शेतीवर पडला. इंग्रजांनी स्वत:च्या फायद्यासाठी येथील उद्योगांचे अनुद्योगीकरण घडवून आणले. त्यामुळे शेतकरी व सावकार यांच्यात संघर्ष निर्माण झाला.

याच काळात दळणवळण यंत्रणा अस्तित्वात आली. टपालखाते, रेल्वे, बचत बँका, रस्ते, जलमार्ग अस्तित्वात आले. स्थावर, जंगम संपत्ती निर्माण झाली. लोक

त्याचा उपभोग घेऊ लागले. दुष्काळ निवारण ही सरकारी जबाबदारी झाल्याने दुष्काळ निर्मूलन शक्य झाले. गुलामांच्या व्यापारावर नियंत्रण आले. नवे उद्योग जन्माला आले; पण मध्ययुगातील भरभराटीला आलेली शहरे ओस पडली. ब्रिटिश काळात नवी शहरे उदयाला आली. कारखाना संस्कृती उदयाला आली. समाजात नवा अर्थविचार अस्तित्वात आला.

सांस्कृतिक परिणाम

पाश्चात्त्य शिक्षणाच्या प्रभावामुळे येथे राष्ट्रवादाचा उदय होण्यास मदत झाली. या कामी वृत्तपत्रांनी मोलाचा वाटा उचलला. नव्या कल्पना, नवे विचार त्यांनी मांडले आणि समाजाला प्रगतीचा मार्ग दाखविला. इतिहासाचे महत्त्व येथील समाजाला पटू लागले. संस्कृत भाषेची जागतिक पातळीवर दखल घेण्यात येऊ लागली. बौद्ध वाङ्मय, पाली भाषेचा अभ्यास जागतिक स्तरावर सुरू झाला. शिलालेखांचे संकलन-वाचन सुरू झाले आणि आत्मविश्वासाअभावी खचलेली पिढी नव्याने उभी राहिली. बाँबे असोसिएशन, पुणे सार्वजनिक सभा या सुरुवातीच्या संस्थांच्या कार्याच्या पार्श्वभूमीवर भारतीय राष्ट्रीय सभेचे पहिले अधिवेशन मुंबईत झाले आणि राष्ट्रभक्तीचा हुंकार सर्वत्र घुमला.

उत्तर पेशवाई महाराष्ट्राचा निर्माता

पेशव्यांचे राज्य संपुष्टात आणणारा आणि मुंबई इलाख्यात इंग्रजी सत्तेची पाळेमुळे दृढ करणारा अधिकारी म्हणून आपणास मौंट स्टुअर्ट एल्फिन्स्टनचे नाव घ्यावे लागेल. स्कॉटलंडमधील डंबार्टनशर भागातील एका उमराव घराण्यात ६ ऑक्टोबर १७७९ रोजी त्याचा जन्म झाला. तो गव्हर्नर, प्रशासक, मुत्सद्दी व इतिहासकार म्हणून आयुष्यभर ख्यातकीर्त झाला. त्याचा मृत्यू २० नोव्हेंबर १८५९ रोजी इंग्लंडमध्ये 'सरे' परगण्यात झाला.

वयाच्या सतराव्या वर्षी ईस्ट इंडिया कंपनीत नोकरी निमित्ताने तो कलकत्ता येथे आला. डेव्हिज या त्याच्या वरिष्ठ अधिकाऱ्याने त्याला संस्कृत, मराठी, फार्सी या एतद्देशीय भाषांची गोडी लावली. १८०१ मध्ये सुप्याचा रेसिडेंट बॅरी क्लोज याचा साहाय्यक म्हणून त्याची नेमणूक झाली. दुसऱ्या इंग्रज-मराठा युद्धात तो जन. वेलस्लीचा साहाय्यक व दुभाषा झाला. १८०४-०७ पर्यंत त्याने नागपूरकर भोसल्यांच्या दरबारात रेसिडेंट म्हणून काम केले. १८०७ मध्ये शिंदे सरकार, १८०८ काबूल, १८०९ कलकत्ता, १८११ पुण्याचा रेसिडेंट अशी त्याची कारकीर्द धावपळीत गेली. मराठेशाहीचा शेवट करण्यासच जणू त्याची नेमणूक झाली असावी. पुण्यात पेशवे आणि जहागिरदार संघर्षात त्याने फोडा, झोडा, राज्य करा या नीतीचा वापर केला. बडोद्याच्या गंगाधर शास्त्र्यांच्या खुनाच्या संदर्भात त्रिंबकजी डेंगळे यांस लक्ष्य करून

दुसऱ्या बाजीरावावर दडपण आणले. इंग्रज–मराठे तिसऱ्या युद्धात त्याने मराठ्यांचा पूर्ण पराभव करून पेशवाई संपविली. यामुळे तो दक्षिण आयुक्त व १८१९ ते २७ मध्ये मुंबई प्रांताचा गव्हर्नर झाला. हा कालखंड एल्फिन्स्टनचा कालखंड म्हणून ओळखला जातो.

त्याने साताऱ्याच्या गादीवर प्रतापसिंहास बसविले. रयतवारी पद्धती चालू केली. मध्यस्थांऐवजी सरकारात शेतकऱ्यांना सारा परस्पर भरता येईल अशी सोय केली. जहागीरदार स्वत:च्या बाजूला वळविले. कलेक्टरला फौजदारी न्यायाचे अधिकार दिले. कायद्याचे संहितीकरण करण्यावर भर दिला. पंचायत पद्धतीत सुधारणा केल्या. गुजरातकडच्या कोर्टात फार्सी ऐवजी गुजराती भाषा आणली. दिवाणी न्यायालय मुंबईहून सुरतेला नेले. पुण्यात दक्षिणाफंडाकडून मराठी–इंग्रजी भाषेच्या शिक्षणाला उत्तेजन दिले. स्थानिक लोकांच्या शिक्षणासाठी प्रयत्न केले. छोट्या पुस्तिका काढल्या. पेशव्यांकडून जिंकलेल्या प्रदेशाच्या संदर्भात त्याने 'रिपोर्ट ऑन द टेरिटोरिज कॉंकर्ड फ्रॉम द पेशवाज' हा सविस्तर अहवाल लिहिला. भारताचा 'हिस्टरी ऑफ इंडिया' हा द्विखंडी इतिहास लिहिला. याशिवाय 'राईज ऑफ ब्रिटिश पॉवर इन द ईस्ट' व 'अकाऊंट ऑफ द किंग्डम ऑफ काबूल' हे ग्रंथ रचले.

अठराव्या शतकातील मराठ्यांच्या सत्तेच्या अंत:प्रवाहासंदर्भात कै. डॉ. अरविंद देशपांडे यांचे विवेचन मूलगामी आहे. श्री शहाजी छत्रपती स्मृतिग्रंथ या डॉ. जयसिंगराव पवार संपादित ग्रंथात 'अर्वाचीन' विभाग अध्यक्षीय भाषण या शीर्षकाखाली हे विवेचन ग्रंथगत आहे. त्याचा निर्देश केल्याशिवाय या प्रकरणाला पूर्णत्व येणार नाही. त्यांच्या मते इंग्रजांनी केलेल्या मराठ्यांच्या पराभवाला भारतीय इतिहासात एक विशेष असे महत्त्व आहे. मराठ्यांचा पराभव हा केवळ एका सामंतवादी राजसत्तेचा नव्हता, तर एका राजकीय संस्कृतीचा व प्रणालीचा पराभव होता. अठराव्या शतकाच्या राजकीय संदर्भात मराठे हे अखिल भारतीय स्तरावर मुघलसत्तेचे अधिकारी होते यात शंका नाही. बाळाजी विश्वनाथ किंवा पुढे महादजी शिंदे यांनी मुघल सम्राटाकडून मिळविलेल्या सनदा या अधिकाराचे पुरावे आहेत.

औरंगजेबाच्या दाक्षिणात्य धोरणाच्या अयशस्वीतेवर १८ व्या शतकातील कामगिरी जोखली पाहिजे. मराठ्यांच्या राष्ट्रवादाची पाळेमुळे खणून काढणे औरंगजेबाच्या मुघल सत्तेला शक्य झाले नाही. त्यामुळे जरी मराठ्यांची सत्ता लष्करी दृष्टया बलाढ्य नसली तरीही एक सत्ता म्हणून तिला अखिल भारतीय स्तरावर मान्यता मिळाली. मराठ्यांच्या स्वातंत्र्ययुद्धाचा खरा अर्थ महाराष्ट्रात मुघल मांडलिकत्व की मराठा राष्ट्रवाद यापैकी कोणते तत्त्व टिकून राहणार या संघर्षात आहे. १७०७ मध्ये या प्रश्नाचे उत्तर असंदिग्धपणे जाहीर झाले. मराठ्यांचा राष्ट्रवाद हा जास्त मूलगामी आणि प्रभावी ठरला.

मराठ्यांच्या सत्ताविस्ताराचे स्वरूप मध्ययुगीन सत्तविस्ताराच्या एकंदर स्वरूपापेक्षा वेगळे होते. मध्ययुगीन संकल्पनेतील हा साम्राज्यविस्तार नव्हता. मुघल सत्तेच्या नावाचा वापर करून, त्यांचे सार्वभौमत्व तात्त्विक पातळीवर मान्य करून त्यांच्यावर धुरीणत्व प्रस्थापित करण्याची ही राजकीय तत्त्वप्रणाली भारतीय इतिहासात नवीन होती. या दृष्टीने पाहता १८ व्या शतकातील मराठी सत्तेची जातकुळी तत्कालीन इंग्रजी सत्तेशी जुळणारी आहे. मुघल सम्राटाकडून मराठ्यांनी मिळविलेल्या चौथ आणि सरदेशमुखीच्या सनदा आणि अलाहाबादच्या तहान्वये कंपनीने मिळवलेले दिवाणी हक्क यांच्यातील भेद हा तांत्रिक आणि तपशीलाचा आहे, वृत्तीचा नाही. १८ व्या शतकात मराठे अटकेपार गेले ते मराठ्यांच्या राज्यविस्तारासाठी नाही तर मराठी सत्तेचा दरारा कायम राखण्यासाठी आणि उत्तरेकडून वाहणारा सुवर्णगंगेचा ओघ अबाधित राखण्यासाठी. ऐतिहासिक वास्तव हे आहे की, भारतातील सत्तास्पर्धेत मुघल सत्तेवर धुरीणत्व प्रस्थापित करण्यासाठी मराठे आणि इंग्रज हे दोन सत्तास्पर्धक झगडत होते. त्यात अंती इंग्रज यशस्वी झाले आणि त्यांनी स्वत:ला मुघलांचे उत्तराधिकारी म्हणून घोषित केले. जोपर्यंत महाराष्ट्रात मराठी सत्ता अबाधित आहे तोपर्यंत भारतातील इंग्रजी सत्ता डळमळीत राहणार या आशयाचे जे उद्‌गार १८०३ मध्ये चार्ल्स मेटकाफने काढले आहेत, त्याचे रहस्य या सत्तास्पर्धेत आहे.

मराठी राज्याचे उद्दिष्ट व धोरणे बदलल्यानंतर त्या अनुषंगाने मराठी समाजजीवनात काही बदल होणे अपरिहार्य होते. स्वराज्य टिकविणे आणि धुरीणत्व प्रस्थापित करणे या दोन प्रक्रिया भिन्न स्वरूपाच्या होत्या. शिवाजी महाराजांची स्वराज्यसंस्थापनेची प्रक्रियाच मुळी क्रांतिकारी स्वरूपाची होती. कल्याणकारी राज्याची कल्पना हे राज्यनिर्मितीचे मूळ आणि निर्माण केलेल्या राष्ट्राचे उद्दिष्ट होते. हे ध्येय उघडपणे घोषित करणारे महाराज हे मध्ययुगीन भारतातले पहिले प्रबुद्ध प्रशासक होते. म्हणजेच शिवकालापासून महाराष्ट्रात राजकीय विचारांच्या क्षेत्रात प्रचंड उलथापालथ होऊ लागली होती. आणि राजकीय क्षेत्रात तरी मराठ्यांची मध्ययुगीनता संपली होती. मुघल सत्तेचे सामर्थ्य मान्य करूनही असेच म्हणावे लागेल की, ज्या काळात मुघल साम्राज्य सरंजामशाही आणि तदनुषंगाने येणारा प्रादेशिक व्यापारवाद यांच्या फेऱ्यात अडकले होते त्या काळात मराठ्यांनी एका नव्या आधुनिक विचारप्रणालीला जन्म दिला. युरोपातील राष्ट्रराज्यांचा उदय आणि महाराष्ट्रातील स्वराज्याची स्थापना या एकाच पद्धतीच्या राजकीय प्रक्रिया आहेत.

अठराव्या शतकात ही प्रक्रिया विजिगीषु बनणे स्वाभाविक होते. मुघल साम्राज्याची उतरती कळा आणि त्यामुळे निर्माण होणारी सत्तापोकळी हे तत्कालीन

भारताचे राजकीय वास्तव होते. ही पोकळी भरून काढू शकणारी मराठी सत्ता ही एकमेव एतद्देशीय सत्ता होती.

या बदलत्या राजकीय तत्त्वज्ञानाला प्रत्यक्ष रूप देण्याची कुवत तत्कालीन मराठी अर्थजीवनात होती काय, हा खरा प्रश्न आहे.... अठराव्या शतकाच्या सुरुवातीस मराठी माणूस आर्थिकदृष्ट्या स्वयंपूर्ण होता. पारंपरिक ग्रामव्यवस्थेमुळे समाजजीवनाला आर्थिक स्थैर्य प्राप्त झालेले होते. हे आर्थिक स्थैर्य त्यांच्या राजकीय जीवनातील गतिशीलतेचे मूळ होते. उत्तरेकडच्या सोन्याची गरज ही सामाजिक गरज नव्हती, तर ती राजकीय धुरीणत्वाची गरज होती. परप्रांतातील सुवर्णामुळे मराठे श्रीमंत झाले का? या प्रश्नाचे उत्तर नकारार्थीच द्यावे लागेल.

मराठ्यांच्या पायदळाच्या संदर्भात विश्लेषण करताना डॉ. प्र. न. देशपांडे आणि डॉ. अरविंद देशपांडे लिहितात त्याचा सारांश असा की, कोणत्याही सत्तेला धुरीणत्व प्रस्थापनेसाठी सैन्य लागते. मराठ्यांच्या सैन्यदलाचा भर पायदळावर होता. तोफखाना निकामी करण्यासाठी घोडदळ नव्हे तर पायदळ उपयोगी पडते. सरदार शिंदे यांच्या कागदपत्रावरून पेशवाईच्या उत्तरार्धात देशी घोड्याचा भाव ६० ते ७० रुपये, अरबी घोड्याचा भाव १०० ते १२० रुपये तर सोन्याचा भाव एक तोळ्याला १५ रुपये होता. म्हणजे शिलेदाराला घोडा घ्यायचा असेल तर वैयक्तिक भांडवली गुंतवणूक किती करावी लागली असेल याचा अंदाज येतो. पायदळ स्वस्त व भरपूर मोठा समाजवर्ग त्यासाठी उपलब्ध, या समाजवर्गाला आपला व्यवसाय बदलावा लागला त्याचा परिणाम मध्ययुगीन समाजसंबंधांवर झाला. मराठे तोफा व दारूगोळा परदेशीयांकडून घेत तर तोफखान्याचे स्वरूप मराठ्यांच्या लष्करात साहाय्य दल असेच होते. पायदळासाठी तलवार, कुऱ्हाड, भाला, ढाल येथेच तयार करीत असावेत. मागणी वाढल्याने शस्त्रनिर्मिती वाढली. त्यामुळे पानिपतावर धक्का बसूनसुद्धा थोड्याच काळात पुन्हा शस्त्रनिर्मिती, फौजा उभारणी सुरू झाली. १-१ ।। लाख तलवारी, लाखो बाण, लाखो भाले, घोड्यांचे नाल, खिळे, सैन्याला लागणारा चामडी व कापडी माल या सगळ्याची निर्मिती महाराष्ट्रात होत असणारच. तत्कालीन महाराष्ट्र आधुनिक तंत्रज्ञानात मागास असला तरी आहे, त्या उत्पादन साधनांमध्ये नवे व्यवस्थापन किंवा मानवी शक्तीचा वापर यांद्वारे उत्पादन वाढणे शक्य असते. मराठ्यांनी हे केले असणार. मानवी शक्तीचा म्हणजेच कामगारांचा वापर वाढल्यावर व्यवसायाधिष्ठित जातिव्यवस्थेतील कामगारच ही कामे करणे शक्य नाही. अन्य जातींमधील आर्थिक दृष्ट्या दुर्बल लोक या अतिरिक्त उत्पादन प्रक्रियेत ओढले गेले असणार. १८ व्या शतकात अशा कार्यसंकराचे प्रमाण फार मोठे झाले. पेशवे, शिंदे, होळकर त्याचीच उदाहरणे आहेत. उत्पादनाच्या वाढीव

मागणीने पारंपरिक जातिव्यवस्थेला तडे जाणे अपरिहार्य होते. अर्थव्यवस्था व तिच्या अनुषंगाने निर्माण झालेली मध्ययुगीन समाजव्यवस्था डळमळू लागली होती. अर्थातच या क्रांतिकारी प्रक्रियेचे स्वरूप उत्क्रांतीबद्दल होते. पेशव्यांनी वृत्तीबदलाचे निर्णय दिले.

याच काळात उदयाला आलेले शाहिरी वाङ्मय हे खऱ्या अर्थाने लोकवाङ्मय होते. त्याच्या रसरशीत इहवाद हा नव्या राजकीय तत्त्वप्रणालीच्या सामाजिकतेचा पडसाद होता. इंग्रज येथे आले तेव्हा समाजात बदल होत होतेच. इंग्रज आलेच नसते तर मराठी समाजात बदल झालेच नसते, असा निष्कर्ष काढण्याला पुरावा नाही. इंग्रजांमुळे महाराष्ट्रातील बदलत्या प्रक्रियेला एक विशिष्ट दिशा मिळाली. परंपरेपेक्षा वेगळा असा एक अनुबंध आदर्श (मॉडेल) मिळाला. १९ व्या शतकात महाराष्ट्राने सामाजिक, वैचारिक क्षेत्रात जी वाटचाल केली, तिची शक्ती इंग्रजांकडून आली नाही, तर ती अंत:प्रेरणा होती. मराठी राष्ट्रीय भावनेचे रूपांतर भारतीय राष्ट्रीयत्वात होण्याची प्रक्रिया सुरू झाली. परंतु या परिवर्तनाची बीजे या आधीच येथे रुजलेली होती. अन्यथा तसे नसते तर १८१८ मध्ये मराठ्यांची सार्वभौम सत्ता नष्ट झाल्यावर अवघ्या वीस वर्षांच्या आत म्हणजे केवळ एका पिढीतच महाराष्ट्रात बाळशास्त्री जांभेकर किंवा भास्कर पांडुरंग तर्खडकर असे प्रगमनशील विचारवंत झालेच नसते.

□□

राष्ट्रीय चळवळ

पार्श्वभूमी

राष्ट्रीय चळवळीचा कालखंड म्हणजे महाराष्ट्रातील वेगवान घडामोडींचा घटनाप्रधान आणि व्यक्तिप्रधान असा कालखंड आहे. ब्रिटिशांनी या कालखंडाला सुरुवात केली. लोकांनी सशस्त्र चळवळींच्याद्वारे निषेध नोंदविला. त्या चळवळी भलेही अयशस्वी झालेल्या असतील, पण १८१८ ते १८५७ पर्यंतच्या या सशस्त्र चळवळींचा अर्थ आपणास स्पष्टपणे असा दिसतो की, महाराष्ट्राने नवराज्य सहजासहजी मान्य केलेले नाही.

सशस्त्र चळवळी आणि इंग्रजी विद्या यांचा दृश्य आविष्कार आपणास राष्ट्रवादाच्या उदयात दिसतो. उमाजी नाईक, वासुदेव बळवंत फडके, दख्खन दंगे, खानदेशातील भिल्लांचे उठाव यांच्या स्मृती लोकांच्या मनात ताज्या होत्याच. त्यातून महाराष्ट्रातील राष्ट्रवादाचे तत्त्वज्ञान आकाराला आले. राजकीय संस्थांचा उदय व विकास याच कालखंडात घडून आल्याचे आपणास दिसते. महाराष्ट्रातील 'चळवळ्या' लोकांनी आणि सार्वजनिक लोककल्याणाची आस असणाऱ्यांनी 'बॉंबे असोसिएशन'आणि पुणे 'सार्वजनिक सभा' कशा उभारल्या ते आपण पाहणार आहोत. सार्वजनिक संस्थांचा उदय नेहमीच 'हे असे का?' अशा प्रश्नातून होतो तर प्रश्न सोडविण्याचा मार्ग म्हणजे संस्था स्थापना किंवा सामूहिक प्रयत्न. इंग्रजांच्या राजवटीचा अप्रत्यक्ष परिणाम म्हणजे येथील संस्थात्मक जीवनाचा उदय व विकास याच कालखंडात घडून आला. वैयक्तिक चळवळ ते लोकचळवळ हा टप्पा आपण अभ्यासणार आहोत.

महाराष्ट्राच्या संदर्भात आपण भारतीय राष्ट्रीय सभेची स्थापना आणि मवाळ कालखंड पाहणार आहोत. भारतीय राष्ट्रीय सभेचे पहिले अधिवेशन महाराष्ट्रात होणे म्हणजे महाराष्ट्रातील सामाजिक संस्थांच्या पूर्वपुण्याईवर फळाला आलेली इमारतच होय.

महाराष्ट्राची वृत्ती म्हणजे जहालतत्त्व आणि मवाळतत्त्व. राष्ट्रीय सभेचा पहिला टप्पा पूर्ण होताच तिचा प्रवास लो. टिळकांच्या नेतृत्वाखाली जहालतत्त्वाकडे सुरू होतो, हे या कालखंडाचे विशेष होय. महाराष्ट्रीय माणसे स्वकर्तृत्वाने याच कालखंडात सभेवर वर्चस्व गाजवितात आणि त्यांच्या नेतृत्वाला भारतभर 'लोकमान्यता' मिळते तो हा कालखंड.

याच कालखंडाला असणारा दुसरा पदर म्हणजे सशस्त्र क्रांतिकारकांचे कार्य. १८५७ च्या ज्वालांनी पुन: एकदा व्यक्तिगत स्वरूपात पेट घेतला तो फक्त ४० वर्षांच्या आत चापेकरांच्या रूपाने. चापेकर बंधू, श्यामजी कृष्ण वर्मा, सावरकर, कान्हेरे, सेनापती बापट आणि अशाच कितीतरी अज्ञात क्रांतिकारकांनी स्वत:च्या आहुतीने रणयज्ञ पेटता ठेवला. 'रणाविण स्वातंत्र्य कोणा मिळाले?' यावर विश्वास ठेवणारांची कृतज्ञ नोंद आपणास या पाठात घ्यायची आहे.

म. गांधी यांचे आगमन, त्यांच्या कार्याचा झंझावात यामुळे देशभर नवे युग अवतरले आणि महाराष्ट्राने कात टाकली. राजकारणी महाराष्ट्राचे रूपांतर लोकचळवळी करणाऱ्या महाराष्ट्रात झाले. सामाजिक चळवळींचे आणि कार्यकर्त्यांचे आगर असणाऱ्या महाराष्ट्राने भारताच्या स्वातंत्र्यप्राप्तीत महत्त्वाचे योगदान कसे दिले याचा आढावा आपण येथे घेणार आहोत.

ब्रिटिश सत्तेविरुद्ध उठाव

ब्रिटिश सत्ता आपला पाया व्यापक व स्थिर पायावर उभा करत असतानाच महाराष्ट्रात या सत्तेला विसाव्या शतकापर्यंत सशस्त्र उठावांना तोंड द्यावे लागले. संपूर्ण हिंदुस्थानात सर्वात जास्त उठाव महाराष्ट्रात झाले. त्याचे कारण अगदी स्पष्ट होते. भारतातून सत्तेची सूत्रे इंग्रजांना मराठ्यांकडून घ्यावी लागली. अठराव्या शतकात इतक्या मोठ्या व्यापक प्रदेशावर मराठ्यांशिवाय कोणत्याही एतद्देशीय सत्तेचे वर्चस्व नव्हते. त्यामुळे आपण राज्यकर्ते होतो, ही भावना महाराष्ट्रातून संपणे शक्यच नव्हते. यातूनच सशस्त्र उठाव घडून आले.

मराठी राज्याचा शेवट

१८१७ च्या सुमारात एल्फिन्स्टनला अंदाज आलेला होता, की मराठ्यांचे राज्य एकाच क्षणी संपवून त्यावर इंग्रजी अंमल सुरू केल्यास ते बिथरतील, कदाचित जोराचा प्रतिकार होईल. म्हणून एल्फिन्स्टनने अत्यंत धूर्तपणे सातारच्या गादीवर छत्रपती प्रतापसिंहांची नेमणूक केली. 'आमचे युद्ध फक्त बाजीरावाशी आहे. आम्हाला छत्रपतींचे राज्य कायम ठेवायचे आहे.' असा जाहीरनामा इंग्रजांनी काढला. बाजीरावाच्या कारभाराला कंटाळलेल्या महाराष्ट्रीयन जनतेने त्याचे भोळेपणाने स्वागत केले. जो छत्रपती नेमू शकतो तो त्याला काढूनही टाकू शकतो, इतकी साधी गोष्ट येथील लोकांच्या लक्षात आली नाही. त्यामुळे प्रतापसिंह गादीवर बसताच त्यांनी 'बाजीराव बंड आहे; सबब आम्ही त्याला नोकरीतून दूर केले आहे..... कोणी मामलेदाराने (त्यास) मदत करू नये.' असा फतवा इंग्रजांच्या दडपणामुळे काढला. छत्रपतींचे राज्य पुन्हा येत आहे या भ्रमात असणारी मराठी जनता, पेशवे, छत्रपती सारेच १८३९ मध्ये भानावर आले

२

जेव्हा इंग्रजांनी छत्रपतींना पदच्युत करून बनारसला पाठविले तेव्हा ! राज्याला वारस नाही म्हणून डलहौसीने सातारा राज्य १८४८ मध्ये खालसा केले. ३० ऑगस्ट १८४८ च्या खलित्यांत डलहौसी लिहितो, 'इंग्रज राज्य आता मजबूत झाले असून शिंदे –होळकर हे निरुपद्रवी बनले आहेत. तेव्हा शिवाजीच्या वंशाचे हे बुजगावणे यापुढे ठेवण्यात काहीच मतलब नाही.'

नागपूरकर भोसले हे मध्यप्रांताचे प्रमुख होते. गादीवर बसलेल्या अप्पासाहेबास इंग्रजांनी फितूर म्हणून घोषित करून १५ मार्च १८१८ ला कैद केले. परंतु अप्पासाहेब नेमाडच्या महादेवाच्या डोंगरात गोंड राजाच्या आश्रयाला गेले. तेथे राहून त्यांनी इंग्रजांस दोन वर्षे त्रास दिला. त्यांना पकडण्यासाठी लाखो रुपयांचे इनाम होते; पण ते सापडले नाहीत. इंग्रजांनी त्यांचा पाठलाग सुरूच ठेवला. १५ जुलै १८४० रोजी त्यांचे निधन जोधपूर संस्थानात झाले. ११ डिसेंबर १८५३ रोजी नागपूरकर भोसल्यांच्या घराण्यातील तिसरे रघुजी निपुत्रिक अवस्थेत मरण पावताच रेसिडेंट जेकिन्सने राजास पुत्रसंतान नाही या अटीवर संस्थान खालसा केले. संस्थानची मालमत्ता लुटण्यात आली.

इनाम कमिशन

इंग्रजी राज्य म्हणजे कायद्याचे राज्य. त्यामुळे कायदेशीरपणाचे दर्शन घडविण्यासाठी राजेरजवाडे व सरंजामदारांनी जहागिरीवरील आपले हक्क शाबित करण्यासाठी इनाम कमिशन नेमले. हार्ट साहेबांनी पेशव्यांचे दफ्तर लावण्याचे कारण देऊन ठराविक मुदतीच्या आत सर्वांनाच स्वत:जवळील कागदपत्रे सरकारकडे जमा करण्यास सांगितले. प्रत्येक जिल्हाधिकाऱ्याने आपापल्या जिल्ह्यातील इनामदार व जहागिरदार यांची यादी कमिशनकडे पाठविली. कमिशनने ३२ हजार इनामांची चौकशी करून २१ हजार वतने मालकीचा पुरावा नाही म्हणून जप्त केली. अन्य लोकांचे पुरावे जाळण्यात आले. घरोघरी इंग्रजांनी जबरदस्तीने कागदपत्रे उचकायला सुरुवात केली, घरे जप्त केली, दंगा केला. अशा रीतीने इंग्रजांनी महाराष्ट्रात कायदेशीर बस्तान बसविले. संस्थांनी प्रजा बेघर, कारागीर बेकार, लष्कर निरुद्योगी त्यामुळे सार्वत्रिक असंतोषाचे वातावरण निर्माण झाले.

या सगळ्या लोकांचा भार शेतीवर पडला. अतिरिक्त लोकसंख्या सामावून घेण्यास शेती असमर्थ होती. कारण ती अद्यापही पारंपरिक पद्धतीने करीत असत. शेतसारा रोख, व्याज रोख, दुष्काळ पडो किंवा ओला दुष्काळ येवो; सरकारला काहीच फरक पडत नव्हता. १८२४ मध्ये दुष्काळ पडला आणि महाराष्ट्रात संकट आले. इंदापूर तालुक्यातील ५७ गावातील लोक घरेदारे सोडून दुसरीकडे गेले. दुष्काळ कमी पडला की काय म्हणून त्यातच कॉलरा रोग पसरला. त्यामुळे प्रजा गांजून गेली. १८३२ च्या

सुमारास पुण्यात धान्य टंचाईमुळे दंगा झाला. लोकांनी धान्याची दुकाने लुटली. डोईजड कर भरावा लागतो म्हणून १८५२ मध्ये खानदेश येथे जमिनीची पाहणी करण्यास गेलेल्या सरकारी पथकावर रयतेने हल्ला केला.

१८३३ च्या चार्टर ॲक्टने इंग्रजांस अधिकाधिक प्रदेश जिंकण्याची हाव सुटली. त्यामुळे १८३३ ते ५७ हा कालखंड साम्राज्यविस्ताराचा मानला जातो. युद्धे जिंकण्याचा खर्च हिंदुस्थानवर लादण्यात आला. युरोपियन मालावर जकात नव्हती. त्यामुळे येथील व्यापार बसला. यातच खर्चिक इंग्रजी न्यायालये-अदालती, ख्रिस्ती धर्माचा प्रचार, सामाजिक सुधारणांद्वारा धर्मात हस्तक्षेप यांमुळे वातावरण अस्थिर बनले. यातूनच खानदेशातील स्वातंत्र्येच्छु आदिवासींचा उठाव घडून आला.

खानदेश उठाव

१८१८ मध्ये खानदेशवर इंग्रजांचा ताबा सुरू झाला. सातपुडा, सातमाळा, अजंठ्याच्या कुशीतील भिल्ल ३२ लोकांच्या नेतृत्वाखाली एकत्र आले. दुसऱ्या बाजीरावाचा विश्वासू त्रिंबकजी डेंगळे कैदेतून पळाला आणि त्याने या भिल्लांना प्रेरणा दिली. त्रिंबकजींचे दोन पुतणे गोदाजी डेंगळे व महिपा डेंगळे यांनी या उठावाचे नेतृत्व केले. या उठावात ८००० भिल्लांनी भाग घेतला. अर्थात हा विषमच सामना होता. भिल्ल हरणारी लढाई लढत होते.

कॅप्टन ब्रिग्ज याने या भिल्लांना त्राही भगवान करून सोडले. भिल्लांचे मुडदे पाडणे, त्यांची रसद बंद पाडणे ही कामे त्याने अगदी अचूकपणे केली. एल्फिन्स्टनने काही फुटीर भिल्लांनाच संरक्षक नेमले. घाटातील वाटसरूंचे संरक्षण त्यांच्यावर सोपविले. काही भिल्लांना नोकऱ्या व पेन्शन द्यायला सुरुवात केली. त्यांचा एक नेता नादिरसिंह याला पकडण्यात आले. सातमाळ्याच्या भिल्ल नाईकाला पकडून फाशी दिले. मेजर मोरिन याने या सर्व भिल्लांना शरण येण्यास भाग पाडले. १८२२ च्या दरम्यान 'हरिया' या भिल्लांच्या म्होरक्याचा उठाव कॅप्टन रॉबिनसनने दडपला. बागलाण तालुक्यात सेवाराम नावाच्या सोनाराने सातारच्या राजाच्या बनावट सहीची पत्रे पाठवून भिल्लांना उठावास तयार केले. ८००० भिल्लांचा उठाव लेफ्टनंट औटरॅमने मोडून काढला. औटरॅमने भिल्लांमध्ये राहून त्यांच्यात विश्वास निर्माण केला. त्यांना शहरी जीवनात आणण्याचे त्याने प्रयत्न केले. माफीचे जाहीरनामे, भिल्लांना जमिनी देणे, तगाई, मागील गुन्ह्यांची माफी, सैन्यात भरती यांमुळे भिल्लांचे पुढील काळात तुरळक उठाव घडून आले.

इ. स. १८१८ : बीडच्या धर्माजी प्रतापरावांचे प्रयत्न

१८१८ मध्ये प्रतापरावांनी निजाम सरकारला खूप त्रास दिला. नवाब मूर्तझा यारजंग व लेफ्टनंट जॉन सौदरलंड यांनी त्याचा पाठलाग सुरू केला. दिवे या गावातील

किल्ल्यात त्याने आश्रय घेतला. मात्र कंपनी सरकारची लष्करी ताकद प्रचंड असल्यामुळे धर्माजीचा पराभव झाला व त्याला कैदी बनविण्यात आले.

नांदेडमधील उठाव इ. स. १८१९-२०

हंसाजी नाईक हटकर यांचे स्वतंत्र छोटे राज्य नांदेड जिल्ह्यात होते. निजामाच्या राज्यात त्यांनी सामील व्हावयास नकार दिला. उलट निजामाचे काही किल्ले त्यांनी जिंकले. त्यामुळे युद्ध सुरू होणे अपरिहार्य होते. मेजर पिटमन, कॅप्टन इव्हान्स, डेव्हिड, कॅप्टन टेलर यांच्या नेतृत्वाखाली ४००० फौज आली. २५ दिवस युद्ध चालले. अखेर हटकरांचा पराभव झाला.

रामोशांचे उठाव इ. स. १८२६-३१

चितूरसिंग यांच्या नेतृत्वाखाली सातारा जिल्ह्यात रामोशांनी लुटालूट केली. सत्तू नाईक व उमाजी नाईक हे त्यांचे प्रमुख होते. पुण्याहून मुंबईला जाणारा सावकारी ऐवज त्यांनी लुटला. १८२४ मध्ये उमाजीने पुण्याजवळील भांबुर्डे येथील तिजोरी लुटली. श्रीमंतांस व सावकारांस लुटणे हे त्यांचे कामच झाले. कंपनी सरकारने काट्याने काटा काढावा म्हणून जवाहीरसिंग रामोशी यास सासवडचा अंमलदार केले. परंतु उठावकर्त्या रामोश्यांनी त्याला अटक केली. फलटणच्या निंबाळकरांना, मिरजेच्या पटवर्धनांना त्यांनी धडा शिकविला. जेजुरीच्या पोलिस चौकीवर सशस्त्र हल्ला करून चौकी लुटली. जेजुरीला इंग्रजांचा कडक पहारा होताच. बोरघाटात त्यांनी मुंबई-पुणे मार्गावर लुटालूट करायला सुरुवात केली. उमार्जीच्या नेतृत्वाखाली रामोश्यांनी जणू स्वतःचे राज्य स्थापले. कर्जत तर्फेतून त्यांनी ६००० रुपयांची खंडणी गोळा केली. सरकारने आता अधिकच कडक पावले टाकायला सुरुवात केली.

सर्वसामान्य जनतेने मात्र उमार्जीचे स्वागत करायला सुरुवात केली. इंग्रजांच्या नाकी दम आणणारा हा वीर भविष्यात राजा होणार अशी समजूत लोकांत होती. वेळीच या सगळ्या प्रकाराला आळा घालण्यासाठी भुजबा, पांड्या, उमाजी व येसाजी यांच्यासाठी सरकारने प्रत्येकी ५ हजार रुपयांचे इनाम घोषित केले. (१८२६ साल त्यावेळी १ रुपयास बाजरी २५ शेर, ज्वारी ३२ शेर, गूळ २२ शेर, तांदूळ १३ शेर - इतकी किंमत १ रुपयाला होती. त्यावरून ५ हजार रुपयांच्या किमतीचा अंदाज येईल.)

याच वेळी उमार्जींनी एक फर्मान काढले-'सरकारचे मामलेदारास वसूल देऊ नये. एक पै देखील मामलेदाराकडे भरल्यास घरे जाळून राखरांगोळी करण्यात येईल.' त्यामुळे कंपनी सरकारला संभाव्य धोक्याची जाणीव झाली. जंगलात रामोशी लोकांचे स्वतंत्र राज्य स्थापून उमाजी राजे झाले. त्यांचा दरबार नियमित भरू लागला. रामोशी लोकांचे वर्चस्व मोडून काढण्यासाठी गावकऱ्यांनी रामोशांना अन्न, वस्त्र, निवारा, पैसा

देऊ नये असे आदेश इंग्रजांनी काढले. वतने जप्त करण्याची धमकी दिली. रामोश्यांची बातमी सरकारला ताबडतोब दिलीच पाहिजे अशी धमकी द्यायला सुरुवात केली. शरण येणाऱ्या रामोश्यांना माफी देण्यात आली. त्यांच्या प्रभावक्षेत्रात सारामाफी देऊन शेतकऱ्यांना इंग्रजांच्या बाजूला वळविण्यात आले. कॅप्टन डेव्हिस, कॅप्टन स्पिलरचे घोडदळ पाच कंपन्या घेऊन उमाजींच्या पाठलागावर निघाले. परंतु त्याचा उपयोग झाला नाही. पुणे, सातारा, भोर येथून उठावकर्त्यांनी भरपूर पैसा गोळा केला. सातारा, वाई, भोर, कोल्हापूर येथे सतत संघर्ष चालू होता. उठाव दडपण्यासाठी येणारा खर्च जनतेच्या माथी मारण्यात आला. मधला काही काळ शांततेचा गेल्यावर कॅप्टन मॅकीन्टोशने उमार्जीचा पाठलाग परत सुरू केला. उमाजींनी इंग्रजांना ठार मारण्यासाठी फतवे काढले. पुन्हा एकदा रामोशी व इंग्रज यांच्यात निजामाच्या हद्दीपासून ते कोकणापर्यंत संघर्ष सुरू झाला. अखेर १६ डिसेंबर रोजी भोरजवळ इंग्रजांनी विश्वासघाताने उमाजींना पकडले. त्यांच्यावर खटला भरून त्यांना फाशी देण्यात आले.

हा सारा लढाच असमान लोकांमध्ये होता. परकीय सरकार येथून घालविण्याची त्यांची तीव्र इच्छा होती. दान करणे, गरिबांना मदत करणे, स्त्रियांना त्रास न देणे यांवरून त्यांचा उद्देश केवळ लुटारूंचा होता असे वाटत नाही. उमाजींचा आदर्श शिवाजी महाराज होते. परंतु काळ अनुकूल नव्हता. त्यांचे लढाईचे तंत्र मागास होते. साम, दाम, दंड, भेद यात एतद्देशीय राज्ये नेहमीच मागे पडली. भले-भले लोक इंग्रजांच्या वळचणीला उभे राहिले असताना उमाजी नाईकांनी मात्र स्वातंत्र्याची प्रेरणा स्वत:च्या अंत:करणातच नव्हे तर जनतेतही जागृत ठेवली. यातच त्यांचे मोठेपण आहे.

सावंतवाडीचा लढा – १८२८ ते ३८ व १८४४–४५

१७ फेब्रुवारी १८१९ रोजी सावंतवाडीकरांनी इंग्रजांचे मांडलिकत्व मान्य केले. १८२८ मध्ये महादेवगडचा किल्लेदार फोंडसावंत तांदुळवाडीकर याने बंड केले मात्र इंग्रजांनी हे बंड मोडून काढले. १८३८ मध्ये कंपनीने संस्थानचा कारभार स्वत:चा पोलिटिकल एजन्ट नेमून ताब्यात घेतले.

इंग्रजांचे वर्तन पाहून सावंतवाडीतील सरदार एकत्र आले. आत्मा चौकेकर यांनी १०० लोकांच्या मदतीने कोटावर हल्ला करून कोट ताब्यात घेतला. स्पूनर या पोलिटिकल एजन्टने हे बंड मोडले. १४ लोकांना अहमदाबादच्या तुरुंगात टाकले. चौकेकर यांनी पुन: हणमंतगडावर हल्ला करून किल्ला ताब्यात घेतला. चौकेकरांना पकडण्यात आले तर भोजसावंत यांस ठार मारण्यात आले. १८४५ च्या आगेमागे सावंतवाडीत संघर्ष वाढला. त्या अगोदर राजघराण्यातील अण्णासाहेब उठावकर्त्यांना सामील झाले. उठावकर्त्यांना अधिकच बळ मिळाले. १८४५ मध्ये या परिसरात लष्करी

कायदा पुकारण्यात आला. कॅप्टन औटरॅमने हे बंड मोडून काढले. संपूर्ण मुलूखच खालसा करून अण्णासाहेबांचा अधिकार काढून घेण्यात आला.

कोल्हापूरच्या गडकऱ्यांचा उठाव १८४४

कोल्हापूर संस्थानात किल्ल्यांचे संरक्षण करणारे गडकरी असत. मराठ्यांच्या राज्यात त्यांना पगार मिळे. परंतु कंपनी सरकारच्या राजवटीत गडकऱ्यांचे अधिकार नष्ट करण्यात आले. त्यांच्यावर मामलेदारांस नेमण्यात आले. सामानगडावर पहिला संघर्ष सुरू झाला. कॅप्टन औटरॅमच्या नेतृत्वाखाली इंग्रजांच्या फौजा आल्या. संस्थानचे कारभारी दाजीबा पंडित कंपनी सरकारकडे सारखी सैन्याची मागणी करू लागले. १८४४ मध्ये पन्हाळा, पावनगड, विशाळगड उठाववाल्यांच्या ताब्यात आले. चिकोडीचा खजिना लुटण्यात आला. मद्रासकडून इंग्रजांची फौज आल्याने गडकऱ्यांनी शरणागती पत्करली.

१८५७ चे स्वातंत्र्यसमर

१८५७ च्या स्वातंत्र्यसमरात कोल्हापूर संस्थानचा सहभाग घेण्यासाठी नानासाहेब पेशव्यांचे दूत दक्षिणेत आले. कोल्हापूरचे धाकटे राजे चिमासाहेब यांना लोक भेटले. सत्ताविसाव्या पलटणीस उठावात सामील करून घेणारे बळवंतराव नाईक निंबाळकर हे सरदार उठावकर्त्यांस सामील झाले. ११ जुलै १८५७ च्या रात्री रामजी शिरसाठ यांच्या नेतृत्वाखाली खजिना लुटण्यात आला. त्या रात्री इंग्रज अगोदरच सुरक्षित ठिकाणी गेल्याने वाचले. ग्रँट जेकबच्या नेतृत्वाखाली इंग्रजांनी उठावकर्त्यांस पकडून तोफेच्या तोंडी दिले. ५१ शिपायांना ठार मारण्यात आले. रत्नागिरीतील भारतीय पलटणी नि:शस्त्र करण्यात आल्या. रामजी शिरसाठ यांचा पाठलाग करून त्यांनी ठार मारण्यात आले. पुन: उठाव झाला तेव्हा क्रांतिसैनिकांनी शहर ताब्यात घेतले. पण इंग्रजांनी क्रांतिसैन्याच्या प्रमुखांस ठार मारले. साम, दाम, दंड, भेद या मार्गांनी त्यांना कोल्हापुरात दहशत बसविली. या सर्वांचे प्रेरक नेतृत्व चिमासाहेब यांस इंग्रजांनी कैद केले व कराचीला नजरकैदेत ठेवले, तेथेच त्यांचा अंत झाला.

सातारा – राजे प्रतापसिंहाचे वकील या नात्याने रंगो बापूजी इंग्लंडला १५ वर्षे राहिले. परंतु काही उपयोग न झाल्याने १८५४ ला भारतात परतले. त्यांनी भारतात परतताच स्वातंत्र्यासाठी जवळपास १५–२० ठिकाणी महाराष्ट्रात गुप्त केंद्रे निर्माण केली. सरकारी खजिना लुटण्याच्या योजना तयार केल्या. पंढरपूरचा खजिना लुटण्यात आला. फितुरांच्या मदतीने इंग्रजांनी रंगो बापूजींच्या सहकाऱ्यांना पकडले व गेंडामाळ येथे फाशी दिले. स्वत: रंगो बापूजी मात्र भूमिगत झाले.

मुंबई – मुंबईत राजनिष्ठेचे प्रदर्शन चालू असताना गुलमार डुबे या सैनिकाने उठावाची तयारी गुप्तपणे चालविली होती. समाजातील उच्चभ्रू लोक इंग्रजनिष्ठेचे

प्रदर्शन करीत असताना सामान्य सैनिक मात्र उठावाच्या तयारीत होते. प्रत्यक्ष उठावाचा दिवस खूपच पुढे ढकलल्यामुळे गुप्त बातमी फुटली. इंग्रज अधिकारी जागे झाले व त्यांनी वेळीच दखल घेऊन उठावकर्त्यांना पकडले व फोर्ट जॉर्ज वरील तुरुंगात टाकले.

खानदेश – काजीसिंग हे भिल्लांचे नायक कंपनी सरकारच्या नोकरीत होते. मात्र एकनिष्ठेने काम करूनसुद्धा त्यांच्यावर खुनाचा आरोप ठेवून त्यांना कामावरून काढण्यात आले. दिल्ली परिसरातील उठावाच्या बातम्या ऐकून ते व त्यांच्या सहकाऱ्यांनी आसपासच्या गावांवर छापे घालणे, सरकारी खजिन्याची लूट, अफूच्या गाड्यांची लूट हे प्रकार केले. भीमा नाईक यांच्या नेतृत्वाखाली भिल्लांनी लेफ्टनंट केनेडीचा पराभव, सिरपूर व सुलतानपूरमध्ये लूट केली. सात लाखांचा सरकारी खजिना लुटण्यात आला. सरकारी पोस्ट, टेलिग्राफच्या तारा लुटणे ही कामे भिल्लांनी बेधडकपणे केली. अंबापाणीला घनघोर लढाई झाली. पुढे वर्षभर चकमकी चालूच होत्या.

नाशिक – चोवीस परगण्यांचे प्रमुख कोळी राजे भगवंतराव उठावात सामील होते. भागोजी नाईक व मकाणी फुलदीखान यांच्या नेतृत्वाखाली बंडवाले आघाडीवर होते. इंग्रजांनी वेळीच हे बंड मोडण्यासाठी सैन्य पाठविले. राजे भगवंतराव यांना फाशी देण्यात आले. १८५९ च्या पुढे सार्वत्रिक नि:शस्त्रीकरण करण्यात आले असता भिल्ल आपला हुकूम सुखासुखी मानणार नाहीत म्हणून सरकारने ही कामगिरी हुजूर डेप्युटी कलेक्टर दादोबा पांडुरंग तर्खडकर (अहमदनगर) यांच्यावर सोपविली. त्यांनी हे काम यशस्वीपणे पार पाडले.

नागपूर – नागपुरात राजाचे केलेले हाल, जवाहिरखाना स्वस्तात विकणे या गोष्टी जनतेने पाहिल्या होत्या. लोक बिथरलेले होतेच. १८५७ मुळे त्यांना संधी मिळाली. कट केलेल्या दिवशी रात्री सार्वत्रिक इशारा देण्यासाठी लोकांनी १३ जूनला रात्री दारूचे फुगारे उडवावेत असे ठरले. परंतु रात्री फुगारे उडालेच नाहीत. उठाववाले घाबरले. त्याचा फायदा इंग्रजांनी घेतला. इनायतुलाखान, विलायतखान, नवाब कादरखान यांस फाशी देण्यात आली. शहरातील लोकांची हत्यारे काढून घेण्यात आली. राजघराण्यातील काहींनी या प्रसंगी इंग्रजांना साथ दिली.

औरंगाबाद – १८५७ च्या समराच्या बातम्या जसजशा येऊ लागल्या तसा असंतोष पसरत चाललेला होताच. औरंगाबाद येथे सैन्यात असंतोष निर्माण झालेला होता. औरंगाबादच्या दुसऱ्या इन्फन्ट्रीत २०० सैनिक उत्तर प्रदेशातील होते. त्यांच्यावर सगळ्यांना संशय होता. घोडदळ सरकारविरुद्ध बंड करून उठले. ॲबर, वुडबर्न या अधिकाऱ्यांनी परिस्थिती आटोक्यात आणून उठावकर्त्यांना तोफेच्या तोंडी दिले व असंतोष आटोक्यात आणला.

जमखिंडी – या संस्थानचे प्रमुख रामचंद्र पटवर्धन यांचा स्वातंत्र्यसमरात सहभाग होता. राजाने किल्ल्याची डागडुजी करून शस्त्रास्त्रे जमा करताच कंपनी सरकारला संशय आला व त्यांनी चौकशी सुरू केली. राजाचा विश्वासू सेवक छोटूसिंग याने स्वत:वर सगळी जबाबदारी घेताच त्याला तोफेच्या तोंडी देण्यात आले. पुढे संशयावरून राजाला अटक करून १८५९ पर्यंत कैदेत ठेवण्यात आले.

नरगुंद – नरगुंद या संस्थानचे प्रमुख बाबासाहेब भावे यांच्या पुत्राचे निधन १८४३ मध्ये झाले. कंपनीने त्यांना दत्तक वारस घेण्यास परवानगी दिली नाही. १८५७ मध्ये सोलापूर, कोल्हापूर, सांगली, मिरज, जमखिंडी यांनी एकत्रच उठाव करण्याचे ठरले होते. मॅनसन या कंपनीच्या अधिकाऱ्याला नरगुंदकरांनी ठार मारले. राज्यातील फितूर कारभाऱ्यांनी दारूच्या साठ्यात बाजरी व शेण मिसळले. बाबासाहेब संस्थानच्या बाहेर पडले असता त्यांचा पाठलाग करून त्यांना पकडण्यात आले व फाशी देण्यात आले. संस्थान खालसा करण्यात आले.

सोरापूर – निजामाच्या मुलखात सोरापूर हे छोटेसे संस्थान होते. राजा वेंकप्पा नाईक बलवंत बेहारी हे होते. नानासाहेब पेशव्यांचे लोक त्यांना येऊन भेटले. कॅप्टन कॅम्पबेल या इंग्रज अधिकाऱ्यास राजाच्या सैन्याने मारल्यावर कंपनी सरकारने राजाला फाशीची शिक्षा ठोठावली; पण या राजाने आत्महत्या केली.

मुधोळ – १८५७ मध्ये मुधोळ संस्थानामधील काही बेरडांनी हुलगडी येथे सशस्त्र उठाव केला. लालगडच्या परिसरात बेरड विरुद्ध ब्रिटिशांची लढाई झाली. बेरडांचा पराभव झाला. जनतेत दहशत निर्माण होण्यासाठी बेरडांच्या प्रमुखांना फासावर लटकविण्यात आले.

दख्खन दंगे

१८५७ नंतर राणीचा जाहीरनामा आल्यावर मधला काही काळ शांततेत गेला. १८६० च्या सुमारास अमेरिकन यादवी युद्धामुळे कापसाची निर्यात वाढली व भाव वाढले. १८६४ मध्ये यादवी संपताच भाव कोसळले. १८६७ मध्ये सरकारने शेतसाऱ्यात ५०% वाढ केली. यामुळे परिस्थिती चिघळली. १८७४ मध्ये शिरूर तालुक्यातील करडे गावी काळूराम या सावकाराने लोकांची विनंती अमान्य करून एका शेतकऱ्याची झोपडी पाडली. तेव्हा गावाने त्याच्यावर संपूर्ण बहिष्कार टाकला. ही चळवळ पुणे, अहमदनगर, सातारा, सोलापूर येथे पसरली. सावकारांना कायमचे वठणीवर आणण्यासाठी सुपे येथे शेतकऱ्यांनी सावकारांच्या घरांवर व पेढ्यांवर पद्धतशीर हल्ले सुरू केले. सावकारांनी शेतकऱ्यांच्या अज्ञानापोटी वा लबाडीने घेतलेली गहाणखते, न्यायालयाचे हुकूमनामे, कर्जविषयक दस्तऐवज शेतकऱ्यांनी ताब्यात घेऊन जाळायला

सुरुवात केली. विरोध करणाऱ्या सावकारांना चोपण्यात आले. काहींचे नाक-कान कापण्यात आले. सरकारने ताबडतोब हे बंड मिटविले व सावकारांना अभय दिले. १८७६-७८ ही दोन वर्षे दख्खन दंगे या नावाने प्रसिद्ध आहेत.

आद्य क्रांतिकारक वासुदेव बळवंत फडके

४ नोव्हेंबर १८४५ रोजी शिरढोण येथील फडके घराण्यात वासुदेव बळवंतांचा जन्म झाला. त्यांचे आजोबा अनंतराव फडके कर्नाळा किल्ल्याचे फौजदार होते. कल्याणला त्यांचे बालपण व मिशनरी शाळेत इंग्रजी शिक्षण झाले. पुढील शिक्षण पुणे येथील पूना हायस्कूलात झाले. विवाहानंतर वासुदेवराव जी.आय.पी. रेल्वेच्या ऑफिसात नोकरीस लागले. पुढे त्यांना पुत्ररत्न झाले. पण ते अकाली गेले. रेल्वेची नोकरी सोडून अन्यत्र नोकरी स्वीकारली. आईच्या आत्यंतिक आजारपणात रजा न मिळाल्याने न कळवताच ते गावाला गेले; पणं आईचे निधन झालेले होते. अंत्यदर्शनही झाले नाही. पुढे आईच्या वर्षश्राद्धाचीही रजा मिळाली नाही. न्या. रानडे व सार्वजनिक काका यांची भाषणे ऐकून स्वदेशीचा वापर त्यांनी सुरू केला. परदेशी मालावर बहिष्कार टाकला. लहुजी वस्ताद यांच्या आखाड्यात जाऊन शस्त्रविद्येचे शिक्षण घेतले. १८७३ ते ७५ या काळात शनिवारवाड्यासमोर वीरश्रीयुक्त व्याख्याने देऊन लोकांस क्रांतिकार्यास प्रवण करण्याचा प्रयत्न केला. पण तो अयशस्वी झाला. सुशिक्षित लोकांचा हा अनुभव येताच पुणे व सातारा जिल्ह्यातील रामोशांना त्यांनी हाताशी धरले. रामोशांवर ब्रिटिशांनी प्रचंड जुलूम केलेला होताच. त्यामुळे ते संधी शोधतच होते. त्यांनी श्रीमंतांवर छापे घालून पैसा गोळा करायला सुरुवात केली. फडके यांनी गुप्त क्रांतिकारक संस्थेची स्थापना करून सहभागी लोकांना 'मी माझ्या देशाच्या स्वातंत्र्यासाठी वेळ पडेल तेव्हा सर्वस्वावर तिलांजली देऊन लढण्यास सिद्ध होईन.' अशी प्रतिज्ञा देऊ केली. त्यांना शस्त्रास्त्रांचे शिक्षण देण्यात येई. फर्गसनच्या टेकडीच्या पायथ्याशी लढायांचा सराव चालत असे.

फडकेंच्या सैन्याने १८७९ मध्ये धामारी गावी दौलतराव किल्लकचंद यांच्या घरावर छापा टाकून कामाला सुरुवात केली. वाल्हे, हर्णे, मांगदरी, सोनापूर, चांदखेड गावे लुटली. वासुदेव बळवंतांच्या सैन्यात ९०० लोक सामील झाले तर प्रमुख सेनापती दौलतराव नाईक होते. सैन्यात सर्व जातींचे लोक होते. सरकारने फडकेंना पकडण्यासाठी मेजर डॅनियलची नेमणूक केली. त्याने ताबडतोब कडक उपाय योजले. याच दरम्यान फडके यांनी जाहीरनामा काढला त्यात... 'सरकारी करभार कमी केला गेला पाहिजे आणि लठ्ठ पगाराच्या युरोपियन लोकांच्या पगारात कपात झाली पाहिजे. एतद्देशीय व्यापारास उत्तेजन देऊन येथील लोकांना काम आणि अन्न पुरविले गेले पाहिजे.' अशी

मागणी केली. या जाहीरनाम्यावर वासुदेव बळवंतांची मुद्रा व शिवाजी महाराजांचा मुख्य प्रधान म्हणून स्वाक्षरी होती.

फडके यांना पकडून देणारास इनाम जाहीर करताच फडके यांनी मुंबईच्या गव्हर्नरच्या मस्तकासाठी पाच हजार तर पुण्याचा कलेक्टर व सेशन जज्ज यांच्या मस्तकासाठी एक हजार रुपयांची पारितोषिके घोषित केली. पुण्यात विश्रामबागवाडा व बुधवार वाड्याला फडकेंच्या लोकांनी आगी लावल्या. ढिसूबाई टेकडीजवळील चकमकीत मेजर डॅनियलने दौलतराव नाईकांस ठार मारले. त्यामुळे परिस्थिती बदलली. अतिश्रमामुळे फडकेंना ताप आला. फडके पुण्याहून गाणगापूरला गेले. डॅनियल पाठलागावर होताच. देवरनावडगी येथे फडके झोपेत असताना त्यांना कैद करण्यात आले. त्यांच्यावर खटला चालविण्यात आला. त्यांचे वकीलपत्र सार्वजनिक काकांनी घेतले. पण काही उपयोग झाला नाही. इंग्रज सरकारविरुद्ध सशस्त्र युद्ध पुकारणे, त्यासाठी माणसे, दारूगोळा, शस्त्रास्त्रे गोळा करणे, दरोडे घालणे हे आरोप ठेवण्यात आले. त्यांना काळ्या पाण्याची शिक्षा देण्यात आली. ठाण्याच्या तुरुंगातून त्यांना एडनला नेण्यात आले. १२ ऑक्टोबर १८८० रोजी त्यांनी तुरुंगातून पळण्याचा अयशस्वी प्रयत्न केला. १७ फेब्रुवारी १८८३ रोजी मृत्यूने त्यांची तुरुंगातून सुटका केली.

१८१८ ते १८८४ पर्यंतच्या कालखंडाचा हा धावता आढावा आपण घेतला. महाराष्ट्रातील जनतेने इंग्रजांची राजवट खुल्या दिलाने कधीच स्वीकारली नाही याचा हा पुरावा होय. यातील एकही उठाव व्यापक, दीर्घकालीन टप्प्यात यशस्वी झाला नाही अन्यथा त्याचे परिणाम वेगळेच झाले असते.

अपयशाची कारणमीमांसा

१. व्यापकतेचा अभाव

१८५७ चा अपवाद वगळता अन्य उठाव हे अगदीच मर्यादित स्वरूपाचे होते. भौगोलिकदृष्ट्या सुद्धा त्यांचे कार्यक्षेत्र १-२ जिल्ह्यांच्या पलीकडे नव्हते. त्यामुळे भारतभर पसरलेली साम्राज्यशाही विरुद्ध एकाकी उठाव यात एतद्देशीय हरणारच होते; परंतु स्वातंत्र्याभिमानाची ज्योत याच लोकांनी पेटती ठेवली.

२. ज्याचे हत्यार श्रेष्ठ तोच विजेता

युद्ध भावनेच्या भरात खेळता येत नाही. युद्ध जिंकण्यासाठी दीर्घकालीन नियोजन, शस्त्रास्त्रे, पैसा, निष्ठावान माणसे यांची गरज असते. इंग्रज जेव्हा बंदुका-तोफा घेऊन लढत होते तेव्हा उठावकर्ते पायदळ-घोडदळावर विसंबून तलवारींनी लढत होते. त्यामुळे हा असमान सामना होता. पारंपरिक युद्धपद्धती, मागास हत्यारे यांच्या जोरावर एवढ्या बलाढ्य सत्तेला पराभूत करणे अशक्यच होते.

३. भारतीयांचे दुर्गुण

नेता पडला की पळून जाण्याचे खास भारतीय तंत्र प्राचीन काळापासून ते १९ व्या शतकाच्या अखेरीपर्यंत चालूच होते. पर्यायी युद्धनेतृत्व उभारावे असे कोणालाच वाटले नाही.

इंग्रजांनी त्यांच्या कर्तृत्वावर देश जिंकला हे अर्धसत्य आहे. भारतीयांनी भारत जिंकायला त्यांना जेवढी मदत केली तेवढी अन्य कोणीही केली नाही. फंद–फितुरीच्या बळावर भारत जिंकणे त्यांना खूप सोपे गेले. कित्येक लढाया त्यांनी न लढताच जिंकल्या. अत्यंत क्षुल्लक रकमेपायी महत्त्वाच्या बातम्या फोडणे, शत्रूला गुप्त वाटा दाखविणे, आपसात लढून मरणे या दुर्गुणांनी महाराष्ट्राचा घात केला. १८०० ते १८१८ या काळात महाराष्ट्रातील प्रमुख मराठे सरदारांची फरफट व पेशवाईची अखेर या घटना अगदी दुर्दैवी आहेत. आपण जिंकण्यासाठी लढतोय हा आत्मविश्वास एतद्देशीयांच्या ठायी नव्हताच. त्यामुळे तात्पुरत्या विजयाचे रूपांतर भारतीयांना दीर्घकालीन विजयात करणे जमले नाही.

४. पर्यायी कार्यक्रमाचा अभाव

इंग्रजांची सत्ता घालविल्यावर आपण कोणती पर्यायी राजवट महाराष्ट्राला देणार आहोत, याचे दीर्घकालीन नियोजनच कोणाकडे नव्हते. शिवाजी महाराजांचा आदर्श डोळ्यांसमोर असला तरी व्यवहार मात्र तोकडा होता. लुटालुटीवर राज्य उभी राहत नसतात. त्यामुळे पेशवाई गेल्यावर परत लुटालुटीचे राज्य येण्यापेक्षा इंग्रजांचे राज्य बरे अशीच सर्वसामान्य माणसांची धारणा होती. शेतकरी अन्यायाने प्रचंड दबला गेला असे म्हणावे तर महाराष्ट्रातील सर्वच शेतकऱ्यांनी उठावास पाठिंबा देणे आवश्यक होते. प्रत्यक्षात तसे घडले नाही. हे उठाव वैयक्तिक व एकांगी स्वरूपाचे राहिले.

५. इंग्रजी विद्येचा प्रभाव

इंग्रजी भाषा येथे आल्यावर येथील समाजात वैचारिक परिवर्तन घडून आले. रेल्वे, शाळा, महाविद्यालये, विद्यापीठे आल्यामुळे सर्वांना शिक्षण मिळू लागले. सामाजिक सुधारणा घडून आल्या. त्यामुळे सुशिक्षितांनी बौद्धिक पातळीवर इंग्रजांचे वर्चस्व केव्हाच मान्य केलेले होते. त्यामुळे या उठावांत सुशिक्षित वर्ग सामील झालाच नाही.

उठावकर्त्यांना यश मिळाल्यास व जुन्या राजवटीचे पुनरुज्जीवन झाल्यास आपणास पुन्हा अन्याय सहन करावा लागेल म्हणून समाजातील एक मोठा वर्ग या चळवळींपासून दूर राहिला. ज्या उठावांना सर्वसामान्य जनतेचे पाठबळ नाही ती चळवळ यशस्वी कशी होणार?

उठावांची विधायक बाजू

अपयशाच्या गडद पार्श्वभूमीवर उठावकर्त्यांचे शौर्य व धाडस याला दाद देणे आवश्यक आहे. एका बलाढ्य साम्राज्याच्या विरोधात उभे राहणे याला प्रचंड मानसिक ताकद लागते. आपण मृत्यूला निमंत्रण देत आहोत याची पूर्ण जाणीव त्यांना होतीच. आम्ही निमूटपणे इंग्रजांचे अस्तित्व मानणार नाही. इंग्रज जे करतात ते सर्वच बरोबर नाही, तुमचेही कोठेतरी चुकते आहे, याचे दर्शन उठावकर्त्यांनी घडवले. अँग्लो-इंडियन वृत्तपत्रांनी या उठावांची दखल घेतली. वासुदेव बळवंत फडके यांची नोंद इंग्लंडमधील वृत्तपत्रांनी घेतली. सर रिचर्ड टेंपल या गव्हर्नरने 'ब्रिटिश राजवटीविरुद्ध बंड पुकारणारा पहिला बंडखोर' अशा शब्दात फडकेंचा गौरव केला. फडके यांच्यामुळेच सरकारला नि:शस्त्रीकरणाचा कायदा करावा लागला. आत्यंतिक ध्येयवादी व संघटित बंडाचे पुरस्कर्ते असणारे उठावकर्ते एका अर्थाने राष्ट्रवीरच होत.या पार्श्वभूमीवर लोकांच्या लक्षात आले की वैयक्तिक प्रयत्नांऐवजी सामूहिक प्रयत्न करणे आवश्यक आहे. यातूनच बॉम्बे असोसिएशन सारख्या सार्वजनिक संस्था उदयाला आल्या.

बॉम्बे असोसिएशन –

महाराष्ट्राच्या संस्थात्मक इतिहासात या संस्थेच्या कार्याविषयी इतिहासकार असे लिहितात की, 'हिंदी राजकारणाचा पाया घालण्याचे काम' या संस्थेने केले. जगन्नाथ शंकरशेट, दादाभाई नौरोजी यांच्या प्रयत्नांनी २६ ऑगस्ट १८५२ रोजी मुंबईत बॉम्बे असोसिएशन संस्था उदयाला आली. बोमनजी होरमसजी, डॉ. भाऊ दाजी लाड, नौरोजी फर्दुनजी, जमशेटजी जिजिभाई, विनायकराव जगन्नाथ, मणिकजी कर्सेटजी, वि. ना. मंडलिक या प्रमुख नेत्यांच्या समावेशाने संस्थेच्या कार्याला बळकटी आली.

प्रमुख उद्देश –

संस्थेचा प्रमुख उद्देश म्हणजे भारतीयांच्या अडचणी राज्यकर्त्यांच्या कानी घालून त्यांचे निराकरण करणे हा होय. या देशातील रयतेचे कल्याण करावे अशी इंग्रज सरकारची इच्छा आहे, हे खरे; पण आमची अशी काही दु:खे आहेत की, ती सरकारच्या नजरेस येत नाहीत; म्हणून ती सरकारच्या नजरेस आणून द्यावीत आणि रयतेच्या सुखाकरिता सरकारला हरएक गोष्टीत साहाय्य करावे म्हणून ही संस्था काढली आहे.

१८५३ मध्ये कंपनी सरकारच्या धोरणांवर टीका करणारे, त्यातील दोषांवर मार्मिक आघात करणारे व भारतीयांसाठी अधिकारांची मागणी करणारे प्रदीर्घ निवेदन या संस्थेने ब्रिटिश पार्लमेंटकडे पाठविले होते. इंग्लंडमधील कित्येक उदारमतवादी नेत्यांना या निवेदनामुळे भारतात नक्की काय चालले आहे ते समजले. दादाभाई नौरोजी व नौरोजी फर्दुनजी यांनी या संस्थेला गतिशील ठेवले. या संस्थेतील कार्यामुळेच नाना

शंकरशेठ यांची कायदे-मंडळात नेमणूक झाली. या संस्थेत अठरापगड जातीतील मंडळी एकत्र येऊन कार्य करू लागली होती. ब्रिटिश पार्लमेंटने नेमलेल्या फायनान्स कमिटीपुढे साक्ष देण्यास फर्दुनजींची नियुक्ती झाली, तेव्हा असोसिएशनला २५०० रुपयांची मदत सार्वजनिक सभेने केली.

सुरुवातीला असोसिएशनचे अध्यक्ष म्हणून जगन्नाथ शंकरशेठ यांनी तर डॉ. भाऊ दाजी लाड व विनायकजी जगन्नाथ यांनी चिटणीस म्हणून काम पाहिले.

सार्वजनिक सभा–

सार्वजनिक सभा व गणेश वासुदेव जोशी हे दोन अभिन्न घटक आहे. गणेश वासुदेव जोशी यांचा जन्म २० जुलै १८२८ रोजी झाला. साताऱ्यात बालपण व्यतित झाल्यावर १८४८ मध्ये पुण्यात ते नोकरी निमित्ताने आले. कोर्टात नोकरी करीत असताना त्यांनी अनेक विधायक कामे केली. पुणे सार्वजनिक सभेच्या माध्यमातून त्यांनी जी कामे केली त्यामुळे त्यांना 'सार्वजनिक काका' उपाधी मिळाली. सार्वजनिक सभेला त्यांनी जनतेची गाऱ्हाणी सरकार दरबारी मांडणारी क्रियाशील संस्था असे स्वरूप प्राप्त करून दिले. त्या अगोदर पुण्यात सरदार-जहागिरदारांची 'डेक्कन असोसिएशन' व 'दि पूना असोसिएशन' अशा दोन संस्था अस्तित्वात होत्या, पण त्या फार क्रियाशील नव्हत्या.

सार्वजनिक सभेच्या स्थापनेमागील मूळ घटना

सार्वजनिक सभा स्थापन होण्यास पुण्यातील पर्वती संस्थानच्या पंचकमिटीचा गैरकारभार कारणीभूत ठरला. विष्णुमंदिर, देवदेवेश्वर, कार्तिकस्वामी इत्यादी छोटी मोठी देवळे असणारी पर्वती टेकडी ही देखभालीसाठी एका स्वतंत्र कमिटीकडे होती. परंतु १८६९ च्या सुमारास या संस्थानच्या कारभारात काही अनिष्ट गोष्टी घडून येऊ लागल्या. पंचकमिटीच्या कारभारात तंटे-बखेडे निर्माण होऊन काही पंच मनमानी कारभार करू लागले. यातूनच भाविक असणाऱ्या; पण व्यवसायानं वकील असणाऱ्या गणेश वासुदेव जोशी यांचं मन दुखावलं गेलं आणि त्यांनी या प्रश्नात लक्ष घालायचं ठरवलं.

१८४२ पासून पर्वती संस्थानला सरकारी वार्षिक अनुदान मिळत होतं. खरा प्रश्न अनुदानाच्या व्यवस्थेतूनच निर्माण झाला. या प्रश्नाला वाचा फोडण्यासाठी काकांनी नागरिकांची जाहीर सभा बोलावून संस्थानच्या चौकशीची मागणी केली. व्यक्तिगत प्रयत्नांपेक्षा नागरिकांच्या प्रातिनिधिक संस्थेद्वारे प्रश्न लवकर सुटेल या उद्देशाने व सरकार आणि प्रजा यांच्यातील प्रश्न पत्रव्यवहार, वाटाघाटी इत्यादी मार्गांनी सोडविण्यास एखादी औपचारिक सभा स्थापन करण्याच्या उद्देशाने २ एप्रिल १८७० रोजी पुण्यातील पंत प्रतिनिधींच्या निवासस्थानी सभा भरवण्यात आली. सभेची औपचारिक स्थापना करण्यात येऊन अध्यक्षस्थानी श्रीमंत श्रीनिवासराव पंतप्रतिनिधि (औंध), ६ उपाध्यक्ष, ५ चिटणीस,

त्यापैकी एक ग. वा. जोशी. व्यवस्थापक मंडळात १७ व्यक्ती या पद्धतीने अधिकार मंडळ नेमण्यात आलं. सर्वधर्मीय लोकांना कार्यकारी मंडळात स्थान देण्यात आलेले होते.

संस्थेचे सभासदत्व स्वीकारण्यासाठी प्रतिज्ञापत्रक व शपथ आवश्यक असे. बहुमताने निर्णय होत असत. संस्थेच्या कार्याला लोकांचा वाढता प्रतिसाद मिळू लागल्याबरोबर सभेच्या शाखा सातारा, वाई, कराड, धारवाड, भिवंडी, नगर, नाशिक, सोलापूर येथे निघाल्या.

'पर्वती संस्थान'च्या प्रश्नामुळे सभेचे कार्य सुरू झाले तरी कार्य तेवढ्यापुरते मर्यादित नव्हते. कालौघात कार्याचा विस्तार वाढतच गेला. पुणे शहरातील प्रश्नांसंदर्भात म्युनिसिपालटीकडे विनंती अर्ज, अधिकाऱ्यांची प्रत्यक्ष भेट घेऊन प्रश्न धसास लावणे, सरकारनियुक्त सभासदांच्या जोडीला लोकनियुक्त प्रतिनिधींची मागणी करणे, पुण्यातील दारूगुत्ते कमी करा, कायद्यांचे मसुदे मराठीत उपलब्ध करून द्या, मुंबई हायकोर्टात एक तरी मराठी न्यायाधीशाची नेमणूक करा, रेल्वे प्रवाशांच्या मागण्यांकडे लक्ष द्या, अशी एक ना अनेक गाऱ्हाणी सरकार दरबारी सुरू झाली. सभेच्या कार्याचा चौफेर विस्तार होऊ लागला.

नुसतेच अर्ज-विनंत्यांचे राजकारण करण्यावर सभेने भर दिला नाही, तर प्रश्न तडीस लागावेत म्हणून प्रत्यक्ष कृतीची वेळ येताच सभा मदतीला धावली. मिठाच्या जाचक कराविरुद्ध सभेने कितीतरी अगोदरच जनमत संघटित करण्याचा प्रयत्न केला. १८७३ मध्ये फ्रॅन्सिस पॅडिंग्टन या अधिकाऱ्याने महसुलामध्ये वाढ करण्याविषयी सरकारला सूचना केली असता सभेने अर्ज करून महसुलवाढ अन्यायकारक ठरेल असा इशारा दिला. १८७४ च्या पावसाळ्यात गिरणा, पांजरा नद्यांना पूर आल्याने खानदेश-नाशिक भागात पिकांची प्रचंड हानी झाली असता पूरग्रस्तांसाठी सभेने तीन हजार रुपये मदत पाठवून पूरग्रस्त कुटुंबाचे संसार उद्ध्वस्त होण्यापासून वाचविले. १८७५ मध्ये मॉरिशस बेटावरील हिंदी बांधवांवर तत्कालीन सरकारने अन्याय करताच सभेने वर्गणी जमवून ती मॉरिशसला पाठविली. सभेचे सर्वोपयोगी कार्य पाहून प्रसन्न झालेल्या इंदोरच्या होळकर महाराजांनी सभेला चार हजार रुपयांची मदत केली.

१८७५ च्या दरम्यान पुणे, सातारा, अहमदनगर, सोलापूर या जिल्ह्यात शेतकऱ्यांनी अन्यायी सावकारांविरुद्ध बंडे केली. शेतकऱ्यांच्या अज्ञानाचा फायदा घेऊन, निरक्षरतेचा फायदा घेऊन सावकार खोटी कागदपत्रे करीत. कर्जरोखे, गहाणखते यांच्या आधाराने ते गरीब शेतकऱ्यांना लुटीत. म्हणून सावकारांच्या विरोधात कुळांनी बंड केलं. पुणे जिल्ह्यातील सुपे या ठिकाणी पहिला दंगा झाला. सावकारांची दुकाने लुटणे, त्यांच्याजवळील कर्ज व गहाणवटीची कागदपत्रे जाळणे, सावकारांची नाके कापणे

अशा पद्धतीने सातारा, नगर, नाशिक, खानदेश येथे दंगे झाले. यालाच 'दख्खन दंगे' (डेक्कन रायटस्) म्हणतात. सभेने या दंग्याची पाहणी करून सरकारला निवेदन दिले व दंग्यांची जबाबदारी सरकारवर टाकली. यावर उपाय म्हणून शेतकऱ्यांना कर्जे देण्याची व्यवस्था करा, शेती शिक्षण द्या अशा शिफारशी केल्या. सभेच्या कार्याला यश येऊन सरकारने डेक्कन -ॲग्रिकल्चरिस्ट रिलीफ ॲक्ट (दक्षिणेतील शेतकऱ्यांचा कायदा) तयार केला.

१८७६ च्या दुष्काळात पाऊस-धान्य-वैरण या गोष्टींचे दुर्भिक्ष निर्माण झाले. सारी रयत गांजून गेली. सभेने काकांच्या नेतृत्वाखाली ठिकठिकाणी प्रतिनिधि पाठविले. दुष्काळी परिस्थितीची पाहणी करून सरकारला निवेदन दिले. गांजलेल्या शेतकऱ्यांना सतरा हजार रुपयांची मदत पाठविली. काका सार्वजनिक कार्यासाठी देणग्या गोळा करण्यात कुशल होते. त्यांनी याही प्रसंगी बंगाल, गुजरात, मद्रास येथून मदत मिळविली. सगळ्या वृत्तपत्रांतून या प्रश्नावर रान उठविले. देशी वृत्तपत्रेच नव्हे तर इंग्लंडमधील वृत्तपत्रांतूनसुद्धा या प्रश्नावर लिहवून आणले. दुष्काळावर प्रभावी उपाययोजना म्हणून फॅमिन कमिटी नेमण्याचा आग्रह धरला. यामुळे सरकारने केर्ड यांच्या अध्यक्षतेखाली दुष्काळ समिती नेमली. या समितीसमोर काकांची साक्ष झाली. सभेच्या वतीने त्यांनी पुढील सूचना केल्या -

सरकारने दुष्काळग्रस्तांसाठी कामे काढावीत. स्वस्त दराने शेतकऱ्यांना धान्य पुरवावे, स्वस्त अन्नधान्य दुकाने काढावीत, दौंड मनमाड रेल्वेला गती द्या. खडकवासला धरणाचा विस्तार करा, सरकारी अधिकाऱ्यांच्या मनमानीला आळा घालून गुरांचे जीव वाचवा, या सूचनांबरोबरच ग्रामपंचायतींसाठी व त्वरित न्यायनिवाडा करण्यासाठी अल्प खर्चाची लवाद कोर्ट स्थापन करण्याचा सभेचा आग्रह कायमच होता. सरकारने त्याला सकारात्मक प्रतिसाद दिला.

१८७७ मध्ये लॉर्ड लिटनने इंग्लंडच्या राणीला 'भारताची सम्राज्ञी' किताब देण्यासाठी दिल्लीला दरबार भरवला. तेथे सभेने राणीला मानपत्र सादर केले. त्यात सम्राज्ञी ही पदवी धारण करण्याच्या प्रसंगी हिंदी लोकांना नवे राजकीय हक्क देऊन या राष्ट्रातील राज्यसंस्थांच्या विकासाच्या नव्या युगाला प्रारंभ करा, हिंदी लोकांना ब्रिटिश राष्ट्राच्या बरोबरीचा राजकीय व सामाजिक दर्जा प्राप्त करून द्या, आणि जबाबदारीचे हक्क भोगून हिंदी लोकांना स्वावलंबी व पुरुषार्थी बनण्याचे शिक्षण द्या; अशी मागणी केली. काकांनी या प्रसंगी खादीच्या वेशात प्रभावी भाषण केले.

लॉर्ड लिटनच्या मुद्रणस्वातंत्र्यावर घाला घालणाऱ्या कायद्याच्या विरोधात रावबहादूर सदाशिवराव गोवंडे आणि काकांनी कलकत्ता व मुंबई येथे सर्वप्रथम पत्रकार

परिषदा भरवून निर्भयपणे विरोधी मत मांडले. १८७८ पासून प्रचारकार्यासाठी सभेच्या वतीने इंग्रजी-मराठी त्रैमासिक चालवले जाई. 'द क्वार्टली जर्नल ऑफ द पुना सार्वजनिक सभा'१८७८ रोजी जुलै मध्ये प्रसिद्ध झालेल्या पहिल्याच अंकात संपादक सीताराम हरी चिपळोणकर यांनी सभेचे उद्दिष्ट्य पुढील शब्दांत मांडलं.

'Established for presenting the wants and wishes of the inhabitants of the Deccan, being appointed on a popular elective system under rules framed for the purpose '

– दक्षिण महाराष्ट्राच्या कार्यक्षेत्रातील प्रजेची गाऱ्हाणी मांडणं हेच संस्थेचे उद्दिष्ट्य. १८७८ रोजी जुलैमध्ये त्याचे नाव 'द क्वार्टली जर्नल ऑफ द पुना सार्वजनिक सभा' हे होते. या त्रैमासिकात न्यायमूर्ती रानडे, आकडेतज्ज्ञ ग. व्यं. जोशी, न्यायमूर्ती तेलंग हे लिहीत असत. म. फुले यांचे सहकारी व दीनबंधूचे संपादक कृष्णराव भालेकर यांना काकांनी ग्रंथालय काढायला मदत केली.

१८७९ च्या सुमारास विश्रामबागवाड्याला आग लागली. ती विझविण्याच्या व वाड्याच्या पुनर्बांधणीच्या कामात काकांनी सहभाग घेतला. आद्य क्रांतिकारक वासुदेव बळवंत फडके यांचे वकीलपत्र त्यांनी घेतले. सभेच्या कार्याचे प्रत्यक्ष परिणाम पुण्यात 'स्त्री विचारवती सभा' निघण्यात झाले. सार्वजनिक काकांच्या पत्नी सरस्वतीबाई आणि त्यांचे मित्र सदाशिवराव गोवंडे यांच्या पत्नी सरस्वतीबाई या दोघींनी सामाजिक कार्यात सहभागी होऊन पूरक भूमिका बजावल्या. पुण्यातील स्त्रियांना एकत्र आणण्याच्या उद्देशाने त्यांनी वरील संस्था स्थापन केली.

पुणे सार्वजनिक सभेच्या माध्यमातून काकांनी देशभर स्वदेशीचा विचार पसरविण्याचा प्रयत्न केला, हे त्यांचे मोठे योगदान होय. न्यायमूर्ती रानडे यांची विश्रामबाग वाड्यात स्वदेशी विषयावरील दोन व्याख्याने ऐकून काकांचा स्वदेशीच्या संदर्भातील विचार अधिकच पक्का झाला. त्यासाठी त्यांनी आमरण स्वदेशीचं व्रत पाळलं. स्वदेशीची शपथ घेतली व स्वदेशी माल स्वत: आणि इतरांस वापरण्यास प्रवृत्त केलं. स्वदेशीच्या प्रसारार्थ त्यांनी प्रचारपुस्तिका छापून घेतल्या. स्वत:च्या घरीच मेणबत्ती, काडेपेटी, छत्र्या या वस्तू तयार करण्याचा कारखाना काढला. देशी हातमाग व स्वदेशी दुकानांना उत्तेजन दिले. त्यासाठी 'देशी व्यापारोत्तेजक संस्था' स्थापली. लोकजागृतीसाठी व्याख्याने आयोजित करणे हे सुद्धा सभेचे विशेष कार्य होते. शेतकऱ्यांमध्ये जागृती होण्यासाठी फेमिन कोडचे (दुष्काळ संहिता) भाषांतर करवून घेतले व त्यातील तरतुदी शेतकऱ्यांना समजावून दिल्या. याच्याच पुढचा टप्पा म्हणजे १८९६ मध्ये दुष्काळग्रस्त भागातील शेतकऱ्यांनी साराबंदीची चळवळ सुरू करावी असा प्रयत्न सभेने केला.

शेतसाऱ्यात वाढ रोखण्याचा सभेने प्रयत्न केला. १८९१ ते ९६ या काळात गोपाळ कृष्ण गोखले हे संस्थेचे सचिव होते. सार्वजनिक काकांच्या आकस्मिक निधनाने (२५ जुलै १८८०) सभेच्या कार्याला काकांसारखा खंदा कार्यकर्ता मिळणे अवघड झाले. पुढे सभा टिळक पक्षीयांनी ताब्यात घेतली. त्यातील मवाळांनी म्हणजे मूळच्या सभेतील कार्यकर्त्यांनी पुण्यातच 'डेक्कन सभा' काढली तर टिळकांनी सभेच्या माध्यमातून १८९६ मध्ये दुष्काळग्रस्त भागातील शेतकऱ्यांसाठी खंडबंदीची चळवळ सुरू केली. या चळवळीत भाग घेतल्याबद्दल प्रा. अच्युतराव साठे, दत्तोपंत आपटे, परांजपे, कारूळकर, पिंपुटकर या कार्यकर्त्यांवर सरकारने खटले भरले. १८९७ मध्ये मुंबई सरकारने 'सार्वजनिक प्रश्नांवर अर्ज विनंती करणारी संस्था' हे स्वरूप टिळकांच्या काळात न राहिल्यामुळे सभेची मान्यता काढून घेतली. कनिष्ठ वर्गाच्या प्रश्नांकडे या सभेने कायम दुर्लक्ष केले. त्यामुळे महात्मा फुले यांनी या सभेला 'सार्वजनिक भटसभा' म्हटले. उच्चवर्णीयांचा सभेवर पगडा असल्यामुळे याच काळात कृष्णराव भालेकरांनी 'दीनबंधू सार्वजनिक सभा' काढली. या नावावरचा काकांचा प्रभाव स्पष्ट दिसतो. सार्वजनिक काकांच्या मृत्यूनंतर त्यांचे स्मारक काढण्याची कल्पना निघाल्यावर त्यासाठी वर्गणी गोळा करण्यात आली. महात्मा फुले यांनी मनाचा मोठेपणा दाखवून स्मारकासाठी वर्गणी दिली.

नव्या रक्ताच्या तरुण पिढीला सार्वजनिक कार्याचे बाळकडू पाजणारी, त्यांना राजकीय कार्याची दिशा दाखविणारी आणि महाराष्ट्रीय जनतेत राजकीय हक्कांची जाणीव निर्माण करून त्यासाठी सनदशीर मार्गाने आंदोलन करण्याचे प्रशिक्षण देणारी प्रभावी संघटना म्हणून सार्वजनिक सभेला महाराष्ट्राच्या इतिहासात महत्त्वाचे स्थान आहे.

काँग्रेसची स्थापना व मवाळ कालखंड

पार्श्वभूमी : भारतीय राष्ट्रीय सभेची स्थापना ही स्वातंत्र्यचळवळीतील १८५७ नंतरची निर्णायक घटना होय. देशव्यापी संघटन असलेली ही पहिलीच संघटना होय. या संस्थेपूर्वी काही तुरळक, प्रातिनिधिक प्रयत्न भारतीय आणि महाराष्ट्रीय पातळीवर झाले. त्याची नोंद घेऊन आपण पुढे जाऊ.

संस्थात्मक प्रयत्न : १८३७ मध्ये द्वारकानाथ टागोर यांनी 'लॅण्ड होल्डर्स असोसिएशन' संस्था जमीनदार वर्गाचे हितसंबंध जपण्यासाठी काढली. त्यांचे स्नेही जॉर्ज थॉम्पसन यांनी१८३९ मध्ये इंग्लंडमधे 'ब्रिटिश इंडिया सोसायटी' काढून कार्य सुरू केले. १८५१ मध्ये दोन्ही संस्था एकत्र करून 'ब्रिटिश इंडियन असोसिएशन' संस्था काढण्यात आली. याच संस्थेने १८५२ मध्ये हरीशचंद्र मुखर्जी यांच्या पुढाकाराने भारतीयांच्या तक्रारी पार्लमेंटकडे पाठविल्या.

'बॉम्बे असोसिएशन' व 'पुणे सार्वजनिक सभा' यांचे कार्य आपण पाहिलेच आहे. १८५२ मध्ये स्थापल्या गेलेल्या 'मद्रास नेटिव्ह असोसिएशन' ने सुद्धा इंग्रजांच्या विरोधात प्रारंभिक सूर आळवायला सुरुवात केली. १८६६ मध्ये दादाभाई नौरोजी यांनी व्योमेशचंद्र बॅनर्जी यांच्या सहकार्याने 'ईस्ट इंडिया असोसिएशन' संस्था लंडन येथे सुरू करून जागृतीचे प्रयत्न सुरू केले. बंगालमधील 'इंडिया लीग' संस्थेचे काम जोरदारपणे १८७५ सालापासून चालूच होते. पुढे 'इंडियन असोसिएशन' संस्था सुरेंद्रनाथ बॅनर्जी यांनी स्थापली. १८७६ मध्ये बॅनर्जींनी समान राजकीय हितसंबंधांच्या व आशा आकांक्षांच्या जाणिवेद्वारा भारतातील भिन्नवंशीय व भिन्न जातीच्या लोकांची एकी घडवून आणण्यासाठी ही संस्था प्रयत्न करेल असे सांगितले.याच संस्थेने १८८३ मध्ये कलकत्ता येथे भारतातील विविध प्रांतांच्या प्रतिनिधींची परिषद घेतली. या सगळ्यांचा परिणाम होऊन मुंबईत इंग्रजी विद्येचे आणि नवसुधारणांचे वारे वाहू लागताच जानेवारी १८८५ मध्ये न्या. तेलंग, फेरोजशहा मेहता यांनी 'बॉम्बे प्रेसिडेन्सी असोसिएशन' संस्था स्थापली. त्याच्या अगोदर १८८४ मधील 'मद्रास महाजन सभा' सुद्धा महत्त्वाची संस्था होती.

काँग्रेसच्या स्थापनेची कारणे – 'काँग्रेस' या शब्दाचा अर्थच मुळी एकत्र येणे! त्यामुळे या देशव्यापी संघटनेचे नाव अगदी यथार्थ ठेवण्यात आले. इंग्रजांविरुद्धची अप्रीती, सत्तेचे केंद्रीकरण, इंग्रजी विद्येचे परिणाम, मध्यम वर्गाच्या वाढलेल्या आकांक्षा, वृत्तपत्रांचे कार्य, येथील समाजात घडून येत असलेले प्रबोधन, आर्थिक लूट, भारतीयांस देण्यात येणारी हीन वागणूक, भारतीय साहित्यात या बदलांचे उमटत असलेले चित्र, दळणवळणाच्या साधनांमुळे लोकांच्या भेटीगाठी आणि विचारांचा प्रसार या कारणांमुळे काँग्रेसच्या स्थापनेला चालना मिळाली.

काँग्रेस आणि महाराष्ट्र

१८१८ ते १८८५ या कालखंडात सामाजिक व राजकीयदृष्ट्या बंगाल आणि महाराष्ट्र प्रांत आघाडीवर होते. त्यामुळे काँग्रेसच्या स्थापनेचा शुभारंभ महाराष्ट्रात व्हावा ही गोष्ट इतिहासाला धरूनच होती. काँग्रेसच्या इतिहासातील अत्यंत महत्त्वाचे टप्पे येथेच उदयाला आले. १९२० च्या नागपूर अधिवेशनात म. गांधी यांचे नेतृत्व पुढे येणे, १९३६ चे फैजपूरचे ग्रामीण भारतातील पहिले अधिवेशन व 'चले जाव' सांगणारे १९४२ चे आंदोलन हे महाराष्ट्रातच घडले. त्यामुळे काँग्रेसच्या जडणघडणीत महत्त्वाचा वाटा महाराष्ट्राने उचलला. २८ डिसेंबर १८८५ रोजी सोमवारी दुपारी १२ वाजता मुंबईच्या सर गोकुळदास तेजपाल संस्कृत विद्यालयाच्या सभागृहात इंडियन नॅशनल काँग्रेस उर्फ हिंदी राष्ट्रीय सभेचा जन्म झाला. या अधिवेशनात ७२ प्रतिनिधि

एकत्र आले होते. या प्रतिनिधींमध्ये मुंबईचे १८, पुण्याचे ९, विरमगावचा १, सुरतेचे ६ आणि अहमदाबादचे २ असे मुंबई इलाख्यातीत ३८ जण होते. मद्रास-८, कलकत्ता-३, लखनौ-३, तंजावर-२, आग्रा-२, तर लाहोर, अंबाला, बनारस, अलाहाबाद, बेहारामपूर, मच्छलिपट्टण, चिंगलपेट, मदुरा, तिनेवल्ली, कोईमतूर, कुंभकोणम, सालेम, कडाप्पा, अनंतपूर, बेल्लारी, सिमला येथून प्रत्येकी एक प्रतिनिधि उपस्थिती होता.

या अधिवेशनात एकूण नऊ ठराव पास करण्यात आले, ते सारांश स्वरूपात पुढीलप्रमाणे-राज्यकारभाराची चौकशी करण्यासाठी एक आयोग नेमण्यात यावा, त्यात योग्य त्या प्रमाणात हिंदी प्रतिनिधि घेतले जावेत, मध्यवर्ती व प्रांतिक कायदेमंडळात मोठ्या प्रमाणावर लोकनियुक्त प्रतिनिधि असावेत, नोकरशाहीत हिंदी लोकांस वाव द्यावा, सनदी नोकरीच्या परीक्षा इंग्लंडप्रमाणे हिंदुस्थानात घ्याव्यात, लष्करी खर्च वाढवू नये, हत्यार कायदा रद्द करावा, उच्च शिक्षणावर अधिक खर्च करावा, तांत्रिक शिक्षणाची सोय करावी या मागण्या करण्यात आल्या.

या अधिवेशनात भाषण करणाऱ्या प्रत्येक वक्त्याने ब्रिटिश शासन व राणीच्या चरणी स्वत:ची निष्ठा व्यक्त केली. इंग्लंडमधील लंडन टाइम्सला मात्र ही घटना धोकादायक वाटली. काँग्रेसचा जन्म झाला आणि तिने बाळसे धरायला पहिल्याच वर्षात सुरुवात केली. दुसरे अधिवेशन कलकत्त्याला दादाभाई नौरोजींच्या अध्यक्षतेखाली भरले. उपस्थित असणाऱ्या प्रतिनिधींची संख्या ३००च्या घरात होती. सामाजिक प्रश्नांना व जातीच्या प्रश्नांना हात घातल्यास काँग्रेसच्या अखंडत्वाला बाधा पोहोचेल म्हणून काँग्रेसने राजकारणाच्या क्षेत्रात काम करावे असे ठरले. या अधिवेशनात मागण्या ठामपणे व्यक्त करण्यात आल्या. तिसरे अधिवेशन १८८७ ला बद्रुद्दिन तय्यबजींच्या नेतृत्वाखाली भरले. १८८८ चे चौथे अधिवेशन अलाहाबाद येथे ब्रिटिश व्यापारी जॉर्ज यूल यांच्या अध्यक्षतेखाली भरले. अधिवेशनाअगोदर काँग्रेसचे सचिव ह्यूम यांनी शेतकऱ्यांवर होणाऱ्या अन्याय-संदर्भात, ब्रिटिश शासनाच्या दुष्परिणामासंबंधी पत्रके काढून समस्येवर उपाय म्हणून प्रातिनिधिक शासनाची मागणी केली. एक ब्रिटिश अधिकारी आपल्याच बांधवांविरूद्ध बोलतो आहे, हे पाहून गव्हर्नर जनरल डफरीन याने काँग्रेसवर रोष जाहीर केला. अधिवेशनाला जागा मिळू नये असा प्रयत्न शासकांनी केला. इंग्लंडमध्ये भारताविषयी खरीखुरी माहिती जावी म्हणून १८८९ पासून लंडन येथे काँग्रेसची एक कायमस्वरूपी शाखा सुरू करण्यात आली.

मुंबई अधिवेशन

१८८९ चे मुंबईचे अधिवेशन सर विल्यम वेडरबर्न यांच्या अध्यक्षतेखाली भरले. या अधिवेशनास १८८९ प्रतिनिधी उपस्थित होते. या अधिवेशनात इंग्लंडच्या पार्लमेंटमधील भारतमित्र चार्ल्स ब्रॅडलॉ सक्रिय सदस्य म्हणून उपस्थित होते. त्यांनी भारतीय नेत्यांशी चर्चा करून कायदेमंडळाच्या सुधारणांबाबतचा ठरात्र तयार करून १८९० मध्ये पार्लमेंटला सादर केला व त्यातूनच १८९२ च्या कौन्सिल कायद्याची निर्मिती झाली. १८९०-कलकत्ता, १८९१-नागपूर, १८९२- लाहोर येथे पुढील अधिवेशने भरली.

मवाळ कालखंड

काँग्रेस स्थापनेच्या कार्यात अग्रेसर असणारे जे नेतृत्व होते त्यांच्या विचार-प्रणालीत वा कार्य करण्याच्या पद्धतीस मवाळ वा नेमस्त असे नाव पडले. सुरुवातीच्या काळात काँग्रेस नेत्यांनी संघर्षाऐवजी समन्वय, वादाऐवजी चर्चा, आग्रहाऐवजी विनंती अशा मार्गांचा वापर केला. चर्चा करणे, ठराव करणे व ते शासनाकडे पाठविणे एवढेच काम चाले. पुढील अधिवेशनात तेच ठराव कमी-जास्ती स्वरूपात पास करवून घ्यायचे. मात्र मागील ठरावांचे काय झाले? सरकार दरबारी खेपा मारणे, ठरावांच्या अंमलबजावणीचे प्रयत्न करणे; यासंबंधी कोणीच फारसे प्रयत्न केले नाहीत. भारतमंत्र्यांचे इंडिया कौन्सिल रद्द करा, केंद्र व प्रांत विधिमंडळात भारतीयांचा समावेश करा, मीठ कर रद्द करा, आयात कापडावर कर वाढवा, लष्कर खर्चात कपात करा, जमीन महसूल पद्धतीत सुधारणा करून शेतकऱ्यांवरील कराचा बोजा कमी करा, न्यायदानासंदर्भात अधिकारांचे केंद्रिकरण रद्द करा, शासकीय सेवेत अधिक संख्येने भारतीयांस प्रवेश द्या, इंग्लंडबरोबर भारतातही स्पर्धा परीक्षा घ्या, यातील ४-५ ठरावांचाच फक्त सर्वसामान्य जनतेच्या रोजच्या जीवनाशी संबंध होता. उर्वरित ठराव झाले काय किंवा नाही झाले काय, काहीच फरक पडणार नव्हता.

या कालखंडातील नेतृत्व हे प्रामुख्याने बुद्धिजीवी वर्गातील, मध्यमवर्गीय व सुशिक्षित नेतृत्व होते. प्राध्यापक, वकील, पत्रकार, उच्चवर्गीय शेतकरी, डॉक्टर अशा व्यवसाय गटातील हे लोक होते. सामान्यातला सामान्य माणूस अजूनही काँग्रेसपासून दूरच होता. यामुळेच महात्मा फुले यांनी काँग्रेसवर असा आक्षेप घेतला की 'जोपर्यंत काँग्रेसचे नेते, महार, मांग आणि शेतकरी यांच्या हिताची कळकळ बाळगीत नाहीत आणि त्यांच्या मानवी व्यक्तिमत्त्वाविषयी आदर बाळगीत नाहीत तोपर्यंत राष्ट्रीय सभा ही खऱ्या अर्थाने राष्ट्रीय होऊ शकत नाही, 'एकमय लोक होऊ (Nation) शकत नाही. म.फुले यांनी हिंदी राज्यकारभार चालविणाऱ्या शासनसंस्थेत हिंदी लोकांना काही अधिकाराच्या जागा मिळाव्या अशी मागणी केली. इंग्रज

राजवटीच्या विरुद्ध म.फुले यांची मुख्य तक्रार अशी होती की महार, मांग, शेतकरी, कामगार यांच्या हिताकडे सरकार दुर्लक्ष करते. कनिष्ठ वर्गाच्या हिताकडे काँग्रेसने लक्ष दिले नाही तर काँग्रेसही राष्ट्रीय होऊ शकणार नाही.

या कालखंडातील राष्ट्रीय सभेच्या नेत्यांना ब्रिटिश राज्य हे ईश्वरी वरदान वाटे. काँग्रेसच्या वार्षिक अधिवेशनात ब्रिटनचे राष्ट्रगीत गायिले जाई. ब्रिटिशांचा युनियन जॅक अधिवेशन ठिकाणी उभारण्यात येई. भारतात प्रस्थापित केलेली शांतता, शिक्षण व रेल्वे या सुधारणा आणि कायद्यासमोर सर्व समान यांमुळे भारतीय सर्वसामान्य मानस भारावून गेले होते.

काँग्रेसचे नेतृत्व इंग्रजी शिक्षणामुळे इंग्रजांच्या न्यायबुद्धीवर विश्वास ठेवणारे होते. इंग्रजांचे उदारमतवादी तत्त्वज्ञान त्यांनी आत्मसात केलेले होते. लोकशाही व्यवस्थेचे जनक असणाऱ्या इंग्लंडमध्ये काही जण राहून आल्यामुळे त्यांचा विश्वास अधिकच दृढ झाला होता. राणीच्या जाहीरनाम्यावर त्यांचा विश्वास २७ वर्षे उलटून गेल्यावर सुद्धा कायमच होता. ब्रिटिश राज्य उलथवून टाकण्याची कल्पना यांच्यापैकी कोणाच्याही स्वप्नात नव्हती. ब्रिटिशांनी थोड्या-थोड्या सुधारणांचे हप्ते देत राहावे एवढीच त्यांची माफक अपेक्षा होती. पार्लमेंटच्या कानावर आपले गाऱ्हाणे घातले की, आपले प्रश्न आज ना उद्या सुटतील असा या मवाळ नेत्यांचा प्रांजळ विश्वास होता. इंग्लंडमधील लोकशाही परंपरांचा स्वीकार करूनच आपले प्रश्न सुटू शकतील असे त्यांना पूर्णपणे वाटत होते. सशस्त्र क्रांतीचा मार्ग अशक्य आणि तात्त्विकदृष्ट्या विरोधी होता. त्यामुळे लेखी ठराव करावेत, शासनाला विचाराप्रीत्यर्थ पाठवून द्यावेत एवढा सोपा मार्ग त्यांनी अनुसरला होता. हे ठराव प्रांतिक पातळीवर विभिन्न वर्तमानपत्रांतून प्रसिद्ध केले, की काँग्रेस पुढारी आश्वस्त होत असत. अन्याय करणाऱ्यास सारखी त्याची आठवण करून दिल्यास तो अन्याय कमी करेल असे त्यांना वाटत होते.

लंडन शाखा

भारतीयांच्या प्रश्नांच्या संदर्भात दादाभाई नवरोजींना शोषक साम्राज्यशाहीचे अंतरंग समजलेले होते. त्यामुळे भारतीय प्रश्नांचा तपशीलवार अभ्यास करावयाचा, आकडेवारी गोळा करायची आणि ब्रिटिशांपुढे हा सारा अभ्यास मांडावयाचा, प्रसंगी भारतीय शिष्टमंडळ इंग्लंडला पाठविणे असे या कार्यप्रणालीचे स्वरूप होते. भारतप्रेमी खासदार व ब्रिटिश अधिकारी यांच्या मदतीने पार्लमेंटमधे भारतीय प्रश्न उपस्थित करावयाचे त्यावर चर्चा करायची असेच सुरुवातीला स्वरूप होते. या शाखेसाठी भारतीय काँग्रेस वर्षाला ३००० पौंड निधी खर्च करी. यात इंग्लंडमधे व्याख्याने

आयोजित करणे, परिपत्रके छापणे, १८९० पासून 'इंडिया' नियत-कालिकाचा खर्च, यांचा समावेश होता. १८८५ ते ९३ या सात वर्षात केलेल्या सातत्यपूर्ण प्रयत्नांमुळे पार्लमेंटमधे भारताविषयी सहानुभूती असणारे ११४ खासदार तयार झाले. या खासदारांच्या दबाव गटातूनच वेल्बी कमिशन नेमण्यात आले. या लंडन शाखेमुळेच दादाभाई 'हाऊस ऑफ कॉमन्स' मधे निवडून आले. या शाखेच्या कार्याचा प्रभाव लंडन पुरता मर्यादित न राहता युरोपीय राष्ट्रांमधेही वाढला. १९०४ मधे ॲमस्टरडॅम येथील सोशालिस्ट काँग्रेसमधे दादाभाईंनी 'भारतीय समस्या व ब्रिटिश शोषणाचा' अहवाल मांडला.

परिणाम – या सगळ्या कार्याचा प्रत्यक्ष वा अप्रत्यक्ष परिणाम पुढील सुधारणा होण्यात झाला. ब्रिटिश पार्लमेंटमधे १८९२ मध्ये प्रांतिक विधिमंडळाच्या सुधारणेचा कायदा केला गेला. १८९३ मध्ये इंग्लंडप्रमाणे भारतात मुलकी सेवा स्पर्धा परीक्षा घेण्याचे तत्त्वत: मान्य करण्यात आले. काँग्रेसचे अधिवेशन दरवर्षी निश्चितपणे भरणारच हा विश्वास निर्माण झाला. लोकांना गाऱ्हाणी मांडण्याचे हक्काचे व्यासपीठ तयार झाले.

'लंडन टाईम्स', 'इंग्लिशमन', 'पायोनिअर' या वृत्तपत्रांनी इंग्रजांना धोक्याचा इशारा दिला. काँग्रेसच्या कार्यात त्यांना संभाव्य क्रांतीची बीजे दिसू लागली. त्यामुळे काँग्रेसला विरोध करण्याचा सल्ला देण्यात आला. पहिल्या तीन अधिवेशनांना ब्रिटिश अधिकारी निमंत्रित व भोजनास आमंत्रित असत. १८८८ च्या पुढे ही परिस्थिती बदलली. सरकारने अलाहाबाद अधिवेशनासाठी जागा देण्यास विरोध केला. इंग्रज सरकारने काँग्रेस कार्यकर्त्यांकडून जामीन मागितला. गव्हर्नर जनरल लॉर्ड डफरीन याने याच काळात काँग्रेसला गर्भित धमक्या दिल्या. काँग्रेसच्या मागण्या अवास्तव असून, प्रातिनिधिक शासनासाठी देश परिपक्व नाही, राष्ट्रीय सभा हीच देशाची एकमेव प्रातिनिधिक संस्था नाही असे सांगितले. 'राजकारण' हाच केंद्रीय विषय ठेवणाऱ्या काँग्रेसवर टीका केली. या टीकेची अंतिम परिणती भारतीय वृत्तपत्रांच्या प्रतिबंधात झाली.

सर सय्यद अहमद यांची भूमिका– मवाळ कालखंडात मुंबईच्या अधिवेशनास दोन, कलकत्ता अधिवेशनास तेहतीस, मद्रास अधिवेशनास ऐक्याऐंशी मुसलमान सदस्य उपस्थित होते. बद्रुद्दीन तय्यबजींच्या आवाहनाला प्रतिसाद देऊन अलाहाबाद अधिवेशनास मुसलमान सदस्यांनी विधायक प्रतिसाद दिला पण पुढे त्यांची संख्या रोडावली. सर सय्यद अहमद यांनी 'काँग्रेसच्या मागण्या मुस्लिमांस घातक आहेत, अशी भूमिका घेतली. काँग्रेसच्या मार्गाने जाण्यापेक्षा ब्रिटिशांबरोबर राहूनच आपले हित साधण्यात शहाणपण आहे असे त्यांनी सांगितले. काँग्रेसला शह

देण्यासाठी ब्रिटिश नोकरशाहीच्या प्रेरणेने त्यांनी स्वतंत्र संघटना स्थापण्याचा विचार केला. त्यामुळे ब्रिटिशांची 'फोडा व झोडा आणि राज्य करा' ही नीती यशस्वी ठरली. याची अंतिम परिणती धार्मिक मतभेद, दंगे, अविश्वास, फाळणी यात झाली.

जमीनदार वर्गानेसुद्धा स्वत:चे हित साधण्याला प्राधान्य देऊन काँग्रेसपासून चार हात दूर राहण्याचे धोरण स्वीकारले. 'दरभंगा व बडोद्याचे महाराज' अपवाद वगळता उरलेले या कार्यापासून अलिप्त राहिले.

महाराष्ट्र व मवाळ नेते

या कालखंडातील महाराष्ट्रातील मवाळ नेत्यांमध्ये दादाभाई नवरोजी, न्यायमूर्ती रानडे, फिरोजशहा मेहता, गोपाळ कृष्ण गोखले यांचा समावेश होतो.

१) दादाभाई नवरोजी उर्फ आधुनिक भारताचे पितामह – (१८२५-१९१७) भारताला राष्ट्रीयदृष्ट्या जागृत करण्यात दादाभाईंचा वाटा सगळ्यात महत्त्वाचा होता. भारतीय राष्ट्रवादाला आर्थिक समीक्षेची जोड देऊन त्यांनी बिनतोड युक्तिवाद केले. १८५० पासून सहप्राध्यापक, प्राध्यापक, ज्ञानप्रसारक सभेचे कार्यकर्ते, रास्त गोफ्तारचे जनक, बॉम्बे असोसिएशनच्या संस्थापकांपैकी एक अशा भूमिकांमधून त्यांनी देशाची सुरुवातीला सेवा केली. कामा कंपनीचे प्रतिनिधि म्हणून इंग्लंडला गेल्यावर त्यांनी तेथील आर्थिक परिस्थितीचा अभ्यास केला व भारतीयांस उद्योगधंदे काढण्यास प्रवृत्त केले. यातूनच जमशेटजी टाटा यांनी प्रेरणा घेऊन पोलाद उद्योगाचा पाया घातला. भारतात परतल्यावर बडोद्याचे दिवाण म्हणून काम केल्यावर ते मुंबईत परतले. १८७१ चे इंग्लंडमधील वित्तसमितीसमोरील त्यांचे भाषण, १८८० चे फॅमिन कमिशनला सादर केलेले निवेदन, १८९५ सालची वेल्बी कमिशनपुढील त्यांची साक्ष गाजली. याच पुस्तकात त्यांनी द्रव्यापहरणाचा उर्फ आर्थिक नि:सारणाचा स्वतंत्र उल्लेख केलेला आहे. इंग्लंडच्या आर्थिक कटू कारवायांवर त्यांनी प्रकाश टाकला. १९०६ मध्ये त्यांच्यातील मवाळ कार्यकर्ता जहाल विचारसरणीकडे झुकू लागला. वंगभंगावर टीका करून त्यांनी स्वदेशी व बहिष्कार, राष्ट्रीय शिक्षण व स्वराज्य या चतु:सूत्रीवर भर दिला. काँग्रेसच्या १९०६ च्या कलकत्ता अधिवेशनात 'चळवळ करा, चळवळ करा, अखंड चळवळ करा,' असा मंत्र त्यांनी दिला. स्थापनेपासून मृत्यूपर्यंत त्यांचा संबंध काँग्रेसशी कायम होता. इंग्लंडच्या पार्लमेंटमधे निवडून गेल्यावर त्यांनी सदैव भारत हिताची काळजी घेतली.

२) न्यायमूर्ती महादेव गोविंद रानडे (१८४२-१९०१)

१८५७ नंतर थंडगार गोळा होऊन पडलेल्या महाराष्ट्राला स्वकर्तृत्वाने चैतन्य प्राप्त करून देणारे पहिले नेतृत्व म्हणजे न्या. रानडे. त्यांचे व्यक्तिमत्त्व, कर्तृत्व

सर्वस्पर्शी होते.

इंदूप्रकाशमधील लेखन, प्रार्थनासमाजाचे कार्य, सार्वजनिक सभेचे कार्य, सामाजिक व औद्योगिक परिषद या कार्यात त्यांनी सरकारी नोकरीत असताना सुद्धा पुढाकार घेतला. महाराष्ट्रातील शेतकऱ्यांच्या दुरवस्थेला सरकारी महसुली धोरणे जबाबदार आहेत असा निष्कर्ष त्यांनी लोकांसमोर व सरकारसमोर मांडला. दुष्काळाचे विश्लेषण, आर्थिक पाहणी व आकडेवारीच्या माध्यमातून करणारे ते पहिले महाराष्ट्रीय तज्ज्ञ होत. सार्वजनिक सभेच्या माध्यमातून स्वदेशी व आर्थिक वास्तवासंबंधात त्यांनी जनतेचे कायम प्रबोधन केले. भारतीय उद्योगांच्या भल्यासाठी संरक्षक जकातींची मागणी केली. दादाभाईंच्या आर्थिक नि:सारणाच्या सिद्धान्ताशी त्यांचे काही बाबतीत मतभेद होते. परकीय गुंतवणुकीचे त्यांनी मर्यादित प्रमाणात स्वागत केले. काँग्रेसच्या अधिवेशनांना जोडून सामाजिक परिषद घेण्याची कल्पना मांडून त्यांनी प्रत्यक्षात आणली.

३) फिरोजशहा मेहता (१८४५-१९१५)

ह्यूम यांच्या प्रारंभिक सहकाऱ्यांमधे फिरोजशहांचा विशेष समावेश होतो. ब्रिटिशांच्या उदारमतवादावर प्रचंड विश्वास आणि जन आंदोलनाला विरोध यांमुळे त्यांचे व्यक्तिमत्त्व वादग्रस्त होते. काँग्रेसमधील जहाल गटाला त्यांनी कायमच विरोध केला तो अगदी मृत्यूपर्यंत. १९०७ च्या सुरत अधिवेशनात फूट पडणार हे स्पष्ट दिसत असून सुद्धा त्यांनी काँग्रेस सांधण्याचे प्रयत्न केले नाहीत. १८९०च्या काँग्रेसच्या अधिवेशनाचे ते अध्यक्ष होते. प्रातिनिधिक शासन यंत्रणेचा पुरस्कार करून मुंबई नगरपालिका व मुंबई विद्यापीठाच्या मर्यादित स्वायत्ततेसाठी ते कायम दक्ष होते. रणांगणात उतरून लढणाऱ्या सैनिकाची भूमिका बजावण्यापेक्षा राजधानीत बसून युद्धाच्या योजना आखणे हेच त्यांच्या स्वभावात बसणारे होते.

४) गोपाळ कृष्ण गोखले (१८६६-१९१५)

अत्यंत बुद्धिमान विद्यार्थी असणाऱ्या गोखले यांनी राष्ट्रसेवा करण्यासाठी शिक्षकीपेशा स्वीकारला. फर्गसनचे प्राचार्यपद सोडून सार्वजनिक कार्यात रानड्यांना गुरू मानून सार्वजनिक सभेच्या त्रैमासिकाचे संपादन केले. 'सुधारक' या आगरकरांच्या पत्राचे सहसंपादकपद भूषविले. १८९७ मध्ये वेल्बी कमिशनपुढे साक्ष देण्यासाठी इंग्लंडला गेले. १८९५ मध्ये काँग्रेसचे चिटणीस व १९०५ च्या अधिवेशनाचे अध्यक्षपद त्यांनी भूषविले. प्रांतिक विधिमंडळ व केंद्रीय विधिमंडळात त्यांनी सदस्य म्हणून प्रभावी कार्य केले. १९०५ मधे 'भारत सेवक समाजाची' स्थापना त्यांनी केली. त्यांच्या इतके उत्तम वक्तृत्व क्वचितच कोणाचे असेल! अर्थसंकल्पावर विधिमंडळात

भाषणे करताना प्राथमिक शिक्षण सक्तीचे व नि:शुल्क करण्याची मागणी त्यांनी केली. 'तांत्रिक शिक्षणसंस्था स्थापना, भारतीयांस उद्योगवाढीसाठी मदत करा' अशा कित्येक विधायक सूचना त्यांनी केल्या. राजकीय अधिकार व सुधारणा टप्प्या-टप्प्याने मिळाव्यात अशीच त्यांची भूमिका होती. प्रातिनिधिक शासनपद्धतीची मागणी करून त्यांनी मोर्ले-मिंटो कायद्याचे स्वागत करतानाच १९१५ मध्ये स्वत:चीच एक योजना सरकारला सादर केली की ज्यात प्रांतिक स्वायत्तता व केंद्रीय विधिमंडळात भारतीयांना बहुमत मिळेल. चतु:सूत्रीला त्यांचा पाठिंबा असला तरी त्यांनी उघडउघड पुरस्कार टाळला. मोहनदास करमचंद गांधी (महात्मा गांधी) यांच्या दक्षिण आफ्रिकेतील लढ्याला सक्रिय पाठिंबा दिला. गांधींच्या कार्याचे महत्त्व ओळखणारे ते पहिले महाराष्ट्रीय नेते होत. सरकार व जनता यांच्यातील समन्वयक म्हणूनच त्यांनी कायम काम केले. गांधी यांनी गोखले यांचे शिष्यत्व पत्करून त्यांना 'गंगेच्या पवित्र पात्राची' उपमा दिली.

जहाल मतवादाचा कालखंड अर्थात टिळक युग (१८९३-१९०७)

काँग्रेसच्या इतिहासात १८९३ ते १९०७ हा कालखंड जहाल राष्ट्रवाद्यांच्या उदयाचा व विस्ताराचा आहे. अर्थात लो. टिळकांच्या मृत्यूपर्यंत (१९२०) देशात त्यांच्या नेतृत्वाला सार्वत्रिक मान्यता होतीच.

काँग्रेसचे कार्य लोकांच्या पसंतीस पडू लागले. त्यामुळे समाजातील सुशिक्षित वर्ग काँग्रेसकडे आकर्षित होऊ लागला. काँग्रेसचे रूपांतर चळवळीत करण्याची भूमिका ह्यूम यांनी मांडली मात्र देशी नेतृत्वाने ती फेटाळली. त्यामुळे दरवर्षी कागदोपत्री ठराव करणाऱ्या संस्थेला भिण्याचे इंग्रजांना काहीच कारण नव्हते. काँग्रेसकडे सरकार दुर्लक्ष करीत आहे, ही भावना अत्यंत दु:खद पण वास्तव स्वरूपाची होती. तरुणांचा विश्वास डळमळीत होऊ लागला होता. त्यामुळे १८९१ च्या नागपूर अधिवेशनात मुरलीधर या प्रतिनिधीने ब्रिटिशांबरोबरच भारतीयांवर टीका केली. ही तर केवळ सुरुवात होती. या विचारांचे समर्थक अनेक लोक होते. अश्विनीकुमार दत्त यांनी काँग्रेसच्या तीन दिवसांच्या अधिवेशनास 'तमाशा' म्हटले व परिस्थितीत बदल घडवायचा असल्यास सामान्य जनतेला त्यात सामील करणे आवश्यक आहे, असे प्रतिपादन केले. भारतीय काँग्रेसने राणीचे अभिनंदन करणारे जे ठराव केले त्यावर इंग्लंडमधील काहींनी टीका केली व हिंदुस्थानच्या २-३ पिढ्यांचे नुकसान करणाऱ्या राणीचे अभिनंदन कसले करता? अशी विचारणा केली.

कोणतीही साम्राज्यवादी सत्ता स्वत:च्या आकांक्षा पूर्ण करण्यासाठी अन्य ठिकाणी राज्य करते. त्यांच्या प्राधान्यक्रमात वसाहतीतील लोकांच्या मागण्या पूर्ण

करणे हा कार्यक्रम सर्वांत शेवटी, तोही असला तर असतो. त्यामुळे केवळ मागून काहीच मिळत नसते. जोपर्यंत काँग्रेसची सभासद संख्या प्रचंड होत नाही, सामान्य लोकांचे प्रश्न आपण हाती घेत नाही तोपर्यंत काहीच होणार नाही अशा निष्कर्षाला काँग्रेसमधील नव्याने उदयाला येणारे नेतृत्व आले. याच भूमिकेची मांडणी महात्मा फुलेंनी अगदी सुरुवातीलाच केली होती. परकीय राज्यकर्ते आपल्या भल्याकरिता आले नसून त्यांच्या धोरणांचा जाता-जाता काही चांगला परिणाम झाला तर तो अप्रत्यक्ष परिणाम आहे. परकीय राज्यकर्ते न्याय देण्यासाठी येत नसतात तर अन्याय करण्यासाठी येत असतात. आपली चळवळ आपल्याच पायावर उभी करण्याची गरज आहे. भारताला पुन:एकदा वैभवाप्रत न्यायचे असेल तर आपल्याच इतिहासाकडे वळायला हवे. प्राचीन भारताचा गौरवशाली इतिहास पुन: एकदा अभ्यासायला हवा. काळे-गोरे भेद करणे हे अमानुष आहे. कातडीच्या रंगावरून कोणीच उच्चनीच ठरत नाही. यावर उपाय म्हणजे जागृती, आत्मसन्मान, नि:स्वार्थ बुद्धीने कार्य करणे हेच आहे.१८९२ चा कायदा धूळ फेक करणारा आहे, याची प्रचिती जनतेला आलीच होती. जे जे इंग्रजांचे 'ते ते सारे चांगले' अशी भूमिका संपली. काँग्रेसच्या अधिवेशनात दबक्या आवाजात चालणारी टीका आता उघड-उघड स्वरूप धारण करू लागली. या विचारप्रवाहाला सर्वांत जोरदार खतपाणी घालण्याचे काम वृत्तपत्रांनी केले.

मवाळ व जहाल

काँग्रेसमधे वैचारिकदृष्ट्या दोन प्रवाह या काळात स्पष्टपणे दिसू लागले. ब्रिटिश हेच आपले तारणहार मानून त्यांच्याच सहकार्याने प्रगती करू इच्छिणारे, त्यांच्या मर्जीकडे लक्ष देऊन कार्य करणारे व ब्रिटिश फारसे दुखावणार नाहीत याची काळजी घेणारे ते मवाळ (Moderates) आमची प्रगती आम्हीच करू, स्वावलंबन, आत्मनिर्भर व जनजागृतीचा मार्ग आखून सर्वसामान्यांच्या हिताला प्राधान्य देऊन ब्रिटिशांना विकासातील धोंड मानून त्यांच्या विरुद्ध लेखणी-वाणीद्वारे हल्लाबोल करणारे ते राष्ट्रवादी वा जहाल गटाचे (Extremists) म्हणून ओळखले जाऊ लागले.

जहालमतवादाच्या उदयाची कारणे

१८९३ च्या सुमारास काँग्रेस नेतृत्व आत्मपरीक्षण करू लागले असता त्यांच्या लक्षात आले की अर्ज, विनंत्या, चर्चा, वाद-विवाद, ठराव पास करून काहीच होत नाही. ॲलन ह्यूम यांनी सुचविलेला लोकजागृतीचा वा चळवळीचा मार्ग अन्य ज्येष्ठ भारतीयांनी फारसा मनावर न घेतल्यामुळेच काँग्रेसला एक चौकटबद्ध स्वरूप प्राप्त झाले. चौकट मोडण्याची कोणाचीच तयारी नव्हती.

तरुण वर्गाच्या लक्षात राजकारण्यांची मानसिकता येणे अगदीच स्वाभाविक होते. इंग्रजी विद्येने प्रभावित झालेली पहिली-दुसरी पिढी सावध, बुद्धिजीवी राजकारण करणारी होती. काँग्रेसला जी स्थितीशीलता आलेली आहे ती दूर करण्यासाठी तिला गतिमान करण्याची गरज आहे, असे तरुणांच्या लक्षात आले आणि विचारमंथन सुरू झाले. यातच मुंबईच्या 'इंदुप्रकाश' पत्रात प्रखर राष्ट्रवादी नेते अरविंद घोष यांनी काँग्रेसच्या कार्यपद्धतीवर टीका केली. ज्येष्ठ नेते कार्यप्रवण असण्याऐवजी खुर्च्या अडवून बसले आहेत. काँग्रेसची अवस्था ग्रहण लागल्यासारखी झाली आहे, अशा अर्थाची जोरदार टीका करून बदलाची गरज प्रतिपादन केली. लाला लजपतराय यांनी काँग्रेसही मूठभरांची संघटना झाली असून त्यांना राजकीय निष्ठांऐवजी राजकीय मते आहेत. राष्ट्रकार्यासाठी देहदंड सोसण्याची कोणाचीच तयारी नाही अशी टीका केली. भारतीयांना ही परिस्थिती बदलण्यास काँग्रेसला जनचळवळीचे स्वरूप प्राप्त करून घ्यावे लागेल असे आग्रही प्रतिपादन केले.

ब्रिटिशांचे वर्चस्ववादी धोरण : ब्रिटिश हे राज्यकर्ते असल्यामुळे या देशात त्यांच्या वागण्यात जेतेपणाचा दर्प येणे स्वाभाविक होते. येथे आलेला शासकवर्ग दमननीतीचा पुरस्कार करणारा तर काही शासक भारतीयांना मदत करावी अशा विचारांचे, त्यामुळे वाद निर्माण होणे अगदीच स्वाभाविक होते. परंतु अखेर विजय मात्र 'हिंदुस्थान हा शस्त्रबळाने जिंकला आहे आणि बळानेच तो ताब्यात ठेवला जाईल' अशा मनोवृत्तीच्या एल्गिनसारख्या अधिकाऱ्यांचा. त्यामुळे बळावर विश्वास ठेवणाऱ्या अधिकाऱ्यासमोर विनंती, अर्ज, कागदपत्रे यांचा पाड कसा लागणार?

सुधारणा हप्त्याचे अपयश : १८९२ च्या कौन्सिल ॲक्टची निर्मिती काँग्रेसमुळे झाली असा एक सर्वसाधारण प्रवाह होता. परंतु कायद्याचे स्वरूप पाहून 'हेचि फल काय मम तपाला' असे म्हणण्याची पाळी मवाळ नेत्यांवर आली. त्यामुळे सुधारणा मागून मिळत नसतात तर त्यासाठी सरकारवर जनमताचे दडपण आणावे लागणार याची खात्री लोकांना पटली. त्यामुळे जहाल नेत्यांना आपले म्हणणे पुढे रेटण्यासाठी १८९२ च्या कायद्याची ढाल मिळाली.

आर्थिक शोषण अविरत चालू : 'आर्थिक शोषण संपवू ना कधि' अशी भूमिका इंग्रजांनी येथे भारत स्वतंत्र होईपर्यंत घेतली होती. दादाभाई, न्या.रानडे, गोखले यांनी आर्थिक पातळीवर इंग्रजांच्या शोषणाचे अभिनव प्रयोग दाखवून देऊनही इंग्रजांच्या मनोवृत्तीत फारसा फरक पडला नव्हता. खुल्या व्यापाराच्या स्पर्धेत भारत उभा राहणे शक्यच नव्हते. शेतकरी असह्य करांखाली भरडला गेला होताच.

आयात–निर्यात कर यांचा वास्तवाशी संबंध असण्यापेक्षा इंग्लंडच्या हिताशी जास्त जवळचा संबंध होता.

सार्वत्रिक असंतोष : दुष्काळ निवारण ही सरकारी जबाबदारी असून सुद्धा सरकार योग्य त्या प्रकारे हाताळत नव्हते. दुष्काळ ज्या भागात पडला असेल तेथे कर माफ करावा ही अत्यंत मूलभूत मागणी सुद्धा मान्य होत नव्हती. उपासमार, भूकबळी यात लाखो लोक मरत होते पण सरकारच्या प्रवृत्तीत बदल होत नव्हता. येथील जनतेच्या असंतोषात भर पडत असतानाच राज्यकर्ते मात्र समारंभ,राजवैभवाचे प्रदर्शन, वाढदिवस यात मग्न होते.

नवशिक्षितांमधील असंतोष : इंग्रजी विद्येला वाघिणीचे दूध म्हटले जाते.हे वाघिणीचे दूध पिणारा गुरगुर केल्याशिवाय राहात नाही. त्यामुळे इंग्रजी शिक्षण घेऊन सुद्धा सुशिक्षित वर्गाला मुलकी सेवेत प्रवेश मिळू शकत नव्हता. शासकीय यंत्रणेत प्रवेश नव्हता तर उद्योगात भांडवल नव्हते. त्यामुळे तरुण निराशेच्या गर्तेत खोल खोल जाऊ लागला. जे इंग्रजी वाङ्मय इंग्लंडमधे शिकवित नव्हते. पण भारतात शिकविले जाई त्यातील शेक्सपिअरच्या कालखंडातील नायक आता मागे पडले. त्यांची जागा मॅझिनी, गॅरिबाल्डी यांनी घेतली.

आंतरराष्ट्रीय घटना : आंतरराष्ट्रीय पातळीवर घडणाऱ्या घटनासुद्धा भारतीय युवा मनाला आकर्षित करणाऱ्या होत्या तशाच वेदनादायी सुद्धा होत्या. दक्षिण आफ्रिकेत भारतीयांना कस्पटासमान वागणूक देण्यात येत होती. तर जपानसारखे चिमुकले आशियाई राष्ट्र चीन व रशियाचा पाडाव करीत होते. चिनी लोकांचा इंग्रजांविरुद्धचा बॉक्सर उठाव, आयर्लंडमधिल सिनफिएन चळवळ, सशस्त्र क्रांतिकारक देशभर पसरवित असलेले क्रांतीचे वाङ्मय, परकीय वाङ्मयाचे अनुवाद यांमुळे या देशातील युवावर्गाच्या मनावर त्याचे परिणाम झाल्याशिवाय राहणार नव्हते.

लॉर्ड कर्झनची नीती : या सगळ्या कारणांमध्ये कर्झन नीती ही उंटावरची शेवटची काडी ठरली. स्थानिक स्वराज्य संस्था, उच्च शिक्षणाच्या संदर्भातील त्याचे प्रतिगामी धोरण यामुळे भारतीयांचा तो शत्रू होताच. कित्येकदा भारतीय जनतेचा तेजोभंग करणारी वक्तव्ये करण्यात त्याला रूची होती. याच दरम्यान त्याने बंगालच्या विभाजनाची योजना तयार केली. त्या विरोधात देशभर अभूतपूर्व वातावरण उभे राहिले.

नाटककार कृष्णाजी प्रभाकर खाडिलकर यांनी कीचकवध नाटकात कर्झन कीचकाच्या रूपात दाखविला. भारतमातेच्या संरक्षणार्थ लो. टिळक भीमाच्या प्रतिमेत त्यांनी रंगविले. सशस्त्र क्रांतिकारकांपैकी अनेकांनी आपण हे नाटक पाहून क्रांतिकार्यात आलो असे सांगितले. किंकेड या इंग्रज अधिकाऱ्याने या नाटकावर दोन

लेख लंडन टाइम्समध्ये लिहिले आणि त्यात राजद्रोह आहे, असे सुचविले. इंग्रज सरकारने या नाटकावर तीन वर्षांसाठी बंदी घातली, याचे कारण तेच होते.

जहाल त्रिमूर्ती : भारतात जहाल मतवादाचा पुरस्कार करणाऱ्या त्रिमूर्तींपैकी महाराष्ट्रात लोकमान्य बाळ गंगाधर टिळक, बंगालमधील बिपिनचंद्र पाल, पंजाबमधील लाला लजपतराय यांचा समावेश होतो. या जहाल तत्त्वज्ञानाला वैचारिक बैठक प्राप्त करून देण्याचे काम बाबू अरविंद घोष यांनी केले. या तत्त्वज्ञानाची मूलभूत विचारधारा पुढीलप्रमाणे होती.

जहाल विचारधारा : ब्रिटिश राज्य भारतीयांच्या हितासाठी नसून ते केवळ स्व-कल्याणासाठी आहे. ब्रिटिश उदारमतवाद हा इंग्लंडपुरता मर्यादित आहे आणि भारतात त्याचे अस्तित्व व्यक्तिनुरूप बदलते. ब्रिटिश भारताचे करीत असलेले शोषण फक्त स्वराज्याच्या मंत्रानेच थांबेल, अन्य मार्गांनी नाही. मूठभर लोकांच्या हितात भारताचे हित नसून बहुजन समाजाच्या हितातच भारताचे हित आहे. त्यामुळे काँग्रेसला जनचळवळीचे स्वरूप प्राप्त करून देणे आवश्यक आहे. चर्चा, विनंती, ठराव या ऐवजी पाठपुरावा, दडपण, कृती या त्रिसूत्रीला प्राधान्य देण्याची गरज निर्माण झाली. सर्वसामान्यांत जागृती करून विविध मार्गांद्वारे लोकांचा संग्रह करण्याची गरज निर्माण झाली. त्यानंतर संघटन करणे शक्य आहे, असा विचार पुढे आला. यातूनच लो. टिळकांनी शिवजयंती व गणेशोत्सव सुरू केला. निद्रिस्त असणाऱ्या समाजाला जागे करण्यासाठी इतिहासाला पर्याय नाही. त्यामुळे प्राचीन व मध्ययुगीन भारतीय इतिहासातील महत्त्वाच्या व सार्वत्रिक मान्यता असणाऱ्या वीर पुरुषांची चरित्रे नव्या स्वरूपात आणि स्वराज्यसंस्थेचा प्रतिनिधी स्वरूपात पुढे मांडण्याची गरज निर्माण झाली. यासाठी मातृभाषेतून शिक्षण देणाऱ्या राष्ट्रीय शैक्षणिक संस्थांची आवश्यकता निर्माण झाली. याची प्रचिती लोकमान्य टिळकांचे नाव वापरण्यातून दिसून आली. यात टिळक महाराष्ट्र विद्यापीठ, टिळक महाविद्यालय-पुणे, टिळक राष्ट्रीय शाळा-अकोला, टिळक राष्ट्रीय विद्यालय-खामगाव, टिळक राष्ट्रीय विद्यालय-जळगाव, टिळक विद्यालय-भुसावळ, टिळक विद्यालय-येवले, टिळक राष्ट्रीय शाळा-निपाणी, टिळक विद्यालय-देवगड यातून राष्ट्रीय वृत्ती प्रगटली.

मातृभाषेला प्राधान्य आणि पाश्चात्त्य शिक्षणपद्धतीपेक्षा स्वदेशी पद्धतीला प्राधान्य अशा स्वरूपात शिक्षणाच्या क्षेत्रात कार्य सुरू झाले. राज्यकर्त्यांचे आर्थिक अनुदान घेऊन लाचारी स्वीकारण्यापेक्षा स्वत:च्या शैक्षणिक संस्था काढायला अगोदरपासूनच सुरुवात झाली होती. मातृभूमी संकटात असताना आपणाला सुखे उपभोगायचा अधिकार नाही अशीच भावना या काळात निर्माण झाली होती.

"आईवरी विपत्ती, आम्ही मुले कशाला?
बंदीत मायभू ही, आम्ही खुले कशाला?"

या शब्दात सेनापती बापटांनी आपल्या भावना व्यक्त केल्या त्या प्रातिनिधीक होत. या मातृभूमीला परक्यांच्या दास्यातून मुक्त करणे हे आपले परमपवित्र कर्तव्य आहे, अशी भावना सार्वत्रिक व्यक्त होऊ लागली.

आधी सामाजिक की राजकीय – देश पारतंत्र्यात असताना समाज-सुधारणांना प्राधान्य देण्याऐवजी राजकीय सुधारणांना प्राधान्य दिल्यास देश लवकर स्वतंत्र होईल. देश स्वतंत्र झाल्यावर मग वाटेल तेवढ्या सामाजिक सुधारणा करता येतील असा विश्वास जहालांमध्ये होता. परकीय सत्ता संपविल्यावर उलट सुधारणांचा वेग वाढविता येईल अशी त्यांची धारणा होती. याच्याच जोडीला आर्थिक सुधारणांची गरज, त्यांचा वेग वाढविणे आवश्यक होते. परकीय मालावर बहिष्कार घातल्याशिवाय हे साध्य होणार नाही. त्यासाठी भारतीयांचे उद्योगधंदे व व्यापार वाढविणे आवश्यक होते. ब्रिटिशांची आश्वासने, सवलती, सुधारणा भारतीयांपर्यंत पोहोचले आहे की नाही याची पाहणी खूपच आवश्यक होती. त्यातच या सवलती सामान्य वर्गांपर्यंत पोहोचत नसतील तर त्या पोहोचणे आवश्यकच आहेत. त्यासाठी प्रसंगी संघर्षाचा मार्ग स्वीकारावा लागला तरी हरकत नाही. हा संघर्ष सनदशीर, कायद्याच्या चौकटीत अगदी ताणून पण तुटणार नाही, अशा बेताने प्रसंगी तुरुंगवास, देहदंड, घरादारावर निखारे ठेवण्याची तयारी जहालमतवाद्यांनी दाखविली. जहालमतवादी बोलके कार्यकर्ते नव्हते तर कर्ते होते. स्वार्थत्याग, कष्ट झेलण्याची तयारी, तुरुंगवास यात त्यांनी मवाळांना मागे टाकले. त्यामुळे त्यांना जनतेच्या हृदयात आदराचे स्थान मिळाले व ते 'लोकमान्य' झाले.

लोकमान्य टिळकांचे कार्य

महाराष्ट्रातील जहालांचा कार्यक्रम ठरलेला होता. स्वमतांनुसार काँग्रेसच्या कार्यपद्धतीत बदल घडवून आणणे व राजकीय जागृती घडवून आणणे. या मार्गाने देशभर चैतन्य निर्माण करायचे. याचा श्रीगणेशा बाळ गंगाधर टिळक उर्फ लोकमान्यांनी केला. काँग्रेसच्या सदस्यत्वाचा स्वीकार केल्यापासूनच त्यांनी काही उद्दिष्टे मनाशी निश्चित केलेली होती. काँग्रेसने ब्रिटिश सरकारशी नम्रता स्वीकारून भिक्षा मागण्याचे काम सोडावे अशी टिळकांची भूमिका होती. १८९५ च्या पुण्याच्या अधिवेशनात टिळकांनी सामाजिक सुधारणा परिषद काँग्रेसच्या बरोबरीने भरविण्यास विरोध केला. ह्यूमच्या पत्राला प्रसिद्धी देऊन जनचळवळीची मागणी पुरस्कारली.'आता चर्चा पुरे कृती करूयात' अशी भूमिका घेतली. परंतु काँग्रेसची अवस्था सुस्त बसलेल्या

हत्तीसारखी झाली होती. या हत्तीला पराणी टोचून उपयोग नव्हता. तर जनताजनार्दनाचा अंकुशच आवश्यक होता. लो. टिळकांनी या दृष्टीने अत्यंत हुशारीने पावले टाकली. 'पुणे सार्वजनिक सभा' त्यांनी १८९५ मध्ये ताब्यात घेतली व या संस्थेलाच दुष्काळ निवारणाच्या कामाला जुंपले.

या कार्यकर्त्यांच्याद्वारे 'फॅमिन रिलीफ कोड' नुसार शेतकऱ्यांना सरकारकडून मिळणाऱ्या सवलतींची माहिती दिली व सरकारकडे त्या मागण्या करून सरकारी अधिकाऱ्यांचा आतबटट्यांचा व्यवहार बंद केला. यामुळे शेतकऱ्यांत प्रचंड जागृती निर्माण झाली पण सरकार नाराज झाले.

या चळवळीचा पुढचा टप्पा म्हणजे १८९५ चा शिवजयंती उत्सव, १८९६ चा गणेशोत्सव राजकीय उद्दिष्टांसाठी सुरू केला. गणपती हे असुरांचे नाश करणारे आणि विद्येच्या देवतेचे प्रतीक तर शिवाजी महाराज हे परकीय शक्तींना हटवून स्वराज्य स्थापणारे संस्थापक. त्यामुळे समाजाकडून या प्रतीकांना विरोध होणे अशक्य. जुन्या व्यायाम शाळांना मदत, नव्यांना सहकार्य, देशाची परिस्थिती समजावून सांगण्यास गावोगावी व्याख्याने आणि दुष्टांच्या निर्दालनासाठी केसरी अशा सुसज्ज हत्यारांनी टिळक सज्ज झाले. आणि टिळकांनी शड्डू ठोकले ते ब्रिटिशांच्या विरोधात!

वृत्तपत्रे

'केसरी' आणि 'मराठा' ही दोन वृत्तपत्रे म्हणजे टिळकांची हत्यारेच! केसरीचे पहिले संपादक आगरकर आणि मराठाचे संपादक टिळक. लोकजागृती आणि ब्रिटिशांवर अखंड टीका हा कार्यक्रम या वृत्तपत्रांतून सुरू झाला. 'शहाणे करूनी सोडावे सकळ जन' हा कार्यक्रम जोरात सुरू झाला. तरुणांनी नोकरीच्या मागे न लागता स्वतंत्र व्यवसाय करावा. १८९३ चे हिंदु-मुसलमान दंगे ब्रिटिशांमुळेच झाले. अन्यायापुढे मान चुकवू नका, कर्तव्याला सिद्ध व्हा या शिकवणुकीमुळे महाराष्ट्र जागा झाला.

बेकारांस काम देण्याची जबाबदारी सरकारची असल्याने संघटितपणे सरकारकडे काम मागण्यास टिळकांनी लोकांना प्रवृत्त केले. सरकार सामान्य जनास आर्थिकदृष्ट्या कसे नाडत आहेत हे पाहून आर्थिक शोषणाचे नानाविध मार्ग केसरीत प्रसिद्ध होऊ लागले. स्वदेशी, बहिष्कार, राष्ट्रीय शिक्षण, स्वराज्य यांचा प्रसार सुरू झाला.

धैर्याचा सागर

या सगळ्या कामापेक्षा टिळकांना भारतव्यापी प्रसिद्धी मिळाली ती रॅन्ड प्रकरणात. पुण्यात प्लेगने थैमान घातले असता रॅन्डच्या नेतृत्वाखाली प्रशासनाने आगीत तेल ओतले. चापेकर बंधूनी रॅन्डला यमसदनाला पाठविल्यावर सारा भारतवर्ष हादरला. या हत्येचे टिळकांनी नैतिकदृष्ट्या समर्थन केले. केसरीचे अग्रलेख 'राज्य

करणे म्हणजे सूड उगवणे नव्हे, 'सरकारचे डोके ठिकाणावर आहे काच?' या शब्दात आग ओकू लागले. रॅन्डच्या हत्येचा तपासनीस ब्रुईनने टिळकांना या केसमध्ये गुंतविण्याची धडपड केली. रॅन्डच्या हत्येला चिथावणी व राजद्रोहाचा आरोप ठेवून सरकारने टिळकांना १८ महिने सश्रम कारावासाची शिक्षा ठोठावली. अग्रलेख टिळकांनी लिहिलेले नसतानासुद्धा संपादक म्हणून संपूर्ण जबाबदारी स्वत:च घेऊन त्यांनी सरकारची माफी मागण्याचे नाकारले. पहिल्यांदाच भारतीय स्वाभिमानाचे दर्शन घडत होते. त्यामुळे टिळक जनता-जनार्दनाच्या हृदय सिंहासनावर स्वार झाले आणि लोकमान्य झाले. यातील गंमतीचा विरोधाभास म्हणजे जनता शासनाचा निषेध करीत असताना काँग्रेस मात्र टिळकांना झालेल्या शिक्षेचा निषेध करायला तयार नव्हती. टिळकांविषयी सहानुभूती, त्यागाविषयी आदर पण सरकारविरोधात शब्द नाही; अशी काँग्रेस अधिवेशनाची अवस्था झाली.

चापेकरांना पाठिंबा देणारे, स्वत:च्या अंतरात्म्याच्या भावनांशी ठाम राहणारे आणि त्यासाठी कारावास सोसणारे टिळक हे पहिलेच राजकारणी. त्यांच्या कृतीमुळे त्यांनी अन्य पुढाऱ्यांना मागे टाकले. शब्दांचे राजकारण संपून कृतीचे राजकारण सुरू झाले, हे अन्य पुढाऱ्यांच्या अजून लक्षात यावयाचे होते. १९०० च्या अधिवेशनात त्यांनी 'अधिकार मागून मिळत नसतात तर ते मिळवावे लागतात' अशी भूमिका घेतली. टिळकांच्या प्रभावामुळे बंगाल भागात शिवजयंती सुरू झाली. त्यामुळे महाराजांचे खरे स्वरूप लोकांच्या लक्षात आले. यामुळेच १९०४ मध्ये गुरुदेव रवींद्रनाथ टागोरांनी 'जयतु शिवाजी' काव्य रचले. टिळकांचे बंगाल व पंजाबमधील सहकारी महाराष्ट्रातील कार्य त्यांच्या भागात पुढे नेऊ लागले.

या कालखंडात जहाल राष्ट्रवाद्यांना लॉर्ड कर्झनने भरपूर विषय पुरविले. कर्झनच्या दमनशाही विरोधात कार्य करून जहाल राष्ट्रवादी काँग्रेसच्या नेतृत्वाला नवे वळण देण्याचा प्रयत्न करू लागले. यातूनच मवाळांना भीती वाटू लागली की जहालमतवादी काँग्रेस लवकरच ताब्यात घेणार. या दोन विचारसरणीतील वाद व्यासपीठांवर सुरू झाला. त्यामुळे काँग्रेसमध्ये फूट पडल्यास त्याचा फायदा इंग्रजांना होईल अशी भीती दादाभाई नौरोजी व वेडरबर्न यासारख्या नेत्यांना वाटू लागली. अनेक नेत्यांनी टिळकांना नमते घेण्याचा, आस्ते कदम जाण्याचा सल्ला देण्याचा प्रयत्न केला. पण टिळक आपल्या विचारांवर ठाम होते. व्यापक जनआंदोलन उभारल्याशिवाय देशाला पर्याय नाही, असेच त्यांनी मत व्यक्त केले. परंतु याच काळात कर्झनने फाळणीचा विचार कृतीत आणण्याचा निश्चय करताच मवाळ पुढाऱ्यांना धक्का बसला. फाळणीची कर्झनकृत कारणे काही असली तरी भारतीयांत

फूट पाडण्याचा प्रयत्न कर्झन करीत होता हेच सत्य होते. काँग्रेसची यावर काहीही प्रतिक्रिया व्हायच्या आतच टिळकांनी 'वंगभंग विरोधी' आंदोलनास सक्रिय पाठिंबा व्यक्त केला. स्वदेशी चळवळीला व्यापक प्रतिसाद मिळाला. ब्रिटिश मालावर १००% बहिष्कार सुरू झाल्याबरोबर इंग्रजांचे धाबे दणाणले. परकीय मालाच्या दुकानांसमोर निदर्शने सुरू झाली. परकीय माल विकणारे भारतीय दुकानदार वाळीत टाकले गेले. महाराष्ट्राच्या धर्तीवर राष्ट्रीय शिक्षणाचे प्रयोग बंगालमधे सुरू झाले. बंगालची फाळणी रद्द होणे हे देशाच्या हिताचे आहे, असे आग्रही प्रतिपादन लोकमान्य टिळकांनी सर्वत्र केले. आपल्या मत प्रसारार्थ फिरले. मंदिर, मशिद, मैदान, पटांगण मिळेल तिथे टिळकांच्या सभा सुरू झाल्या व त्यांना प्रचंड प्रतिसाद मिळाला.

धुळे येथे टिळकांच्या सभेचे अध्यक्ष मुल्ला शेखचांद होते. तेथे 'वंदे मातरम्' चा जयघोष झाला. स्वदेशीचा विचार पटलेले विद्यार्थी उत्तरपत्रिकांसाठी देशी कागद मागू लागले. कोल्हापूरच्या विद्यार्थिनींनी मॅट्रिकच्या परीक्षेत विदेशी कागदावर उत्तरे लिहायला नकार दिला, विदेशी कागद विद्यार्थ्यांनी फाडून टाकला. याच काळात टिळकांचा बंगालचा दौरा प्रचंड यशस्वी झाला. त्यामुळे भावनिकदृष्ट्या बंगाल व महाराष्ट्र जवळ आले. टिळकांच्या प्रेरणेने शि. म. परांजपे, केतकर, वि. गो. विजारपूरकर यांनी मुंबई पुणे भाग ढवळून काढला. कलकत्ता येथील शिक्षण-समितीच्या मदतीसाठी मुंबईत नाटकांचे प्रयोग टिळकांच्या प्रेरणेने झाले. एक प्रांत दुसऱ्या प्रांताला भरभरून मदत करीत असल्याचे दृश्य अभूतपूर्व होते.

बनारस अधिवेशन

१९०५ चे अधिवेशन गोपाळ कृष्ण गोखले यांच्या अध्यक्षतेखाली भरले. बंगालचा विषय असल्याने महाराष्ट्रातून टिळकांनी मोठ्या प्रमाणात कार्यकर्ते पाठविले. याच अधिवेशनात गोखल्यांनी कर्झनची तुलना औरंगजेबाशी केली व इंग्रजांबरोबर असहकार्याची भूमिका घेण्याचा दिला. भारताची भूमिका मोर्ले यांना समजून सांगण्यासाठी गोखले यांनी लंडनला जाण्याचे ठरविले.

इंग्लंडचा युवराज याच काळात भारतात येणार असल्याने त्याचे स्वागत करण्याचा प्रस्ताव जहाल गटाने पारित करायला नकार दिला. उपासमार आणि अन्यायाच्या पार्श्वभूमीवर युवराजाचे स्वागत म्हणजे भारतीयांच्या जखमेवर मीठ चोळण्याचाच प्रकार होता. बंगाली प्रतिनिधींनी प्रचंड विरोध केला असता काँग्रेस फुटण्याचाच धोका निर्माण झाला. तेव्हा 'लाल-बाल-पाल' यांनी स्वत:च्या अनुपस्थितीत स्वागताचा ठराव मंजूर होऊ दिला. काँग्रेस मवाळांच्या ताब्यातून निसटत चालल्याचे हे चिन्ह होते. टिळकांनी काँग्रेसच्या प्रत्यक्ष भूमिकेचा म्हणजे

बहिष्काराची चळवळ फक्त मुंबईपुरती मर्यादित ठेवण्याचा आग्रह बाजूला ठेवून अधिवेशनातच काँग्रेसच्या भिन्न-भिन्न प्रांतीय सदस्यांना बहिष्काराची दीक्षा दिली.

जहाल- मवाळ वाटचाल

१९०६ मधे मोर्ले यांना भेटून गोखले अपयशी होऊन भारतात परतल्यावर तर जहाल गटाचा विजय झाल्यासारखेच झाले. १९०६ च्या कलकत्ता अधिवेशनाचे अध्यक्ष म्हणून लो. टिळक यांचे नाव बिपिनचंद्र पाल यांनी सुचविताच मवाळांच्या लक्षात संभाव्य गोष्टी आल्या. बंगालमधे होणाऱ्या अधिवेशनाचे टिळक अध्यक्ष झाले तर काँग्रेस आपल्या ताब्यातून जाणार म्हणून मवाळ गटातर्फे दादाभाई नवरोजी यांचे नाव पुढे आले. टिळकांच्या विरोधात एवढा मोठा मोहरा दिल्याशिवाय आपणास विजय मिळणार नाही याची खात्रीच जणू मवाळांना असावी. बदलत्या काळाची पावले ओळखून दादाभाईंनी कलकत्ता अधिवेशनात 'स्वराज्य' हेच काँग्रेसचे अंतिम उद्दिष्ट आहे व चतु:सूत्रीचा काँग्रेसच्या अधिकृत कार्यक्रमात समावेश केला. जहाल गटाचे सर्व ठराव बहुमताने मान्य झाले. या अधिवेशनानंतर जहाल व मवाळ स्वत:स सोयीस्कर असा चतु:सूत्रीचा अर्थ सांगू लागले. १९०७ च्या अधिवेशनात जहाल व मवाळ यांचे शक्तिप्रदर्शन होणारच होते. दादाभाईंचा कार्यक्रम अधिकृतपणे काँग्रेसच्या प्रचाराचा कार्यक्रम करून संघटना ताब्यात घ्यावी असे जहालांचे मत होते. तर मवाळांना आपल्या ताब्यातील काँग्रेस जाऊ द्यायची नव्हती. परस्परविरोधी भूमिकांवर लोक ठामपणे उभे असल्याने काँग्रेस फुटीच्या उंबरठ्यावर होती. फिरोझशहा, वाच्छा मंडळी फूट पडली तरी चालेल पण काँग्रेस जहालांच्या ताब्यात जाऊ द्यायची नाही अशा निश्चयावर ठाम होते. १९०७ चे अधिवेशन नागपूरला भरणार होते; पण महाराष्ट्रात टिळकांचे वर्चस्व असल्याने आपली अवस्था बिकट होईल हे लक्षात घेऊन मवाळांनी स्वागत समितीच्या नागपूरच्या बैठकीत तीव्र वादांचे स्वरूप लक्षात घेता अधिवेशन सुरत येथे भरविण्याचे ठरविले.

सुरत अधिवेशन

कलकत्ता अधिवेशनातील ठरावांना अधिकृत मान्यता सुरत अधिवेशनात मिळाल्यास आपण मवाळांच्या एकाही ठरावाला विरोध करणार नाही अशी टिळकांची भूमिका होती. परंतु तसे घडावयाचे नव्हते. मवाळ पुढाऱ्यांनी डॉ. रासबिहारी घोष यांचे नाव अध्यक्षपदासाठी सुचविताच मंडपात निषेधाचे स्वर उमटले. गोंधळ वाढल्याने त्या दिवसाचे कामकाज तहकूब करून दुसऱ्या दिवशी करण्याचे ठरले. टिळकांनी पुन: एकदा दादाभाईंची चतु:सूत्री मान्य करा, तसा ठराव पास केला तर आपण मवाळांचे ऐकू असा निरोप पाठविला. मात्र पुन: एकदा नकारघंटा !

अध्यक्षांच्या नावाची घोषणा होताच टिळकांनी व्यासपीठाकडे जाण्यास सुरुवात केली, त्यांना विरोध करण्यात आला. मात्र टिळक व्यासपीठावर जाताच गोंधळ सुरू झाला. कोणीतरी फेकून मारलेला जोडा मेहतांना लागला. मारामाऱ्या सुरू झाल्या. मवाळांनी काँग्रेसचे अधिकृत निवेदन काढून ब्रिटिश साम्राज्यांतर्गत स्वायत्त शासन मिळविणे हे काँग्रेसचे उद्दिष्ट असल्याचे आणि ध्येयसिद्धीसाठी पूर्णत: शांत व सनदशीर मार्गांचा अवलंब करणे ही काँग्रेसची नीती असल्याचे घोषित केले. यामुळे कलकत्ता अधिवेशनात दादाभाईंनी मांडलेल्या भूमिकेला काहीच अर्थ राहिला नाही. जहाल नेत्यांनी सभात्याग करताच मवाळांनी ठराव पास करवून घेतला. १९०८ मधे अलाहाबादला बैठक घेऊन मवाळांनी जहालांना काम करता येणार नाही अशा पद्धतीने काँग्रेसची घटना दुरुस्ती केली. यामुळे फुटीवर अधिकृतपणे शिक्कामोर्तब झाले. राष्ट्रीय ऐक्याला धक्का देणारी ही घटना होय. ब्रिटिशांना या घटनेचा आनंद झाला.

मवाळांच्या मर्यादा

या निमित्ताने मवाळांच्या मर्यादा भारतीय राजकारणात व्यापक प्रमाणात समोर आल्या. काँग्रेसच्या प्रारंभिक काळात मवाळांनी काँग्रेसचे पायाभरणीचे कार्य केलेले असले तरी काळाच्या बदलत्या प्रवाहात नवनवी आव्हाने समोर येत असतात. काँग्रेस वयाच्या २२ व्या वर्षीच फुटली. हे भारतीय राजकारणाच्या दृष्टीने नक्कीच घातक होते. जनतेचा पाठिंबा जहालांना पण काँग्रेस तांत्रिकदृष्ट्या मवाळांच्या ताब्यात यांमुळे संघर्ष अपरिहार्य होता. मवाळांची कार्यपद्धती थोडा वेळ राष्ट्रकार्य उर्वरित वेळात स्वकार्य तर जहालांचा कार्यक्रम राष्ट्रकार्य हेच जीवनसर्वस्व. त्यामुळे दोघांत फरक पडणे स्वाभाविक होते. स्वार्थत्याग, कष्ट सोसण्याची तयारी, कारावास या बाबतीत जहाल नेते मवाळांच्या कोसभर पुढे होते. यामुळे *मवाळ गट रचिला पाया। जहाल गट झालासे कळस* अशी परिस्थिती निर्माण झाली.

सरकारी विरोध –

जहालांच्या कार्याकडे सरकारचे बारीक लक्ष होतेच. जहालांच्या कार्याला खीळ घालण्यासाठी व लो. टिळकांच्या लोकप्रियतेला आळा घालण्यासाठी सरकारने सार्वजनिक सभेची मान्यता रद्द केली. सार्वजनिक सभेच्या कार्यकर्त्यांवर खटले भरले. राजद्रोहाचा आरोप सिद्ध करण्यास पुरेसा पुरावा नसतानासुद्धा टिळकांवर सरकारने खटला भरून त्यांना तुरुंगात टाकले. १९०८ मध्ये राष्ट्रद्रोहाच्या आरोपावरून टिळकांना सहा वर्षे मंडालेला सश्रम कारावासासाठी पाठविण्यात आले. या खटल्याच्या वेळी न्यायालयात त्यांनी 'स्वराज्य हा माझा जन्मसिद्ध हक्क आहे आणि तो मी मिळवणारच' असे उद्‌गार काढले. याच तुरुंगात त्यांनी 'गीतारहस्य'

रचले. जहालांना हा एक प्रकारे इशाराचा होता. आमच्या विरोधात जाणाऱ्यांचे काय होते हे त्यातून स्पष्ट झाले. कर्झनची भूमिका भारतीय राष्ट्रीय काँग्रेसला विरोध करण्याचीच होती. या संस्थेला महत्त्व देण्याची अजिबात गरज नाही असेच त्याचे मत होते. काँग्रेसला मदत करणाऱ्या संस्थानिकांना धडा शिकवा पण काँग्रेसच्या विरोधक संस्थानिकांना मदत करा. काँग्रेसच्या कार्यात सहभागी नसणारांस पदव्या व मानमरातब द्या. उच्चशिक्षणामुळे येथील सुशिक्षित वर्ग विरोधात जाणार असेल तर उच्च शिक्षणावरील अनुदानात कपात करा. मूठभर सुशिक्षित आणि लाखभर अशिक्षित असणाऱ्या काँग्रेसला व देशाला स्वशासनाचा अधिकार नाही असेही त्याने ठाम प्रतिपादन केले. वंगभंग योजना कर्झनच्या कुटिल नीतीचा परिचय देणारी योजना होती पण त्यामुळेच काँग्रेस ही राष्ट्रव्यापी चळवळ झाली. कर्झनने भारतीयांना दमननीतीचा परिचय करवून दिला. 'वंदे मातरम्' शब्द उच्चारणाऱ्या विद्यार्थ्यांना फटक्यांची शिक्षा मिळत असे. पुढे कर्झनची जागा लॉर्ड मिंटो यांनी घेतल्यावर मवाळ गटाला इंग्रजांकडे ओढण्याचा प्रयत्न केला. मोर्ले आणि मिंटो यांच्या सुपीक डोक्यातूनच मुसलमानांना स्वतंत्र मतदारसंघ देण्याची तरतूद निघाली. या दोघांनीच इंडिया कौन्सिल व गव्हर्नर जनरलच्या कार्यकारी मंडळात भारतीयांचा अंतर्भाव केला. या चालींना भुलून देशाच्या राजकारणात जहालांमुळे अडचण येणार असेल तर प्रसंगी त्यांना बाजूला ठेवण्याची मानसिकता मवाळांच्यात निर्माण झाली. वृत्तपत्रांची मुस्कटदाबी, अटकसत्र आरंभून सरकारी वरवंटा फिरू लागला.

जगभर लोकशाहीचा डंका पिटणाऱ्या या राष्ट्राने भारतात दडपशाही मार्ग स्वीकारून अनेक अन्याय्य कायदे केले. १९०७ सालचा 'प्रिव्हेन्शन ऑफ सिडीशस मीटिंग्ज ॲक्ट' पास करून देशभरात कोठेही स्थानिक पोलिस अधिकाऱ्याच्या ७ दिवस अगोदर परवानगीशिवाय सभा भरविण्यास बंदी घातली. मॅजिस्ट्रेटना सभांना परवानगी नाकारण्याचा अधिकार देण्यात आला. हा नियम मोडून सभा घेतल्यास हद्दपारीसह वाटेल त्या शिक्षा ठोठावण्यात येऊ लागल्या. यानंतर 'एक्सप्लोजिव्ह सबस्टन्स ॲक्ट' नुसार शस्त्रे व स्फोटक द्रव्ये बाळगल्यास शिक्षा होऊ लागल्या. अराजक माजविण्याच्या आरोपावरून कोणालाही अटक होऊ लागली. क्रांतिकारक, त्यांचे नातेवाईक, मित्र या साऱ्यांचाच छळ करण्यात येऊ लागला. राजद्रोहाची पुस्तके, पत्रके, वृत्तपत्रीय बातम्या छापल्यास मुद्रक, प्रकाशक यांना पकडण्यात येऊ लागले. या कालखंडात वृत्तपत्रांकडे जामीन मागणे, वृत्तपत्रे बंद पाडणे इत्यादी गोष्टी करण्यात आल्या. फुटीर वृत्तीचे लोक इंग्रजांस सामील झाले. १९०९ च्या कौन्सिल ॲक्ट कायद्याने मवाळांच्या तोंडाला पाने पुसण्यात आली.

मनोमीलनाचे प्रयत्न –

मवाळ व जहाल गटात ऐक्य सांधण्याचे प्रयत्न चालूच होते. पण मेहता गटाने आडमुठे धोरण सोडले नाही. १९०८ सालच्या अलाहाबादच्या खास अधिवेशनात काँग्रेसची घटना तयार करण्यात आली. १९०८ च्याच मद्रासच्या अधिवेशनात ही घटना संमत करण्यात आली. मवाळांखेरीज अन्य कार्यकर्त्यांना प्रवेश मिळणार नाही याची पुरेपूर काळजी घेण्यात आली. याच काळात मवाळ पक्षाने मुस्लीम लीगशी संपर्क वाढविला. १९१३ मध्ये लीगने सुद्धा काँग्रेसप्रमाणेच राजकीय उद्दिष्ट हेच अंतिम उद्दिष्ट असल्याचे सांगितले. १९१४ च्या मद्रास अधिवेशनात भूपेंद्रनाथ बसूंच्या अध्यक्षतेखाली महायुद्धात काँग्रेसशी एकनिष्ठ राहून युद्धकार्यास मदतीचा ठराव केला. १९०५ मधे गोखले व मेहता यांचे निधन झाल्यामुळे टिळकांचा काँग्रेस परतीचा मार्ग खुला झाला. कारण त्यांना विरोध करण्यात हे दोघेच आघाडीवर होते.

लखनौ अधिवेशन

लखनौ अधिवेशनात (१९१६) टिळक काँग्रेसमधे परतले. टिळकांचे प्रचंड स्वागत झाले. लीगचे अधिवेशनही येथे झाले.टिळकांच्या नेतृत्वाखाली लखनौ करार करण्यात आला. यात राजकीय अधिकार व विधिमंडळातील मुस्लिम प्रतिनिधित्व या संदर्भात करार करण्यात आला. या करारावर विरोधकांचा आक्षेप असा की यामुळे 'काँग्रेसच्या सर्व भारतीयांचे प्रतिनिधित्व करणारी संस्था' या दाव्याला तडा गेला. मुस्लिमांचे प्रतिनिधित्व मुस्लीम लीगच करेल हे तत्त्व मान्य करण्यात आले. लो. टिळकांनी परिस्थितीची अपरिहार्यता म्हणून हा करार केला.

होमरूल लीग

१९१५ च्या डिसेंबरमधे टिळकांनी समविचारी सहकाऱ्यांच्या (ॲनी बेझंट, न. चिं. केळकर, दादासाहेब खापर्डे) मदतीने 'होमरूल लीग' स्थापन केली. भारताला ब्रिटिश साम्राज्यांतर्गत स्वशासित राज्याचा दर्जा सनदशीर मार्गाने मिळविणे व यासाठी जनजागृती व लोक संघटन करणे हे लीगचे उद्देश होते. जोसेफ बॅप्टिस्टा अध्यक्ष तर न.चिं. केळकर सचिव होते. काँग्रेसला पूरक कार्य करायला त्यांनी सुरुवात केली. सरकारने लीगला व लो. टिळकांना मिळणाऱ्या प्रसिद्धीला आणि प्रतिसादाला घाबरून दडपशाही पुन: सुरू केली. देशव्यापी निषेध सुरू झाला. अमेरिकेकडून दडपण आणण्यासाठी अमेरिकेत होमरूल लीगची शाखा सुरू करण्यात आली. या दडपणामुळे माँटेग्यू-चेम्सफर्ड अहवाल घोषित करण्यात आला. परंतु भारतीयांच्या अपेक्षा तो अहवाल पूर्ण करू शकला नाही. याच दरम्यान टिळकांनी चिरोल केसच्या संदर्भात इंग्लंडला जाण्याची तयारी सुरू केली. त्यांचा इंग्लंड दौरा या संदर्भात

अयशस्वी ठरला. रौलेट ॲक्ट आणि जालियनवाला बाग हत्याकांड झाले असता मुंबईत १ ऑगस्ट १९२० रोजी लो. टिळकांचे निधन झाले. काँग्रेसच्या आणि महाराष्ट्राच्या इतिहासातील एक पर्व संपले.

सशस्त्र क्रांतिकारकांचे योगदान

भारताला स्वातंत्र्य मिळवून देण्यात म. गांधी यांच्या शांततामय क्रांती मार्गाचा वाटा फार मोठा आहे, यात शंकाच नाही. स्वातंत्र्याच्या लढ्यात या चळवळीचा एक पदर म्हणजे सशस्त्र क्रांतिवाद होय. त्यांच्या कार्याकडे आपणास दुर्लक्ष करता येणार नाही. आपल्या देशाची गुलामगिरीतून सुटका करण्यासाठी या क्रांतिकारकांनी स्वत:ला पटेल व रूचेल त्या मार्गाने प्रयत्न केले. इंग्रजांच्या मते ही विघातक कृत्ये असली तरी आपल्या दृष्टीने मात्र देश स्वतंत्र करण्यासाठीचेच प्रयत्न होत. महाराष्ट्र हे हिंदुस्थानातील क्रांतिकारक कटांचे उगमस्थान होय तर क्रांतिकारकांची पहिली मुहूर्तमेढ पुण्यात उभारली गेली.

क्रांतिकार्याचा पंथ महाराष्ट्रात उदयाला झाला तेव्हा येथील राजकीय स्थिती अधिकच बिघडलेली होती. 'इंग्रजी विद्या' पचवून इंग्रजी राज्याचे स्वागत करणारे व गोडवे गाणारे लोकसद्धा विरोधात चालले होते. सरकारचे दमनचक्र शेतकऱ्यांना भरडून काढीत होते. सरकारविरुद्ध ब्र उच्चारणे किंवा राजकीय विरोध करणे अशक्य व्हावे अशी अभूतपूर्व परिस्थिती महाराष्ट्रातच नव्हे तर संपूर्ण देशभरात निर्माण झालेली होती. हिंदुस्थानचे आर्थिक व राजकीय शोषण जोरात चालले होते. वासुदेव बळवंतांच्या आंदोलनाला आतून सहानुभूती असल्याच्या संशयावरून इंग्रजांनी न्यायमूर्ती रानडे यांची बदली केली होती. न्या. रानडेंची ही अवस्था तर सामान्यांचे काय? त्यामुळे राष्ट्राभिमान व स्वाभिमान या गोष्टी लोकांनी गुंडाळून ठेवल्या होत्या. अन्य सनदशीर मार्गांची दारे बंद झाल्यामुळे क्रांतिकारकांना शस्त्र हाती घ्यावे लागले.

महाराष्ट्राचे पौरुषत्व व वीरवृत्ती जगाला दाखविण्याची एक संधी अशा अर्थानेच त्यांनी क्रांतीमार्गाकडे पाहिले. इंग्रजांच्या राज्यपद्धतीबद्दलचा असंतोष व असमाधान व्यक्त करण्यासाठी आणि निषेधाचा तीव्र स्वर दाखवून देण्यासाठी त्यांनी मृत्यूचा मार्ग पत्करला. यामुळेच जगाचे लक्ष त्यांच्याकडे वेधले गेले. जगाला त्यांनी विचार करायला प्रवृत्त केले. लाला लजपतराय यांचे क्रांतीकार्याबद्दलचे एक निरीक्षण अगदी अर्थपूर्ण आहे. '१८९८ मध्ये हिंदी राजकारणात जो बॉम्ब शिरला तो तेथे कायमचा स्थिरच होऊन राहिला.' लालाजींचे विधान भविष्यात खरे ठरले.

चापेकर बंधू

वासुदेव बळवंत फडके यांनी पेटविलेला क्रांतीयज्ञ अद्याप विझलेला नाही हे चापेकर बंधूनी सिद्ध केले. फडके यांच्या संघटित प्रयत्नांपासून स्फूर्ती घेऊन क्रांतिकार्याचा श्रीगणेशा चापेकर बंधूनी केला. दामोदर, बाळकृष्ण, वासुदेव या चापेकर बंधूंनी महाराष्ट्रात क्रांतीज्वाला चेतविली.

महाराष्ट्रात दुष्काळ पडला असता प्लेगच्या रोगाची साथ आली. प्लेगचे निवारण करण्यासाठी सरकारी अधिकारी पुण्यात घरोघरी घुसू लागले. घरात घुसून स्त्रियांवर अत्याचार केला गेला. पुणे शहराचे जणू लष्करी छावणीत रूपांतर करण्यात आले. आरोग्याच्या नावाखाली अनारोग्याचे वातावरण सर्वत्र फैलावले. देवघरातील मूर्ती रस्त्यावर फेकल्या गेल्या. याचा प्रतिशोध घेतला जाणे अपरिहार्य होतेच. पुणेकर जनतेचा निषेधाचा आवाज गोठविण्यात आला. लो.टिळकांनी रोगापेक्षा औषध जालीम अशी टिप्पणी केली. आद्य क्रांतिकारक वासुदेव बळवंत फडके यांच्यापासून प्रेरणा घेतलेल्या दामोदर, बाळकृष्ण व वासुदेव बंधूंनी इंग्रज शासनाला धक्का देण्याचे ठरविले.

प्लेगची दहशत–

प्लेग हा रोग भारताला चीनची देणगी होय. चीनमधून दक्षिण भारत व पंजाबात तो पसरून पुण्याला आला. मुंबईत १.७३ लाख लोक प्लेगमधे मरण पावले. प्लेगचे थैमान कसे रोखायचे हा प्रश्नच निर्माण झाला. प्लेगच्या रोग्याला पोहोचवून लोक घरी येण्यापूर्वीच त्यांनाही गाठी येऊन प्लेगची बाधा होऊ लागली. प्लेग कमिशनर रँड व आयर्स्ट यांनी ज्या लोकांना प्लेग झाला अशा लोकांच्या घराची कौलेसुद्धा काढली. प्रवासी व संशयित यांना 'सग्रेगेशन कँप' (क्वारंटटाईन –तात्पुरत्या धर्मशाळा) मध्ये तर रोग्यांची रवानगी दवाखान्यात होई. प्लेगग्रस्तांची अंथरूण–पांघरूणे जाळणे, देवघर, स्वयंपाकघर, पैसे चोरणे, अत्याचार या गोष्टी सुद्धा सोल्जर्स लोकांच्या ताब्यातून सुटल्या नाहीत म्हणून पुण्यातले लोक अधिकच चिडले.

या घटनांचा बदला घेण्यासाठी चापेकर बंधूनी २२ जून १८९७ रोजी प्लेग कमिशनर रँड व आयर्स्ट यांवर हल्ला केला. रँड दोन दिवसांनी मरण पावला. बलाढ्य इंग्रज सरकारच्या दृष्टीने ही घटना अत्यंत अपमानास्पद होती. त्यामुळे ब्रिटिशांनी साम–दाम–दंड–भेद या मार्गांनी गुन्हेगारांना पकडण्याचे ठरविले. 'हल्लेखोरांची माहिती देणाऱ्यास बक्षिस' या आमिषाला बळी पडून पुण्यातील द्रविडबंधूनी चापेकर बंधूंची माहिती दिली. त्याची किंमत द्रविड बंधूंना स्वतःच्या मृत्युरूपाने चुकवावी लागली. सरकारने चापेकर बंधूंना फाशी दिली. टिळकांनी रँडची तुलना

अफजलखानाशी करून रँडच्या हत्येचे कारण योग्य मानले. 'सरकारचे डोके ठिकाणावर आहे काय?' व 'राज्य करणे म्हणजे सूड घेणे नव्हे' या अग्रलेखांबद्दल लो. टिळकांनी राजद्रोहाच्या आरोपाखाली १८ महिने तुरुंगवास भोगला.

रँडची हत्या वैयक्तिक स्वरूपाची घटना होती तर नाशिकचा कलेक्टर जॅक्सनची हत्या ही 'अभिनव भारत' ने केलेला संघटित कट होता. या कटाचे धागेदोरे महाराष्ट्रात पसरल्याचे दिसतात. रँडच्या हत्येला १० वर्षे पूर्ण व्हायच्या आतच अभिनव भारतची स्थापना होणे ही अर्थपूर्ण घटना होय.

अभिनव भारत

१९०४ साली स्वातंत्र्यवीर विनायक दामोदर सावरकर यांनी स्थापन केलेली संस्था म्हणजे अभिनव भारत. 'ब्रिटिश पारतंत्र्यापासून भारताची संपूर्ण मुक्तता हे साध्य व सशस्त्र क्रांती हेच साधन' हे ब्रीदवाक्य संस्थेची महती सांगण्यास समर्थ आहे. चापेकरांच्या हौतात्म्यातून प्रेरणा घेऊन सावरकरांनी १८९९ मध्ये मित्रांच्या सहकार्याने 'राष्ट्रभक्तसमूह' ही गुप्त संस्था तर 'मित्रमेळा' ही (१९००) उघड-उघड राष्ट्रकार्य करणारी संस्था स्थापली. शिवजयंती, सण-उत्सव, गणेशोत्सव, राष्ट्रभक्तीपर गीते या माध्यमांमधून राष्ट्रजागृतीचे कार्य सुरू झाले. मिरवणुका, सभा, संमेलने, मेळे, व्याख्याने अशा विविध कार्यक्रमांमधून स्वराज्य, स्वदेशी, बहिष्कार, राष्ट्रीय शिक्षण या चतु:सूत्रीचा प्रसार सुरू झाला.

याच काळात सावरकरांच्या वाचनात आधुनिक इटलीचा जनक मॅझिनी, गॅरिबाल्डी यांची चरित्रे आली. मॅझिनीच्या चरित्राने त्या काळात सर्वांनाच प्रभावित केले होते. 'यंग इटली' संस्थेच्या धर्तीवर १९०४ मध्ये मित्रमेळा संस्थेचे 'अभिनव भारत' संस्थेत रूपांतर करण्यात आले. देशातील अन्य क्रांतिकारक संघटनांशी देवाणघेवाण सुरू झाली. सावरकर उच्च शिक्षणासाठी इंग्लंडला जाताच या महाराष्ट्रातील संघटनेला आंतरराष्ट्रीय व्यासपीठ मिळाले. श्यामजी कृष्ण वर्मा यांच्या 'भारत भवन' ला चळवळीच्या मुख्यालयाचे रूप आले. सशस्त्र क्रांतीचा सेतू जगभर उभारण्यात येऊन भारतीय तरुणांना या कामात प्रावीण्य मिळवून देण्याचे काम वेगात सुरू झाले.१९०७ मध्ये सावरकरांच्या प्रेरणेने साताऱ्यात 'अभिनव भारत' ची शाखा सुरू झाली. औंध व कोल्हापूर येथे तरुणांना क्रांतिकार्याच्या आरोपावरून पकडण्यात आले.

१९०९ साली सावरकरांचे बंधू बाबाराव सावरकर यांना लघुअभिनव भारत मेळ्यांची पद्यावली छापण्याच्या आरोपावरून काळ्या पाण्यावर पाठविण्यात आले. इंग्लंडमध्ये कर्झन वायलीवर गोळ्या झाडण्यात आल्या. त्या झाडल्या मदनलाल धिंग्रा यांनी तर नाशिकला कलेक्टर जॅक्सनवर क्रांतिकारक अनंत कान्हेरे यांनी गोळ्या

झाडल्या. या दोघांनाही मिळालेली पिस्तुले व कटाचे व्यापक स्वरूप पाहून सरकारने विनायकराव सावरकरांबद्दल मनात आकस ठेवून त्यांना अटक केली. कारण बॉम्ब तयार करण्याची माहिती व पिस्तुले त्यांनी भारतात गुप्तपणे पाठवायला सुरुवात केली होती. सावरकर कैदेत असेपर्यंत अभिनव भारतचे कार्य मंदावले. या सगळ्या कालखंडात सावरकरांना पं. श्यामजी कृष्ण वर्मा, भिकाइजी कामा, लाला हरदयाळ, भाई परमानंद, मदनलाल धिंग्रा, ग्यानचंद्र वर्मा, सेनापती बापट, हुतात्मा कान्हेरे यांची मदत झाली. नाशिक कटाच्या खटल्यातील ३८ लोकांपैकी २७ लोकांना शिक्षा झाल्या.

सावरकरांचा खटला –

सरकारविरुद्ध युद्धाचा प्रयत्न, कट रचणे त्यासाठी हत्यारे व दारूगोळा जमा करणे इत्यादी आरोप सावरकरांविरुध्द करण्यात आले. त्यांच्या जोडीला ३५ सहआरोपी होते. सावरकरांनी आपला खटला हेगच्या आंतरराष्ट्रीय न्यायालयांत चालविण्याची मागणी केली. तिकडे खटला दाखल होऊन निकाल येण्याअगोदरच सावरकरांना जन्मठेप अर्थात काळ्यापाण्याची शिक्षा झाली. दुसऱ्या खटल्यात ५० वर्ष काळ्या-पाण्याची शिक्षा तर अन्य २६ जणांना किमान ६ महिने ते १५ वर्षे शिक्षा व ८जण निर्दोष सुटले. सावरकरबंधूपैकी नारायण दामोदर यांना ६ महिने सक्तमजुरीची शिक्षा ठोठावण्यात आली.

नाशिक कटाची पार्श्वभूमी – (१९०९)

कर्झन वायलीनंतर नाशिकचा कलेक्टर जॅक्सन याच्या हत्येचा कट आखण्यात होता. गणेश दामोदर सावरकरांना शिक्षा, सावरकरांनी 'अभिनव भारत मंडळ' कडे पाठविलेली पिस्तुले या पार्श्वभूमीवर जॅक्सनने नाशिक भागात क्रांतिकारी चळवळीला चाप लावण्याचा प्रयत्न केला. त्यामुळे क्रांतिकारकांनी जॅक्सनला मारण्याचे ठरविले. मदनलाल धिंग्रा यांना फाशी दिल्यावर त्यांच्या आत्म्याला समाधान लाभावे म्हणून आणि ' फाशीचा बदला' घेण्यासाठी जॅक्सनला मारणे क्रमप्राप्त होते. त्यामुळे २१ डिसेंबर, १९०९ रोजी जॅक्सन बेसावध अवस्थेत नाशिकच्या किर्लोस्कर नाट्यगृहात आल्यावर अनंत कान्हेरे यांनी संधि साधली. त्यांचे साथीदार कृष्णाजी गोपाळ कर्वे व विनायक नारायण देशपांडे यांनी जॅक्सनच्या सन्मानार्थ 'शारदा' नाटकाचा प्रयोग होणार होता त्याचवेळी हल्ला करण्याचा निश्चय केला. जॅक्सनवर एकूण सात गोळ्या झाडण्यात आल्या. त्यातील पहिल्याच गोळीला तो बळी पडला कान्हेरे यांना पकडल्यावर ते म्हणाले 'माझे कर्तव्य होते ते मी पार पाडले आहे. मी निसटून जाऊ इच्छित नाही.' कान्हेरे यांना १९/४/१९१० रोजी ठाणे येथील तुरुंगात फाशी देण्यात आले. वरील तिघा क्रांतिकारकांना फाशी तर अन्य सहभागी दोघांना शंकर रामचंद्र

सोमण व वामन नारायण जोशी यांना जन्मठेप झाली. यातूनच नाशिक कटाचा खटला उदयाला आला व त्यात सावरकरांना गुंतविण्यात आले.

सेनापती पांडुरंग महादेव बापट (१२/११/१८८० ते २८/११/१९६७)

सेनापती बापट यांचा जन्म १२ नोव्हेंबर १८८० रोजी नगर जिल्ह्यात पारनेर गांवी झाला. प्राथमिक व माध्यमिक शिक्षण नगरला पूर्ण करून मॅट्रिकच्या परीक्षेत संस्कृतमध्ये सर्वप्रथम आले. त्यांना जगन्नाथ शंकरशेठ शिष्यवृत्ती मिळाली. डेक्कन कॉलेजातून १९०२ मधे बी.ए. झाले. मुंबई विद्यापीठाच्या 'मंगळदास नथुभाई टेक्निकल स्कॉलरशिप' अन्वये ते इंग्लंडमधील एडिंबरो येथील हेरिएट वॅट इंजिनियरिंग कॉलेजात मेकॅनिकल इंजिनिअरिंगचे शिक्षण घेण्यासाठी गेले. इंग्लंडमधे श्यामजी कृष्ण वर्मा यांची भेट झाली आणि क्रांतिकारक विचारांकडे ते ओढले गेले. त्यांना कॉलेज जीवनात घेतलेली प्रतिज्ञा पुन: स्मरली.

''मी पांडुरंग महादेव बापट - भवानी आईची- या नंग्या समशेरीची शपथ घेऊन अशी प्रतिज्ञा करतो की, माझ्या परतंत्र मातृभूमीला स्वतंत्र करण्यासाठी मी आजपासून यावज्जीव कायावाचामनाने झटेन आणि तिची हाक येताच तिच्या सेवेसाठी धावून येईन. या कामी मला देहाचा होम करावा लागला तरी मी फिरून याच भरतखंडात जन्म घेईन व अपुरे राहिलेले काम करून दाखवीन. ही माझी प्रतिज्ञा पुरी करण्यास श्रीहरी मला जरूर ती बुद्धी, युक्ती आणि शक्ती देवो- वंदे मातरम्.''

याच दरम्यान इंग्लंडमधे भारतातील इंग्रजी राजवटीचे सत्य स्वरूप उघडे करून दाखविणारे भाषण केल्याबद्दल त्यांची शिष्यवृत्ती बंद करण्यात आली व ते इंडिया हाऊसमधे राहायला आले. येथेच बॅ. सावरकर, मदनलाल धिंग्रा, मिर्झा अब्बास यांचा सहवास त्यांना लाभला. त्यांच्या प्रभावाने बॉम्ब विद्या शिकण्यासाठी ते पॅरिसला गेले. त्यांच्या अगोदरच हेमचंद्रदास व मिर्झा अब्बास पॅरिसला पोहोचले होते. तेथे त्यांना रशियन भाषेत बॉम्ब तयार करण्याची कागदपत्रे मिळाली. बापट यांनी ॲना खोला या महिलेच्या सहकार्याने त्याचे भाषांतर करून भारतात क्रांतिकारकांकडे व लो. टिळकांकडे एक प्रत पाठविली. बॉम्ब विद्या शिकून ते भारतात १९०८ मध्ये परतले. माणिकतोल खटल्यातील माफीचा साक्षीदार नरेंद्र गोस्वामी याने इंग्रजांना बॉम्बस्फोट कटाचे खरे सूत्रधार बापट असल्याचे सांगितले व मग बापटांना अज्ञातवासात राहावे लागले.

१९०८ ते १९१३ हा काळ त्यांनी अज्ञातवासात काढला. पुरुषोत्तम वैद्य या नावाने मॅट्रिकची परीक्षा दिली. उर्वरित काळात विष्णु विनायक मुळे हे नाव वापरले. आबासाहेब महाराज या त्यांच्या मित्राने विश्वासघात केल्याने त्यांना पकडण्यात

आले. पुराव्याअभावी त्यांची मुक्तता झाली तरी पारनेर येथे त्यांना नजरकैदेत ठेवण्यात आले. पुढे ते पुण्याला आले. चित्रमय जगत, मराठा, ज्ञानकोश येथे नोकरी केली. मुळशी सत्याग्रह आणि संयुक्त महाराष्ट्र यातील त्यांचे योगदान स्वतंत्रपणे नमूद केलेले आहे. आयुष्यभर एक पाय तुरुंगात व एक पाय समाजात अशीच त्यांची अवस्था होती.

विष्णू गणेश पिंगळे (१८८८-१९१५)

प्रमुख महाराष्ट्रीय क्रांतिकारकांपैकी एक म्हणजे विष्णू गणेश पिंगळे होत. पुणे जिल्ह्यात जन्मलेल्या पिंगळे यांनी समर्थ विद्यालयात शिक्षण घेतले. मेकॅनिकल इंजिनियर होण्यासाठी ते १९११ रोजी अमेरिकेत गेले. तेथे त्यांनी बिनतारी तारायंत्राचा अभ्यास सुरू केला. बाबा गुरुमुखसिंग यांच्या नेतृत्वाखालील हिंदी लोकांच्या चळवळीत ते सामील झाले. लाला हरदयाळ यांच्या संपर्कात आल्यावर ते सशस्त्र क्रांतीचे प्रचारक बनले. भारतीय सैन्यात ब्रिटिश विरोधी उठाव करण्यासाठी ते मीरत येथे गुप्तपणे आले. दुर्दैवाने ब्रिटिशांनी त्यांना मार्च १९१५ रोजी पकडले. हिंदी सैनिकांच्या छावणीत त्यांना अटक करण्यात आले तेव्हा त्यांच्याजवळ दारूगोळा व ज्वालाग्रही द्रव्ये सापडली. रौलेट रिपोर्टनुसार लाहोर कटात त्यांचा सहभाग होता व अमेरिकेतून हजारो लोक भारतात बंड घडवून आणण्यासाठी ते आणणार होते. लाहोर कटाचा खटला चालविण्यात येऊन भाई परमानंद यांना काळ्या पाण्याची शिक्षा तर पिंगळे यांना १५/११/१९१५ रोजी पहाटे ६ वाजता लाहोरच्या तुरुंगात फाशी देण्यात आले.

शिवराम हरि राजगुरू- (१९०८-१९३१)

पुणे जिल्ह्यातील खेड येथे जन्मलेल्या राजगुरूंचे शिक्षण काशीला संस्कृत व तर्कशास्त्र यांत पूर्ण झाले. अमरावतीच्या हनुमान व्यायामशाळेत त्यांनी मर्दानी खेळांची आवड जोपासली होती. डॉ. हर्डीकर यांच्या सेवादलात असतानाच त्यांचा संबंध 'हिंदुस्थान रिपब्लिकन पार्टी'शी आला. चंद्रशेखर आझाद, भगतसिंग, सुखदेव, जयगोपाळ, महावीरसिंग या क्रांतिकारकांच्या सहवासात आल्यावर ते सशस्त्र क्रांतीस उद्युक्त झाले. इंग्रजांच्या हाती सापडू नये म्हणून त्यांनी 'एम' नावाने कार्य सुरू केले. लाहोर येथे सॉंडर्सवर हल्ला, नॅशनल बँकेची लूट, क्रांतिकारक जोगेशचंद्र चटर्जी यांची सुटका या कामी त्यांचा सहभाग होता. ब्रिटिशांनी त्यांना पकडून २३/३/१९३१ रोजी लाहोरच्या तुरुंगात फाशी दिले.

सशस्त्र क्रांतीकार्य व वृत्तपत्रे

सशस्त्र क्रांतीकार्यास प्रेरणा देणे वा क्रांतिकारकांना प्रोत्साहन देणे, इंग्रजी राज्य उलथवून टाकणे अशा विविध आरोपांखाली सरकारने महाराष्ट्रातील पत्रकर्त्यांना शिक्षा केल्या. त्यातील प्रमुख वृत्तपत्रे पुढीलप्रमाणे.

१८९७ – 'केसरी' (पुणे) चे कर्ते लोकमान्य टिळक यांना १८ महिन्यांची शिक्षा देण्यात आली. १८९९ – 'गुराखी' (मुंबई) चे कर्ते संपादक श्री. ल.ना. जोशी यांस ६ महिने शिक्षा देण्यात आली. १९०६ – 'भाला' (पुणे)– भालाकार भोपटकर यांना ६ महिने कैद व १००० रुपये दंड करण्यात आला. १९०७ – हरिकिशोर (यवतमाळ) संपादक गीर यांस २ वर्षे सक्तमजुरी व १००० रुपये दंड करण्यात आला. १९०८ – काळ (पुणे) काळकर्ते परांजपे यांस १९ महिन्यांच्या सक्तमजुरीची शिक्षा ठोठावण्यात आली. तर बिहारी (मुंबई) चे संपादक रा.ना.मंडल्कि यांस २ वर्षे सक्तमजुरी, अरुणोदय (ठाणे) चे संपादक फडके यांस १४ महिने सक्तमजुरी, प्रतोद (सातारा) चे संपादकांस व केसरी (पुणे) चे संपादक लोकमान्य टिळक यांस ६ वर्षे काळ्यापाण्याची शिक्षा व हरिकिशोर (यवतमाळ) चे संपादक न.वि.भावे यांस ५ वर्षे सक्तमजुरीची शिक्षा ठोठावण्यात आली. १९०९ – देशसेवक (नागपूर) चे संपादक अ.ब.कोल्हटकर यांस अडीच वर्षे सक्तमजुरी दिली. विश्ववृत्त (कोल्हापूर) चे कर्ते प्रो. विजापूरकर, प्रो.वा.म.जोशी व जोशीराव यांस ३ वर्षे सक्तमजुरी, ३ वर्षे साधी कैद, ठोठावण्यात आली. देशसेवक (नागपूर) कर्ते संपादक गाडगीळ यांस १०००रु. दंड करण्यात आला.

महाराष्ट्रातील लोकचळवळी व स्वातंत्र्यप्राप्ती

काँग्रेसच्या ३४ व्या अमृतसरच्या अधिवेशनात टिळक व गांधी यांची प्रथमच आमने-सामने भेट झाली. १९२० च्या एप्रिलमध्ये या दोघांची खासगी भेट सिंहगडावर झाली. तेथील मुक्कामात भारतीय राजकारणातील प्रवाह, काँग्रेसचे डावपेच, राजकीय व्यवहारातील साधनशुचिता यांची चर्चा त्यांनी केली. याच वेळी टिळक गांधींना म्हणाले.

'माझा जन्म इंग्रजांशी सतत कटू संघर्ष करण्यातच खर्ची पडला आहे. मी इंग्रजांना पुरते ओळखतो आणि तेही मला ओळखतात. तुम्हालाही केव्हातरी इंग्रजांचा, त्यांच्या कुटील नीतीचा आणि क्रूरतेचा अनुभव आला म्हणजे तुम्ही इंग्रजांना विरोध करण्यात माझ्याही पुढे जाल.' टिळकांची भविष्यवाणी खरी ठरली. पुढे लो. टिळकांचे निधनानंतर स्वातंत्र्य चळवळीची सूत्रे म. गांधींच्या हाती गेली.

ऑल इंडिया ट्रेड युनियन काँग्रेसचे अधिवेशन : टिळकांच्या हयातीत मुंबईत भारतीय मजूर परिषदेचे अधिवेशन भरणार होते, पण तो योग चुकला. ३१ ऑक्टोबर १९२० रोजी मुंबईत ऑल इंडिया ट्रेड युनियन काँग्रेसचे (आयटक) पहिले अधिवेशन भरले. त्याचे अध्यक्षपद लाला लजपतराय यांनी भूषविले. या अधिवेशनास ८०० प्रतिनिधी होते. ६० संलग्न व ४० सहानुभूतीदार संस्थांतर्गत

कामगारांच्या ५ लाख कामगारांचे हे नेते होते. या अधिवेशनास पं. मोतीलाल नेहरू, ॲनी बेझंट, न. चिं. केळकर, बॅ. बॅप्टिस्टा, बॅ. जीना, अवंतिकाबाई गोखले ही मंडळी हजर होती.

नागपूर अधिवेशन : १९२० च्या नागपूर अधिवेशनाने महात्मा गांधी यांच्या नेतृत्वाला राष्ट्रीय मान्यता मिळवून दिली. याच अधिवेशनात काँग्रेसला संघटनात्मक स्वरूप देण्याचे ठरले. काँग्रेसच्या जिल्हावार व गावपातळीवार शाखा स्थापन करण्याचे ठरले. सर्व सामान्य माणूस काँग्रेसच्या कार्यात सामील व्हावा या दृष्टीने पावले पडू लागली. साम्राज्यांतर्गत वासाहतिक स्वायत्त सरकार हे ध्येय बदलून शांततामय व सनदशीर मार्गाने स्वराज्य असे राष्ट्रसभेचे उद्दिष्टे ठरले. असहकार, अहिंसा, बहिष्कार, खादी या कार्यक्रमांबाबत कलकत्ता अधिवेशनात घेतले गेलेले निर्णय नागपुरात शिक्कामोर्तब करण्यात आले. अस्पृश्यता निवारण, दारुबंदी हे कार्यक्रम काँग्रेसच्या चळवळीचा अधिकृत भाग बनले. काँग्रेसच्या कामासाठी भाषावार संघटना – केंद्र बनविण्याचे सूत्र स्वीकारले गेले. याचा संयुक्त महाराष्ट्र चळवळीला भारत स्वतंत्र झाल्यावर फायदा झाला. याच अधिवेशनात म. गांधी यांनी एक वर्षात स्वराज्य अशी घोषणा केली ''ब्रिटिशांनी आम्हाला न्याय दिला नाही, तर त्यांचे साम्राज्य नष्ट करणे हे प्रत्येक हिंदी नागरिकाचे कर्तव्य राहील.''

काँग्रेसच्या या प्रवाहाला भरभक्कम करण्याचे काम महाराष्ट्रातील काकासाहेब खाडिलकर, गंगाधरराव देशपांडे, सेनापती बापट, काकासाहेब गाडगीळ, भाऊसाहेब रानडे, शि. म. परांजपे, हरिभाऊ फाटक, आचार्य विनोबा भावे, लोकनायक अणे, नरकेसरी अभ्यंकर, अच्युतराव कोल्हटकर, वीर वामनराव जोशी यांनी केले. १९२१ च्या २७ मार्चला नागपुरातील लोकांनी उत्स्फूर्तपणे भव्य मोर्चा काढला. त्याच्यावर सरकारने गोळीबार केला. त्यामुळे तेथे हरताळ पाळण्यात आला. असहकारितेच्या फंडास गांधीजींनी 'टिळक स्वराज्य फंड' नाव दिले.

राष्ट्रीय शिक्षण म्हणजे राष्ट्रीय दृष्टिकोनातून दिलेले शिक्षण, या शिक्षणसंस्थात हिंदुस्थानातील कोणतीही एक भाषा शिक्षणाचे माध्यम म्हणून स्वीकारण्यात येऊ लागली. स्वावलंबन, अस्पृश्यता निवारण, स्त्री शिक्षणास उत्तेजन, कातणे – पिंजणे, तांत्रिक शिक्षण, सक्तीचा व्यायाम या गोष्टी अमलात आल्या.

संस्थानी प्रदेशातील चळवळ : महाराष्ट्राच्या संस्थानी मुलखातील प्रजेची चळवळ करण्यासाठी दक्षिणी संस्थान हितवर्धक सभा २४–२५ मे १९२१ रोजी स्थापण्यात आली. न. चिं. केळकर यांच्या पुढाकाराने पुण्याच्या सार्वजनिक सभेच्या सभागृहात परिषद झाली. संस्थानिकांना प्रजेच्या सुखदुःखाशी काहीच देणेघेणे नव्हते.

औंध सारख्या एखाद्याच संस्थानाचा अपवाद वगळता अन्यत्र संस्थानिक प्रजेवर अन्याय करीत. १९२७ च्या बटलर कमिटीसमोर संस्थानिकांनी ब्रिटिश गेल्यावर सार्वभौम राजे आम्हीच होणार अशी भूमिका घेतली होती. दक्षिणी संस्थान हितवर्धक सभेच्या नेत्यांनी स्वराज्य वृत्तपत्र पुण्यातून छापायला सुरुवात केली. भोर संस्थानात प्रजेचा छळ होतो हे समजताच प्रजापरिषदेचे पहिले अधिवेशन भोर येथे १९२२ मध्ये न. चिं. केळकरांच्या अध्यक्षतेखाली भरले. याच संस्थानात विधवेला वारसा हक्क, हिंदू दत्तक वारसा कायदा सुधारणा या संदर्भात चळवळी सुरू झाल्या.

औंध संस्थान

औंधच्या पंतप्रतिनिधींनी मात्र काळाची पावले ओळखून घटनात्मक राज्यव्यवस्था त्यांच्या संस्थानात सुरू केली. भारतात अशा प्रकारे सुधारणा करणारे हे पहिलेच संस्थान. ओगलेवाडीचा काच कारखाना, उद्योजक किर्लोस्करांना याच राजाने मदत केली. सांगली संस्थानात सारा तहकुबी, सारासूट, कर्जविमोचन या मागण्यांसंदर्भात आंदोलने सुरू झाली.

युवराजांचे आगमन (१९२१)

इंग्लंडच्या युवराजांचे आगमन भारतात होणार हे समजताच मुंबईत त्या विरोधी वातावरण तयार झाले. यात सरकार विरुद्ध संघर्षात ५३ ठार व ४०० जखमी झाले. याच दरम्यान स्वराज्य पक्षातर्फे न. चिं. केळकर यांनी कौन्सिलात प्रवेश केला व पुढे मतभेद होताच प्रतियोगी सहकारिता पक्ष स्थापला. याच दरम्यान मुंबईत कम्युनिस्ट विचारांच्या कॉम्रेड श्रीपाद अमृत डांगे यांनी सोशालिस्ट नियतकालिक सुरू केले. 'गांधी आणि लेनिन' पुस्तक लिहिले. त्यांनी महाराष्ट्रात कामगार चळवळीला साम्राज्यवादाच्या विरोधात उभे केले. महाराष्ट्राला वर्गसंघर्षाच्या विचारांची ओळख करून दिली. १९२१ च्या अहमदाबाद अधिवेशनाने काँग्रेस सर्वाधिकारी म्हणून म. गांधी यांना नेमले. काँग्रेसच्या इतिहासात असे प्रथमच घडत होते.

जबलपूरचा लढा : जबलपूरच्या नगरपालिकेच्या कचेरीवर १९२२ मध्ये तिरंगा फडकविण्याचे सविनय कायदेभंग समितीने ठरविले. अंबुलकर गुरुजी यांच्या मार्गदर्शनाखाली असहयोग आश्रमातून ३६ स्वयंसेवक भारतमाता की जय म्हणत नागपूर स्टेशनच्या जवळून जाऊ लागले. सचिवालयाजवळ मिरवणूक अडवण्यात आली. पोलिसांनी गुरुजींना रक्तबंबाळ होईपर्यंत मारले. पुढे याचे नेतृत्व जमनालाल बजाजांनी केले. या झेंडा सत्याग्रहाला देशभर प्रसिद्धी मिळाली.

सायमन कमिशन : माँटेग्यू – चेम्सफर्ड अहवालानंतर सरकारने एकही भारतीय

सदस्य नसणाऱ्या सर जॉन सायमन कमिशनची नेमणूक केली. याचे देशभर स्वागत सायमन गो बॅक ने झाले. मुंबईत हजारो कामगारांनी डांगे यांच्या नेतृत्वाखाली सायमनला मराठी हिसका मोर्चाच्या स्वरूपात दाखविला. याही मोर्चावर गोळीबार झाला.

युवक संघ : भारताला आज ना उद्या स्वातंत्र्य मिळणार हे लक्षात घेऊन पं. नेहरू यांनी भविष्यातील भारताचा विचार सुरू केला होता. नेहरूंच्या स्वप्नातील भारत उभारण्यासाठी युवक संघ उभारण्यात आले. महाराष्ट्रात युसूफ मेहेरअली, पु. य. देशपांडे, ह. वि. कामथ, अच्युतराव पटवर्धन, काकासाहेब गाडगीळ, एस. एम. जोशी, ना.ग. गोरे, र.के. खाडिलकर, मामासाहेब देवगिरीकर यांच्या नेतृत्वाखाली युवक संघ महाराष्ट्रात ठिकठिकाणी स्थापण्यात आले. यातूनच १९२९ च्या लाहोर अधिवेशनात २६ जानेवारी हा दिवस स्वातंत्र्यदिन म्हणून पाळण्याचा ठराव करण्यात आला.

मीठ सत्याग्रह : १९३० या नव्या वर्षाची सुरुवातच मुळी मिठाच्या सत्याग्रहाने झाली. दांडी या समुद्राकाठच्या गावी जाण्यास म. गांधी यांनी१२ मार्चला सुरुवात केली. २४१ मैल अंतर ७९ सहकाऱ्यांसह चालत पूर्ण करून ६ एप्रिलला त्यांनी मिठाचा कायदा मोडला. महाराष्ट्रात वडाळा (मुंबई) येथील मिठागरावर सत्याग्रहात हजारो लोक सामील झाले व त्यांनी इंग्रजांच्या विरोधाला न जुमानता सत्याग्रह यशस्वी केला. त्याला साथ देण्यासाठी मुंबईतील रेल्वे कामगारांनी रुईकर आणि कांदळकर यांच्या नेतृत्वाखाली संप सुरू केला. शिरोडा येथे विविध ठिकाणांहून लोक आले त्यांनी सरकारी कर न भरता मीठ नेण्याचा निश्चय केला. १५०० मण मीठ अशा रीतीने सत्याग्रहींनी वाटले. अप्पासाहेब पटवर्धन, देवगिरीकर, डॉ. लागू , डॉ. आठल्ये, भुस्कुटे, पालीचे जागतिक अभ्यासक डॉ. धर्मानंद कोसंबी, पंडित नाबर, कामत , वाडेकर, असोलकर यांनी त्यात सहभाग घेतला. जेथे समुद्र नाही अशा अकोला जिल्ह्यात दहीहंडा गावी खाऱ्या पाण्याच्या विहिरीवर सत्याग्रह झाला. त्याचे प्रमुख ब्रिजलाल बियाणी होते. संयुक्त महाराष्ट्राच्या चळवळीतसुद्धा बियाणी घराणे आघाडीवर राहिले.

याच दरम्यान गांधीजींना अटक झाली आणि सोलापुरात भडका उडाला. १९३० मध्ये गिरणी कामगारांनी आघाडीची भूमिका बजावली. लोक ताडीची झाडे तोडण्यासाठी निघाले असता गोळीबारात १३ जण मरण पावले. सोलापूरचा कलेक्टर नाईट याच्या हाताबाहेर परिस्थिती गेल्याने मुंबई सरकारचे गृहमंत्री हॉटसन (ज्यांच्यावर फर्गसन महाविद्यालयात वासुदेव बळवंत गोगटे यांनी गोळ्या झाडल्या, पण हॉटसन वाचले.) यांना व्हाईसरॉय लॉर्ड आयर्विन यांनी सोलापुरात मार्शल लॉ पुकारण्याचा सल्ला दिला.

सोलापूरचा सत्याग्रह : कलेक्टर नाईटने या कालखंडात बंदुका मन मानेल

तशा चालविल्या. परंतु सत्याग्रही हटेनात. अमानुष कृत्यांची माहिती बाहेर येऊ नये म्हणून 'सोलापूर समाचार' या वृत्तपत्राचे सर्व अंक पहाटे जप्त करण्यात आले. परंतु ही बातमी देशभर पोहोचविणे आवश्यक असल्याने सोलापुरातील 'कर्मयोगी' वृत्तपत्राने ही बातमी देशभर पोहोचविली. वालचंद हिराचंद यांचे भाऊ गुलाबचंद हिराचंद, खडकीकर, राजवाडे या कर्मयोगीच्या चालक मंडळींनी जीवावर उदार होऊन सोलापुरातील सर्व घटना माहिती गोळा करून इंग्रज येण्याअगोदर अंक छापला. वालचंद हिराचंद यांनी यातील काही अंक 'बॉम्बे क्रॉनिकल'चे सय्यद अब्दुला ब्रेलवी व 'फ्री प्रेस जर्नलचे' सदानंद यांच्याकडे पाठविले. दरम्यान पोलिसांनी उर्वरित अंक जप्त केले. सोलापूरच्या बातम्यांची देशभर हेडलाईन आली. कर्मयोगीचे संपादकांस ७ वर्षे सक्तमजुरी व १०,००० दंड झाला. शहरात मार्शल लॉ ४९ दिवस चालू राहिला. घरावर तिरंगा लावणाऱ्यांना, डोक्यावर गांधी टोपी घालणाऱ्यांना पोलिस मारत होते. या उठावाचे प्रेरक नेतृत्व करणाऱ्या मलाप्पा धनशेट्टी, श्रीकृष्ण सारडा, जगन्नाथ शिंदे, कुर्बान हुसेन यांना फाशी देण्यात आले.

महाराष्ट्रात सविनय कायदेभंग चळवळ मिठाच्या सत्याग्रहापुरती न राहता तिचे व्यापक क्षेत्रात रूपांतर झाले. यातूनच जंगल सत्याग्रह उर्फ कायदेभंग सुरू झाला. सातारा जिल्ह्यात बिळाशी, नाशिक जिल्ह्यात कळवण, नगर येथे अकोला, संगमनेर तर रायगड जिल्ह्यात चिरनेर, वऱ्हाड येथे पुसदगावी जंगल सत्याग्रहांतर्गत सरकारी गवत कापणे व कायदा मोडून तुरुंगात जाणे हा कार्यक्रम सुरू झाला.

विदर्भातील जंगल सत्याग्रह : लोकनायक बापूजी अणे यांच्या नेतृत्वाखाली पुसदहून कार्यकर्ते धुंदी जंगलाकडे निघाले. जंगलातील गवत कापण्यात आले, तत्काळ सरकारने त्यांना अनुयायांसह अटक करून ६ महिन्यांची शिक्षा केली.

बिळाशीचा सत्याग्रह : सातारा जिल्ह्यातील बिळाशी भाग ४० ते ५७ फूट उंचीच्या सागाच्या झाडांसाठी प्रसिद्ध होता. स्वयंसेवकांनी जंगलाजवळच्या शिव मंदिरात सागाच्या बांबूवर तिरंगा उभारायचा ठरवले व त्याप्रमाणे केले. तिरंगा पोलिसांनी उतरवू नये म्हणून स्वयंसेवक रक्षणार्थ उभे ठाकले. त्यांच्या भोजनाची व्यवस्था गावकऱ्यांनी केली. पोलिस झेंडा काढायला येत आहेत हे कळण्यासाठी लांबवर वाजणारा ढोलाचा आवाज इशारा ठरला होता. झेंड्याच्या रक्षणार्थ कार्यकर्त्यांची संख्या वाढतच गेली. एकेदिवशी गोरे अधिकारी सशस्त्र पोलिसांसह आले. प्रचंड गोळीबार, मारहाण झाली. लहान मुले, स्त्रिया, असा कोणताच फरक न करता पोलिसांनी सत्याग्रहींना ठार मारले. ५० दिवस आकाशात फडकत राहिलेला तिरंगा ब्रिटिशांनी जप्त केला.

नाशिक जिल्हा

बागलाण व चणकापूर येथील आदिवासींनी जंगल सत्याग्रह सुरू केला. १०,००० आदिवासी या सत्याग्रहात सामील झाले. ब्रिटिशांनी त्यांच्यावर बेधुंद गोळीबार केला आणि सत्याग्रह मोडून काढला.

रायगड

चिरनेरला २५ सप्टेंबर १९३० रोजी अक्कादेवीच्या माळावर झालेल्या विराट सभेला हजारो लोक उपस्थित होते. जंगलतोडीचा सत्याग्रह सुरू झाला. स्थानिक इन्स्पेक्टरच्या आटोक्याबाहेर परिस्थिती गेल्यावर त्याने मामलेदाराकडे गोळीबाराची परवानगी मागितली पण ती नाकारताच मामलेदारावरच गोळी झाडून सत्याग्रहींवर गोळीबार सुरू केला. बारा सत्याग्रही शहीद झाले.

अच्युतराव पटवर्धन, श्री. ग. सरदेसाई, केशवराव गरूड, बाळासाहेब भारदे, अण्णासाहेब शिंदे, हिराबाई भागवत हे संगमनेर, अकोला, नगर जिल्ह्यातील जंगल सत्याग्रहातील अग्रणी होते.

बाबू गेनू यांचे बलिदान

परदेशी कापडावर बहिष्कार चालू असताना मालवाहू मोटारीतून परदेशी कापड नेत असताना बाबू गेनू तिरंग्यासह त्या मोटारीला आडवे झाले पण त्यांच्या अंगावरून गाडी नेण्यात आली. पुणे जिल्ह्यातील आंबेगाव तालुक्यातील म्हाळुंगे गावचे बाबू गेनू स्वातंत्र्य चळवळीत अजरामर झाले. २६ जानेवारी १९३१ रोजी झेंडावंदनावर सरकारी बंदी आली असता मुंबईत आझाद मैदानावर स्वयंसेवकांनी बंदी हुकूम मोडून तिरंगा फडकाविला. मुंबईचे कमिशनर विल्सन यांनी पोलिसांना स्वयंसेवकांची डोकी फोडण्याचे आदेश दिले. पण स्वयंसेवक *'सर दिया सार न दिया'* या निर्धाराने पुढे येत होतेच.

२९ मार्च १९३१ ला कराची येथे काँग्रेसच्या अधिवेशनात गांधी यांनी ' गांधी मरण पावतील पण, गांधींचे तत्त्वज्ञान मरण पावणार नाही' असे उद्‌गार काढले. १९३२ मध्ये जातीय निवाड्याच्या विरोधात प्राणांतिक उपोषण महात्मा गांधींनी सुरू केले. ते डॉ. आंबेडकरांबरोबरच्या पुणे कराराने संपले. समाजातील फार मोठ्या वर्गावरील अन्याय दूर करण्यासाठी महात्माजींनी 'अखिल भारतीय हरिजन सेवक संघ' ची स्थापना केली. 'हरिजन' वृत्तपत्र सुरू करण्यात आले. देवालय, विहिरी, शाळा येथे कोणत्याही प्रकारचे भेदाभेद न पाळण्याचे ठरले.

याच कालखंडात स्पेनमधील अंतर्गत यादवीच्या कालखंडात प्रजासत्ताक-वाद्यांना मदत करण्यासाठी बाळाजी हुद्दार यांच्या नेतृत्वाखाली एक पथक पाठविण्यात

आले. तर चीनमध्ये सोलापूरचे डॉ. द्वारकानाथ कोटणीस वैद्यकीय मदत घेऊन गेले. महाराष्ट्रातील या दोन्ही समाजसेवकांनी स्वत:च्या कार्याद्वारे महाराष्ट्राचे नाव आंतरराष्ट्रीय पातळीवर नेले. या वैद्यकीय पथकाच्या मदतीबद्दल माओ–त्से–तुंग यांनी काँग्रेसचे आभार मानले.

१९३५ मध्ये काँग्रेसने सुवर्णमहोत्सवी वर्षात निवडणुका लढविण्याचा निर्णय घेतला. मुंबईत ऑल इंडिया ट्रेड युनियन काँग्रेसच्या (AITUC$) मुंबई अधिवेशनाचे अध्यक्ष पं.नेहरू होते. ऑल इंडिया काँग्रेस कमिटी (AICC) ची मुंबईत बैठक होऊन प्रांतिक कायदे मंडळ निवडणुकांचा जाहीरनामा प्रसिद्ध करण्यात आला. त्यात अस्पृश्यता निवारणावर भर देण्यात आला.

फैजपूर अधिवेशन

काँग्रेसचे ५० वे अधिवेशन शहरांऐवजी खेड्यात घ्यावे, हा मूळ विचार म. गांधी यांचा. ही कल्पना शंकरराव देव यांनी तत्काळ उचलली. चर्चेच्या अनेक फेऱ्या होऊन खानदेशातील फैजपूर येथे ग्रामीण भागातील पहिले अधिवेशन घेण्याचे ठरले. स्वागत समिती अध्यक्ष शंकरराव देव, सरचिटणीस धनाजी चौधरी यांनी जबाबदारी घेण्याचे ठरविले. काँग्रेसचे सुवर्णमहोत्सवी अधिवेशन व ग्रामीण भागातील पहिले अधिवेशन महाराष्ट्रात व्हावे हा योगायोग अर्थपूर्ण होता.

महाराष्ट्रातील काँग्रेसच्या नेत्यांनी संमेलन यशस्वी करण्यासाठी जीवाचे रान करण्याचे ठरविले. रावसाहेब व अच्युतराव पटवर्धन बंधू, सानेगुरुजी, काकासाहेब गाडगीळ, एस.एम.जोशी, केशवराव जेधे यांनी कंबर कसली. साने गुरुजींनी खानदेश पिंजून काढला. विनोबा खानदेशात आले. अधिवेशन 'टिळक नगरात' भरणार होते तर मुख्य दरवाज्याला 'शिवाजीमहाराज दरवाजा' नाव देण्यात आले. या अधिवेशनाला चालत येण्यासाठी भोरहून कार्यकर्ते ३०० मैल चालत निघाले. या सगळ्याचे सूत्र संचालन विनायकराव भुस्कुटे, लालजी पेंडसे, गोपीनाथपंत पोतनीस यांनी केले.

या अधिवेशनात पहिल्यादांच धावती ध्वजज्योत निघाली. गोकुळदास तेजपाल पाठशाळेत के.एफ. नरिमन यांच्या हस्ते ज्योत प्रज्वलित करण्यात आली. मैलामैलावर धावणारे स्वयंसेवक उभे करण्यात येऊन मुंबई ते फैजपूर हा प्रवास १७ डिसेंबर पर्यंत चालला. हंबर्डी येथे सानेगुरुजींनी २७ तारखेला सकाळी शंकरराव देव यांच्या हाती ज्योत दिली. ती त्यांनी पं.नेहरूंच्या हाती दिली. २५ बैलजोड्यांच्या रथातून नेहरूंची मिरवणूक काढण्यात आली. देव व नेहरू यांच्या भाषणानंतर शेतकरी व कामगार यांच्या वर्गीय संघटनांना सामुदायिक सदस्यत्व देण्याचा ठराव मंजूर करण्यात आला. शेती व्यवस्थेत सुधारणा घडविण्यास काँग्रेस कटिबद्ध असल्याचे

सांगण्यात आले. तसेच संस्थानी प्रजेतील लोकशाही हक्कांसाठी काँग्रेसने लढा देण्याचा निश्चय केला. अशा रीतीने महाराष्ट्राने फैजपूरचे अधिवेशन यशस्वी केले.

निवडणुकांत (१९३७) विजय मिळताच काँग्रेसने अकरापैकी आठ प्रांतात इंग्रजांचे राज्य संपविण्यास मंत्रिमंडळे सज्ज केली. मुंबई इलाख्याचे बाळासाहेब खेर प्रधानमंत्री झाले. (आजच्या मुख्यमंत्र्यांस त्या काळात प्रधानमंत्री म्हणत.) या सरकारने जमीन महसुलात सूट, खेड्यांत पाण्याची व्यवस्था, शिक्षण, प्रौढ शिक्षण, दारुबंदी, राजबंद्यांची सुटका ही कामे केली. याच दरम्यान कोल्हापूर संस्थानात प्रजापरिषद चळवळ वाढीस लागली. भाई माधवराव बागल, दिनकरराव देसाई, रत्नाप्पा कुंभार, देशिंगकर, बापूसाहेब पाटील यांचे नेतृत्व पुढे आले. नागरी स्वातंत्र्याचे हक्क, शेतसारा कमी करा, जबाबदार राज्यपद्धती यासाठी कोल्हापुरात चळवळ सुरू झाली. राजाराम महाराजांनी आश्वासन दिल्यावर चळवळ मागे घेण्याचे ठरले.

दुसऱ्या महायुद्धाच्या काळात सरकारी मतभेदांच्या प्रश्नावरून काँग्रेसच्या मंत्रिमंडळांनी राजीनामे दिले. या काळात रशिया-चीन मधे चाललेल्या लोकसंघर्षास पंडित नेहरू यांनी पाठिंबा दिला. भारत-सोव्हिएत मैत्री संघ निर्माण करून 'पिपल्स व्हॉलेन्टियर ब्रिगेड' स्थापण्याचे आवाहन करताच मुंबईत पडवळ, तात्या सुळे यांनी याला पूरक अशी 'लोकसेना' स्थापली. याच दरम्यान १९४० साली महात्माजींनी वैयक्तिक सत्याग्रहाचे आंदोलन सुरू केले. या आंदोलनाचे पहिले सत्याग्रही म्हणून विनोबा भावे यांची निवड करण्यात आली. त्यांचा परिचय देशाला करून देण्यासाठी खास Who is Vinoba? हा लेख हरिजनमध्ये लिहिला. महाराष्ट्रातील कार्यकर्त्यांवर महात्माजींनी असा परिचयात्मक लेख लिहिण्याचे हे एकमेव उदाहरण आहे.

समाजवादी पक्ष

काँग्रेसच्या गोटात युद्ध विरोधात जोरदार हालचाली चालू असतानाच वैयक्तिक सत्याग्रहाची मोहीम अयशस्वी ठरल्याच्या समजावरून १९४२ मध्ये पुण्यात काँग्रेस समाजवादी पक्षाची सभा भरली. या गुप्त सभेत युसुफ मेहेर अली, एस.एम.जोशी, नाना पुरोहित, भाई कोतवाल, दत्ता ताम्हाणे, प.स.भागवत, सेनापती बापट जमले. युसुफ मेहेरअलींच्या मार्गदर्शनाखाली पक्षाच्या वतीने भूमिगत लढा चालविण्याचे ठरले.

मुंबई अधिवेशन

भारावलेल्या आणि अमाप उत्साहाच्या जोरदार लाटेवर १९४२ चे मुंबई अधिवेशन सुरू झाले. मौलाना आझाद, म.गांधी यांच्या भाषणानंतर पं. नेहरू यांनी 'छोडो भारत' या ठराव मांडला. 'चले जाव' चा इशारा देणारा हा ठराव ८ ऑगस्ट १९४२ च्या रात्री ८ वाजता प्रचंड बहुमताने मंजूर झाला. ९ ऑगस्टला गांधींजींना

अटकेत टाकण्यात आले. सभा, मिरवणुका, निदर्शने यांवर बंदी घालण्यात आली. काँग्रेस कार्यकारिणी, काँग्रेस महासमिती, प्रांतिक समित्या, स्वयंसेवक दले, समाजवादी पक्ष यांवर बंदी घालण्यात आली. पक्षाचे प्रचार साहित्य जप्त करण्यात आले. गांधींना अटक करताच त्यांनी राष्ट्राला संदेश दिला 'करेंगे या मरेंगे'. गांधींच्या अटकेच्या निषेधार्थ मुंबईचे कामगार संपावर गेले. सरकारी कार्यालयांवर बहिष्कार, मोडतोड , रेल्वेचे नुकसान, रस्ते, वाटा रोखणे, भूमिगत कार्य करणे अशा स्वरूपाची कामे सुरू झाली. आंदोलनात सहभागी होण्यासंदर्भात कम्युनिस्ट पक्षांतर्गत मतभेद झाले. महाराष्ट्रात एस.के. लिमये यांनी 'मार्क्स लेनिन' चा पुरस्कार करणारी नवजीवन संघटना काढून गांधी कार्यात स्वत:ला वाहून घेतले.

९ ऑगस्टपासून मुंबईत इंग्रजांच्या विरोधात आगडोंब उसळला. कापडगिरणी, कारखाने, रेल्वे, बसेस बंद पाडण्यात आल्या. इंग्रजधार्जिण्या 'टाइम्स' वृत्तपत्राचा कागदाचा साठा असणाऱ्या जागेला आग लावण्यात आली. पुण्यातही अशाच स्वरूपाची परिस्थिती होती. देहूरोडचा सबडेपो, लष्कराची गोदामे, मद्रास मेल, मालगाड्या याची नासधूस करणे, टेलिफोन तारा तोडणे ही कामे पुण्यात जोरात चालली. पुण्यातील कॅपिटॉल चित्रपटगृहात बॉम्बस्फोट करून तीन गोरे मारण्यात आले. यासाठी शिरूभाऊ लिमये यांना पकडण्यात आले. पुण्यातून भूमिगत चळवळीची सूत्रे मोठ्या प्रमाणात चालविण्यात येऊ लागली. सचिवालय, न्यायालये, सरकारी कार्यालये लोकांच्या हल्ल्याची केंद्रे झाली.

महाराष्ट्रातील मुंबई-पुण्या व्यतिरिक्त अन्य भाग सुद्धा या कार्यात मागे नव्हते. नागपूरमधे सरकारी खजिन्याची लूट, धान्याची लूट करण्यात आली. नागपूरमधे सरकारला जोरदार धक्का देण्यात आला. शंकर महालेंना स्वातंत्र्यकार्यासाठी फाशी देण्यात आले. विदर्भातील अमरावती जिल्ह्यातील यावली गावसुद्धा या लढ्यात मागे नव्हते. यावली येथील पोलिसचौकीवर हल्ला करून कागदपत्रे नष्ट करण्यात आली. पोलिस सुखरूप राहिले. अमरावतीचे जिल्हाधिकारी मेल्ड्रम सुसज्ज पोलिसपथकासह यावलीवर चालून आला. गोळीबाराला लाठीमार असे प्रत्युत्तर सुरू झाले. मेल्ड्रमला झोडपण्यात आले. मेल्ड्रमने माघार घेतली. गावकऱ्यांनी तिरंग्याचे रक्षण केले.

चंद्रपूर

चंद्रपूर जिल्ह्यातील चिमूर गावी प्रभातफेरी निघाली. तिचे मोर्च्यात रूपांतर झाले. पोलिसांच्या लाठीहल्ल्याला लोक प्रत्युत्तर देऊ लागले. गोळीबार सुरू झाल्यावर लोकांनी अधिकारी मारले. यासाठी २१ लोकांना फाशीची शिक्षा देण्यात आली. गावावर १०,०००/- रुपये सामूहिक दंड बसविण्यात आला. पुढे कार्यकर्त्यांची फाशी

रद्द करण्यात आली. चिमूरप्रमाणे अष्टी भागात सुद्धा अशाच प्रकारची पुनरावृत्ती झाली.

रायगड

रायगडच्या वाळण खोऱ्यात आंदोलन सुरू झाले. त्यांच्या मदतीसाठी पुण्यातून कुमक गेली. हजारो शेतकऱ्यांनी मोर्चा काढून पोस्टऑफिस जाळले. नंदुरबारला विद्यार्थ्यांनी मिरवणूक काढली त्यात शिरीषकुमार व त्यांचे मित्र हुतात्मा झाले. कर्जत तालुक्यात भाई कोतवाल यांनी स्वस्त धान्य योजना व्यापारी व सरकार यांना न जुमानता उभी केली. त्यांच्या प्रेरणेतून २० जणांचा 'आझाद दस्ता' गट क्रांतिकार्यार्थ सिद्ध झाला. १९४३ मधे वीज बंद पाडण्याची कामे या गटाने जोरदार सुरू केली. याच कामी ब्रिटिशांशी झालेल्या संघर्षात ते हुतात्मा झाले

अहमदनगर

४२ च्या चळवळीत आपला वाटा उचलण्यासाठी नगरकरांनी 'सरोष' चित्रपटगृह निवडले. गोरे सैनिक येथे चित्रपट पाहण्यासाठी येत असत. एवढ्या एकत्रित सैन्याला मारण्याची आयती संधि स्वातंत्र्य सैनिक कसे सोडणार? २५ डिसें. १९४२ ला चित्रपटगृहात स्फोट होऊन सैन्य घायाळ झाले. सबळ पुराव्याअभावी अटक केलेल्या सर्वांना सोडावे लागले. कोल्हापूरकर या संदर्भात मागे नव्हते. गारगोटीचा खजिना लुटण्याचा प्रयत्न व वेदगंगेवरील पूल उडवण्याचा अयशस्वी प्रयत्न करण्यात आला. हातकणंगले, इचलकरंजी, रूकडी, डहाणू, चिंचणी येथे सरकारला जोरदार प्रतिकार झाला.

आझाद रेडिओ

मुंबईत सरकारी यंत्रणेला समांतर असे आकाशवाणी केंद्र स्थापण्यात आहे. स्वातंत्र्यसेनानी उषा मेहता यांच्या कुशल मार्गदर्शनाखाली हे केंद्र सुरू झाले. मुंबईस्थित मेसर्स चिकागो रेडिओ अँड टेलिफोन कंपनीचे प्रमुख नानक मोरवानी यांनी अत्याधुनिक सामग्री या क्रांतिकारकांना दिली. पुढचे सलग तीन महिने हा रेडिओ लोकांना खऱ्या बातम्या, देशाभिमानी वृत्त देत होता. सरकारने जंग जंग पछाडून सुद्धा ट्रान्समीटर केंद्र व लोक सापडत नव्हते. त्याचे अनुकरण कलकत्ता, दिल्ली, पुणे येथे करण्यात आले. 'स्वतंत्र भारत नभोवाणी केंद्रे' स्थापन होऊन स्वातंत्र्याचा प्रसार जोरदार होऊ लागला.

साताऱ्याचे पत्रीसरकार

साताऱ्याच्या पत्रीसरकारने महाराष्ट्राच्याच नव्हे तर भारताच्या इतिहासात स्वत:चा स्वतंत्र ठसा उमटविला आहे. क्रांतिसिंह नाना पाटील यांनी पत्रीसरकार उर्फ प्रतिसरकार स्थापले. कार्यकर्ते स्वत:च सरकार झाले, शस्त्रास्त्रे, काठ्या, बंदुका, खजिना गोळा करण्यात आला. पत्री सरकारला व्यापक मदत मिळावी म्हणून सावकार व जमीनदारांविरुद्ध मोहीम हाती घेऊन शेतकऱ्यांना दिलासा देण्यात आला.

नाना पाटील यांनी 'तुफानी सेना' उभारून गुंडांच्या तळपायांवर लाठ्या मारायला सुरुवात केली. स्त्रियांसंदर्भात अन्याय केल्यास गुन्हेगारांना दंड वा प्रसंगी प्राणदंडाची शिक्षा करण्यात येऊ लागली. येडेमच्छिंद्र गावी जन्मलेल्या नानांवर सत्यशोधक समाजाचे संस्कार होते. फुले-शाहूंपासून प्रेरणा घेऊन त्यांनी कार्याला घरापासून सुरुवात केली. स्वतःच्या पत्नीला शिक्षण देऊन सत्याग्रहात सहभाग घेतला. समाजातील दुष्ट रूढींना विरोध करायला सुरुवात केली. महाराष्ट्रात साधासुधा 'गांधी-विवाह' प्रयोग विनाखर्चिक स्वरूपात सुरू केला. ५-१० रुपयांत लग्न होऊन जाई.

तासगाव, वडूज, इस्लामपूर, वाळवे, वारणाकाठ येथे मोर्चे निदर्शने होऊ लागली. सरकारने नाना पाटील यांना पकडण्यासाठी इनाम लावले पण ते हातात सापडेनात. नानांच्या सरकारने जमिनींच्या मालकीच्या संदर्भातील अन्याय दूर करणे, अन्नधान्य, बाजार, पुरवठा, वाहतूक या संदर्भात लोकोपयोगी कार्य केले. सावकारी अन्याय, स्त्रियांवर अन्याय, दरोडेखोरी या संदर्भात या सरकारने कडक धोरण स्वीकारून जनोपयोगी निर्णय घेतले. शेकडो न्यायनिवाडे जनतेच्या खुल्या दरबारात मोकळ्या मनाने झाले. रयत नानांना दुवा देऊ लागली. दारू, तमाशा, चैन यावर प्रतिबंध लागू करून शिक्षणाचा प्रसार जोरात करण्यात आला. व्यापक प्रमाणावर छोटी ग्रंथालये सुरू करण्यात आली. स्वराज्यद्रोही लोकांना वेचून शासन करण्यात येऊ लागले. नानांच्या कार्याचे लोण साताऱ्याबाहेर कोल्हापूर, सोलापूर, नगर, मुंबई पर्यंत पोचले.

इंग्रज सरकारला धडा शिकविण्यासाठी रेल्वे स्टेशन जाळणे, तारा खांब उपटणे, पूल उडविणे, सरकारी बंगले जाळणे, बँका लुटणे, काडतुसे पळविणे, रेल्वे डी-रेल करणे ही कामे मोठ्या उत्साहाने पार पाडण्यात येऊ लागली. यापेक्षा जबरदस्त भीमटोला हाणण्यात आला तो धुळे खजिन्याच्या लुटीच्या स्वरूपात. पत्रीसरकारच्या क्रांतिकारकांनी धुळ्याहून नंदुरबारला जाणारा साडेपाच लाख रुपयांचा खजिना लुटला. सांगलीत वसंतदादा पाटील (जे पुढे महाराष्ट्राचे मुख्यमंत्री झाले) यांनी चळवळ गतिमान केली. वसंतदादांना गणेशदुर्गातील राजवाड्यात तुरुंगात ठेवले असता त्यांनी साथीदारांच्या मदतीने तुरुंग फोडला व सारे पळाले. मात्र, पोलिसांनी गोळीबार केला व त्यातील काहींना ठार मारले व पकडले.

साताऱ्याच्या प्रयोगाची देशभरात वाहवा होऊ लागली आणि हा प्रयोग भारतीय पातळीवर बालिया, गाझीपूर, तामलूक, कंटाई येथे राबविण्यात आला. कोल्हापूर संस्थानातील प्रजापरिषदेने आपले आंदोलन अधिक तीव्र केले. संस्थानाधिपतींवर दबाव आणण्यात येऊ लागला. देशातील पहिली पोलिस संघटना कोल्हापूर येथे उभी राहिली.

दुसऱ्या महायुद्धाच्या धामधुमीत आझाद हिंद सेनेचे प्रमुख भारतीय स्वातंत्र्य

लढ्याचे सेनानी नेताजी सुभाषचंद्र बोस यांचे १८ ऑगस्ट १९४५ रोजी अपघाती निधन झाले. अशातच निवडणुका झाल्या. काँग्रेसची मंत्रिमंडळे आठ प्रांतात अधिकारारुढ झाली. २० जानेवारी १९४६ मध्ये सैन्यात असंतोष निर्माण झाला. मुंबईत नौदलाने उठाव केला. इंग्रजनिष्ठ सैनिक विरुद्ध भारतीय सैनिक असा सामना सुरू झाला. सैनिकांनी युनियन जॅक खाली ओढला व तिरंगा लावला. ब्रिटिशांनी त्रिमंत्री योजना जाहीर केली. मुस्लिम लीग आणि काँग्रेस यांच्यात एकमत अवघड झाले. फाळणी अपरिहार्य ठरली. १४ ऑगस्ट १९४७ च्या मध्यरात्री युनियन जॅक उतरविण्यात आला. पुण्यात शनिवारवाड्यावर तिरंगा झेंडा लावण्यात आला.

मराठवाड्याचा प्रश्न : भारत स्वतंत्र झाला तरी हैद्राबाद संस्थान त्यात विलीन झालेले नव्हते. मराठवाड्याचा भाग निजामाच्या ताब्यात होता. निजामाची राजवट अत्यंत प्रतिगामी व अन्यायकारक होती. १९२९ पासूनच हैद्राबाद संस्थानात काँग्रेसची पावले जोरदार पडत होती. परंतु अधिकृत काँग्रेस कमिटी अस्तित्वात नव्हती.

स्वामी रामानंद तीर्थ, गोविंदभाई श्रॉफ, रामलिंग स्वामी आणि सहकाऱ्यांनी हैद्राबाद येथील चळवळ जिवंत ठेवली. १९३८ मध्ये हैद्राबाद स्टेट काँग्रेसवर बंदी आली. ब्रिटिशांना हैद्राबाद स्वतंत्र ठेवणे सोईचे होते तर भारताच्या दृष्टीने धोकादायक होते. निजामाची रझाकार संघटना कासीम रझवीच्या नेतृत्वाखाली अत्याचार करू लागली. चर्चिल यांनी स्वित्झर्लंडप्रमाणे हैद्राबाद स्वतंत्र ठेवण्याची सूचना केली. सर कोनरॅड कोरफील्ड यांच्या मार्गदर्शनाखाली निजाम भारत विरोधी चळवळी करू लागला. कोरफील्डचे कर्ते-करविते इंग्लंडमध्ये बसून त्याला मार्गदर्शन करू लागले. १९४६ मध्ये स्टेट काँग्रेसवरील बंदी उठताच भूमिगत स्वरूपाचे कार्य उघड उघड सुरू झाले. नाना पाटील यांनी मराठवाड्याच्या सीमावर्ती भागात दौरे करून लोकांना बंडाची प्रेरणा दिली. नानांपासून प्रेरणा घेऊन मराठवाड्यात प्रतिसरकार ऐवजी ग्रामराज्य आले पण कार्यक्रम तोच. खजिना लुटा, शासनयंत्रणा ठप्प करा, १९४७ मध्ये महाराष्ट्रात मनमाड येथे समाजवादी कार्यकर्त्यांची बैठक झाली. त्यात अरुणा असफअलींच्या नेतृत्वाखाली हैद्राबादसाठी कृती समिती नेमण्यात आली. डॉ. बाबासाहेब आंबेडकरांनी आपली सर्व शक्ती या लढ्यात पणाला लावली. याच दरम्यान हैद्राबाद संस्थानातील स्टेट बँक ऑफ हैद्राबादवर अनंतराव भालेराव आणि सहकाऱ्यांनी हल्ला केला. २५ लाखांच्या आगेमागे रक्कम लुटून काँग्रेसच्या मदतीसाठी पाठविण्यात आली. या पैशातून काँग्रेसचे कार्य, सरकारला धडा शिकविणे, शस्त्रास्त्र पुरवठा, रेल्वे उखडणे कामे सुरू झाली. स्त्री-पुरुष अशा दोघांचाही सक्रिय सहभाग त्यात होता. भारत स्वतंत्र झाल्यावर सरदार पटेलांनी खंबीर धोरण स्वीकारले. १३ सप्टेंबर १९४८ रोजी भारतीय सैन्य हैद्राबादेत

घुसले. कारवाई झाली. १७ सप्टेंबर १९४८ रोजी संस्थान भारतात विलीन झाले. मराठवाडा भाग मुंबई इलाख्याला जोडण्यात आला.

गोवा मुक्ती आंदोलन

गोवा येथे पोर्तुगीजांचे राज्य संपुष्टात आणण्यासाठी डॉ. टी.बी. कुन्हा यांच्या प्रमुखत्वाखाली १९२८ मध्ये मुंबईत गोवा कॉंग्रेस कमिटी स्थापण्यात आली. 'छोडो भारत' चळवळीच्या ३ वर्षे अगोदर गोव्यात 'छोडो गोवा' चळवळ सुरू झाली. गोवा मुक्तीची चळवळ महाराष्ट्रात सुरू झाली. ती प्रभावी करण्याचे काम पं. महादेवशास्त्री जोशी व सुधा जोशी या दाम्पत्याने, शिरुभाऊ लिमये यांनी केले. मनोहर विष्णू आपटे उर्फ मोहन रानडे यांनी शिक्षणाच्या माध्यमातून गोव्यात प्रवेश करून स्थानिक 'आझाद गोमंतक दलांशी' संधान साधून क्रांतिकार्य केले. पोर्तुगीजांनी त्यांना २-३ दशके तुरुंगात टाकले. १९४९ मध्ये आझाद गोमंतक दलाचे कार्यालय मुंबईला आणले गेले. १९५४ मधे 'दादरा' भागावर तिरंगा फडकविण्यात आला. १९५४ मधे पुण्यात 'गोवा विमोचन सहायक समिती' स्थापण्यात आली. केशवराव जेधे अध्यक्ष तर ना.ग.गोरे व जयंतराव टिळक कार्यवाह झाले. त्यांच्या मार्गदर्शनाखाली वैयक्तिक व सामूहिक सत्याग्रहाचे धोरण आखण्यात आले. नानासाहेब गोरे, सेनापती बापट यांच्या सत्याग्रही तुकडीस अटक करण्यात आली. शेकडो सत्याग्रहींना अटक करण्यात आली. सुधीर फडके यांनी सुद्धा या चळवळीत भाग घेतला. भाई विष्णुपंत चितळे यांना सुद्धा मारहाणीला तोंड द्यावे लागले. आचार्य अत्रे यांनी 'संयुक्त महाराष्ट्र' च्या लढ्यात 'मराठा' वृत्तपत्राद्वारे भूमिका बजावली तीच 'गोवा मुक्ती' लढ्यात ही बजावली. शेवटी पं. नेहरूंनी १९ डिसेंबर १९६१ मध्ये सैन्य पाठवून प्रदेश मुक्त केला. रूढ अर्थाने महाराष्ट्रातील कॉंग्रेसने स्वातंत्र्यपूर्व कालखंडात, स्वातंत्र्योत्तर काळात स्वत:चा ठसा उमटविला. भारत एक राष्ट्र निर्मितीच्या प्रक्रियेत सक्रिय वाटा उचलत असताना संयुक्त महाराष्ट्राच्या चळवळीत मात्र कॉंग्रेसची भूमिका संदिग्ध होती. संयुक्त महाराष्ट्र चळवळीचा लढा मराठी माणसाने स्वत: लढविला. त्याचा आढावा पुढील प्रकरणात.

□□

३

संयुक्त महाराष्ट्र चळवळ

देश स्वतंत्र झाला आणि लोकांचे स्वप्न साकार झाले. भारतभर विविध राज्ये अस्तित्वात आली. संस्थाने खालसा झाली. भाषा, प्रशासकीय सोय, लोकमानस या त्रिसूत्रीच्या आधारे भारतात विविध राज्ये अस्तित्वात आली. महाराष्ट्र तरी त्याला अपवाद कसा असणार?

भाषावार प्रांतरचना करण्यासाठी फाजल अली आयोग नेमला गेला त्याचा अहवाल आला आणि महाराष्ट्रात एकच वादळ उठले. स्वतंत्र महाराष्ट्र राज्याच्या निर्मितीसाठी संयुक्त महाराष्ट्र चळवळ अस्तित्वात आली. संयुक्त महाराष्ट्र एकीकरण समिती अस्तित्वात आली. लेखक, कलावंत, वर्तमानपत्रकर्ते, सामान्य लोक, राजकीय पक्ष या साऱ्यांनीच संयुक्त महाराष्ट्राचे स्वप्न पाहिले. ते स्वप्न 'याची देही याची डोळा' अस्तित्वात आणण्यासाठी १०५ हुतात्म्यांना रक्त सांडावे लागले. त्या लढ्याची ही रक्तरंजित कहाणी आपण या पाठात अभ्यासणार आहोत.

संयुक्त महाराष्ट्राची चळवळ

ही भारताच्या स्वातंत्र्योत्तर इतिहासातील व महाराष्ट्राच्या इतिहासातील अत्यंत महत्त्वाची घटना आहे. १मे१९६० रोजी महाराष्ट्र राज्य अस्तित्वात आले. परंतु हे राज्य अस्तित्वात येण्याची अखंड धडपड त्याच्याही अगोदर कितीतरी वर्षे चालूच होती. हा मंगलकलश पूर्णत्वास येण्यास कित्येकांना रक्त सांडावे लागले. महाराष्ट्र राज्य निर्माण होण्याच्या अमृतमंथन प्रक्रियेतून जशी काही रत्ने मिळाली तसेच हलाहल विषही महाराष्ट्रीयन जनतेने पचवले. १०५ हुतात्म्यांच्या बलिदानावर महाराष्ट्राची यशोपताका उभारली आहे. या हुतात्म्यांमध्ये मराठी,गुजराथी, उर्दू, हिंदी, तेलगू भाषिक उत्स्फूर्तपणे सामील झाले होते. त्यामुळे महाराष्ट्र राज्याची निर्मिती या सर्वांच्या दृष्टीने जीवनमरणाचा लढा होता. त्याकडे संकुचित दृष्टिकोनातून पाहून चालणार नाही.

पार्श्वभूमी आणि घटनाक्रम

भारतीय घटनेने या देशाला 'संघ' म्हटले आहे. 'Indian Union that is Bharat' अशी घटनेत व्याख्या आहे. या खंडमय भौगोलिक विस्ताराच्या प्रदेशातल्या राज्यांचे मिळून बनलेले व त्या राज्यांनी त्यांचे सार्वभौमत्व मान्य केलेले हिंदी संघराज्य म्हणजे

भारत. घटनेनुसार राज्यांची स्वतंत्र व्याख्या करण्यात आलेली नाही. भारत शाश्वत परंतु राज्ये परिवर्तनीय. त्यांच्या सीमा बदलल्या जातील, त्यांचा संकोच किंवा विस्तार केला जाईल, त्यांच्या अधिकारात वाढ वा कपात करण्याचा अधिकार संसदेला आहे; राज्याला हे अधिकार नाहीत.

लो. टिळकांची भूमिका

लो. टिळकांनी राष्ट्रीय शिक्षण व स्वराज्य यांची सांधेजोड करून राष्ट्रीय शिक्षण मातृभाषेतून देण्याची गरज प्रतिपादन केली. विश्वविद्यालयातसुद्धा मातृभाषेतूनच शिक्षण मिळावे, सरकारी कामकाज त्या त्या मातृभाषेतून चालवावे त्यासाठी त्या भाषेचे-स्वराज्य असण्याची गरज आहे. लोकशाही स्वराज्य पक्षाच्या (काँग्रेस डेमोक्रॅटिक पार्टी) उद्देशपत्रिकेत व पक्षाच्या कार्यक्रमात भाषावार प्रांतरचनेचा आग्रह धरला व महाराष्ट्र हा स्वतंत्र एकभाषी प्रांत व्हावा, अशी घोषणा केली. तात्यासाहेब केळकरांनी 'केसरी'तून महाराष्ट्र एकीकरणाच्या चळवळीला तत्काळ चालना द्यायला सुरुवात केली. भारताला आज ना उद्या स्वातंत्र्य मिळणारच आहे, हे नेत्यांच्या लक्षात येत होते. फक्त कधी एवढाच प्रश्न होता.

कलकत्ता काँग्रेस

१९१७ सालच्या कलकत्ता अधिवेशनात डॉ. पट्टाभी सीतारामय्या यांनी आंध्रचा प्रांत स्वतंत्र करण्याचा ठराव मांडला. त्याच्याविरोधात ॲनी बेझंट, पं.मदनमोहन मालवीय, म.गांधी होते. परंतु लोकमान्य टिळकांनी सीतारामय्या यांचे समर्थन केल्यावर सर्वांचा विरोध मावळला व काँग्रेसने आंध्र प्रांत निर्माण करण्याचा ठराव संमत केला. १९२१ च्या नागपूर अधिवेशनात कलकत्ता येथे भाषावार प्रांतरचनेला विरोध करणाऱ्या म. गांधी यांनी 'भाषावार प्रांतरचनेचा' ठराव मांडला. काँग्रेसची फेरउभारणी भाषा तत्त्वावर केली. त्यामुळे काँग्रेस प्रांतिक भाषांच्या मदतीने राज्या-राज्यात पोहोचली.

नेहरू कमिशन

लॉर्ड बर्कनहेड या भारतमंत्र्याने सायमन कमिशनमधून भारतीयांना वगळण्याचे समर्थन करतांना भारतीयांस आव्हान दिले की भारतीय नेत्यांनी एक सर्वसंमत राज्यघटना तयार करावी. भारतीयांनी हे आव्हान स्वीकारून सर्वसंमत घटना तयार केली. त्यास नेहरू अहवाल म्हणतात. पं. मोतीलाल नेहरू यांच्या अध्यक्षतेखालील समितीने १०ऑगस्ट१९२८ रोजी अहवाल सादर केला. या कमिटीने चौकशी, निवेदने, साक्षी ऐकल्या. वर्कर्स ॲण्ड पीझन्ट पार्टी (कामकरी शेतकरी) पक्षाने भाषावार राज्याची मागणी करून महाराष्ट्र प्रांताची मागणी नेहरूंकडे केली. या कमिशनने भाषावार प्रांतरचनेचा पुरस्कार केला. या रिपोर्टने असे म्हटले आहे की...विद्यमान प्रांतरचना

कोणत्याच शास्त्रशुद्ध पायावर आधारलेली नाही...केवळ राज्यकारभाराच्या सोयीच्या दृष्टीने ही प्रांतरचना यशस्वी व कार्यक्षम ठरलेली नाही. यावरून प्रांतांची फेररचना जरूर आहे...मग कोणत्या तत्त्वावर ही फेररचना व्हावी? थोडी भौगोलिक पायावर, थोडी आर्थिक व जमाखर्चाच्या बाबींचा विचार करून; पण मुख्यत: त्या प्रदेशातील लोकांची इच्छा व त्यांची भाषिक एकता हाच आधार असला पाहिजे.

नेहरू रिपोर्टला सर्वपक्षीय मान्यता मिळविण्यासाठी १९२८ मधे लखनौ येथे सर्वपक्षीय परिषद भरविण्यात आली असता त्यात एक तत्त्व मान्य करण्यात आले की- मध्यप्रांत, हिंदी, प्रदेश, केरळ व इतर ज्या कोणा भाषक प्रदेशांना आपला प्रांत पाहिजे असेल त्या सर्वांबद्दल चौकशी करून अहवाल सादर करावा.

यावरून काँग्रेस आणि तत्कालीन नेते यांचे मानस समजायला मदत होते.

वऱ्हाडकरांची मागणी

१९१८ मध्ये वऱ्हाड प्रदेश जुन्या 'मध्यप्रांत व वऱ्हाड' (सी.पी. अँड बेरार) मध्ये समाविष्ट होता. वऱ्हाड मराठी भाषकांचा अल्पसंख्य; पण शिलकी उत्पन्नाचा भाग होता. तेथून येणारे उत्पन्न हिंदी भाषकांसाठी खर्च होई. त्यामुळे व्हाईसरॉयच्या कौन्सिलात मुधोळकर व दामले या पुढाऱ्यांनी वऱ्हाडला मराठी भाषेचा स्वतंत्र प्रांत म्हणून मान्यता द्यावी अशी मागणी केली. १९३७ च्या निवडणुकीत काँग्रेसला बहुमत मिळाल्यावर १ ऑक्टोबर १९३८ रोजी 'सी. पी. अँड बेरार' प्रांताच्या विधिमंडळाचे सदस्य श्री. रामराव देशमुख यांनी विधिमंडळापुढे असा प्रस्ताव मांडला की, 'सी. पी. अँड बेरार जोडप्रांतातून वऱ्हाडला अलग करून त्याचा गव्हर्नरने एक वेगळा प्रांत बनवावा.' हा ठराव एकमताने मंजूर झाला तो पुढीलप्रमाणे.

मराठी भाषेचा 'स्वतंत्र वऱ्हाड' प्रांत

''या प्रांतातील मराठी भाषा बोलणाऱ्या लोकांचा प्रदेश गव्हर्नरच्या अंमलाखालील प्रांतामध्ये संघटित करून 'विदर्भ' नावाचा एक प्रांत शक्य तितक्या लवकर बनविण्यावर उपाययोजना करण्यात यावी असे या असेंब्लीचे विचारपूर्वक झालेले मत ब्रिटिश सरकारास कळविण्याची शिफारस ही असेंब्ली करीत आहे.''

मुख्यमंत्री रविशंकर शुक्ल यांनी त्याला मान्यता दिली. १५ऑक्टोबर १९३८ मध्ये मुंबईत स्वातंत्र्यवीर सावरकर यांच्या अध्यक्षतेखाली भरलेल्या 'मराठी साहित्य संमेलनांत वऱ्हाडसह महाराष्ट्राचा एकभाषी प्रांत त्वरित बनवावा अशी मागणी करण्यात आली.' पुढच्या वर्षी नगर येथे भरलेल्या साहित्य संमेलनात या मागणीचा पुनरूच्चार करण्यात आला व मराठी भाषी प्रदेशांचा मिळून जो प्रांत बनेल त्याला 'संयुक्त महाराष्ट्र' असे नाव द्यावे, अशी मागणी केली गेली. येथे प्रथमच 'संयुक्त महाराष्ट्र' हा शब्दप्रयोग वापरण्यात आला.

संयुक्त महाराष्ट्र सभा

नुसत्या ठरावांनी काहीच साध्य होत नसते म्हणून १९४० मध्ये रामराव देशमुख यांनी मुंबईत 'वऱ्हाड'च्या मागणीचा पाठपुरावा करणारी संस्था स्थापण्याचे ठरविले. तेथे 'संयुक्त महाराष्ट्र सभा' संघटना स्थापण्यात आली. १९४१ च्या मे महिन्यात डॉ. केदार यांच्या नेतृत्वाखाली पुण्यात 'महाराष्ट्र एकीकरण परिषद' भरविग्यात आली. १९४३ साली परिषदेचे दुसरे अधिवेशन अमरावती येथे डॉ. मुकुंदराव रामराव जयकर यांच्या अध्यक्षतेखाली भरविण्यात आले. परंतु कार्य पुढे जाण्याच्या दृष्टीने या परिषदांचा फारसा उपयोग झाला नाही. ११ मे १९४३ रोजी मुंबईत ज. स. करंदीकर यांच्या अध्यक्षतेखाली मराठी पत्रकार परिषद भरली. तेथे या मागण्यांचे पडसाद उमटले.

बेळगांव साहित्य संमेलनाचे योगदान

१२ मे १९४६ ला बेळगांव येथे महाराष्ट्र साहित्य संमेलन भरले. या संमेलनाच्या 'ललित साहित्य' विभागाचे अध्यक्ष श्री.गजाननराव माडखोलकर होते. त्यांनी पारंपरिक भाषणपद्धतीला फाटा देऊन काळाची गरज लक्षात घेऊन 'संयुक्त महाराष्ट्राच्या मागणीचे' सूतोवाच केले. संयुक्त महाराष्ट्राच्या ठरावात मुंबई, मध्यप्रांत, वऱ्हाड, मराठवाडा व गोमंतक यांच्या सरहद्दीवरचे मराठी भाषिक प्रदेशसुद्धा संयुक्त महाराष्ट्रात सामील करण्याची मागणी केली. याच संमेलनात 'संयुक्त महाराष्ट्र समिती' स्थापण्यात आली.

समितीचे सभासद–प्रा. दत्तो वामन पोतदार, श्री. शंकरराव देव, श्री. केशवराव जेधे, श्री.श्री. शं.नवरे व समितीचे आमंत्रक म्हणून श्री. ग.त्र्यं. माडखोलकर काम करतील असे ठरले.

या ठरावाचा पाठपुरावा करण्यासाठी २८ जुलै १९४६ रोजी शंकरराव देव यांच्या अध्यक्षतेखाली मुंबईत 'महाराष्ट्र एकीकरण परिषद' भरविण्यात आली. मराठी प्रांत निर्माण करण्यासाठी 'संयुक्त महाराष्ट्र परिषद' स्थापण्याचे ठरले त्यामुळे 'महाराष्ट्र एकीकरण परिषदेची' गरज उरली नाही. या परिषदेने जे ठराव त्या अधिवेशनात केले त्यात स्वाभाविकपणे महाराष्ट्र राज्याच्या निर्मितीवर भर दिला. साहित्य परिषद, कम्युनिस्ट, शेतकरी कामकरी व हिंदुसभा यांनी परिषदेची कायम पाठराखण केली. काँग्रेस, (प्रजा) सोशालिस्ट, जनसंघ, शे. का. फेडरेशन या पक्षांनी मात्र या प्रश्नासंदर्भातील भूमिका स्वत:ला सोयीच्या असतील तेवढ्याच घेतल्या. सरदार पटेलांचा 'मुंबई महाराष्ट्रात सामील करण्यास' विरोध असल्यामुळे स.का. पाटील हेही महाराष्ट्राच्या विरोधात गेले. पटेलांच्या विरोधात ठाम भूमिका घेतल्यामुळे शंकरराव देवांचे महत्त्व काँग्रेसमधून हळूहळू संपविण्यात आले.

साहित्य संमेलने आणि साहित्य परिषद यांनी मात्र संयुक्त महाराष्ट्राचा पाठपुरावा

कायम केला. मराठी भाषेच्या संदर्भात भविष्यात वाद होऊ नयेत व आपली बाजू भरभक्कम हवी म्हणून पुढील काळात खालील चार महत्त्वाचे अभ्यासपूर्ण शोधनिबंध संमेलनात मांडण्यात आले.

डांगी बोली मराठी – श्री. रा. श्री. जोग

कोंकणी ही मराठीच – श्री. अ. का. प्रियोळकर

अहिराणी ही मराठी – प्रा. कृ.पां. कुलकर्णी

हळबी ही मराठी – डॉ. शं.दा. पेंडसे

या सगळ्यातून जोरदार वातावरणनिर्मिती करण्यात येत होती.

जळगाव परिषद

'सं.म.प.' (संयुक्त महाराष्ट्र परिषद) चे अधिवेशन १९४७ च्या एप्रिल महिन्यात १३–१४ रोजी भरले. शंकरराव देव हे अध्यक्ष, बियाणी व पूनमचंद रांका, पोतदार व जेधे हे उपाध्यक्ष, मुख्यकार्यवाहक माडखोलकर, सहकार्यवाह नवरे, डॉ.अंत्रोळीकर, वसंतराव नाईक, सौ. प्रमिला ओक, कोषाध्यक्ष दा.वि. गोखले व कार्यकारी मंडळात १४ सदस्य अशी रचना झाली.

जळगाव परिषदेने मुंबईसह महाराष्ट्र, सीमाप्रश्न, भाषिक अल्पसंख्य यासंबंधी अगोदरच्या ठरावांचा पाठपुरावा करायचे ठरविले.

दार कमिशन नियुक्ती

भारतीय स्वातंत्र्य नजरेच्या टप्प्यात आले असता घटना समितीत भाषिक राज्यांचा प्रश्न पुढे येणे अपरिहार्य होते. हिंदी संघराज्याचे घटक स्पष्ट करण्यासाठी, भाषावार प्रांतरचना कितपत उपयुक्त आहे, याची पाहणी करण्यासाठी डॉ. राजेंद्रप्रसाद यांच्या सूचनेनुसार न्यायमूर्ती एस.के.दार यांच्या अध्यक्षतेखाली आयोग नेमण्यात आला. आयोगाचे कामकाज चालू असतानाच म. गांधी यांनी ३० ऑगस्ट १९४७ ला 'हरिजन' मधे भाषावार प्रांतरचनेच्या संदर्भात लेख लिहून "भाषावार प्रांतरचनेला धरून मुंबईने योग्य ती सर्वमान्य योजना तयार करावी." असे सुचविले.

दार कमिशनने वीस प्रश्नांची एक सविस्तर प्रश्नपत्रिका तयार करून अनेकांना पाठविली. या पत्रिकेत महाराष्ट्राच्या संदर्भात दोन कळीचे प्रश्न होते.

१) आंध्र, कर्नाटक, केरळ किंवा महाराष्ट्र हे स्वतंत्र प्रांत करावे काय?

२) मुंबई व मद्रास या शहरांचे काय करावे ? त्यांचा अंतर्भाव होणाऱ्या एखाद्या प्रांतात करावा की त्यांचे वेगळे प्रांत करावे ?

दार कमिशनची 'प्रश्नपत्रिका' प्रसिद्ध होताच त्यावर चोहोकडून टीका सुरू झाली. म. गांधी यांनी कमिशनच्या अतिउत्साहाला आवर घालण्यासाठी २५ जानेवारी

१९४८ मध्ये लेख लिहिला. ते लिहितात 'भारताची राष्ट्रभाषा मातृभाषांचे स्थान कधीही मिळवू शकणार नाही. प्रांतातून ती शिक्षणाचे माध्यम बनू शकणार नाही. इंग्रजी तर नाहीच नाही; प्रांतांच्या भाषावार पुनर्रचनेमुळे शिक्षणाला तसेच व्यापाराला मोठ्या प्रमाणात गती मिळेल.'

गांधींची ही इच्छा मुंबईचे अनभिषिक्त सम्राट स.का. पाटील यांनी फेटाळून लावली व काँग्रेसने स्वातंत्र्यपूर्व काळात काहीही आश्वासने दिली तरी स्वातंत्र्योत्तर काळात परिस्थिती बदलली आहे, असे सांगून पाटलांनी संयुक्त महाराष्ट्राच्या मागणीला वाटाण्याच्या अक्षता लावल्या. दार कमिशन महाराष्ट्राला भेट देणार होते. त्याच्या अगोदर दार कमिशनपुढे महाराष्ट्राची भूमिका मांडण्यासाठी 'अकोला करार' करण्यात आला.

अकोला करार – ८ ऑगस्ट १९४७

दार कमिशनसमोर महाराष्ट्राची मागणी मांडणे व वऱ्हाड–नागपूरच्या मनात संयुक्त महाराष्ट्राच्या मागणीसंदर्भात कोणतीही शंका नाही हे दाखविण्यासाठी हा करार करण्यात आला. यावर १७ प्रमुख नेत्यांच्या स्वाक्षऱ्या असून सर्वश्री शंकरराव देव, ग. त्र्यं. माडखोलकर, रामराव देशमुख यांचा समावेश होता.

करार : ''संयुक्त महाराष्ट्र म्हणून एक प्रांत राहून ज्यामध्ये मध्यप्रांत–वऱ्हाडमधील मराठी भाषा बोलणाऱ्या प्रदेशांचा (ज्याला सर्वसाधारणत: महाविदर्भ म्हणून संबोधण्यात येते) व महाराष्ट्राचा असे उपप्रांत ठेवण्यात यावे व या उपप्रांतांना अलग कायदेमंडळ व मंत्रिमंडळ राहून काही विशिष्ट खाती त्यांच्याकडे सोपविण्यात यावीत. ज्यावेळी आवश्यकता भासेल व आवश्यक असेल त्यावेळी उपप्रांतांसमान घटक निर्माण करण्याचा अधिकार प्रांताला राहील. सबंध प्रांतासाठी एक गव्हर्नर व एक डेप्युटी गव्हर्नर राहून त्यांची निवडणूक सबंध प्रांतातर्फे होईल व संपूर्ण प्रांतासाठी कायदेमंडळात लोकसंख्येच्या प्रमाणावर प्रतिनिधी राहतील. उपप्रांतांच्या निवडणुका अलग अलग होतील. विशिष्ठ बाबींसाठी सबंध प्रांतांचे खास ट्रायब्यूनल राहून उपप्रांतांची हायकोर्टे अलग राहातील. सबंध प्रांतांसाठी एक पब्लिक सर्व्हिस कमिशनही राहील.''

''वर दिलेल्या कराराप्रमाणे जर संयुक्त महाराष्ट्राची निर्मिती करणे अशक्यच झाले, तर असा करार झाला आहे की, आमचेकडून महाविदर्भ हा स्वतंत्र प्रांत निर्माण करण्याचे सर्व प्रयत्न करण्यात येतील.''

'गनिमी कावा' पद्धतीचा वरील करार होता. महाविदर्भाची पळवाट ठेवल्याने गाजराची पुंगी वाजली तर वाजली नाही तर मोडून खाल्ली. कारण या करारावर सह्या करणारांपैकी काहींनी अग्निपरीक्षेची वेळ येतात युद्धातून पलायन केले. त्याचे प्रत्यंतर मुंबईच्या विराट अधिवेशनात आले. या अधिवेशनाला शंकरराव देव नव्हते.

मुंबई अधिवेशन

१६-१७ ऑक्टोबर १९४८ रोजी 'सं.म.प.' ने मुंबईत अधिवेशन भरविण्याचा निर्णय घेतला. या अधिवेशनातील प्रदर्शनाचे उद्‌घाटन काकासाहेब गाडगीळ यांनी केले. ख्यातनाम साहित्यिक अण्णा भाऊ साठे यांचा 'मुंबई कुणाची' हा खास तमाशा व शाहीर अमरशेख यांच्या गाण्यांचा कार्यक्रम झाला. अधिवेशनाचे अध्यक्ष रामराव देशमुख यांनी पुढील ठराव मान्य केले. यात हिन्दी संघराज्याच्या नवीन घटनेत प्रांताच्या यादीत 'संयुक्त महाराष्ट्र' असा मराठी भाषिकांच्या सलग प्रदेशाचा एक नवा प्रांत विलंब न लावता ताबडतोब निर्माण करण्यात यावा. या प्रांतामध्ये -

अ) सध्याच्या मुंबई राज्यातील मुंबई शहरासह मराठी भाषिकांचा सर्व प्रदेश

आ) सध्याचा मध्यप्रांत-वऱ्हाड प्रांतातील वऱ्हाड व नागपूर यामधील मराठी भाषिकांचा सर्व प्रदेश

इ) मुंबई व मध्यप्रांत या राज्यातील विलीन झालेल्या संस्थानांपैकी मराठी भाषिकांचा संस्थानी प्रदेश

ई) विलीन न झालेले कोल्हापूर संस्थान व विलीन न झालेल्या निझामी राज्यातील मुख्यत: मराठवाड्यात समाविष्ट असलेला मराठी भाषिकांचा प्रदेश आणि पोर्तुगीज अंमलाखालील गोवा प्रांतही जेव्हा संघराज्यात विलीन होतील तेव्हा त्यांच्यातील सर्व मराठी प्रदेश, या सर्वांचा समावेश झाला पाहिजे अशी या परिषदेची मागणी आहे.

दार कमिशन पुढील साक्ष

दार कमिशन हे एकसदस्यीय कमिशन होते. त्यांच्या मदतीला आय.सी.एस. अधिकारी पन्नालाल दिलेले होते. दार कमिशन ८ नोव्हेंबर १९४८ रोजी मुंबईत आले. केंद्र सरकारतर्फे महाराष्ट्रासाठी सल्लागार म्हणून हरिभाऊ पाटसकर कमिशनला मदत करीत होते. 'सं.म.प.' मुंबई समिती, मुंबई सरकार व त्यांचे सचिव, कम्युनिस्ट पार्टी, डॉ. मु.रा. जयकर, विठ्ठलराव चंदावरकर, हुसेनभाई जाजली, वैकुंठभाई मेहता, सर कावसजी जहांगीर, महाविदर्भ-समिती यांची संयुक्त महाराष्ट्राचा पुरस्कार करणारी साक्ष व निवेदने झाली.

मुंबई काँग्रेस, इंडियन मर्चंटस् चेंबर, Leading Citizens of Bombay व महागुजराथ परिषदेतर्फे विरोधी साक्षी झाल्या. गुजराथ व कर्नाटकने महाराष्ट्रातील कितीतरी भागावर आपला हक्क सांगितला. या कमिशनला डॉ. आंबेडकरांनी एक निवेदन दिले.

डॉ. आंबेडकर यांचे निवेदन

डॉ. आंबेडकरांच्या निवेदनातील महत्त्वाच्या पुढील ५ कलमांमधून आपणास त्यांच्या भूमिकेची कल्पना येईल.

१) भाषावार प्रांतरचना लांबणीवर टाकता येणार नाही. भारताच्या पूर्व पंजाब, संयुक्त प्रांत, बिहार, पश्चिम बंगाल, आसाम आणि ओरिसा या सहा प्रांतांची घटना भाषावार प्रांतरचनेच्या तत्त्वानुसार झालेली आहे. मुंबई, मद्रास आणि मध्यप्रांत या प्रांतांची पुनर्घटना भाषावार प्रांतरचनेच्या तत्त्वावर करण्यात यावी अशी कळकळीची मागणी करण्यात आली आहे. भाषावार प्रांतरचनेचे तत्त्व सहा प्रांतांबाबत मान्य केल्यानंतर इतर प्रांतांना त्याबाबतीत बेमुदत थांबण्यास सांगता येणे शक्य नाही.

२) भिन्नभाषिक प्रांतातील परिस्थिती जुने तुर्कस्थान किंवा आस्ट्रिया-हंगेरी येथील परिस्थितीप्रमाणे प्रक्षोभक होऊन राहिली आहे. ती तशीच चालू राहिल्यास आता ती भीतिदायक होण्याचा संभव आहे.

३) भाषावार प्रांतरचनेची मागणी ही एक स्फोटक शक्ती आहे. याच शक्तीने जुना तुर्कस्थान आणि आस्ट्रिया-हंगेरी या राज्यांची धुळधाण उडविली आहे. स्फोट होण्याचे टाळणे अवघड होऊन बसण्यापूर्वीच जनमताला मान्यता देणे रास्त होणार आहे.

४) नवीन राज्यघटनेने प्रांतांना सार्वभौम सत्ता प्राप्त झाली आहे. अशावेळी भाषावार प्रांतरचनेचा प्रश्न अत्यंत निकडीचा होऊन राहिला आहे. (त्यांनी सार्वभौम हा शब्द इंग्रजांच्या तुलनेत वापरला असावा किंवा त्यांना मर्यादित स्वायतत्ता असे म्हणायचे असावे.)

५) मुंबई आणि महाराष्ट्र हे केवळ एकमेकांवर अवलंबून नाही तर ते वस्तुत: एकच आणि अखंड आणि अभिन्न आहेत. त्यांची ताटातूट करणे दोघांसही घातक आहे, मुंबईचा पाणी आणि वीजपुरवठा महाराष्ट्रातून होतो. महाराष्ट्राचा बुद्धिजीवी वर्ग मुंबईत राहतो. मुंबईची महाराष्ट्रापासून ताटातूट करणे म्हणजे मुंबईचे आर्थिक जीवन धोक्यात आणणे होय. तसेच महाराष्ट्रीय बुद्धिमंतांना सामान्य जनतेपासून अलग करण्याने महाराष्ट्रीय जनता व बुद्धिजीवी वर्ग यांचा नाश करणे आहे.

वरील उताऱ्यांवरून डॉ. बाबासाहेब आंबेडकराची भूमिका पुरेशी स्पष्ट होईल.

दार कमिशनच्या विरोधात प्रतिक्रिया

१० डिसेंबर १९४८ च्या सुमारास दार कमिशनचा अहवाल प्रसिद्ध झाला. संयुक्त महाराष्ट्राच्या मागणीला दार यांनी 'बाहेरचा दरवाजा' दाखविला. त्यांनी महाराष्ट्रीय लोकांबद्दल पुढील टिप्पणी केली : 'महाराष्ट्रीय लोक जुन्या आक्रमक सरंजामी वृत्तीचे

आहेत. पुणेरी वृत्ती ही तर भयंकर स्वरूपाची आहे. मुंबईवर महाराष्ट्राचा मुळीच हक्क नाही. तिला कोणाच्याही एका प्रांतात घालता येणार नाही कारण ती सार्वदेशीय आहे.

अहवालाचे सार

'भाषिक प्रांताची मागणी संकुचित, प्रादेशिकतावादी व प्रतिगामी स्वरूपाची आहे. तिच्यामुळे लोकवस्तीचे मोठ्या प्रमाणात स्थलांतर घडेल नि रक्तपात व अत्याचार माजतील आणि देशाचे तुकडे होतील. कारण भाषिक राज्याच्या बुडाशी उपराष्ट्रवाद आहे.'

महाराष्ट्र आणि महाराष्ट्रीयन लोकांबद्दलची मते वाचल्यावर व सार वाचल्यावर आपल्या असे लक्षात येईल की 'दार कमिशन' महाराष्ट्रात येण्यापूर्वीच स्वतःची भूमिका निश्चित करून आले असावे. त्यामुळे अन्य भाषिक राज्यांपेक्षा महाराष्ट्र अस्तित्वात आल्यावर जणू आकाशच कोसळणार होते.

दार कमिशनचा अहवाल जाहीर झाल्यावर २९ डिसेंबर १९४८ रोजी जयपूर येथे काँग्रेसचे अधिवेशन पट्टाभी सीतारामय्या यांच्या अध्यक्षतेखाली भरले. दार कमिशन संदर्भात काँग्रेसची अवस्था 'करायला गेलो एक' अशी झाली म्हणून याच अधिवेशनात जवाहरलाल नेहरू, वल्लभभाई पटेल, पट्टाभी सीतारामय्या यांची समिती नेमण्यात आली. प्रत्येक नेत्याच्या नावातील आद्याक्षरे घेऊन 'जेव्हीपी' समिती असे या समितीला म्हणण्यात येऊ लागले. या समितीने तीन महिने अभ्यास करून आपला अभ्यासपूर्ण अहवाल सादर केला.

समितीच्या शिफारशी

भारताचे संरक्षण, एकता, आर्थिक सुबत्ता डोळ्यांसमोर ठेवून त्यास बाधा न येता प्रांतांच्या निर्मितीला समितीने अनुकूलता दर्शविली. आंध्रला अनुकूलता दर्शवून समितीने एकाच वेळेला सगळे प्रांत बनविण्याच्या कल्पनेला विरोध केला. काँग्रेसने म. गांधी यांच्या काळात महाराष्ट्र, गुजराथ, कर्नाटकच्या स्वतंत्र प्रांतिक काँग्रेस कमिट्या केल्या तेव्हा मुंबई शहरासाठी स्वतंत्र प्रांतिक काँग्रेस स्थापन केली होती याचा संदर्भ JVP समितीने देऊन-'मराठी जनतेला महाराष्ट्र प्रांत पाहिजेच असेल तर यथाकाल तोही व्हावा. मात्र मुंबईचा त्यात समावेश होणार नाही असे म्हटले. भाषावार प्रांतरचना काँग्रेसला तत्त्वतः मान्य आहे; पण तसे करण्याची आजची वेळ नव्हे.

वरील शिफारशींचा अर्थ स्पष्टच होता. कारण आंध्रला स्वतंत्र प्रांत बनविण्याचे आश्वासन समितीने दिलेले होते. JVP समितीतील तिघेही नेते श्रेष्ठ असूनसुद्धा महाराष्ट्राच्या संदर्भातील त्यांची भूमिका अन्यायकारक होती. JVP समितीचा अहवाल येताच रामराव देशमुखांनी संयुक्त महाराष्ट्र व महाविदर्भचे स्वतंत्र राज्य होण्याची शक्यता

दिसल्याने मध्यप्रांत-वऱ्हाडातील सारा प्रदेश मुंबई राज्यात समाविष्ट करण्याची मागणी केली. स्वतंत्र वऱ्हाडचा आग्रह संपला.

या कालखंडात सरदार पटेल आणि नेहरूंना विरोध कोण करणार आणि त्यांचा रोष पत्करणार? म्हणून काँग्रेसवाले गप्प, अन्य सारेच पक्ष अंतर्गत मतभेदाने बेजार व कलहाने ग्रस्त यामुळे सर्वत्र पोकळी निर्माण झाल्याचा आभास होऊ लागला. १५ मे १९४९ ला ठाणे जिल्ह्यात कल्याण येथे भाऊसाहेब हिरे यांच्या अध्यक्षतेखाली भरलेल्या सभेत संयुक्त महाराष्ट्राची मागणी करण्यात आली पण त्यात प्राण नव्हता. हे सारे प्रयत्न विफल होत असतानाच 'सं.म.प.' ला नवसंजीवन देण्याचे काम सेनापती बापट यांनी केले. त्यांनी अत्यंत प्रतिकूल परिस्थितीत १९४९-५० सालात प्रभातफेऱ्यांच्या उपक्रमातून लोकांच्या मनातील विचार जागवला. सेनापतींनीच 'संयुक्त महाराष्ट्र' मागून मिळणार नाही तर त्यासाठी जनआंदोलन वा सत्याग्रह छेडावा लागेल ही गोष्ट लोकांच्या मनावर बिंबविली. १६ ऑक्टोबर १९४९ रोजी बेळगाव येथे भाऊसाहेब हिरेंच्या नेतृत्वाखाली 'सं.म.प.' चे अधिवेशन भरले व त्यात प्रसंगी बलिदानाची तयारी दर्शविण्यात आली. पुढे रायगडच्या पायथ्याला महाड येथे ख्यातनाम कामगार पुढारी ना.म. जोशी यांच्या अध्यक्षतेखाली सभा भरली. तेथेही सं. महाराष्ट्राची मागणी पुढे रेटण्यात आली.

मुंबईतील ठराव

२८ नोव्हेंबर १९४९ रोजी मुंबई कॉर्पोरेशनमधे आचार्य अत्रे व आर. डी. भंडारे यांनी पुढील ठराव मांडला.

"भाषेच्या तत्त्वावर मुंबई ही राजधानी असलेला महाराष्ट्र प्रांत ताबडतोब इष्ट आहे, असे या महापालिकेचे विचारपूर्वक मत झाले असून या मताची ताबडतोब अंमलबजावणी करावी असे मुंबई सरकारमार्फत भारत सरकारला कळवावे, अशी विनंती मेयर साहेबांस करण्यात येत आहे."

१९४९ सालापासून ते ५१ पर्यंत या चळवळीत फारश्या हालचाली झाल्या नाहीत. चळवळ निष्प्राण अवस्थेला पोहोचण्याची वेळ आली. तेव्हा तिच्यात धुगधुगी निर्माण करण्याचे प्रयत्न सेनापती बापट व लालजी पेंडसे यांनी केले. ५ जानेवारी १९५१ रोजी ठाण्यात परिषद भरवून 'सं.म.प.' जिवंत आहे याचे दर्शन घडविण्यात आले. विभागीय पातळ्यांवर कमिट्या तयार करून चळवळ जिवंत ठेवण्यासाठी 'ठाणे जिल्हा सं. महाराष्ट्र मंडळ' स्थापण्यात आले. शिरगणतीच्या कामात 'सं.म.प.' च्या कार्यकर्त्यांनी सरकारी नोकरांना मदत केली. ठाण्यानंतर वऱ्हाडात 'सं.म.प.'ची शाखा सुरू करण्यात आली. भारताला स्वातंत्र्य मिळाल्यावर पहिल्या सार्वत्रिक निवडणुकीत

लालजी पेंडसे 'संयुक्त महाराष्ट्राच्या' प्रश्नावर निवडणुकीला उभे राहिले. काँग्रेस विरोधकांचे ऐक्य न झाल्याने डॉ. आंबेडकर, अशोक मेहता, कॉम्रेड डांगे आणि लालजी पेंडसे पडले. महाराष्ट्रात काँग्रेसची मतांची सरासरी १९ ते ४३ टक्के पडली. विरोधकांच्या फाटाफुटीत बहुमत वाहून गेले. मात्र नव्या लोकसभेने 'संयुक्त महाराष्ट्राची' आशा जिवंत ठेवली. सेरापूर (बंगाल) चे सभासद खासदार तुषार चतर्जी यांनी ७ जुलै १९५२ रोजी पुढील ठराव मांडला.

''भाषातत्त्वाच्या पायावर राज्यांची पुनर्रचना करण्याचे काम ताबडतोब हाती घ्यावे व त्याला (भाषातत्त्वाला) अनुसरून सध्याच्या राज्यांच्या सीमा निश्चित कराव्या असे या सभेचे मत आहे.''

हा ठराव भरपूर चर्चा होऊन ७७ विरूद्ध २६१ मतांनी फेटाळला गेला. याच सुमारास भाषावार प्रांतरचनेने पहिला बळी घेतला आणि देश खडबडून जागा झाला.

आंध्रमधील-घडामोडी

'जेव्हीपी' समितीने आंध्रप्रदेशाची निर्मिती मान्य करूनसुद्धा वास्तवात ते आले नव्हते म्हणून श्री. पोट्टी रामल्लू यांनी आंध्रात प्राणांतिक उपोषण सुरू केले. नेहरूंनी त्याच्याकडे लक्ष दिले नाही. उपोषणाच्या धमक्यांना सरकार घाबरणार नाही अशी घोषणा केली. उपोषणाच्या ५८व्या दिवशी रामल्लूंचे निधन झाले. यामुळे आंध्रात वातावरण पेटले. सार्वजनिक मालमत्तेचे ३ कोटी रुपयांचे नुकसान झाले. रेल्वे लुटल्या गेल्या. पं. नेहरूंनी १९ डिसेंबर १९५२ रोजी स्वतंत्र आंध्र राज्याची घोषणा केली व ते अस्तित्वात आणण्यासाठी न्यायाधीश वांचू यांचे कमिशन नेमले.

नागपूर करार-२८ सप्टेंबर १९५३

देशभर अशी गडबड चालू असताना महाराष्ट्रातील दुष्काळाच्या पाहणीसाठी पं. नेहरू येऊन गेले पण त्यांनी 'संयुक्त महाराष्ट्राचे' नावच काढले नाही. महाराष्ट्र पातळीवर सामसूम होती. 'जेव्हीपी' कमिशनने संयुक्त महाराष्ट्र व वऱ्हाड या दोघांचीही मागणी फेटाळली तेव्हा अकोला कराराचे ऐतिहासिक महत्त्वच संपुष्टात आले. त्यामुळे संयुक्त महाराष्ट्रात येऊ इच्छिणाऱ्या विभागांना समपातळीवर सामावण्याची आवश्यकता निर्माण झाली. यातूनच 'नागपूर करार' जन्माला आला. या कराराद्वारे अविकसित भागांचे मागासलेपण दूर करून विकासासाठी प्रयत्न करण्याचे ठरले. या करारावर विदर्भ, संयुक्त महाराष्ट्र व मराठवाडा या तीन विभागातील प्रमुख नेते मंडळींनी सह्या केल्या. हा ११ कलमी करार पुढीलप्रमाणे होता.

१) भारतातील राज्यांची पुनर्घटना आणि पुनर्रचना करण्याच्या प्रश्नावर अहवाल सादर करण्यासाठी एक उच्चाधिकार समिती नेमण्यात यावयाची असल्यामुळे

मराठी भाषी मुलखाच्या निरनिराळ्या विभागात राहणाऱ्या आम्ही लोकांनी अशा सर्व विभागांचे मिळून एक राज्य निर्माण करण्यास पायाभूत म्हणून खालील निर्णय मान्य केलेले आहेत.

२) सध्याच्या मुंबई, मध्यप्रदेश आणि हैद्राबाद राज्यातील सर्व सलग मराठी भाषी प्रदेशांचे हे राज्य बनविण्यात यावे. मुंबई ही त्याची राजधानी राहील.

३) सर्व प्रकारांचे विकासकार्य व शासनव्यवस्था यांच्या बाबतीत या राज्याचे महाविदर्भ, मराठवाडा आणि उर्वरित भाग असे तीन घटक मानण्यात येतील.

४) शासन एकच राहणार असल्यामुळे, त्यांच्या आवश्यकता लक्षात घेऊन निरनिराळ्या घटकावरील खर्च लोकसंख्येच्या प्रमाणात केला जाईल. मराठवाड्याची अवस्था अविकसित असल्यामुळे त्याचा सर्वांगीण विकास घडवून आणण्याकडे विशेष लक्ष दिले जाईल. या संबंधात एक अहवाल दरवर्षी राज्य विधानसभेला सादर करण्यात येईल.

५) सरकारात निरनिराळ्या घटकांच्या लोकसंख्येनुसार त्या घटकांना स्थान मिळेल.

६) औद्योगिक, शास्त्रीय अथवा विशेष विषयांचे प्रगत शिक्षण देण्याची व्यवस्था असलेल्या शिक्षण संस्थात घटकातील लोकांना प्रवेशाच्या बाबतीत लोकसंख्येच्या प्रमाणात पुरेशा व योग्य सवलती देण्यात येतील.

७) मुंबई हेच नव्या राज्याच्या हायकोर्टाचे मुख्य स्थान असेल व दुसरे स्थान नागपूरला राहील. महाविदर्भ विभागाला नोकरवर्ग यांच्या संबंधात योग्य प्रतिनिधित्व मिळेल व हीच बाब मराठवाड्यालाही लागू राहील.

८) सरकारी नोकऱ्या किंवा सरकारनियंत्रित व्यवसायात नोकरांची भरती करताना प्रत्येक घटकातून लोकसंख्येच्या प्रमाणात भरती केली जाईल.

९) निरनिराळ्या घटकांचा शासनाशी चांगला संबंध येण्यासाठी विकेंद्रीकरणावर भर देण्यात येईल.

१०) राज्याची उपराजधानी या नात्याने नागपूरशी महाविदर्भातील जनतेचा संबंध जडलेला आहे. तेव्हा कार्यक्षम शासनाचे फायदे शक्य तेवढे नागपूरला देण्याचे प्रयत्न राहतील. या कलमांची अंमलबजावणी करण्यासाठी सरकारी कचेऱ्या काही निश्चित काळासाठी नागपूरला हलविण्यात येतील. राज्य विधानसभेचे निदान एक अधिवेशन दरवर्षी नागपूरला भरविण्यात येईल.

११) सर्व सलग मराठी प्रदेश नव्या राज्यात समाविष्ट व्हावा. यासाठी खेडे हा घटक मानला जाईल.

नागपूर करारावर खालील व्यक्तींनीं आपापल्या विभागाप्रमाणे सह्या केल्या.

१. महाविदर्भ: सर्वश्री रामराव देशमुख, गोपाळराव खेडकर, रा.कृ. पाटील, पु.का. देशमुख व शेषराव वानखेडे.
२. पश्चिम महाराष्ट्र : सर्वश्री भाऊसाहेब हिरे, यशवंतराव चव्हाण, नाना कुंटे व देवकीनंदन नारायण.
३. मराठवाडा : सर्वश्री देविसिंग चव्हाण, लक्ष्मणराव भाटकर व सौ. प्रभावतीदेवी जकातदार.

या कराराचे वैशिष्ट्य असे की, सह्या फक्त काँग्रेस पुढाऱ्यांनीच केल्या. चर्चेसाठी सर्वश्री धनंजयराव गाडगीळ, दत्तो वामन पोतदार व दा.वि. गोखले यांना बोलावले होते; करारावर यांच्या सह्या घेतल्या नाहीत. लालजी पेंडसे म्हणतात, 'काँग्रेसवाल्यांच्या बुद्धीत असा विकल्प आला होता की हातीतोंडी होऊ घातलेल्या यशात भागीदार नको होते. ते निर्भेळपणे आपले असावे.'

नागपूर कराराला मुंबई काँग्रेसचे स.का. पाटील यांनी विरोध केला. यातच पं. नेहरू यांनी लोकसभेत पुढील घोषणा केली आणि 'संमप' ला नवसंजीवन मिळाले.

फाजलअली कमिशन

"भारत सरकार अशा निर्णयाला आले आहे की, भारतीय संघातील राज्यांच्या पुनर्रचनेच्या समग्र प्रश्नाची फेरतपासणी पूर्वग्रहरहित वास्तविक बुद्धीने व्हावी. जेणेकरून प्रत्येक घटक राज्याची प्रजा तसेच समग्र भारत राष्ट्र या दोहोंचेही कल्याण साधले जाईल. या दृष्टीने सरकारने एक कमिशन नेमण्याचे ठरविले आहे. कमिशन या प्रश्नाचे सर्वांग स्वरूप, ऐतिहासिक पार्श्वभूमी, प्राप्त परिस्थिती या सर्वांची तसेच या प्रश्नाला अनुलक्षून असलेल्या सर्व महत्त्वाच्या संबद्ध गोष्टी वगैरेची सर्वांगपूर्ण चौकशी करील. अशा पुनर्रचनेसंबंधीच्या कोणत्याही प्रकारच्या सूचना विचारात घेण्याचे कमिशनला स्वातंत्र्य आहे."

या कमिशनच्या अध्यक्षपदी फाझलअलींची नियुक्ती केल्याने त्यास फाजलअली कमिशन म्हणत. अन्य दोन सदस्यांत श्री. पण्णीकर व पं. कुंझरू होते. या कमिशनला सादर करावयाचे निवेदन तयार करण्याचे काम 'संमप' च्या वतीने धनंजयराव गाडगीळ करू लागले. वऱ्हाड, मराठवाडा, बेळगाव व कारवार यांनी आपापल्या प्रश्नांची निवेदने सादर करायची व त्यांचे संकलन करून तात्त्विक प्रमेये सांगणारे सर्वसमावेशक निवेदन संयुक्त महाराष्ट्र परिषदेतर्फे द्यायचे असे ठरले. व त्याप्रमाणे काम १९५४ पर्यंत पूर्ण झाले. फाझलअली कमिशनकडे दोन्हीं बाजूंची निवेदने पोहोचली.

संयुक्त महाराष्ट्र परिषदेचे निवेदन

कमिशनला 'संमप' ने जे निवेदन दिले ते १६१ कलमांचे व दोन भागांचे होते. पहिल्या भागात राज्यपुनर्रचनेची मूलभूत तत्त्वे व कार्यपद्धती यांचे शास्त्रशुद्ध विवेचन व

दुसऱ्या भागात पाच उपविभाग पाडले होते. यात भावी महाराष्ट्राची अंतर्रचना व साधनसंपत्ती, मुंबई शहराचा प्रश्न, कारवार व कोंकणी भाषिक, महाविदर्भाची मागणी व हैद्राबादचे विभाजन असे उपविभाग होते.

''इतके विस्तृत, सोपपत्तिक व शास्त्रशुद्ध निवेदन हे, अलीकडच्या राजकीय व वैधानिक क्षेत्रातील वाङ्मयात बहुमोलाचे आहे,'' असा कमिशनने त्याचा गौरव केला.

आयोगाच्या शिफारशी

राज्य पुनर्रचना आयोग उर्फ फाझलअली कमिशनचा अहवाल १० ऑक्टोबर १९५५रोजी प्रसिद्ध झाला. आयोगाने विदर्भाचे स्वतंत्र राज्य व संपूर्ण गुजराथी प्रदेशासह मराठवाडा धरून मुंबईच्या द्वैभाषिक राज्याची शिफारस केली. याच्या त्रिरोधात ५ नोव्हेंबर १९५५ रोजी हिंदमजदूर सभा, ऑल इंडिया ट्रेड युनियन काँग्रेस, युनायटेड ट्रेड युनियन काँग्रेस यांनी एकत्र येऊन नरे पार्कवर विरोध नोंदवला. साऱ्या महाराष्ट्राला काय करावे असा प्रश्न पडला असता कामगारांनी कोंडी फोडली. त्याला साथ दिली ठाकुरद्वार विभागातील बाल गोपाल परिषदेने व महिला परिषदेने. 'त्रिराज्य' स्थापनेचे बिल विधानसभेत चर्चेला येणार होते. मुंबईचे मुख्यमंत्री मोरारजीभाई देसाई यांनी विरोधी वातावरण पाहून चौपाटीवर सभा घेतली. पाच हजार वर्षे मुंबई महाराष्ट्राला मिळणार नाही अशी वल्गना देसाईंनी केली. स.का.पाटील यांनी सूर्यचंद्र तळपत असेपर्यंत मुंबई महाराष्ट्राला मिळणार नाही असे सांगितले. या सभेत संयोजकांवर जोड्यांचा मारा सुरू होताच सभा संपली. विधानसभेकडे जाणारे रस्ते अडवण्यात आले. पोलिसांनी जनता अश्रुधुराला जुमानत नाही हे पाहून बंदुकी चालविल्या. १५ जण मरण पावले. १८ नोव्हेंबर १९५५ रोजी विधानसभेत 'त्रिराज्य' ठराव मुख्यमंत्री मोरारजी देसाई मांडणार असल्याने संयुक्त महाराष्ट्र कृती समितीने प्रचंड मोर्चा काढला. मोरारजी देसाई यांनी वरिष्ठ मराठी पोलिस अधिकारी डावलून परिसराच्या शांतता व सुव्यवस्थेसाठी शहा यांना डेक्कन पोलिस कमिशनरच्या जागी नेमले. सेनापती बापट यांच्या नेतृत्वाखाली आंदोलकांनी बंदीरेषा ओलांडली म्हणून त्यांना अटक करण्यात आली. पोलिसांनी प्रचंड लाठीहल्ला केला. १९५६ मधे संयुक्त महाराष्ट्र समितीची स्थापना झाली.

संयुक्त महाराष्ट्र समितीचे ध्येय व धोरण

संयुक्त महाराष्ट्र समिती ही तिचे ध्येय व धोरण मान्य असलेल्या महाराष्ट्रातील राजकीय पक्षांची, संघटनाची व स्वतंत्र व्यक्तींची संयुक्त संघटना आहे. कामगार, शेतकरी, युवक व महिला संघटनांना घटक या नात्याने तिच्यात सामील होता येईल. समितीतील घटक संस्था, संघटना व पक्ष स्वतःचे अस्तित्व कायम ठेवून तिच्या घटनेला व कार्यक्रमाला मान्यता देतात व तिच्या शिस्तीचे पालन करतात. लोकशाही आणि

समाजवाद यावर निष्ठा असलेली, भारताचे ऐक्य, अभंगत्व, सुरक्षितता व सार्वभौमत्व यांचे संरक्षण करणारी व भारताची घटना मान्य असलेली अशी महाराष्ट्रातील सर्व जनतेची व्यापक संघटना असे संयुक्त महाराष्ट्र समितीचे स्वरूप राहील.

उद्देश –

१. भाषावार राज्य रचनेच्या तत्त्वानुसार महाराष्ट्र राज्यात अजून समाविष्ट न झालेले मराठी भाषिकांचे सलग प्रदेश या राज्यास जोडून घेणे
२. लोकसत्ताक व समाजवादी महाराष्ट्र प्रस्थापित करणे
३. सामाजिक, आर्थिक व राजकीय समता स्थापन करून महाराष्ट्राच्या जीवनाची सहकारी तत्त्वावर उभारणी करणे
४. समितीने पुरस्कारिलेला कार्यक्रम पूर्ण करणे.

साधने –

१. लोकशाही संमत शांततामय साधनांचा उपयोग करणे
२. जनजागृती व संघटना करून पर्यायी शक्ती निर्माण करणे
३. जिल्हा व तालुकानिहाय शाखा स्थापून सभासद वाढविणे
४. महाराष्ट्राच्या मूलभूत समस्या लक्षात घेऊन आणि आर्थिक, औद्योगिक व शेतीविषयक सर्वांगीण विकासाच्या योजना तयार करून शिक्षणाच्या व आंदोलनाच्या मार्गाने त्या कार्यवाहीत आणणे
५. विधिमंडळे व स्थानिक संस्थांच्या निवडणुका लढविणे, बहुमत प्रस्थापित करून कारभार हाती घेणे व जनतेचा कार्यक्रम अमलात आणणे
६. अल्पमत असताही जनहिताच्या योजना व ठराव मांडून विधिमंडळात आणि बाहेर चळवळ उभारणे.
७. सहकारी जीवन व समाजवाद यांचे जनतेला शिक्षण देणे.

त्रिराज्य ठरावाच्या विरोधात लोकमान्य पत्राचे संपादक पां.वा. गाडगीळ यांनी विधानपरिषदेतील सभासदत्वाचा राजीनामा दिला. लोकमताचे वाढते दडपण पाहून विधानसभेत 'त्रिराज्य' ठराव तहकूब करून टाकण्यात आला. १६ जानेवारी १९५६ मध्ये पं. नेहरू यांनी मुंबई शहर केंद्रशासनाच्या अधिपत्याखाली राहील. विदर्भासह संपूर्ण मराठी भाषिकांचा महाराष्ट्र आणि सौराष्ट्र–कच्छसह, गुजराथ अशी दोन राज्य निर्मितीची घोषणा केली. त्याच दिवशी रात्री पोलिसांनी गोळीबार केला व काही लोक मरण पावले. अशा रीतीने मोरारजी देसाई यांचा 'नरमेध' यज्ञ सुरू झाला. १६ जानेवारी ते २२ जानेवारी या काळात १०५ हुतात्म्यांनी महाराष्ट्रासाठी रक्त सांडले. सरकारी दमनचक्र जोरात फिरू लागताच 'संमप' ने असहकाराचा कार्यक्रम राबविण्याचा आदेश

तालुका व गाव समित्यांना दिला. याच काळात थोर सर्वोदयी नेते जयप्रकाश नारायण यांनी पं. नेहरूंची भेट घेऊन मुंबई महाराष्ट्राला देण्याचा आग्रह धरला. परंतु मार्ग निघाला नाही. याच दरम्यान नेहरूंच्या काँग्रेसला घरचा अहेर मिळाला तो म्हणजे हैद्राबाद विधानसभा काँग्रेसपक्षाने 'मुंबई केंद्रशासित न करता ती महाराष्ट्र राज्यात समाविष्ट करावी' अशी शिफारस केली. राज्यपुनर्रचना बिलावर जोरदार टीका झाल्याने लोकसभेने हे बिल संसदेच्या संयुक्त चिकित्सा समितीकडे पाठविले. फिरोज गांधी यांनी संसदेत भाषण करताना मुंबई महाराष्ट्राला द्यावी अशी मागणी केली; परंतु जावयाची मागणी सासऱ्यांनी (पं. नेहरू) मान्य केली नाही. याच प्रश्नांवर चिंतामणराव देशमुखांनी मंत्रिपदाचा राजीनामा दिला.

जून १९५६ च्या आगेमागे लंडन येथे 'संयुक्त महाराष्ट्र समिती'ची स्थापना झाली. लंडन शहरात महाराष्ट्रीय व सहानुभूतीदार यांचा मेळावा भरला. मेळाव्याचा उद्देश 'मुंबईसह संयुक्त महाराष्ट्राच्या निर्मिती कार्यासाठी आणि १०५ हुतात्म्यांच्या मदतीसाठी निधी गोळा करणे' हा होता. भाषणे होऊन आर्थिक मदत मुंबईत पाठविण्यात आली.

ऑगस्ट १९५६ मध्ये लोकसभेत महाराष्ट्र, मराठवाडा, विदर्भ, गुजराथ, सौराष्ट्र, कच्छ, मुंबई यांचे मिळून एक संमिश्र राज्य करावे अशी सूचना आली. सरकारने तत्काळ स्वीकारली. गृहमंत्र्यांनी या प्रदेशाची अधिक माहिती पुढीलप्रमाणे दिली. या नव्या राज्याचे क्षेत्रफळ १,८८,२४० चौ. मैल असेल. एकूण लोकसंख्या ७ कोटी ७८ लाख मराठी भाषक ५२.४% तर विधानसभेत ३९६ जागा, विधानपरिषदेत ७२ सभासद, लोकसभेत ६६ व राज्यसभेत २७ जागा राज्याच्या वाट्याला येतील. केंद्रीय सरकारच्या कर उत्पन्नातून १३.७६% व उत्पन्नाच्या करातून १९.१०% या राज्याला मिळतील.

१० ऑगस्टला महाराष्ट्र काँग्रेसने तर १९ ऑगस्टला गुजराथ काँग्रेसने द्वैभाषिक राज्याला मान्यता दिली. याच्यामध्ये गुजराथेत झालेल्या सभेत मोरारजी देसाई द्वैभाषिकाची वकिली करायला उभे राहिले असता गुजराथी जनतेने त्यांना दगडांचा प्रसाद दिला. ऑक्टोबर १९५६ रोजी मोरारजी देसाईंना केंद्रीय मंत्रिमंडळात सामील करून घेण्यात आले व यशवंतराव चव्हाण मुख्यमंत्री झाले. मुख्यमंत्री निवडीच्या मतदानात चव्हाणांना ३३३ तर भाऊसाहेब हिरे यांना १११ मते पडली.

१५ नोव्हेंबर १९५६ पासून 'मराठा' दैनिक आचार्य अत्रे यांनी सुरू केले. १९ नोव्हेंबर १९५६ पासून नव्या द्वैभाषिक मुंबई राज्याची नवी विधानसभा सुरू झाली. १९५६ पासूनच संयुक्त महाराष्ट्र परिषदेऐवजी संयुक्त महाराष्ट्र समिती अस्तित्वात आली. द्वैभाषिकाच्या निवडणुकांत काँग्रेसला विधानसभेत श्री. यशवंतराव चव्हाण यांच्या नेतृत्वाखाली २३२ जागा मिळाल्या व त्यांचेच सरकार परत आले. मुंबई कार्पोरेशनमधे १३१ जागांपैकी ७१ जागा सं.म.स. (संयुक्त महाराष्ट्र समिती) ने जिंकल्या व सत्ता

हस्तगत केली. आचार्य दोंदे महापौर झाले. यानंतर संयुक्त महाराष्ट्र विधानसभा पक्ष अस्तित्वात आला. नोव्हेंबर ५७ मधे पं. नेहरू यांनी प्रतापगडला भेट दिली असता त्यांचे काळे झेंडे दाखवून स्वागत करण्यात आले. या प्रसंगी समितीने निदर्शने केली.

इंदिरा गांधी आणि संयुक्त महाराष्ट्राचा लढा

इंदिरा गांधी अखिल भारतीय काँग्रेसच्या अध्यक्षा (१९५९) झाल्या. याच काळात त्यांनी महाराष्ट्राचा दौरा केला. कुशल राजकारणी असल्यामुळे त्यांच्या तत्काळ लक्षात आले की द्वैभाषिक राज्य ही न टिकणारी गोष्ट आहे. त्यांनी नऊ लोकांची कमिटी नेमली. या कमिटीने आपल्या शिफारशी काँग्रेस वर्किंग कमिटीला सादर केल्या. या कमिटीची सर्वात महत्त्वाची शिफारस म्हणजे द्वैभाषिक राज्य संपुष्टात आणावे. गुजरात स्वतंत्र राज्य स्थापून त्यांना राजधानी निर्मितीसाठी १० कोटी द्यावेत. गुजरातला येणारी तूट १० वर्षे मुंबई राज्याने भरून द्यावी. डांग भाग गुजरातला द्यावा, नव्या राज्याला मुंबई नाव द्यावे.

महाराष्ट्र राज्याची निर्मिती

द्वैभाषिकाचा गाडा मुख्यमंत्री हाकत होतेच. पण महाराष्ट्र–गुजराथ यांचे मनोमीलन झालेलेच नव्हते. दोघांचाही स्वार्थ मुंबईत दडलेला होता. मुंबई कुणाची? हा प्रश्न अनिर्णित होता. खूपच भांडलो तर मुंबई केंद्रशासित होईल याची दोघांनाही कल्पना होती. प्रांतिक काँग्रेसने या संदर्भातील सर्व गोष्टी केंद्राला कळविल्या होत्याच. तीन वर्षे राज्य चालवूनसुद्धा मनोमीलन झाले नाही. ६ सप्टेंबर १९५९ रोजी काँग्रेस वर्किंग कमिटी (C.W.C.) ची बैठक झाली. काँग्रेस अध्यक्षा इंदिरा गांधी यांनी या प्रश्नावर खूपच समजूतदार भूमिका घेतली. वस्तुस्थिती स्पष्ट करणारा अहवाल मुख्यमंत्र्यांकडून मागवला. मुख्यमंत्र्यांनी त्यांना पटवून दिले की दोन स्वतंत्र राज्ये व्हावीत ही लोकांचीच इच्छा आहे. नेहरू–इंदिरा गांधी, गुजराथमधील नेते या साऱ्यांनाच वातावरणाची कल्पना आली होती. त्यामुळे हा प्रयोग आटोपता घ्यावा अशी मनोभूमिका सगळ्यांचीच तयार झाली.

महाराष्ट्र निर्मितीचा घटनाक्रम

चंदीगढ येथील काँग्रेसच्या अधिवेशनात इंदिरा गांधी यांनी C.W.C.च्या नऊ सदस्यांची समिती नेमली. त्यांनी मुंबई राज्याच्या विभाजनाची शिफारस केली. मुंबईसह महाराष्ट्र होणार असल्याने देवाण–घेवाण च्या तत्त्वानुसार महाराष्ट्राने डांग प्रदेशावर पाणी सोडले. उंबरगावचे विभाजन करून काही भाग गुजरातला देण्यात आला. आर्थिक क्षेत्रात मुख्यमंत्री व जीवराज मेहता यांच्या अडचणी सोडविण्यासाठी सर्वश्री स. गो. बर्वे व एम. पी. यार्दी यांची नियुक्ती करण्यात आली. प्रश्न अधिक जटील असल्याने गृहमंत्री गोविंद वल्लभ पंत यांनी केंद्रीय अर्थखात्याचे खास सचिव रंगाचारी यांची नियुक्ती केली. त्यांच्या म्हणण्यानुसार दोन्ही उदयोन्मुख राज्यांना केंद्राने प्रत्येकी ५० कोटी द्यावेत

व गुजराथने राजधानी शहर ठरवावे. हे सर्व विधेयक स्वरूपात १९६० मधे संसदेत चर्चेला आले. संसदेने भरपूर चर्चेनंतर १मे१९६० रोजी महाराष्ट्र राज्य अस्तित्वात येण्याची घोषणा केली. नव महाराष्ट्रात २६ जिल्हे व२२९ तालुके समाविष्ट करण्यात आले. 'मुंबई पुनर्रचना कायदा' अंमलात येण्याची चिन्हे महाराष्ट्रीयन जनतेला दिसू लागली.

मुंबई पुनर्रचना कायदा (१९६०)

यातील फक्त महाराष्ट्राच्या संदर्भातील महत्त्वाचा भाग पुढीलप्रमाणे

१) द्वैभाषिक मुंबई राज्याचे १मे१९६० पासून महाराष्ट्र व गुजरात असे दोन भाग करण्यात आलेले आहेत.

२) मुंबई राज्यातील बनातवाडा, मेहसाणा, साबरकाठा, अहमदाबाद, कैरा, पंचमहाल, बडोदा, भडोच, सुरत, डांग, अमरेली, सुरेंद्रनगर, राजकोट, जामनगर, जुनागढ, भावनगर, कच्छ जिल्हे गुजरातमध्ये समाविष्ट असणार. या शिवाय ठाणे जिल्ह्यातील उंबरगाव तालुक्यातील खेडी, पश्चिम खानदेशातील नंदुरबार, नवापूर तालुक्यातील खेडी, पश्चिम खानदेश जिल्ह्यातील अक्कलकुवा व तळोदे तालुक्यातील खेडी, हा भाग मुंबई राज्याचा भाग असणार नाही. (याचा अर्थ तो भाग गुजराथमधे समाविष्ट करण्यात येणार) पश्चिम खानदेशातील जिल्हे महाराष्ट्रात जाणार व वरील प्रदेश वगळता उर्वरित सर्व प्रदेश नव्या महाराष्ट्र राज्यात जाणार. अशा प्रकारे कायदेशीर पार्श्वभूमी तयार झाल्यावर 'महाराष्ट्र राज्यनिर्मितीचा जाहीरनामा' केंद्राने प्रसिद्ध केला. या जाहीरनाम्यात पुढील गोष्टींचा समावेश होता.

१) १९५६ च्या राज्यपुनर्रचनेपूर्वी तीन निरनिराळ्या राज्यात समाविष्ट असलेले म्हणजे पश्चिम महाराष्ट्र मुंबई राज्यात, विदर्भ-मध्यप्रदेश राज्यात,व मराठवाडा हैद्राबाद राज्यात समाविष्ट होते. त्यावेळी १९५६ साली पुनर्रचनेनुसार मुंबई राज्य निर्माण झाले. त्यात उत्तरेकडील ९ जिल्हे गुजराती भाषा बोलणाऱ्यांचे होते. तर दक्षिणेकडील ४ जिल्हे कानडी बोलणाऱ्यांचे होते.

२) पूर्वीच्या मुंबई राज्यातील सांबरकाठा जिल्ह्यांतील एक तालुक्ा राजस्थान राज्यात समाविष्ट करण्यात आला आहे. तर चार कानडी भाषक जिल्ह्यांपैकी बेळगांव वगळून इतर जिल्हे महाराष्ट्रात समाविष्ट करण्यात आलेले आहेत.

३) मध्य प्रदेशातील मराठी भाषकांचे ८ जिल्हे असलेला विदर्भ, हैद्राबाद राज्यातील मराठी भाषिकांचे ५ जिल्हे असलेला मराठवाडा हे महाराष्ट्रात सामील केलेले आहेत.

२७ एप्रिल ते १ मे १९६० पर्यंत विविध कार्यक्रम महाराष्ट्रात चालले. 'याचसाठी केला होता अट्टाहास' त्या स्वप्नाची पूर्तता झाली. शिवनेरीवर शिवजयंतीचा उत्सव २७

एप्रिलला जोरदार झाला. तेथील शिव प्रतिमेचे उद्‌घाटन मुख्यमंत्र्यानी केले. सचिवालयातील महाराष्ट्राच्या इतिहासातील सुवर्णक्षण रांगोळीबद्ध करण्यात आले होते. ओव्हल मैदानावर रोषणाई व फटाके वाजविणे झाले. पुरंदरे स्टेडियमवर डॉ. धनंजयराव गाडगीळ यांचे भाषण झाले. पं. नेहरू यांच्या दोन प्रचंड सभा झाल्या. ज्या महाराष्ट्राने प्रतापगडावर त्यांचा निषेध केला त्याच जनतेने त्यांचे स्वागत केले. मुंबईच्या राजभवनाच्या दरबार हॉलमधे पंतप्रधानांनी विजेचे बटन दाबताच महाराष्ट्राचा नकाशा झळकू लागला. सर्वत्र दिवाळी साजरी होत होती. १ मे १९६० रोजी दुपारी नव महाराष्ट्राच्या मंत्रिमंडळाचा शपथविधी झाला आणि भव्य स्वप्नाची पूर्तता झाली.

संयुक्त महाराष्ट्राचा लढा

१४ मार्च १९६० रोजी मुख्यमंत्री यशवंतराव चव्हाण यांनी विधानसभेत द्वैभाषिक भंग करण्याचे विधेयक मांडले. त्यातील प्रमुख शिफारशी

१) द्वैभाषिक राज्यातील गुजराती भाषिकाचा कच्छ, सौराष्ट्र, गुजरात भाग काढून गुजरात राज्य स्थापन करावे. उर्वरित मराठी भाषिक प्रदेशाचे मुंबई राज्य करावे.

२) गुजरातला डांग,पश्चिम खानदेशाची १५६ खेडी. उंबरगावची ५० खेडी द्यावीत. गुजरातची तूट भरण्यासाठी ५६ कोटी रुपये मुंबई राज्याने द्यावेत.

३) गुजरातच्या राजधानीसाठी १० कोटी देऊन मुंबई नावाऐवजी 'महाराष्ट्र राज्य' नाव ठेवावे.

लोकसभेत वरील विधेयक २८ मार्च १९६० रोजी मांडले गेले. 'महाराष्ट्र' नावाला संमती मिळून विधेयक चिकित्सा समितीकडे गेले. चर्चा, सूचना हे सोपस्कार संपल्यावर २१ व२३ एप्रिल १९६० रोजी लोकसभा व राज्यसभेत विधेयक मंजूर झाल्याबरोबर राष्ट्रपतींची संमती मिळून १ मे १९६० रोजी महाराष्ट्राची स्थापना झाली. मुंबईला राजधानीचा मान मिळाला.

राज्याची रचना

१ मे १९६० रोजी अस्तित्वात आलेल्या राज्यात पूर्वमुंबई राज्याचे १३ जिल्हे, मराठवाडा, विदर्भ हा भाग समाविष्ट झाला. चार प्रमुख विभाग व २६ जिल्ह्यांचा प्रदेश म्हणजे महाराष्ट्र झाला.

१) मुंबई विभाग – बृहन्मुंबई, ठाणे, कुलाबा, रत्नागिरी, नाशिक, धुळे, जळगाव

२) पुणे विभाग – पुणे, अहमदनगर, सातारा, सांगली, कोल्हापूर, सोलापूर

३) नागपूर विभाग – नागपूर, वर्धा, चंद्रपूर, भंडारा, यवतमाळ, अमरावती, अकोला, बुलढाणा

४) औरंगाबाद विभाग – औरंगाबाद, बीड, नांदेड, परभणी, उस्मानाबाद

शिक्षण

कोणत्याही आधुनिक समाजाच्या जडणघडणीत शिक्षणाचा वाटा फार मोठा असतो. शिक्षणाला तरणोपाय नाही, हे महात्मा फुले यांनी महाराष्ट्रात सिद्ध केले. १९ व्या शतकातील शिक्षणविचार हा शिक्षण कोणाला? कशासाठी? कसे? कोठे? कधी? कोणी? या क-कारांनी भरलेला होता. त्या शिक्षणविचाराला दिशा देण्याचे काम एलफिन्स्टन आणि म. फुले यांनी केले. म. फुले यांच्या कार्याचा प्रभाव राजर्षी शाहू महाराज, डॉ. बाबासाहेब आंबेडकर, कर्मवीर भाऊराव पाटील यांच्या शिक्षणविषयक कार्यावर पडल्याचे आपणास स्पष्टपणे दिसते. पाश्चात्त्य शिक्षण, राष्ट्रीय शिक्षणातील नवनवे प्रयोग, राष्ट्रीय शाळा व महाविद्यालयांची स्थापना याच कालखंडात झाली. झिरपणी सिद्धान्ताचे अपयश याच काळात अधोरेखित झाले. २० व्या शतकात स्वातंत्र्यपूर्व व स्वातंत्र्योत्तर कालखंडात जे विविध प्रयोग झाले त्यातून 'ज्ञानगंगा घरोघरी' जाण्यास मदत झाली. एकाच वर्गाला शिक्षण येथून सुरुवात करून शिक्षण सर्वांसाठी हे उद्दिष्ट्य समोर आले. हा शैक्षणिक प्रवास आपण अभ्यासणार आहोत. 'ज्ञानगंगा घरोघरी' आणण्यासाठी जे भगीरथ धडपडले त्यांपैकी वरील चौघे आणि अनुताई वाघ, डॉ. पंजाबराव देशमुख, कर्मवीर मामासाहेब जगदाळे, बापूजी साळुंखे, गुरुवर्य बाबूराव जगताप, गंगाराम रामभाऊ म्हस्के, यांच्या कारकिर्दीचा आढावा आपणास या पाठात घ्यायचा आहे.

या शिक्षण व्यवस्थेला 'नया आयाम' देण्याचा म. गांधी यांचा प्रयत्न 'वर्धा शिक्षण योजना' किंवा 'नई तालीम' या नावाने ओळखला जातो. शारीरिक श्रमांना प्राधान्य देण्याची ही योजना महाराष्ट्रातील शिक्षणप्रवाहातील एक वेगळाच पण अल्पायुषी प्रयत्न ठरला, याची नोंद आपणास या पाठात घ्यायची आहे.

१९-२० व्या शतकात ब्रिटिश व भारतीय शिक्षणपद्धतीचा अभ्यास करण्यापूर्वी मध्ययुगीन महाराष्ट्रातील व पेशवेकालातील शिक्षणपद्धतीचा आढावा घेणे आवश्यक आहे. प्राचीन ते मध्ययुगीन कालखंडात कोणाचेही राज्य असले तरी प्रचलित शिक्षणव्यवस्थेत फारसे बदल होत नसत. कारण शिक्षण ही आपली जबाबदारी आहे, असे राजसत्तेला कधी वाटलेच नाही. शिक्षणाचा अभ्यासक्रम ठरवावा, शिक्षणव्यवस्थेचे नियमन करावे ही कल्पना राज्यकर्त्यांच्या मनातसुद्धा आली नाही. मध्ययुगीन

राज्यव्यवस्थेचे स्वरूप लष्करी असल्यामुळे संरक्षणसिद्धता व आक्रमण हेच त्यांचे अभ्यासक्रम होते. त्यामुळे शिक्षणाकडे लक्ष द्यायला कोणालाच वेळ नव्हता. यामुळे धार्मिक, सामाजिक, आर्थिक, शैक्षणिक, जातीय परंपरा मागील पानावरून पुढे चालू अशाच राहिल्या.

मध्ययुगीन महाराष्ट्रात पाठशाळा होत्या. वेदाध्ययनाचे अधिकार ठराविक वर्गाला असल्याने अन्य कोणी ते शिकू शकत नसे. पेशव्यांच्या काळात नाशिक, पैठण, सांगली, मिरज, भोर, फलटण, त्र्यंबकेश्वर, सातारा, वाई येथे पाठशाळा होत्या. पेशवे रमण्यात सर्वसाधारणपणे १-२ लाख रुपये खर्चत असत. या रमण्याला काशीपासून ते रामेश्वरपर्यंतचे विद्वान जमत असत. पेशव्यांच्या पदरी असलेले निष्णात पंडित आलेल्या लोकांची परीक्षा घेत असत. प्रत्येकाची परीक्षा घेऊन, त्याची श्रेणी ठरून त्याप्रमाणे त्याला दक्षिणा मिळत असे. काहींना वर्षासने मिळत असत. काही भाग्यवंतांना पुण्यात प्रत्यक्ष न येतासुद्धा वर्षासने मिळत असत. पुण्यातल्या या परिक्षेत भारतभर कीर्ती मिळत असल्यामुळे मोठमोठे विद्वान पंडित ही परीक्षा टाळत नसत. या सर्वच शिक्षणात वेदप्रामाण्य आणि घोकंपट्टी यावर प्रचंड भर दिलेला असे. त्या शिक्षणाचा आणि व्यवहाराचा फारसा संबंध नसे.

धंदेशिक्षण जातिनिष्ठ व आनुवंशिक स्वरूपाचे होते. घरातच किंवा वडिलधाऱ्यांबरोबरच शिक्षण चालत असे. 'काम करा व लगेच शिका' असे चुकत चुकत शिक्षण चाले. हे सारेच शिक्षण घरगुती पद्धतीने चाले. ज्यांना ही संधी नसे ते अन्यत्र उमेदवारी करीत असत. अत्यंत कसबी कारागिराच्या हाताखाली विद्यार्थ्यांचे शिक्षण चाले. मात्र या कालखंडात कोणीही हे शिकण्याचे किंवा शिकविण्याचे अनुभव अक्षरबद्ध करून ठेवले नाहीत. त्यामुळे कसबी कलाकाराचे ज्ञान त्याच्या बरोबरच संपत असे. याचा एक वाईट परिणाम असा झाला की, मूळ ज्ञान तसेच राहिले. त्यात सुधारणा, प्रगती अवघड झाली. शिक्षण ही राज्यकर्त्यांची जबाबदारी नसल्यामुळे पेशवेसुद्धा त्याला अपवाद नव्हते. मुस्लिम राज्यकर्त्यांना हिंदूंच्या शिक्षणाची काळजी करण्याचे कारण नव्हते. शास्त्री-पंडितांना सामान्य जनतेच्या शिक्षणाशी देणे-घेणे नव्हते. मराठ्यांच्या काळातील पंतोजी शाळा या मुळातच मर्यादित कुवतीच्या होत्या. स्त्रीशिक्षण हा विचार नजरेच्या टप्प्यापलीकडचा होता. पुरुषांच्याच शिक्षणाची सोय नाही तर स्त्रियांकडे कोण लक्ष देणार? अशी परिस्थिती होती. स्त्रियांना घरगुती शिक्षण देत असत. क्षत्रिय कुलातील स्त्रियांना घोडेस्वारी, तलवारीचे हात व आत्मसंरक्षण यांचे शिक्षण देत पण ते अपवादात्मक असे.

या कालखंडाचे आणखी एक वैशिष्ट्य म्हणजे सैनिकी शिक्षणाचा अभाव.

सर्व राज्ययंत्रणा लष्करी स्वरूपाची असूनसुद्धा सैनिकांना लष्करी शिक्षण पद्धतशीर देण्याची व्यवस्था अस्तित्वात नव्हती. पायदळातील पदाती, घोडेस्वार, तोफखाना विभागातील लोक यांच्या शिक्षणाची सोय करावी असे एकाही अधिकाऱ्याला वा राज्यप्रमुखाला वाटले नाही. एखाद्या लढाईत विजय मिळाल्यास तेथे कोणते डावपेच वापरले, याचेही अनुभव लेखन कोणी केले नाही. महादजी शिंदे यांचा अपवाद वगळता मराठेशाहीत पद्धतशीर सैनिकी शिक्षणाचा अभाव होता. त्याचा वाईट परिणाम म्हणजे नेता पडला की सारे सैन्य 'पळा, पळा कोण पुढे पळतो?' असा व्हायचा. पानिपतच्या लढाईत पराभव व्हायचे ते एक कारण होतेच.

कालानुरूप शिक्षणाचा अभाव, विज्ञान तंत्रज्ञानाकडे केलेले दुर्लक्ष, तोफांच्या ओतकामात आलेले अपयश, पारंपरिक युद्धपद्धती, शिस्तबद्ध लष्करी शिक्षणाचा अभाव हे सार्वत्रिक अवगुण मराठ्यांची सत्ता संपुष्टात येण्यास कारणीभूत ठरले.

संधिकालीन शिक्षण

मराठी सत्तेचा अस्त आणि इंग्रजी सुव्यवस्थित शिक्षणपद्धतीचा उदय या मधल्या कालखंडात पुढील प्रकारची शिक्षणपद्धती येथे अस्तित्वात होती.

विद्यार्थ्यांस मोडी लिपी, बालबोध लेखन-वाचन, पुरेशी आकडेमोड शिकवणे या गोष्टी पंतोजी उर्फ एकशिक्षकी शाळेत चालत असत. देऊळ, चावडी अशा ठिकाणी विद्यार्थी घरून आसन (छोटी चटई वा गोणपाटाचा तुकडा) घेऊन येत. पंतोजी वर्गातील मोठ्या विद्यार्थ्यांच्या मदतीने शिकवीत असत. छापील पुस्तके वापरात यायची होती. त्यामुळे सारा भर धूळपाटी, हस्तलिखित साधने यावर असे. पंतोजींना दक्षिणा किंवा शिधा मिळत असे. मुलींना शिक्षण देण्याची कोणतीही औपचारिक यंत्रणा अस्तित्वात नव्हती. शारीरिक शिक्षा, 'छडी लागे छम् छम्' या तत्त्वज्ञानावर विश्वास ठेवून पंतोजींचे कार्य चाले. घोकंपट्टी, तोंडी अभ्यास यावरच भर असे. प्रौढ लोक कथाकीर्तने, पुराणे श्रवण, प्रवचने यातून शिकत असत.

या पार्श्वभूमीवर ख्रिस्ती मिशनऱ्यांनी भारतात शिक्षणाचा प्रसार करण्याचे ठरविले. १८१३ च्या कायद्याने हिंदुस्थानात जाऊन धार्मिक व शैक्षणिक कार्य करू इच्छिणाऱ्या किंवा तेथेच वास्तव्य करू इच्छिणाऱ्यांना आवश्यक त्या सोयी-सवलती दिल्या जातील असे जाहीर करण्यात आले. त्यानंतर १८१५ च्या चार्टर्ड ॲक्टने व जॉन स्टुअर्ट मिल यांच्या एज्युकेशनल डिस्पॅचमुळे शिक्षण ही सरकारची जबाबदारी मानली गेली. १८१५ ते ३९ हा कालखंड त्यामुळेच ख्रिश्चन मिशनऱ्यांच्या शिक्षणप्रसाराच्या कार्याचा प्रारंभिक कालखंड होय. ईस्ट इंडिया कंपनीने स्वखर्चाने प्राथमिक शाळा (Charity Schools) (गरिबांना मोफत शिक्षण देण्याकरिता शाळा)

स्थापण्यास सुरुवात केली. याचा अप्रत्यक्ष फायदा त्यांना धर्मप्रसारासाठी होणार होताच. कंपनीच्या प्रभावक्षेत्रात अशा संस्था सुरू करण्यासाठी मुंबई इलाख्यात १८१५ साली 'Society for Promiting Education of the poor within the Government of Bombay' (मुंबई सरकारच्या ताब्यातील प्रदेशांत राहणाऱ्या गरीब लोकांत शिक्षणाचा प्रसार करण्याकरिता संस्था) या नावाची संस्था स्थापण्यात आली. या संस्थेचे नाव बदलत बदलत जाऊन अखेर 'बाँबे नेटिव्ह एज्युकेशन सोसायटी' झाले. एल्फिन्स्टनचा विशेष पाठिंबा या संस्थेला मिळाला. पुढे तोच अध्यक्षही झाला. १८२४ मधे स्थापण्यात आलेल्या प्रमुख इंग्रजी शाळेला त्याचे नाव देण्यात आले. त्याचेच रूपांतर एलफिन्स्टन कॉलेजात झाले. या सोसायटीने ठाणे व पनवेल येथे इंग्रजी शाळा, इंजिनिअरिंग व वैद्यकीय शिक्षणाच्या सोयी केल्या. महाराष्ट्रात अनेक ठिकाणी प्राथमिक शाळा सुरू करण्यात आल्या.

१८४० साली मुंबईत 'बोर्ड ऑफ एज्युकेशन' ची स्थापना करण्यात आली. बाँबे नेटिव्ह एज्युकेशन सोसायटीचे ३ तर सरकारनियुक्त ३ असे एकूण ६ सभासद नेमण्यात आले. सरकारी अधिकारी बोर्डाचा चिटणीस म्हणून नेमण्यात आला. मुंबई इलाख्यात १५ वर्षे या बोर्डाने प्रभावीपणे कार्य केले. शाळांची स्थापना, रचना, मान्यता, अभ्यासक्रम, फी माफी वा सवलत, शाळा तपासनीस, देशी भाषांना उत्तेजन, क्रमिक पुस्तके मराठी व गुजरातीतून तयार करणे या गोष्टी बोर्डाने केल्या. शिक्षणाचा असा सुविहित प्रयत्न प्रथमच चालला होता. या बोर्डावर जगन्नाथ शंकरशेट व कॅप्टन कँडी यांनी प्रभावी कामगिरी केली. पुणे, मुंबई, रत्नागिरी, पनवेल, ठाणे, अहमदाबाद येथे इंग्रजी शाळा सुरू करण्यात आल्या. मराठी शाळा सुरू झालेल्या होत्याच. अशा रीतीने ब्रिटिश प्रशासनाने शिक्षणक्षेत्राला प्रचंड गतिमान करून सोडले. या धोरणाचा पुढचा टप्पा गाठला गेला तो १८५४ च्या सर चार्लस् वुड यांच्या खलित्याने.

१८५४ चा चार्लस् वुड यांचा खलिता

या खलित्याला भारतीय शिक्षणाच्या इतिहासात 'मॅग्नाचार्टा' चे स्थान आहे. शिक्षणव्यवस्थेसंदर्भात निर्माण झालेले अनेक प्रश्न सोडविण्यासाठी ही समिती नेमण्यात आली होती. या समितीच्या अहवालाप्रमाणे 'बोर्ड ऑफ कंट्रोल' चे अध्यक्ष चार्लस् वुड यांनी योजना तयार केली. यात भारतीय शिक्षणव्यवस्थेचे उद्देश पुढीलप्रमाणे सांगण्यात आले.

१. पाश्चात्त्य संस्कृतीचा प्रसार करणे

२. प्रशासकीय कामासाठी प्रशिक्षित वर्ग तयार करणे

३. भारतीयांना शिक्षण देणे

या खलित्यानुसार १८५५ मधे मुंबई शिक्षणखात्याची स्थापना करण्यात आली. 'बोर्ड ऑफ एज्युकेशन' चे विसर्जन करण्यात आले. स्वतंत्र शिक्षणखाते अस्तित्वात आले. १८५७ मधे कलकत्ता, मद्रास व मुंबई विद्यापीठाची स्थापना करण्यात आली. विद्यापीठ आणि शिक्षणखात्याच्या रचनेमुळे प्राथमिक, माध्यमिक, उच्चशिक्षण यांची एक व्यवस्था अस्तित्वात आली. अभ्यासक्रम, क्रमिक पुस्तके, शिक्षणपद्धती, परीक्षापद्धती, शाळांना सरकारी मदत देण्याची व्यवस्था (ग्रँट-इन-एड्) अस्तित्वात आली. विद्यापीठाचे सुरुवातीचे स्वरूप परीक्षा घेणारी यंत्रणा असे असले तरी लवकरच विद्यापीठांनी कात टाकली. याच्याच जोडीला इंग्रजी हेच शिक्षणाचे माध्यम यावर शिक्कामोर्तब करण्यात आले.

शिक्षकांच्या प्रशिक्षणासाठी स्वतंत्र यंत्रणा, सरकारी शिक्षण संस्थांची संख्या वाढविणे, प्राथमिक व माध्यमिक शाळांचा विस्तार, व्यावसायिक शिक्षणाच्या शाळा, स्त्रीशिक्षणांस चालना देण्यात आली. शिष्यवृत्ती धोरणाद्वारे हुशार विद्यार्थ्यांना अधिक मदत, इंग्रजी माध्यमाला उच्च शिक्षणात प्राधान्य मात्र माध्यमिक शिक्षणात देशी भाषा व इंग्रजी भाषा यांचा वापर, सर्व प्रांतात शिक्षण संचालक, शाळा तपासणी अधिकारी नेमण्यात आले आणि शिक्षणाने महाराष्ट्राचा चेहरा मोहरा बदलायला सुरुवात केली.

हंटर आयोग

हिंदुस्थानमधील शिक्षणविषयक प्रश्नांची चौकशी करून त्यात सुधारणा सुचविण्यासाठी लॉर्ड रिपन यांनी २१ सदस्यांचे कमिशन नेमले. त्याचे प्रमुख सर विल्यम विल्सन हंटर हे होते. ग्लासगो अकादमी व पॅरिस येथे शिक्षण घेतलेल्या हंटर यांनी भारतातील आपल्या कारकिर्दीचा श्रीगणेशा बंगालमध्ये केला. बंगालसंबंधीचे लेखन, आकडेवारीचे २० खंड, १२८ स्थानिक गॅझेटियर्स प्रसिद्ध केल्यावर इंपिरियल गॅझेटियर ऑफ इंडियाचे २५ खंड त्यांनी प्रकाशित केले. हिंदुस्थानचा द्विखंडी इतिहास, लॉर्ड डलहौसी व मेयो यांची चरित्रे, हिंदुस्थानच्या सांख्यिकी विभागाचे महासंचालक, शिक्षण आयोगाचे अध्यक्ष, वित्त आयोगाचे सदस्य, कलकत्ता विद्यापीठाचे कुलगुरुपद त्यांनी भूषविले. अशी अत्यंत अभ्यासपूर्ण कारकीर्द असणाऱ्या हंटर यांनी शिक्षणक्षेत्रात प्रभावी कामगिरी बजावली. या कमिशनवरील २१ सदस्यांपैकी ८ सदस्य भारतीच तर उर्वरित सदस्य अभारतीय होते.

हंटर कमिशनने शिक्षणविषयक प्रश्नांचा सांगोपाग अभ्यास करून पुढील सूचना केल्या. उच्च शिक्षणाचे व्यवस्थापन व अनुदान देणे बंद करावे त्याऐवजी आवश्यक तेव्हा खास अनुदान द्यावे. नैतिक शिक्षणाकडे लक्ष पुरवून मूलभूत धर्मकृत्यांवर आधारित क्रमिक पुस्तके करावीत. शिक्षण घेणाऱ्यांसाठी त्यांची कर्तव्ये समजावून सांगणारी

व्याख्यानमाला सुरू करावी. शिक्षण शुल्क, सवलती, शिष्यवृत्ती यांचे खास नियम करावेत. उच्चमाध्यमिक शिक्षणाचे महाविद्यालयात जाऊ इच्छिणारे व व्यावसायिक शिक्षणाकडे जाऊ इच्छिणारे असे दोन भाग करावेत. वेतनेतर अनुदानासाठी तपासनीस नेमावेत. औद्योगिक व व्यापारी शिक्षणाची तरतूद करावी. शिक्षण प्रसारासाठी खासगी व्यवस्थापन व पुढाकारास सरकारने उत्तेजन द्यावे, अशा शिफारशी केल्या.

शिक्षणविषयक लोकहितवादींचे विचार

विद्या हा समाजपरिवर्तनाचा मूलाधार आहे. आपण नवनव्या विद्या आणि भाषा शिकाव्यात, इंग्रजी भाषा शिकण्याची, इंग्रजी राज्यामुळे मिळालेली संधी घेऊन आपण इंग्रजी ग्रंथांमधले ज्ञान आत्मसात केले पाहिजे, कारण इंग्रजी विद्या फार सुधारलेली आहे, नवे ज्ञान तिच्यात आहे आणि ती विद्या सतत विकास पावत आहे.

विद्यावृद्धी आणि ग्रंथ निर्मिती यांच्यातील नाते अतूट आहे. म्हणूनच उत्तम शिक्षक आणि दर्जेदार ग्रंथ निर्माण व्हायला पाहिजेत. मराठी पंतोजी तयार करण्याची एक शाळा केली पाहिजे व चांगले ग्रंथ तयार करण्याकरिता तर्जुमे करणाऱ्यांची एक मंडळी बसविली पाहिजे. भारतासारख्या बहुभाषी देशात सर्वत्र विद्या प्रसार व्हायचा असेल तर विविध प्रादेशिक भाषांतून ग्रंथ निर्मिती होणे आवश्यक आहे. त्या त्या प्रादेशिक भाषेत लोक लिहायला लागले पाहिजेत. विद्या वाढविणारी मूळ ग्रंथ निर्मिती होण्याइतकी भाषेची सुधारणा होऊन तिची ताकद वाढली पाहिजे. १९ व्या शतकात सुरुवातीचा शिक्षणविषयक विचार आपणास लोकहितवादींच्या विचारात असा दिसतो, परंतु कृती महात्मा फुले करतात.

बाळशास्त्री जांभेकर

'पाश्चात्त्य संकट राजकीय व लष्करी उपायांनी आता उखडून येणार नाही. प्रथम आपणांस पाश्चात्त्य संस्कृती तिच्या शास्त्रीय अंगोपांगांसहित जाणून घेतली पाहिजे असे जाणणारा म्हणजेच 'नवीन कालाचे यथार्थ आकलन करणारा' हा (जांभेकर) पहिला पुरुष आहे. – त्र्यं. शं. शेजवलकर

मिशनऱ्यांच्या धर्मप्रसाराला उत्तर देण्यासाठी आपली पारंपरिक धार्मिक पुस्तके छापली पाहिजेत यासाठी जांभेकरांनी 'ज्ञानेश्वरी' च्या संशोधित आवृत्तीचे प्रकाशन १८४५ मधे केले. ती पहिली छापील ज्ञानेश्वरी होय.

महात्मा फुलेंचे शिक्षणविषयक विचार

एकोणिसाव्या शतकातील शैक्षणिक विचार 'ज्ञान ही एक शक्ती आहे', 'शिक्षण हे सर्वांगीण सुधारणेचे प्रवेशद्वार आहे,' याचा पगडा असणारा होता.

म. फुले यांनी सत्यशोधक चळवळीत लेखन व शिक्षणप्रसाराला महत्त्वाचे

स्थान दिले. तत्कालीन समाजातील शिक्षणाची संधी ज्यांना नाकारण्यात आलेली आहे, अशांना शिक्षणाची संधी त्यांनी उपलब्ध करून दिली. जोतीरावांनी विद्येचा आग्रह धरण्यात काहीच आश्चर्य नव्हते कारण इंग्रजांचे राज्य कायद्यावर आधारित व लेखी करारांस जास्त महत्त्व त्यामुळे अज्ञानी-निरक्षर लोकांची सुशिक्षित लोकांकडून, पुढारलेल्यांकडून फसवणूक होऊन द्यायची नसेल तर शिक्षणास पर्याय नव्हता. त्यामुळे फुले यांनी शिक्षणाचा प्रसार केला. मानसिक व आर्थिक गुलामगिरीतून मनुष्याची मुक्तता करण्यासाठी शिक्षणाला पर्याय नाही. याच कारणासाठी म. फुले यांनी शिक्षण वरिष्ठ वर्गातून आपोआप खालच्या वर्गांपर्यंत पाझरत जाईल या 'पाझरण किंवा झिरपणी' सिद्धान्ताला विरोध केला.

गरीब कष्टकरी वर्गाला शिक्षणाची परंपरा नाही. त्यांना असे वाटते की, शिकणे हे आपले काम नव्हे. गरिबीमुळे मुले कुमारवयातच कामाला जातात, बालविवाहांमुळे मुलींचे शिक्षण संपते. खेड्यांत शाळा कमीच, असल्याच तर त्या एकशिक्षकी, शिक्षकाचा मूळ रस शिक्षणापेक्षा अन्य कामात. यामुळे सामान्य वर्गाच्या शिक्षणाची आबाळच चालली होती. सुशिक्षित लोकांस तत्काळ नोकऱ्या मिळत असल्यामुळे जो तो त्याच्या मागे. 'सामाजिक बांधिलकी' हा शब्द लोकजीवनाच्या कृतीत यायचा होता. त्यामुळे सरकारने वरील अडचणी लक्षात घेऊन सामान्यांच्या शिक्षणावर लक्ष केंद्रित करावे असा आग्रह म.फुलेंनी धरला.

शिकून सर्वांनाच नोकऱ्या मिळणार नाहीत याची पूर्ण जाणीव म.फुले यांना असल्यामुळे त्यांनी व्यवहारज्ञान व व्यावसायिक कौशल्य यांचा पाठपुरावा केला. ज्ञानाला सत्त्वसंपन्नेतेची जोड असण्याची आवश्यकता त्यांनी प्रतिपादिली. आत्यंतिक सुशिक्षित असणारे लोक व्यसनाधीन झालेले बघून म. फुले ''शूद्र मुलीमुलां शाळेत घालावें। सुशील करावे सर्व कामी'' शिक्षणातून विद्यार्थी सुशील व्हावा अशी अपेक्षा व्यक्त करतात. सर्वच जातीच्या विद्यार्थ्यांस शिक्षणाची संधी दिल्यास देशात गोंधळ माजेल अशी भीती व आक्षेप घेण्यात आला असता फुले यांनी लष्करात सर्वांना प्रवेश दिल्याने गोंधळ होत नाही तर शिक्षण त्याला अपवाद कशाला? असा प्रश्न करतात. बिनतोड, तर्कशुध्द विचारसरणीच्या द्वारे त्यांनी आपला मुद्दा मांडला आहे. समाजातील सर्व जातींमधून जोपर्यंत शिक्षक निर्माण होणार नाहीत तोपर्यंत त्या जातीचा उत्कर्ष होणार नाही अशी त्या काळातील वास्तवाला धरून त्यांची भूमिका आहे. समाजात शिक्षणाची गोडी निर्माण करण्यावर त्यांनी भर दिला. यामुळेच हंटर आयोगापुढे साक्ष देताना त्यांनी १२ वर्षापर्यंतच्या मुला-मुलींस प्राथमिक शिक्षण सक्तीचे करण्याची सूचना केली. चांगले शिक्षक खेड्यात जायला तयार होण्यासाठी त्यांस अधिक वेतन व स्थानिक

पातळीवरील कामे देण्याची गरज आहे असे सांगून शिक्षकांचा पगार विद्यार्थ्यांशी निकालाशी जोडण्यास त्यांनी विरोध केला.

प्रत्यक्ष कार्य – १८१९ साली भारतात – कलकत्ता येथे हिंदू मुलींकरिता शाळा अमेरिकन मिशनने सुरू केली. या शाळेत शिक्षक ज्या प्रमाणात मुली आणेल त्या प्रमाणात त्याला वेतन मिळत असे. याच मिशनने १८४० मधे पुण्यात मुलींची शाळा काढली. स्कॉटिश ख्रिस्ती धर्मोपदेशकांच्या शाळेत १० मुली शिकत असत. पुढे या शाळा बंद पडल्या. या शाळेत फक्त ख्रिश्चन मुली होत्या.

१८४८ च्या ऑगस्ट महिन्यात बुधवार पेठेतील भिडे वाड्यात म.फुले यांची पहिली भारतीयांनी चालविलेली भारतीय मुलींसाठीची, पहिली भारतीय शाळा सुरू झाली. या अनुभवानंतर म.फुले यांनी अण्णासाहेब चिपळूणकरांच्या वाड्यात ३ जुलै १८५१ रोजी मुलींची शाळा काढली. तीन मुलींनी सुरू झालेल्या शाळेची संख्या पुढे ४८ झाली. १७ सप्टेंबर १८५१ रोजी फुले यांनी रास्तापेठेतील मुलींची दुसरी शाळा, १५ मार्च १८५२ ला वेताळपेठेत मुलींची तिसरी शाळा काढली. याच कार्याबद्दल म.फुले यांचा सरकारतर्फे सत्कार करण्यात आला. जोतीराव आणि सावित्रीबाई यांनी शिक्षणाच्या क्षेत्रात केवळ नूतन सृष्टीच निर्माण केली. सावित्रीबाईंच्या मते –

शूद्रांना सांगण्याजोगे आहे, एकच मार्ग हा, शिक्षणाने मनुष्यत्व, पशुत्व घटते पहा.

विद्यापीठे – कंपनीची सत्ता येथे प्रस्थापित झाल्यावर सुरुवातीला प्राच्यविद्या आणि येथील पारंपरिक विद्या यांच्या अध्यापनास उत्तेजन देण्यात आले. संस्कृत महाविद्यालय पुरे पडणे शक्यच नव्हते. पूर्ण समाजाची गरज भागविण्यासाठी ही यंत्रणा अपुरी पडू लागली. भारतीयांची मागणी, ब्रिटिशांना राज्यकारभारात व व्यापारात कारकुनी करणारे आणि अंत:करणाने इंग्रज पण शरीराने भारतीय असे सुशिक्षित लोक हवे होते. त्यामुळे त्यांनी युरोपीय पद्धतीची विद्यापीठे स्थापण्याचा निर्णय अस्तित्वात आणला. १८५७ मधे कलकत्ता, मुंबई, मद्रास येथे सर्वप्रथम विद्यापीठे अस्तित्वात आली. यानुसार भारतीय शिक्षणपद्धतीत युरोपीय संस्कृती आली.

या विद्यापीठांचे सुरुवातीचे स्वरूप केवळ संलग्नता व पदव्या देणे एवढेच होते. अभ्यासक्रम व अध्यापन यासाठी नियम तयार करून परीक्षा घेणे व पदवी देणे ही कामे सुरू झाली. केवळ विद्यापीठातच शिकविणे शक्य नसल्यामुळे या विद्यापीठांशी जोडलेल्या महाविद्यालयातून शिकविणे सुरू झाले. लंडन विद्यापीठाच्या धर्तीवर येथील विद्यापीठे सुरू झाली तरी परदेशी विद्यापीठांचा दर्जा इकडे येणे अशक्यच होते. तिकडील उंची इकडे गाठली गेली नाही पण आडवा विस्तार वाढू लागला. हंटर आयोगाने

विद्यापीठांतील शिक्षणाविषयी अशी टिप्पणी केली की येथील विद्यापीठातील पहिल्या दोन वर्गातील शिक्षण पाश्चात्त्य देशांतील शालेय शिक्षणाच्या पातळीचे आहे. यावरूनच परिस्थिती लक्षात घ्यावी. या सगळ्यामागे ब्रिटिशांची अनास्था व राजकीय धोरणे कारणीभूत होती. वसाहत असणाऱ्या भारताचा दर्जा खरोखर सुधारावा म्हणून ब्रिटिश कशाला प्रयत्न करतील? त्यामुळे राष्ट्रवादी भारतीय लोकांनी शैक्षणिक धोरणांबद्दल असमाधान व्यक्त करायला सुरुवात केली. शिक्षणाच्या द्वारे आपण परतीचा रस्ता तयार करीत आहोत, अशी एल्फिन्स्टनची धारणा असली तरी पुढील काळात राज्यकर्त्यांची भूमिका नेहमी विरुद्ध राहिली.

भारतीय विद्यापीठांमधून शास्त्र व तंत्रज्ञानाकडे दुर्लक्ष करण्यात आले किंवा त्याचा दर्जा हेतुपुरस्सर दुय्यम ठेवण्यात आला. सामाजिक शास्त्रे, मानव्यविद्या, भौतिक शास्त्रे यांतील उच्च व संशोधनपर अंगाकडे दुर्लक्ष करण्यात आले. भारतातील पारंपरिक ज्ञान जे उत्तम दर्जाचे होते, त्याच्याकडे तर टाकाऊ नजरेतून पाहण्यात आले. या पार्श्वभूमीवर समित्या व आयोग नेमून विद्यापीठ कायदे व त्याच्या तांत्रिक बाजू मजबूत करण्याचे काम मात्र चालू होते. आत्म्याचे गुणसंवर्धन करण्याऐवजी बाह्य रंगरंगोटीचा उद्योग जोरात चालला होता.

लॉर्ड कर्झनने भारतीय विद्यापीठ आयोग १९०२ (इंडियन युनिव्हर्सिटीज कमिशन) मध्ये नेमून १९०४ मधे भारतीय विद्यापीठ अधिनियम (इंडियन युनिव्हर्सिटीज ॲक्ट) केला व विद्यापीठांच्या संरचनेत मोठा बदल घडवून आणला. आयोगाच्या तीन प्रमुख सूचना म्हणजे अधिसभा (सिनेट) पुनर्रचना करून प्राध्यापकांना त्याच्या कामकाजात सहभागी करून घ्यावे. विद्यापीठांत शिकविणे चालू करावे. संलग्न महाविद्यालयांवर कडक नियंत्रणे आणावीत. १९१० मध्ये स्वतंत्र शिक्षण खात्याची निर्मिती करून गव्हर्नर जनरलच्या कार्यकारी मंडळाचा पहिला शिक्षण सदस्य म्हणून सर हारकोर्ट बटलरची नेमणूक करून शिक्षणाची पूर्ण जबाबदारी या खात्याकडे देऊन वार्षिक १५ लाख रुपये अनुदान सुरू करण्यात आले. १९१३ च्या ठरावाने प्रत्येक राज्यात एक निवासी व अध्यापनात्मक विद्यापीठ स्थापन करण्याचा संकल्प करण्यात आला पण महाराष्ट्रात तसे एकही विद्यापीठ काढण्यात आले नाही. पुढे एम. ई. सॅडलर यांच्या अध्यक्षतेखाली नेमलेल्या कलकत्ता विद्यापीठ आयोगाने (१९१७) काही शिफारशी केल्या. त्यात पूर्ण वेळ कार्य करणाऱ्या कुलगुरूंची नियुक्ती व शासनाचा कमीतकमी हस्तक्षेप यांचा समावेश होता. पदवी अभ्यासक्रम तीन वर्षांचा करण्याची शिफारस याच समितीने केली. १९१९ मध्ये हे खाते प्रांतिक सरकारचे सोपीव खाते

झाले. १९२७ मध्ये सायमन आयोगाची उपसमिती असणाऱ्या हारटॉग समितीच्या अहवालात एकात्म विद्यापीठाची शिफारस व 'इंटर युनिव्हसिटी बोर्ड' ची स्थापना करण्याची शिफारस करण्यात आली. विद्यापीठांना अनुदाने सुरू झाली. १९४४ मध्ये शैक्षणिक पुनर्रचनेचा आराखडा सार्जंट समितीने तयार करून 'विद्यापीठ अनुदान आयोगा'च्या स्थापनेची शिफारस केली.

डॉ. राधाकृष्ण आयोग – १९४८-४९ या वर्षात विद्यापीठीय शिक्षणाचा विकास व विस्तार व्हावा यासाठी सदर आयोग नेमण्यात आला. भारतातील औद्योगिक क्षेत्राच्या विकासात समर्थपणे योगदान देणारे तरुण निर्माण व्हावेत, या हेतूने व्यावसायिक शिक्षणाचा विचार या आयोगाने केला.

भारत स्वतंत्र झाल्यावर उच्च शिक्षणात सर्वंकष बदल घडवून आणण्यासाठी डॉ.सर्वपल्ली राधाकृष्णन यांच्या अध्यक्षतेखाली 'विद्यापीठ शिक्षण आयोग' (युनिव्हर्सिटी एज्युकेशन कमिशन) ची स्थापना करण्यात आली. या आयोगाने पुढील विषयांच्या संदर्भात आपले विचार मांडले. यात भारतीय मूल्यांच्या संदर्भात विद्यापीठीय शिक्षणाची उद्दिष्टचे, घटना, विद्यापीठाची कार्ये व नियंत्रण, अभ्यासक्रम, दर्जा, संशोधन, माध्यम, शिक्षकांची गुणवत्ता, सेवाशर्ती, शिस्त, कल्याणयोजना, स्वाध्यायपद्धती, शेतकी विद्यापीठातील शिक्षण, स्त्री शिक्षण, विद्यापीठांना आर्थिक मदत या विषयांना डॉ. राधाकृष्णन आयोगाने स्पर्श केला. सरकारने या अहवालाद्वारे शिक्षणात गुंतवणूक करायला सुरुवात केली. १९५१ मधे भारतात २८ विद्यापीठे होती. तर महाराष्ट्रात १९६० पर्यंत ५ विद्यापीठे होती. मुंबई विद्यापीठ (स्थापना १८५७), नागपूर विद्यापीठ (१९२३), पुणे विद्यापीठ (१९४९), श्रीमती नाथीबाई दामोदर ठाकरसी विद्यापीठ, मुंबई (१९१६-१७ साली महर्षी कर्वे यांनी स्थापन केलेल्या या विद्यापीठास १९४९ मध्ये कायद्याने मान्यता मिळाली), मराठवाडा विद्यापीठ, औरंगाबाद (१९५८- आता डॉ. बाबासाहेब आंबेडकर मराठवाडा विद्यापीठ) एवढीच ५ विद्यापीठे अस्तित्वात होती. कृषी विद्यापीठे १९६० नंतर अस्तित्वात आली. याशिवाय महाराष्ट्रात विविध अभिमत विद्यापीठे व उच्च दर्जाच्या संस्था निघाल्या. यात प्रामुख्याने भांडारकर प्राच्यविद्या संशोधन मंदिर, पुणे (१९१७), टिळक महाराष्ट्र विद्यापीठ, पुणे (१९२१-अभिमत विद्यापीठाचा दर्जा १९८७-८८), गोखले अर्थशास्त्र संस्था, पुणे (१९३०) या संस्थेला अर्थशास्त्राचे प्रगत अध्ययन केंद्र व अभिमत विद्यापीठाचा दर्जा आहे. डेक्कन कॉलेज पोस्ट ग्रॅज्युएट अँड रिसर्च इन्स्टिट्यूट, पुणे (१९३९), इंडियन इन्स्टिट्यूट ऑफ टेक्नॉलॉजी, पवई - मुंबई (१९५८), टाटा इन्स्टिट्यूट ऑफ सोशल सायन्सेस, मुंबई (१९३६), टाटा इन्स्टिट्यूट ऑफ फंडामेंटल रिसर्च, मुंबई (१९४५) या महत्त्वाच्या संस्था होत.

महाराष्ट्रातील विज्ञान शिक्षण

शिक्षणाचा विचार करताना आपणास विज्ञान शिक्षणाचा स्वतंत्र विचार करावा लागतो. महाराष्ट्रात मुंबई विद्यापीठाच्या अखत्यारीत मॅट्रिक्युलेशन परीक्षा झाल्यावर आपल्याकडील शाळांमधून औपचारिक पद्धतीने विज्ञान शिक्षण शिकवायला सुरुवात झाली. मात्र आश्चर्याची गोष्ट म्हणजे विज्ञान शाखेतील पदवी विसाव्या शतकाच्या सुरुवातीपर्यंत नव्हती. सुरुवातीला विद्यार्थी बी.ए. परीक्षेस (भौतिक शास्त्र), पदार्थ विज्ञान व रसायनशास्त्र विषय घेऊ शके. १९४० पर्यंत सृष्टिज्ञान, भोवतालचा परिसर, वनस्पती विज्ञान, सामान्यविज्ञान, भौतिकी, रसायन, शरीरशास्त्र–आरोग्यशास्त्र हे विषय प्राथमिक ते महाविद्यालयापर्यंत (अकरावी) शिकविण्यात येऊ लागले.

प्रयोग, त्याची निरीक्षणे, टाचणे एवढ्या मर्यादित प्रमाणावर विज्ञानाचे शिक्षण चाले. स्वातंत्र्योत्तर काळात मॅट्रिक्युलेशन म्हणजे विद्यापीठ प्रवेश परीक्षा असे स्वरूप न ठेवता ते शालांत असे ठेवण्याचे ठरल्यामुळे विद्यापीठांकडून मॅट्रिक्युलेशनचे काम काढून घेण्यात आले. अकरावीच्या शालांत परीक्षेत भौतिकी व रसायनशास्त्र अथवा शरीरशास्त्र व आरोग्यशास्त्र विषय वैकल्पिक म्हणून अभ्यासात आले.

इंग्रजांच्या कालखंडात स्थापत्य विभागातील निम्नस्तरावरील कर्मचाऱ्यांना प्रशिक्षण देण्याकरिता १८४७–५८ च्या दरम्यान वर्ग उघडण्यात आले. याचेच पुढे अभियांत्रिकी महाविद्यालयात रूपांतर करण्यात आले. १८५४ मध्ये पुण्यात अभियांत्रिकी महाविद्यालय आले. मुंबईत १८८७ साली 'व्हिक्टोरिया ज्युबिली टेक्निकल इन्स्टिट्यूट'(व्ही.जे.टी.आय.) संस्था सुरू करून पदविका व १९४७ पासून पदवी शिक्षण देण्यात येऊ लागले. त्याच्या थोडेसे अगोदर १८४१ मध्ये 'एल्फिन्स्टन इन्स्टिट्यूट' ची स्थापना मुंबईत करण्यात येऊन गणित, रसायन, वनस्पती विज्ञान व निसर्ग विज्ञान विषय शिकविले जाऊ लागले. १८४५ मध्ये मुंबईत वैद्यकीय शिक्षण देण्याची सोय करण्यात आली. वरती नमूद केलेले पुण्यातील १८५४ सालचे 'पूना इंजिनिअरिंग क्लास अँड मेकॅनिकल स्कूल' या नावाने सुरू झालेले अभियांत्रिकी शिक्षणाचे विद्यालय पुढे विस्तारत जाऊन त्याचेच रूपांतर 'कॉलेज ऑफ इंजिनिअरिंग' या अभियांत्रिकी महाविद्यालयात झाले. १८७८ साली 'बी. जे. मेडिकल स्कूल' या नावाने सुरू झालेल्या वैद्यकीय विद्यालयाचे 'बी.जे.मेडिकल कॉलेज'मध्ये रूपांतर झाले. ख्यातनाम नेते गोपाळकृष्ण गोखले यांनी न्यायमूर्ती रानडे यांच्या स्मृतिप्रीत्यर्थ एक लाख रुपयांचा निधी गोळा करून पुण्यात 'द रानडे इंडस्ट्रियल अँड इकॉनॉमिकल इन्स्टिट्यूट' ही संशोधन संस्था १९०८ मध्ये स्थापन केली.

मुंबईत वैज्ञानिक संशोधनास चालना देण्यासाठी १८८३ मधे 'बॉंबे नॅचरल हिस्टरी

सोसायटी' ची स्थापना करण्यात आली. 'अँथ्रॉपॉलॉजिकल सोसायटी ऑफ बाँबे' ही मानवशास्त्रविषयक अभ्यासासाठीची संस्था १८८६ मध्ये स्थापन करण्यात आली. शिक्षणविषयक प्रशिक्षण देणारे मुंबई इलाख्यातील पहिले महाविद्यालय 'सेकंडरी ट्रेनिंग कॉलेज' १९०६ मध्ये सुरू झाले. तेथे प्रथमपासूनच विज्ञान अध्यापन सुरू करण्यात येऊन स्त्री पुरुषांना एकत्र शिकविले जाई. मुंबई विद्यापीठाने १९१४ मध्ये रासायनिक तंत्रविद्या विभाग (युनिव्हर्सिटी डिपार्टमेंट ऑफ केमिकल टेक्नॉलॉजी; यू.डी.सी.टी.) सुरू केला. तेथे रासायनिक अभियांत्रिकी व वस्त्रनिर्माण रसायनशास्त्र शिकवित. भारतात अशा प्रकारचे शिक्षण देणारी ती पहिलीच संस्था होती. तिचे अनुकरण बाकीच्यांनी केले.

देशाच्या औद्योगिक विकासासाठी १९५० च्या सुमारास स्वायत्त स्वरूपाची तांत्रिक महाविद्यालये (इंडियन इन्स्टिटयूट ऑफ टेक्नॉलॉजी; आय.आय.टी.) स्थापण्यात आली. उच्च दर्जाचे प्रशिक्षित अभियांत्रिकी पदवीधर निर्माण करण्याच्या उद्देशाने देशभरातील अन्य चार ठिकाणांव्यतिरिक्त मुंबईतही ते स्थापण्यात आले.

या पार्श्वभूमीवर २० व्या शतकात अनेक घडामोडींनी भरलेले दिसते. यात समाजसुधारकांचे कार्य, ग्रंथालय व छोट्या-छोट्या घडामोडी दडलेल्या आहेत.

डॉ. बाबासाहेब आंबेडकर यांचे शैक्षणिक क्षेत्रातील योगदान

डॉ. आंबेडकर यांच्या आर्थिक व सामाजिक क्षेत्रातील योगदानाचा आपण अन्यत्र आढावा घेतला आहे. त्यामुळे येथे डॉ. आंबेडकरांच्या शैक्षणिक कार्याचा आपणास मागोवा घ्यायचा आहे.

२० जुलै १९२४ रोजी डॉ. आंबेडकरांनी 'बहिष्कृत हितकारिणी सभा' स्थापली. या सभेची प्रमुख ध्येये व उदिष्ट्ये पुढीलप्रमाणे होती.

१) वसतिगृहे उघडून दलित वर्गामध्ये शिक्षणाच्या प्रसाराचे प्रचालन करणे किंवा त्यासाठी अशाच प्रकारची आवश्यक किंवा इष्ट वाटणारी साधने उपयोगात आणणे.

२) वाचनालये, समाजकेंद्रे आणि वर्ग किंवा अभ्यासमंडळे उघडून दलित वर्गामध्ये संस्कृतीच्या प्रसाराचे प्रचालन करणे.

३) औद्योगिक आणि कृषिशाळा सुरू करून दलित वर्गाच्या आर्थिक स्थितीमध्ये प्रगती आणि सुधारणा करणे.

ज्ञानाचा वापर सामाजिक परिवर्तनासाठी करण्यावर डॉ. आंबेडकरांचा भर होता. डॉ. आंबेडकरांना शैक्षणिकदृष्ट्या निद्रिस्त समाजाला जागे करून संघटित करायचे होते म्हणून त्यांनी 'शिका संघटित व्हा, आणि संघर्ष करा' असा नारा दिला. शिक्षणातून

स्वसहाय्य, स्वावलंबन व स्वसन्मान मिळवायचा होता. यासाठी त्यांनी शैक्षणिक तत्त्वज्ञान असे मांडले की जे डोक्याला चालना देऊ शकते, हाताला काम देऊ शकते आणि हृदयाला आवाहन करू शकते. शिक्षणातून विषमता दूर करून सामाजिक लोकशाहीचे उद्दिष्ट्य त्यांना गाठायचे होते.

प्रत्यक्ष कार्य – बहिष्कृत हितकारिणी सभेने १९२५ साली सोलापूर येथे दलित विद्यार्थ्यांसाठी हायस्कूल सुरू केले. विद्यार्थ्यांना कपडे, भोजन अभ्यासाचे साहित्य मोफत पुरविण्यात येऊ लागले. सभेच्या मार्गदर्शनाखाली 'सरस्वती विलास' नावाचे मासिक चालविण्यात येऊ लागले. मुंबईत मोफत वाचनालय सुरू करण्यात आले.

१९२७ साली चौथीच्या टप्प्यावर ८२% गळतीचे प्रमाण होते. त्यामुळे डॉ. आंबेडकरांनी सक्तीच्या प्राथमिक शिक्षणाचा प्रसार केला.

१९२८ साली डॉ. आंबेडकरांनी दलितवर्ग शिक्षणसंस्थेची (Depressed Classes Education Society) स्थापना केली. मुंबई शासनाला त्यांनी या कामाच्या मदतीसाठी आवाहन केले. त्याला मान देऊन शासनाने जाहीर केले की, दलित वर्गातील माध्यमिक शाळेतील विद्यार्थ्यांच्या भल्यासाठी पाच वसतिगृहांच्या योजनेला राज्यपाल परवानगी देतील. या संस्थेच्या विश्वस्त मंडळात डॉ. आंबेडकरांबरोबर, मेयेर निस्सिम, शंकर परशा, डॉ. पुरुषोत्तम सोळंकी यांचा सहभाग होता. सल्लागार मंडळात १९ लोक होते. प्रमुख कार्यवाह डॉ. आंबेडकर होते. पाच वसतिगृहांसाठी सरकारने वार्षिक ९००० रुपये अनुदान देण्याचे मान्य केले ; पण हे अपुरे होते. उर्वरित खर्चासाठी सभासदांना खूप कष्ट पडत.

पीपल्स एज्युकेशन सोसायटी – अनुसूचित जातींमध्ये शिक्षणाची आवड व प्रसार व्हावा म्हणून डॉक्टरांनी ८ जुलै १९४५ रोजी 'पीपल्स एज्युकेशन सोसायटी' स्थापली. २० जून १९४६ रोजी सिद्धार्थ कला आणि विज्ञान महाविद्यालय स्थापले. सोसायटीच्या उद्देशात असे सांगण्यात आले की शिक्षणाद्वारे भारतात बौद्धिक, सामाजिक, नैतिक लोकशाहीचा प्रसार करता येईल. कायद्याचे शिक्षण सर्वांना उपलब्ध व्हावे म्हणून १९४६ मधे मुंबईत सोसायटीच्या वतीने सिद्धार्थ विधी महाविद्यालय स्थापण्यात आले. औरंगाबादच्या जनतेला शिक्षण सहज उपलब्ध व्हावे म्हणून मिलिंद कला आणि विज्ञान महाविद्यालय स्थापण्यात आले. १९५३ मधे सिद्धार्थ वाणिज्य आणि अर्थशास्त्र महाविद्यालय सुरू करण्यात आले. मुंबई विद्यापीठात या वर्गाचा आवाज पोहोचण्यासाठी विद्यापीठ अधिसभेवर मागास आणि दलित वर्गांच्या प्रतिनिधित्वाची मागणी बाबासाहेबांनी केली. विद्यार्थ्यांनी राजकारणापेक्षा अभ्यासास अग्रक्रम देण्याचा आग्रह त्यांनी धरला.

१९४२ ते ४६ या कालखंडात डॉ. बाबासाहेबांनी गव्हर्नर जनरलच्या कार्यकारी मंडळाचे सभासद असताना अस्पृश्यांना शैक्षणिक सवलती देण्याचे प्रयत्न केले. भारतीय राज्यघटनेत अनुसूचित जातीजमातींना शैक्षणिक व अन्य सवलती देण्याच्या स्वतंत्र तरतुदी त्यांनी केल्या.

कर्मवीर भाऊराव पाटील यांचे कार्य (१८८७ – १९५९)

कर्मवीर भाऊराव पाटील यांचा जन्म २२ सप्टेंबर १८८७ रोजी कोल्हापूर येथे कुंभोज गावी झाला. प्राथमिक शिक्षण वेगवेगळ्या गावी झाल्यावर राजाराम हायस्कूलमधे ते पुढील शिक्षणासाठी आले. स्वयंप्रज्ञ विद्यार्थी असल्यामुळे स्वत:चा मार्ग स्वत:च शोधण्याकडे त्यांचा कल होता. राजर्षी शाहू व सत्यशोधक समाजाच्या विचारांचा पगडा त्यांच्यावर याच काळात बसला. शिकवण्या घेणे, जवाहिऱ्याकडे काम करणे, ओगले व किर्लोस्कर या उद्योजकांचे विक्री प्रतिनिधी म्हणून काम करीत असता त्यांनी महाराष्ट्राचे खरेखुरे दर्शन घेतले. येथील आर्थिक, सामाजिक, राजकीय वास्तव त्यांना समजले. समाजातील दरिद्री नारायणाचे दर्शन त्यांना झाले. या सगळ्यावर एकच उपाय होता तो म्हणजे शिक्षण. त्यांनी सर्वप्रथम दुधगांव येथे 'दुधगांव विद्यार्थी आश्रम' स्थापून काले व नेर्ले येथे विद्यार्थी वसतिगृहे सुरू केली. पुढे कार्याचा व्यापक विस्तार करण्यासाठी ४/९/१९१९ मधे कराडमधील 'काले' येथे रयत शिक्षण संस्थेची स्थापना करण्यात आली.

रयत शिक्षण संस्थेचे उद्देश –

१) मागासलेल्या वर्गात शिक्षणाची अभिरुची उत्पन्न करणे. २) मागासलेल्या जातीतील अत्यंत गरीब विद्यार्थ्यास शक्य तर मोफत शिक्षण देण्याचा प्रयत्न करणे. ३) सामान्य स्थितीतील विद्यार्थ्यास त्याच्या खर्चाने किंवा फार तर निम्म्या खर्चाने संस्थेत शिक्षण घेण्याकरिता ठेवणे. ४) ज्यांची सांपत्तिक स्थिती समाधानकारक आहे अशा परगांवच्या मागासलेल्या विद्यार्थ्यांची त्यांच्याच खर्चाने संस्थेत सोय करणे. ५) मागासलेल्या वर्गातील निरनिराळ्या जातीतील विद्यार्थ्यांत प्रेमभाव उत्पन्न करणे. ६) पूर्वकालीन अंधरूढीस फाटा देऊन खऱ्या मार्गाचा अवलंब करण्याचे शिक्षण देणे. ७) मिळून–मिसळून वागण्यापासून संघशक्ती निर्माण होते. तिचे महत्त्व प्रत्यक्ष कृतीने पटविणे. ८) मुले काटकसर, स्वावलंबी, उद्योगी, उत्साही व शीलवान बनविण्याचा प्रयत्न करणे. ९) संस्थेचे शिक्षणाच्या बाबतीतील कार्यक्षेत्र वाढविणे.

या कामासाठी भाऊरावांनी नोकरी सोडली. विद्यार्थ्यांच्या मोफत शिक्षणाचा खर्च भागविण्यासाठी घराघरातून एक मूठ धान्य रोज बाजूला ठेवून ते आठवड्याने गोळा करण्याची 'मुष्टीफंड' योजना काढली. त्यांचे विद्यार्थी व प्रबोधनकार ठाकरे

स्वत: भाऊराव प्रसंगी 'शाहू बोर्डिंगच्या विद्यार्थ्यांना धान्यदान करा' असे ओरडून गावांतून धान्य गोळा करीत. वसतिगृहात राहणारा विद्यार्थी ज्ञानाकांक्षी, स्वावलंबनाची आवड असणारा, मदतशील, जात-भेद-पंथ-धर्म असे भेदाभेद न करणारा, गरीब-श्रीमंत भेद न करणारा, सद्‌गुणी, स्पर्शास्पर्श न पाळणारा, चरित्र्यसंपन्न, रूढी-प्रिय नको, स्वाभिमानी विद्यार्थी असावा अशी तत्त्वे कर्मवीरांनी अंमलात आणली होती. भाऊरावांच्या कार्याने प्रभावित होऊन १९३३-३७ कालखंडात म. गांधी 'रयत' ला हरिजन सेवक फंडातून दरवर्षी ५०० रुपये वार्षिक मदत करीत असत.

याच कामाचा विस्तारित भाग म्हणून १९२४ मधे 'छत्रपती शाहू बोर्डिंग हाऊस' सुरू करण्यात आले. ग्रामीण भागाचा कायापालट फक्त शिक्षणाद्वारेच होईल यावर त्यांचा विश्वास होता. सातारा, कोल्हापूर, कऱ्हाड, सांगली या भागात शैक्षणिक कार्याचे जाळे विणण्यासाठी सातारा येथे रयत शिक्षण संस्थेचे मुख्य कार्यालय स्थापण्यात आले. वसतिगृहे, प्राथमिक शाळा, महाविद्यालये, शिक्षकांसाठी प्रशिक्षण विद्यालये सुरू करण्यात आली आणि अण्णांनी शैक्षणिक कार्याद्वारे ग्रामीण महाराष्ट्र बदलून टाकला. 'कमवा आणि शिका' घोषणा पश्चिम महाराष्ट्रात दुमदुमली. १९३५ मध्ये प्राथमिक शिक्षकांच्या प्रशिक्षणासाठी 'सिल्व्हर ज्युबिली ट्रेनिंग कॉलेज' सुरू करून शिक्षकांसाठी शास्त्रशुद्ध प्रशिक्षण वर्ग आखण्यात आले. १९३८ ते ५० या काळात रयतच्या प्राथमिक शिक्षण संस्थांची संख्या ६१ वरून ५७८ वर गेली. माध्यमिक शाळांच्या संदर्भातही 'महाराज सयाजीराव हायस्कूल' या सातारा येथील पहिल्या माध्यमिक शाळेने सुरू झालेल्या शाळांची संख्या १९७७ पर्यंत ३१२ झाली. सातारा येथेच १९४७ मध्ये 'छत्रपती शिवाजी कॉलेज' हे पहिले महाविद्यालय सुरू झाल्यावर आता या महाविद्यालयांची संख्या वाढतच आहे.

देशातील पहिले ग्रामीण अध्यापक विद्यालय

विद्यार्थ्यांना समजेल अशा पद्धतीने शिकविणे ही एक कला आहे. यासाठी शिक्षक प्रशिक्षित असणे गरजेचे होते. यासाठी कर्मवीरांनी देशातील पहिले ग्रामीण अध्यापक विद्यालय काढण्याचे ठरविले. या दरम्यान पंचम जॉर्ज यांच्या कारकीर्दीचा रौप्यमहोत्सव भारतात साजरा होणार होता. सातारा येथील कलेक्टर हर्मद ए. अली यांनी साताऱ्यात लोकोपयोगी कार्य सुरू करण्याची गरज प्रतिपादिली. त्यांच्या पत्नी सौ. बेगम शरीफा हमीद अली या काँग्रेसचे माजी अध्यक्ष तय्यबजी यांच्या कन्या होत. या दोघांना भाऊरावांच्या कार्याबद्दल प्रेम होते म्हणून 'रूरल ट्रेनिंग कॉलेज-ग्रामीण अध्यापक विद्यालय' काढण्याचे ठरले. संस्थेतर्फे शिक्षणसंस्था काढण्यासाठी व भविष्यात सरकारी अनुदानांचा प्रश्न येणार म्हणून रयत शिक्षण संस्था सोसायटी रजिस्ट्रेशन ॲक्ट

(१८६०) दि. २५/४/१९३५ रोजी रजिस्टर करण्यात आली. तिचा रजिस्ट्रेशन क्रमांक ७६३/१९३५ असा होता. संस्थेची घटना तयार करण्यात आली.

संस्थेची उदिष्ट्ये

१) भारताच्या उगवत्या पिढीला-विशेषत: सातारा जिल्हातील रहिवाशांना प्राथमिक स्तरावर शारीरिक, औद्योगिक, तांत्रिक, कला, शास्त्र, शेती व व्यापारविषयक शिक्षण देणे. २) यासाठी शिक्षक तयार करणे. ३) ग्रामोद्योग व ग्रामविकास याकरिता ग्रामीण विभागात काम करण्यास योग्य असे सेवक तयार करणे. ४) अनुकूल परिस्थितीनुसार सातारा शहरात व भारतात मोफत ग्रंथालये, वाचनालये, तसेच वसतिगृहे व वसतिगृहयुक्त विद्यालये, शाळा व या उद्दिष्टांशी सुसंगत असे इतर कार्यक्रम हाती घेणे. ५) स्वार्थत्याग, श्रमप्रतिष्ठा आणि 'कमवा व शिका' ही मूल्ये विद्यार्थ्यांच्या मनावर पूर्णपणे परिणामकारक बिंबविली जातील अशा पद्धतीने रयत शिक्षण संस्था कार्यक्षम शिक्षण देईल. संस्थेच्या शाखा अशा रीतीने चालविल्या जातील की, त्यामध्ये धर्म, जात, पंथ व वर्ग इत्यादी भेदास स्थान दिले जाणार नाही. ६)रयत शिक्षण संस्था ही राजकारणापासून अलिप्त राहील. संस्थेचे अध्यक्ष म्हणून रा. ब. रा. रा. काळे यांची नेमणूक करण्यात आली. मदतीला १२ लोकांचे कार्यकारी मंडळ नेमण्यात आले. रयतची मार्गक्रमणा आता वेगाने सुरू झाली.

डॉ. पंजाबराव शामराव देशमुखांचे शैक्षणिक कार्य (१८९८ ते १९६५)

पार्श्वभूमी : महाराष्ट्राच्या शैक्षणिक इतिहासात पंजाबरावांनी स्वत:च्या कार्याचा अमीट ठसा उमटवला आहे. २७ डिसेंबर १८९८ रोजी जन्मलेल्या पंजाबरावांचे शिक्षण पापळ येथे झाले. १९१८ मध्ये अमरावतीतून मॅट्रिक झाल्यावर पुण्याला ते फर्गसनमध्ये शिकण्यासाठी आले. १९२० मधे इंग्लंडला जाऊन एम.ए पदवी तर ऑक्सफर्ड विद्यापीठातून 'डी. फिल' पदवीसाठी 'वैदिक वाङ्मयातील धर्माचा उगम आणि विकास' या विषयावर त्यांनी प्रबंध लिहिला. पुढे 'बार-अॅट-लॉ' ची पदवी घेऊन भारतात आले. १९२७ मध्ये आंतरजातीय विवाह व वकिली या गोष्टींद्वारे त्यांनी सार्वजनिक जीवनात पदार्पण केले. जिल्हा कौन्सिल अध्यक्ष, प्रांतिक कायदेमंडळात मंत्री, अमरावती मध्यवर्ती बँक अध्यक्ष, घटना समिती सभासद, खासदार, कृषिमंत्री अशी पदे त्यांनी भूषविली. मात्र त्यांचे शैक्षणिक क्षेत्रातील योगदान महत्त्वाचे आहे.

डॉ. पंजाबराव देशमुख यांचे शैक्षणिक तत्त्वज्ञान

शिक्षण समाजाच्या विकासार्थ आवश्यक आहे, असे त्यांचे मत होते. त्यांनी जिल्हा कौन्सिलच्या कर आकारणीत वाढ करून ४।। लाख रुपये शिलकीत टाकले. त्यातून १०० सक्तीच्या शिक्षणाची केंद्रे उघडली व ११ वर्षे खालील मुलामुलींना

शिक्षण सक्तीचे तर न शिकवणाऱ्या पालकांस दंड व शिकणाऱ्यांना मदत करण्यास सुरुवात केली. त्यामुळेच शिक्षणप्रसारात अमरावती जिल्हा ग्रामीण विभागाने भारतात दुसरा क्रमांक मिळविला. 'शिक्षण सार्वत्रिक, सुलभ व स्वस्त' त्यांनी केले. याच विभागात प्राथमिक शाळांवर स्त्री शिक्षिका नेमण्याचा उपक्रम त्यांनी सुरू केला. मिडलस्कूलच्या प्रश्नपत्रिका सर्वत्र एकच ठेवण्याचा आग्रह त्यांनी धरला. १५ डिसेंबर १९२८ रोजी जिल्हा कौन्सिल शिक्षक संघाच्या ठरावानुसार पंजाबरावांनी शिक्षकांना कार्यालयीन प्रवास भत्ता देण्यास सुरुवात केली. फिरती वाचनालये व बोर्डाचे दवाखाने काढण्यात आले.

१९४६ ते ४९ या कालखंडात श्री शिवाजी शिक्षण संस्थेच्या माध्यमिक शिक्षण विभागास मोर्शी–वर्धा–शिरनगाव बंड येथील शाळा येऊन मिळाल्या. १९४६ मध्ये पंजाबरावांनी श्री शिवाजी शिक्षण संस्थेची निर्मिती केली त्याचाच हा विस्तार. विदर्भातले पहिले खासगी महाविद्यालय श्री शिवाजी महाविद्यालय उघडण्यात आले. त्यानंतर नागपुरात असेच विद्यालय उघडण्यात आले.

लोकविद्यापीठाचा प्रयोग – पंजाबराव देशमुख यांनी श्री शिवाजी लोकविद्यापीठाची अभिनव व सर्वांगपूर्ण योजना कार्यान्वित केली. या संदर्भात त्यांनी लिहिले आहे की 'अत्यंत उच्च श्रेणीच्या विद्वानांची मालिका आपल्या देशात नेहमीच तयार होत आली आहे. पण त्यामुळे कोट्यवधी देशवासियांची शैक्षणिक किंवा बौद्धिक पातळी मात्र उंचावली नाही. इतर विद्यापीठांना 'महामानव' निर्माण करण्याकरिता सर्व शक्ती व पैसा वेचू द्या. माझे विद्यापीठ मात्र अज्ञान, दारिद्र्य, कुचंबणा व घृणास्पद अवस्था यांच्या काळ्याकुट्ट अंध:कारात चाचपडत पडलेल्या कोट्यवधी स्त्री-पुरुषांमधून समाजसेवक व देशभक्त निर्माण करण्याकरिता झटत राहील. या लोकविद्यापीठाची स्थापना करताना त्यांची २० उद्दिष्टचे होती. श्री शिवाजी लोकविद्यापीठाचे उद्घाटन ३० डिसेंबर १९५० रोजी भारताचे पहिले राष्ट्रपती डॉ. राजेंद्रप्रसाद यांच्या हस्ते झाले.

'तमसो मा ज्योतिर्गमय' हे या विद्यापीठाचे बोधवाक्य. या विद्यापीठांतर्गत लोकशिक्षण संस्था स्थापण्यात आल्या. जनता कॉलेज १९५१ मधे काढण्यात आले. यात १८ ते ३० वयांच्या ग्रामीण प्रौढांसाठी शिक्षणाची व्यवस्था करण्यात आली. १९५२ पासून मॅट्रिक झालेल्या पण गावातच राहून ग्रामसेवेचे कार्य करू इच्छिणाऱ्यांसाठी ग्रामसंघटकांचे वर्ग उघडण्यात आले. १९५१ ते ५६ या काळात गांधी ग्रामोद्योग मंदिर, विद्यापीठ क्लब, व्याख्यानमाला, कस्तुरबा मेडिकल अॅन्ड वेल्फेअर सेंटर, शिक्षण पत्रिका असे लोकशिक्षणात्मक उपक्रम सुरू करण्यात आले.

रुरल इन्स्टिट्यूट - भारत सरकारच्या रुरल हायर एज्युकेशन कमिटीच्या

सदस्यांनी १९५४ साली श्री शिवाजी शिक्षण संस्थेला भेट दिली. या संस्थेला भेट देऊन प्रभावित झालेल्या कमिटीने अमरावती भागात रुरल इन्स्टिटट्यूट चालविण्याची जबाबदारी संस्थेकडे सोपविली. ९ जुलै १९५६ रोजी अमरावतीला लेबॉरेटरी टेक्नॉलॉजी, ज्युनिअर कॉलेज ऑफ सायन्स अॅन्ड व्होकेशनल, कृषिविज्ञान पदविका सेंटर, पशुसंवर्धन व दुग्ध व्यवसाय, किमान कौशल्यावर आधारित अभ्यासक्रम, प्रॉडक्शन कम ट्रेनिंग, पंचायतराज प्रशिक्षण केंद्र, अंगणवाडी कार्यकर्ता प्रशिक्षण, जनता कृषी विद्यालय, ग्रामसेवक प्रशिक्षण केंद्र, अंगणवाडी सेविका केंद्र उघडण्यात आले.

१९४९ ते १९५७ या कालखंडात देशमुखांनी विदर्भात गावोगावी दौरे करून संस्थेच्या शाखा सर्व ठिकाणी उघडल्या जातील याची काळजी घेतली. १९६३ मध्ये लंडनमध्ये पहिले शिवाजी वसतिगृह स्थापण्यात आले. त्या अगोदर १९५७ मध्ये श्री. पंजाबराव देशमुख यांनी नागपूरला श्रध्दानंद बालमंदिर, वरूड येथे जवाहर कॉटन मार्केट फंड कमिटीचे विद्यामंदिर, गाडगे महाराजांच्या स्मृतिप्रीत्यर्थ व वरदहस्ताची आणि उपदेशाची स्मृती म्हणून (साऱ्यांनी शिक्षण घ्यावे) गाडगे महाराज प्राथमिक शाळा, शिवाजीनगर अमरावती, ज्यांना शालेय शिक्षण अत्यंत दुर्लभ आहे अशांसाठी नाईट स्कूल (रात्रशाळा) सुरू करण्यात आल्या.

म. गांधी यांची वर्धा शिक्षण योजना

म. गांधी यांनी दक्षिण आफ्रिकेत असतानाच त्यांच्या शैक्षणिक प्रयोगांना सुरुवात केली होती तेथे 'फिनिक्स वसाहत' व 'गुरुकुल आश्रम' यांच्या माध्यमातून त्यांनी कृतीद्वारा शिक्षणाचे प्रयोग केले. 'सत्याग्रह आश्रमाचा इतिहास' या पुस्तकातून त्यांचे शैक्षणिक तत्त्वज्ञान आपणास कळू शकते. यात शारीरिक श्रम, विद्यार्थी स्वयंप्रज्ञ व का? असा प्रश्न विचारणारा, प्रत्येकाला स्वयंपाक व शिवणकाम येणे आवश्यक, पुस्तकांच्या वापराअगोदर संभाषण, चर्चा, कथन आवश्यक, हिंदीचा राष्ट्रभाषा म्हणून वापर, इच्छेविरुद्ध शिक्षण नको, शिक्षकांना पुरेसा मोबदला द्यावा या गोष्टींवर भर दिलेला आहे. या विचारांच्या प्रसारासाठी त्यांनी १९३४ मध्ये सेवाग्राम आश्रमाची स्थापना केली. १९३७ मध्ये अखिल भारतीय राष्ट्रीय शिक्षण परिषदेत त्यांनी वर्धा शिक्षण योजनेची मांडणी केली. या परिषदेला डॉ. झाकीर हुसेन, काका कालेलकर, दादा धर्माधिकारी, आचार्य विनोबा भावे, नरेंद्र देव उपस्थित होते. ही योजना मूलोद्योगी शिक्षण म्हणून ओळखली जाते. या व्यवस्थेचे कामगार, नागरिक व पालक हे तीन महत्त्वाचे घटक होत. त्यांच्या लघुउद्योगात शेती, मुद्रण, चांभारकाम, बागकाम, लाकूडकाम यांचा समावेश होता. कारकुनी पद्धतीपेक्षा विद्यार्थ्यांच्या सर्वांगीण विकासावर भर देण्यात आला.

वर्धा शिक्षण योजना

२२-२३ ऑक्टोबर १९३७ रोजी म.गांधी यांनी अखिल भारतीय राष्ट्रीय शिक्षण परिषदेत जी योजना मांडली ती वर्धा शिक्षण योजना म्हणून ओळखली जाते. ती पुढीलप्रमाणे -

१) सर्व देशात सात वर्षांचे प्राथमिक-शिक्षण सक्तीचे व मोफत असावे.

२) शिक्षणाचे माध्यम मातृभाषा असावे.

३) शारीरिक श्रम व उत्पादक उद्योग संबंधित शिक्षण द्यावे.

४) शिक्षकाच्या पगाराइतके उत्पादन घेऊन खर्च भागवावा.

याच्या जोडीलाच शैक्षणिक ध्येयांमध्ये स्वावलंबन, सर्वोत्तमाला प्राधान्य, चारित्र्याची जडणघडण, शिक्षणाद्वारे सामाजिक परिवर्तन, बंधनापासून मुक्ती, आत्म-साक्षात्काराला प्राधान्य यांचा समावेश होता. गांधींच्या शिक्षणविषयक कल्पनांमध्ये, भाषांचा अभ्यास, शारीरिक शिक्षण, संगीत, चित्रकला, प्रौढ साक्षरता यांचा समावेश होता. यासाठी त्यांनी कायमच अभ्यासक्रमाच्या लवचिकतेवर, अध्यापन स्वातंत्र्यावर, भौगोलिक केंद्रीकरणास, समन्वय पद्धतीतून शिक्षण, व्यक्तिविकास यांवर भर दिला.

१९३८ च्या हरिपुरा येथील कॉंग्रेसच्या अधिवेशनात त्यांनी 'नई तालीम' उर्फ 'राष्ट्रीय शिक्षण पद्धती' वर विचार व्यक्त केले. जातीबद्ध व्यावसायिक शिक्षण त्यांना नको होते. 'शरीर, मन व आत्मा यांचा सम्यक् विकास म्हणजे बुनियादी शिक्षण' होय. हा विचार त्यांनी मांडला. खेडेकेंद्रित शिक्षणव्यवस्थेचा विचार त्यांनी मांडला. त्यांच्या या विचारात आर्थिकदृष्ट्या स्वावलंबनावर भर देण्यात आलेला आहे.

अनुताई वाघ

महाराष्ट्राच्या शैक्षणिक इतिहासात अनुताई वाघांचे कार्य खूप महत्त्वाचे आहे. ताराबाई मोडक व अनुताई वाघ यांचे बालशिक्षण क्षेत्रातील कार्य व आदिवासी क्षेत्रातील शिक्षणाचे कार्य, योगदान अतुलनीय आहे. ताराबाई मोडक या अनुताई वाघ यांच्या गुरू होत.

१७ मार्च १९१० रोजी जन्मलेल्या अनुताईंना बंडखोरीचा वसा घरातूनच मिळाला होता. सामाजिक रूढी-बंधनांची पर्वा न करता त्यांनी वैधव्य आल्यावरसुद्धा शिक्षण पूर्ण केले. तत्कालीन मराठी सातवी उत्तीर्ण झाल्यावर अध्यापकीय प्रशिक्षण त्यांनी घेतले. शिक्षिकेची नोकरी करतानाच मॅट्रिकचे शिक्षण रात्रशाळेतून पूर्ण केले. म.गांधी यांच्या आदेशानुसार (खेड्यांकडे चला) १९४५ मध्ये त्या ठाणे जिल्ह्यातील बोर्डी येथे ताराबाई मोडक यांनी सुरू केलेल्या ग्रामबालशिक्षा केंद्र या पूर्वप्राथमिक शाळेत दाखल झाल्या. त्या अगोदर ताराबाईंशी त्यांचा परिचय मुंबईतील बोरिवली

भागात भरलेल्या ग्रामसेविकांच्या शिबिरात झाला. त्यांच्या प्रभावानेच अनुताईंनी सारे आयुष्य शैक्षणिक कार्याला समर्पित करण्याचे ठरविले.

लहान मुलांचे शिक्षण म्हणजे खेळणे! या मुलांना आपण शिकत आहोत हे लक्षात येऊ न देता शिक्षित करायचे आव्हान अनुताईंनी बालगीतांमधून, नव्यानव्या खेळण्यांमधून स्वत:मधील सर्जनशील प्रतिभेच्या जोरावर पेलले. मुलांच्या हृदयाला हात घालेल असे साहित्य तयार करणे, मुलांना प्रेम द्यायचे, नवी नवी बालगीते व शैक्षणिक साधने तयार करायची या मार्गांनी त्यांनी आजूबाजूच्या परिसराचा विकास करायला सुरुवात केली.

१९३३–४४ या कालखंडात अनुताईंनी बोर्डीमधील बालशिक्षा केंद्र येथे अध्यापिका व नंतर १९४५–७३ या काळात कोसबाड येथील नूतन बालशिक्षा केंद्राच्या चिटणीस म्हणून काम पाहिले. शिक्षणातून १० पाळणाघरे, ११ बालवाड्या, ४ पूर्वप्राथमिक शाळा, बालसेविका प्रशिक्षण वर्ग, अंगणवाडी प्रशिक्षण वर्ग, अध्यापक प्रशिक्षण विद्यालय, कार्यानुभव प्रकल्प, उद्योग प्रशिक्षण, स्त्री शक्ती जागृती संस्था (ठाणे), रात्रशाळा, ३० प्रौढ शिक्षण संस्था, कुरणशाळा, मूकबधिर संस्था, आरोग्यकेंद्रे अशा अनेक संस्था स्थापन केल्या. 'शिक्षणाचा वेलू गेला गगनावरी' अशी परिस्थिती त्यांनी स्वकर्तृत्वाने निर्माण केली.

ताराबाई मोडक यांनी ब्रिटिश पारंपरिक चौकटीच्या पलीकडे जाऊन शिक्षण देण्याचा प्रयत्न केला. परिसरात उपलब्ध असणाऱ्याच नैसर्गिक साधन संपत्तीचा उपयोग करून मुलांना व प्रकल्पांना स्वावलंबी करण्याचा प्रयत्न केला. परकीय शैक्षणिक संकल्पना नाकारून देशी संकल्पनांना प्राधान्य देणे, मळलेली वाट सोडून नवी वाट निर्माण करणे यातच त्यांचे मोठेपण दडलेले आहे. अनुताईंचे शैक्षणिक तत्त्वज्ञान आपणास त्यांच्या लेखनातून – बालवाडी कशी चालवावी, कुरणशाळा, बालवाडीतील कृतिगीते यात सापडते. शिक्षक पालक प्रबोधनासाठीची 'शिक्षणपत्रिका' व स्त्री जागृतीसाठी 'सावित्री'चे संपादन त्यांनी केले व महाराष्ट्रातील शिक्षणाचा विचार पुढे नेला.

डॉ. बापूजी साळुंखे

महाराष्ट्राच्या शैक्षणिक इतिहासात विवेकानंद शिक्षणसंस्थेला मानाचे स्थान आहे. या संस्थेचे संस्थापक गोविंदराव ज्ञानोजी साळुंखे उर्फ बापूजी साळुंखे होत. आपल्या शैक्षणिक कार्याने त्यांनी सामान्य लोकांच्या जीवनात अभूतपूर्व परिवर्तन घडवून आणले. वडिलांच्या मार्गदर्शनाखाली शैक्षणिक तयारी झालेल्या गोविंदरावांचे शिक्षण इस्लामपूरच्या रामाच्या देवळातील वसतिगृहात झाले. हे वसतिगृह, नेर्लेकर व कापसे या शिक्षणप्रेमींनी सुरू केले होते.

मॅट्रिक झाल्यावर सोंडूर संस्थानात आबासाहेब पवार या मार्गदर्शकांकडून बापूजींना ऐतिहासिक कागदपत्रांचे संशोधन करण्याची कामगिरी मिळाली. त्यात यशस्वी झाल्यावर संस्थानिक यशवंतराव घोरपडे यांनी बापूजींना राजगुरू म्हणून नेमले व ते राजपुत्रांना शिकवू लागले. १९४२ च्या क्रांतीयुद्धात त्यांनी भूमिगत सैनिकाची कामगिरी बजावल्याने ते स्वातंत्र्यसैनिक ठरले. १९४५ साली सातारा जिल्हा विद्यार्थी काँग्रेसचे ते अध्यक्ष झाले. कर्मवीर भाऊराव पाटील गौरवनिधी समितीचे ते अध्यक्ष झाले व याच दरम्यान त्यांनी पदवीचे शिक्षण पूर्ण केले. त्यांची कर्मवीरांनी तत्काळ सातारा येथील महाराजा सयाजीराव विद्यालयात शिक्षक म्हणून नेमणूक केली. इंग्रजी, मराठी, संस्कृत शिकविण्यात त्यांचा हातखंडा होता. पुढे रूकडी येथील हायस्कूलचे ते मुख्याध्यापक झाले. बापूजींनी विद्यार्थी व शिक्षकांच्या श्रमदानातून शाळा बांधली. त्यांनी 'बी.टी.'चे शिक्षण पूर्ण करीत असतानाच शाळेची शेती, वसतिगृह बांधकाम पूर्ण केले.

स्वामी विवेकानंद शिक्षणसंस्थेची स्थापना

याच दरम्यान त्यांचे कर्मवीरांशी तात्त्विक मतभेद झाले. कामाला आपली अडचण नको म्हणून ते स्वत:हून दूर झाले. निकटवर्तीयांपैकी सर्वश्री दिनकरराव माने, शांताराम काकडे, बाबर, भाऊसो मराठे यांच्या मदतीने १९ ऑक्टोबर १९५४ रोजी कऱ्हाड येथे शपथ घेऊन उर्वरित आयुष्य नव्या शैक्षणिक संस्थेच्या कार्याला वाहून घ्यायचे ठरविले. संस्थेचे नाव विवेकानंद शिक्षणसंस्था ठरले. संस्थेच्या घटनेनुसार– ज्ञान, विज्ञान व सुसंस्कार यासाठी शिक्षणप्रसार करणे, सत्य, प्रामाणिकपणा, चारित्र्य, त्याग, शोषणाविरुद्ध लढा ही पंचतत्त्वे शिक्षणाच्या माध्यमातून जीवनात आचरणे, समाजाचा सांस्कृतिक विकास साधणे, आचार–विचार–उच्चार यांच्या पावित्र्यावर भर, राजकारण व भेदाभेदांपासून दूर या गोष्टी म्हणजे संस्थेचे पंचप्राण होते.

सुरुवातीच्या कालखंडात बापूजी म्हणजेच विवेकानंद शिक्षणसंस्था व विवेकानंद शिक्षणसंस्था म्हणजे बापूजी अशी परिस्थिती होती. परंतु बापूजी हिंमत हारले नाहीत. कोल्हापूर, तासगाव, चाफळ, तारळे, डंडाळे येथे माध्यमिक विद्यालय, कराड येथे स्त्री अध्यापक विद्यालय, कोल्हापूर व चाफळ येथे वसतिगृह सुरू केले व संस्था कळसाला नेण्याचा प्रयत्न केला. 'ज्ञान, विज्ञान आणि सुसंस्कार' या बोधवाक्याद्वारे समाज परिवर्तनासाठी बापूजींनी कंकण बांधले. त्यांच्या शैक्षणिक तत्त्वज्ञानाचे एकाच वाक्यात सार सांगायचे झाल्यास विद्यार्थी शिक्षणाकडे येत नसेल तर शिक्षणाने विद्यार्थ्यांकडे जायला हवे. यातूनच महाराष्ट्रातील समाजमन घडत गेले. विद्यार्थ्यांची संख्या वाढत गेली.

गुरुवर्य बाबूराव जगताप यांचे शैक्षणिक व सामाजिक कार्य

गुरुवर्य बाबूराव गणपतराव जगताप यांचा जन्म गणपतराव व सरूबाई यांच्या पोटी झाला. १७ ऑगस्ट १८८८ रोजी त्यांचा जन्म पुण्यात झाला. मॅट्रिक झाल्यावर १२/१/१९१४ रोजीत ते बी. ए. झाले (फर्गसन). पुढे 'मराठा स्टुडंट्स ब्रदरहुड'चे चिटणीस झाले व शिक्षणाचा प्रसार करू लागले. काही काळ बडोदा नरेश सयाजीरावांचे ए.डी.सी. म्हणून काम पाहिल्यावर ते पुण्याला परतले. १९१४ च्या सुमारास पुण्यात अखिल भारतीय मराठा शिक्षण परिषदेची बैठक झाली. त्याला जगताप उपस्थित होते. तेथील विचारांची परिणती १९१८ मध्ये होऊन 'श्री शिवाजी मराठा स्कूल' पुण्यातील शुक्रवार पेठेतील शिंदे आळीत सुरू केले. १९१९ ला सरकारी मान्यता मिळून शाळेत अन्य शाळांपेक्षा कमी फी ठेवण्याची सवलत मिळाली. संस्थेचा हेतू सांगताना "...विद्येत मागासलेल्या सर्व समाजातील विद्यार्थ्यांकडे लक्ष पुरवून त्यांना लागणारी शक्य ती मदत करून त्यांचा अभ्यासक्रम त्यांच्या ऐपतीप्रमाणे पुरा पाडावा हा या संस्थेचा हेतू आहे." शाळेच्या बाहेर "ही शाळा सर्वधर्मीय विद्यार्थ्यांकरिता खुली आहे" असा फलक लावण्यात आला होता. ८ वर्षात संस्थेत ८९२ विद्यार्थी झाले.

विद्यार्थ्यांमध्ये व्यावसायिक कौशल्यांची वृद्धी होण्यासाठी सुतारकाम, कातीव काम, शिवणकाम, ड्रॉईंग वर्ग सुरू करण्यात आले. पुढे 'विद्यार्थी स्वावलंबन मंडळ' स्थापण्यात आले. १९२० च्या सुमारास कोल्हापूरच्या राजर्षी छत्रपती शाहू महाराजांनी शाळेला भेट देऊन २५ हजार रुपयांची देणगी जाहीर केली. शिक्षणाला उपयोगी पडणाऱ्या श्री. सय्यद नुरुल्ला व श्री. जे. पी. नाईक लिखित 'A Student's History of Education in India' या विख्यात ग्रंथाचा गुरुवर्य जगताप यांनी अनुवाद केला. तो भारतीय शिक्षणाचा इतिहास (१८०० ते १९४४) या नावाने प्रसिद्धीस पावला.

१९३७ मध्ये मुंबई प्रांताचे पंतप्रधान बाळ गंगाधर उर्फ बाळासाहेब खेर हेच शिक्षणमंत्री होते. प्रांतातील प्रौढ शिक्षणाचा विचार करण्यासाठी डॉ. क्लिफर्ड मॅनशार्डर्ट यांच्या अध्यक्षतेखाली त्यांनी समिती नेमली. या समितीच्या शिफारशीवरून मुंबई प्रांतातील प्रौढ शिक्षणाच्या व्यवस्थेतही प्रादेशिक प्रौढशिक्षण समिती (Provincial Board of Adult Edcuation) स्थापण्यात आली. याचे पहिले अध्यक्ष शं. रा. भागवत होते. त्यांनी १९४७ पर्यंत काम पाहिले. पुढे ४७ च्या ऑगस्टमध्ये या समितीचे ३ विभाग करण्यात आले. त्यातूनच महाराष्ट्र प्रादेशिक प्रौढ शिक्षण समितीची स्थापना करण्यात आली. त्याचे प्रमुख गुरुवर्य जगताप होते. या समितीकडे प्रौढ शिक्षणाचे वर्ग काढणे, कार्यकर्ता प्रशिक्षण, पोषक साहित्य निर्मिती, प्रौढांचा

अभ्यासक्रम निश्चिती, व्याख्याने, प्रदर्शने, जिल्हानिहाय समित्या स्थापणे ही कामे होती. पुढे याचे नाव समाजशिक्षण करण्यात आले. नोव्हेंबर ५२ मध्ये या समित्या रद्द करण्यात आल्या.

शिक्षकांच्या अडचणी दूर करण्यासाठी गुरुवर्यांनी १ मार्च १९२२ रोजी 'शिक्षक' मासिक सुरू केले. मासिक कशासाठी हे सांगताना ते लिहितात- '.. मागासलेल्या वर्गाचे हितसंबंध, जे चुकून मागे पडण्याचा संभव आहे, ते सरकारच्या व योग्य अधिकाऱ्याच्या नजरेत आणण्यासाठी, पुढारलेल्या वर्गाच्या साहाय्याने आपले हित साधण्यासाठी, शिक्षकांनी आपला चांगुलपणा वाढवून शिक्षक या नात्याने आपली योग्यता वाढविण्यासाठी व शिक्षकांच्या हितासाठी आहे, ते १९६६ पर्यंत चालले. पालकांचा शिक्षण क्षेत्राशी संबंध येण्यासाठी व शिक्षकांशी सुसंवाद घडविण्यासाठी १० सप्टेंबर १९६० रोजी पुणे पालक-शिक्षक संघ स्थापण्यात आला. हा महाराष्ट्रातील पहिला संघ होय.

जातिनिर्मूलन संस्था व महाराष्ट्र सामाजिक परिषद

फलटण संस्थानचे माजी दिवाण के. वि. गोडबोले यांनी जातिनिर्मूलन संस्था १९५२ मध्ये स्थापन केली. आंतरजातीय विवाह, सामाजिक परिषदा, अंधश्रद्धा निर्मूलन इत्यादी कामे ही संस्था करीत असे. १९६२ ते १९६६ या काळात गुरुवर्य बाबूराव जगताप या संस्थेचे अध्यक्ष होते. जगताप यांनी त्यांच्या अध्यक्षपदाच्या कारकिर्दीत कु. लता काळे व हमीद शेख यांचा आंतरधर्मीय विवाह घडवून आणला. ही संस्था एकजिनसी समाजनिर्मितीसाठी प्रयत्नशील होती. संस्थेला भक्कम आर्थिक पाया नसूनसुद्धा सभासदत्वासाठी वर्गणी आकारली जात नसे.

डेक्कन मराठा एज्युकेशन असोसिएशन

मराठा वर्गात शिक्षणाची आवड निर्माण व्हावी, होतकरू विद्यार्थ्यांस शिष्यवृत्त्या द्याव्यात, त्यांना आर्थिक मदत करावी, त्याशिवाय शिक्षण विचार पुढे जाणार नाही म्हणून गंगारामभाऊ म्हस्के यांनी १८८५मध्ये डेक्कन असोसिएशन संस्था काढली. पुढे हीच संस्था 'डेक्कन मराठा एज्युकेशन असोसिएशन' नावाने ओळखली जाऊ लागली.

मुंबई प्रांतिक सुधारणा मंडळ

(The Bombay Presidency Social Reform Association)

संस्थेचे ख्यातनाम कामगार नेते ना. म. जोशी हे अध्यक्ष (१९५१) तर ॲड. दत्तात्रय गणपत दळवी हे मानद चिटणीस होते. त्यांनी सामाजिक क्षेत्रात कार्य केले.

महाराष्ट्र सामाजिक परिषदेची स्थापना १८८७ मध्ये झाली. या संस्थेचे पुनरुज्जीवन १९५३ मध्ये झाले. पुनरुज्जीवनानंतर पहिले अधिवेशन पुण्यात फर्गसनमध्ये

१८-१९ एप्रिल १९५३ रोजी झाले. महर्षी अण्णासाहेब कर्वे उद्घाटक तर न्यायमूर्ती प्र. बा. गजेंद्रगडकर अध्यक्ष होते. गुरुवर्य बाबूराव जगताप स्वागताध्यक्ष होते. दुसरे अधिवेशन ३१ डिसेंबर १९५४ व १ जानेवारी १९५५ रोजी जळगाव येथे भरले. अध्यक्ष न्या. गजेंद्रगडकर होते. तिसरे अधिवेशन २५-२६ डिसेंबर १९५७ रोजी नाशिक येथे रुंगटा विद्यालयात झाले. अधिवेशनाचे अध्यक्ष गुरुवर्य बाबूराव जगताप, उपाध्यक्ष वसंतराव नाईक तर उद्घाटक द्वैभाषिकाचे मुख्यमंत्री यशवंतराव चव्हाण होते. या अधिवेशनात प्रामुख्याने महाराष्ट्राच्याच नव्हे तर भारताच्या सामाजिक, आर्थिक प्रश्नांची चर्चा चाले. १९६० मध्ये नागपूर येथे चौथे तर १९६२ मध्ये औरंगाबाद येथे पाचवे अधिवेशन भरविण्यात आले.

अखिल भारतीय मराठा शिक्षण परिषद

बडोदा नरेश सयाजीराव गायकवाड व प्रतापसिंह गायकवाड, ग्वाल्हेर नरेश माधवराव शिंदे व जयाजीराव शिंदे, कोल्हापूरचे श्री. शाहू छत्रपती, देवासचे तुकोजीराव व विक्रमसिंह पवार, धारचे उधोजीराव पवार, जतचे अधिपती विजयसिंह राजे डफळे यांची आर्थिक मदत व सर्वश्री रा. वि. वंडेकर, डॉ. पी. सी. पाटील, वि. रा. शिंदे, भास्करराव जाधव, बाबूराव जेधे, खासेसाहेब जाधव, श्रीमंत खासेसाहेब महाराज पवार यांच्या प्रयत्नाने अखिल भारतीय मराठा शिक्षण परिषद अस्तित्वात आली.

या परिषदेच्या वतीने वार्षिक अधिवेशने, गरीब पण होतकरू मराठा विद्यार्थ्यास विद्यावेतन वसतिगृह, मराठा पदवीधरांस विविध संस्थानांत नोकऱ्या उपलब्ध करून देणे, मराठा साहित्यिकांच्या पुस्तकास व ग्रंथास पुरस्कार देणे ही कामे चालत. परिषदेचे १२ वे, १३ वे अधिवेशन ग्वाल्हेरला भरले. १४ व्या अधिवेशनात गुरुवर्य जगताप यांच्या अध्यक्षतेखाली 'मराठा शिक्षक परिषद' भरविण्यात आली. परिषदेचे २३ वे अधिवेशन महाड (महाराष्ट्र) येथे भरले. २४-२५ मे १९३६ रोजी भरलेल्या या अधिवेशनात कार्यालय पुण्यात आणण्याचे ठरले. या परिषदेला जोडून प्रथमच मराठा परिषदेचे अधिवेशन लेखिका आनंदीबाई शिर्के यांच्या नेतृत्वाखाली भरले. १९६६च्या ३३ व्या अधिवेशनाचे अध्यक्ष गुरुवर्य जगताप होते.

२० व्या शतकात घडलेल्या प्रमुख शैक्षणिक घडोमोडींचा धावता आढावा - या भागात आपण शिक्षणाचे अप्रत्यक्ष परिणाम, ग्रंथालये, राष्ट्रीय शिक्षण व अन्य शैक्षणिक गोष्टींचा आढावा घेणार आहोत.

ग्रंथालये-शिक्षणाचा अप्रत्यक्ष परिणाम

महाराष्ट्रात शिक्षणाचा एक अप्रत्यक्ष परिणाम ग्रंथालय चळवळ वाढण्यात

झाला. वाचनाची आवड जपली जावी व इंग्रजी विद्येचा प्रसार होण्याच्या दृष्टीने सरकारने ग्रंथालयांना उत्तेजन दिले. त्यांच्या नजरेसमोर रॉयल एशियाटिक सोसायटीचे उदाहरण होते. महाराष्ट्रात बोर्ड ऑफ एज्युकेशन व एज्युकेशन डिपार्टमेंट यांनी उत्तेजन दिल्यामुळे १८३८ ते १८६६ च्या दरम्यान नगर, नाशिक, पुणे, बेळगाव, ठाणे, कोल्हापूर, सातारा, सावंतवाडी, मालेगाव, धारवाड, सोलापूर, धुळे, कल्याण, उरण, भिवंडी, पेण, अलिबाग या ठिकाणी 'नेटिव्ह जनरल लायब्ररी' सुरू झाली. काही ठिकाणी इंग्रज अधिकाऱ्यांचेच प्रत्यक्ष नियंत्रण तर कोल्हापुरात रेसिडेंटचा हेडक्लार्क ग्रंथालय व्यवस्था सांभाळी. ग्रंथालये नोंदविण्याचा नियम होता. सरकारी मदत व तपासणी असे. ८०% पुस्तके इंग्रजी तर उर्वरित मराठी असत.

मराठी भाषेकडे करण्यात आलेले दुर्लक्ष पाहून त्यावर मात करण्यासाठो आपल्या लोकांनी १८९३ मधे 'ठाणे मराठी ग्रंथ संग्रहालय' स्थापले. तत्काळ १८९८ मधे मुंबईत 'मराठी ग्रंथ संग्रहालय' सुरू झाले. १९११ च्या सुमारास पुण्यात 'पुणे मराठी ग्रंथ संग्रहालय' सुरू झाले. १९१२ ते २० च्या दरम्यान पुण्यात 'श्रीराम', 'पर्वती', 'गणेश' मोफत वाचनालय अशी तीन स्वतंत्र मोफत वाचनालये शुद्ध ज्ञानाच्या हेतूने सुरू झाली. यातूनच मंडळीकरणाची कल्पना आली व 'महाराष्ट्र ग्रंथालय संघ' जन्माला आला.

भारत स्वतंत्र झाल्यावर मुंबई सरकारने साक्षरता प्रसार, लोकशाही, लोकशिक्षण प्रसारार्थ प्रौढ शिक्षण बोर्डामार्फत उत्साही खेडेगावांना सुरुवातीला ५० व सालीना १८ रुपये वाचनालय सुरू करण्यासाठी दिले. २३०० गावांनी ह्या योजनेचा फायदा घेतला. त्यातून फिरती वाचनालये, कामगार ग्रंथालये आली. काँग्रेस सरकारने 'ग्रंथालय संवर्धन समिती' च्या योजनेवर भर दिला. मुंबईत ग्रंथालय विषयक मध्यवर्ती सल्लागार मंडळ स्थापण्याचे ठरले. १९४९ साली पुण्यात महाराष्ट्र ग्रंथालय परिषदेचे अधिवेशन भरविण्यात आले. यातूनच ग्रंथपालनाचा अभ्यासक्रम आला. १९५४ पर्यंत राज्यात पुण्याचे प्रादेशिक महाराष्ट्र ग्रंथालय, २२ जिल्हा ग्रंथालये, २२७ तालुका ग्रंथालये अस्तित्वात आली.

इंडियन इन्स्टिट्यूट ऑफ एज्युकेशन

या देशाची शैक्षणिक प्रणाली विकसित करण्याच्या दृष्टीने शैक्षणिक धोरण व नियोजन या संबंधीचा अभ्यास आणि दर्जेदार व मूलभूत संशोधन करण्याच्या उद्दिष्टाने शिक्षणतज्ज्ञ जे.पी.नाईक यांनी १९४८ मध्ये मुंबई येथे सदर संस्था स्थापन केली. सुरुवातीला मुंबई विद्यापीठाशी संलग्नत्व म्हणून एम.एड. व पीएच.डी. अभ्यासक्रम

या संस्थेने राबविले. प्राथमिक शिक्षणाच्या संदर्भात संशोधन केले. 'इंडियन जर्नल ऑफ एज्युकेशनल रिसर्च' हे नियतकालिक सुरू केले. सुरुवातीच्या काळात सर्वश्री रा.वि.परूळेकर, वि.वि.कामत, के.जी.सय्यद्दीन, टी.के.एन.मेनन, ग.श्री.खैर, एम. व्ही. दोंदे, ए.आर.दाऊद, सुलभा पाणंदीकर, माधुरी शाह, चित्रा नाईक यांनी संस्था भरभराटीला आणण्यासाठी व उच्च दर्जाचे संशोधन करण्यासाठी खूप प्रयत्न केले. नंतर ते १९७६ साली पुणे येथे स्थलांतरित झाली.

राष्ट्रीय शिक्षण

'आपले हक्क काय आहेत, याची जाणीव ज्या शिक्षणाने प्राप्त होईल, तेच खरे राष्ट्रीय शिक्षण' – लो. टिळक

भारताच्या संदर्भात राजा राममोहन राय आणि दयानंद सरस्वती यांचे सुरुवातीचे कार्य महत्त्वाचे आहे. त्याही अगोदर महात्मा फुले यांनी व नंतर गोपाळ कृष्ण गोखले, यांनी सक्तीच्या प्राथमिक शिक्षणाची मागणी केली.

स्वामी विवेकानंद, योगी अरविंदांचे विचार, धर्माधिष्ठित मूल्यशिक्षण, मातृभाषेतून शिक्षण, खासगी शिक्षणसंस्थाचे देशी व्यवस्थापन, सरकारी अनुदानाऐवजी स्वयंनिर्वाही व्यवस्था या तत्त्वांवर भर देणाऱ्या राष्ट्रीय शिक्षण संस्था पुढे येणे हा काळाचा अपरिहार्य परिणाम होता. देशातील युवकांना राष्ट्रीय शिक्षण देण्याची गरज विष्णुशास्त्री चिपळूणकर, गो.ग.आगरकर, लोकमान्य टिळक व पुढे वि.गो. विजापूरकर यांनी ओळखून त्याप्रमाणे पावले टाकली. त्या काळात चिपळूणकरांनी सरकारी नोकरीचा राजीनामा दिला व आपल्या अन्य तीन सहकाऱ्यांच्या (टिळक, आगरकर, नामजोशी) मदतीने १ जानेवारी १८८० मधे न्यू इंग्लिश स्कूल ही राष्ट्रीय शाळा स्थापन केली. राष्ट्रीयत्वास पोषक शिक्षण देणे, भारताचा खरा इतिहास अभ्यासणे, स्वावलंबन, श्रमप्रतिष्ठा व साहसीवृत्ती निर्मिती, देशी भाषांत साहित्य निर्माण करणे शिक्षण सर्वांसाठी व स्वस्त करणे ही उद्दिष्टे होती.

राष्ट्रीय शिक्षणाला लो. टिळकांनी भारतभर प्राधान्य दिले. १९०६ च्या कलकत्त्याच्या राष्ट्रीय अधिवेशनात स्वदेशी, स्वराज्य बहिष्कार, राष्ट्रीय शिक्षण यांचा पुरस्कार लो. टिळकांनी केला. यावरून त्यांचा शिक्षणाकडे बघण्याचा दृष्टिकोन लक्षात येईल.

राष्ट्रीय शिक्षणाचा अत्यंत तपशीलवार विचार त्यांनी केला होता. लो. टिळकांच्या प्रेरणेने स्थापन झालेल्या प्रो.वि.गो.विजापूरकर यांच्या 'समर्थ विद्यालयात' मातृभाषा, मराठ्यांचा इतिहास, हिंदी, गणित, विज्ञान, शारीरिक शिक्षण, उद्योग, कला, नैतिक शिक्षण यांवर भर देत असत. नवी पाठ्यपुस्तके निर्माण करण्यात आली. इंग्रजी

भाषेविषयी लो. टिळक म्हणत... इंग्रजी अजिबात न शिकून आमचे भागावयाचे नाही.' यावरून इंग्रजीकडे भाषा म्हणून बघण्याचा त्यांचा काय दृष्टिकोन होता ते समजते.

परिणाम: या शाळांमधून शिकलेल्या राष्ट्रीय बाण्याच्या विद्यार्थ्यांनी ओगले काचकारखाना, बंगलोरची श्रीराम सिल्क मिल, मुंबईचा काच कारखाना उभारला.

शारीरिक शिक्षण – मुंबई राज्यात बाळासाहेब खेर यांच्या नेतृत्वाखाली आलेल्या पहिल्या लोकप्रतिनिधी मंडळाने शिक्षणाच्या अंतर्गत शारीरिक शिक्षणाचा अंतर्भाव केला. खेरांनी शिक्षण खाते स्वत:कडे ठेवून स्वामी कुवलयानंद यांच्या अध्यक्षतेखाली Board of Physical Education नेमून त्यात या क्षेत्रातील जाणकारांची नियुक्ती केली. यात शिक्षकांसाठी शारीरिक शिक्षणाचे प्रशिक्षण, शारीरिक शिक्षणाचा शालेय अभ्यासक्रम, कार्यक्रम, पर्यवेक्षण सुरू करण्यात आले. मोरारजी देसाई मुख्यमंत्री झाल्यावर हे बोर्ड बरखास्त करण्यात आले.

आयुर्वेद शिक्षण – महाराष्ट्रात १९१३ साली सातारा येथे आर्यांग्ल आयुर्वेद महाविद्यालय सुरू झाले. पुढे नागपूर, अमरावती, पुणे, अहमदनगर येथे आयुर्वेद महाविद्यालये सुरू झाली. १९३८ साली डॉ. गिल्डर स्वास्थ्य मंत्री असताना त्यांनी आयुर्वेद वैद्यांच्या रजिस्ट्रेशनचा कायदा केला. आयुर्वेद व ॲलोपॅथीचे एकत्र अभ्यासक्रम सुरू झाले. मुंबई प्रांतात आयुर्वेदाची पदविका (D.A.S.F.) व पदवी (G.F.A.M.) सुरू झाले.

लॉ कॉलेज – १८५२ मधे एल्फिन्स्टन कॉलेजात मुंबई सर्वोच्च न्यायालयाचे न्यायाधीश सर एरस्किन पेरी यांच्या नावाने 'न्यायशास्त्र' विषयाचे प्राध्यापकपद निर्माण करून कायदे शिक्षणाची सुरुवात झाली. १८५६ मधे त्याचेच रूपांतर 'गव्हर्नमेंट लॉ स्कूल' मधे झाले. तेच सध्याचे मुंबईचे गव्हर्नमेंट लॉ कॉलेज. २० जून १९२४ रोजी इंडियन लॉ सोसायटीच्या वतीने फर्गसनच्या ॲम्फी थिएटरमधे लॉ कॉलेज सुरू झाले. १९२५ मधे नागपूरचे युनिव्हसिटी लॉ कॉलेज, १९३३ मधे कोल्हापूर, १९५६ औरंगाबाद येथे मराठवाड्यातील पहिले लॉ कॉलेज स्थापन झाले.

१८६१ पर्यंत विधी अभ्यासक्रमात मॅट्रिक्युलेट झालेल्या अथवा न झालेल्या विद्यार्थ्यांनाही प्रवेश मिळत असे. न्यायाधीश नानाभाई हरिदास हे अगोदर एल.एल.बी. झाले नंतर मॅट्रिक्युलेशन पास झाले. १९०६ च्या 'इंडियन युनिव्हर्सिटी कमिशन'च्या सूचनेवरून पदवीपूर्व शिक्षण झालेल्यांना एल.एल.बी. ला प्रवेश मिळत असे. १९३१ नंतर बी. कॉम. झालेल्यांना प्रवेश देण्यात येऊ लागला. समितीच्या शिफारशीवरून 'इंटरमिजीएट' झालेल्यांसाठी १९५३ नंतर तीन वर्षाचा एल.एल.बी. अभ्यासक्रम सुरू झाला.

पुणे जिल्हा शिक्षण मंडळ – या मंडळाचे ब्रीदवाक्य- 'बहुजनहिताय बहुजनसुखाय' हे आहे. मंडळाचे संस्थापक बाबूराव घोलप हे पुणे जिल्हा लोकल बोर्डात प्रशासकीय नोकरीत होते. भाऊराव पाटील, वि. द. घाटे, अण्णासाहेब आवटे, जेधे बंधू, शंकरराव मोरे यांच्या ते कायम संपर्कात असत. या प्रदेशाच्या विकासासाठी शैक्षणिक संस्थेला पर्याय नाही म्हणून त्यांनी 'पुणे जिल्हा शिक्षण मंडळ' स्थापन केले.

आर्थिक मागास योजना – १९६० मध्ये संयुक्त महाराष्ट्राच्या निर्मितीनंतर बाळासाहेब देसाई शिक्षणमंत्री झाले. सातारा जिल्हा बोर्डाचे ते अध्यक्ष होते. ग्रामीण भागाची पार्श्वभूमी व बहुजनसमाजाची जाणीव त्यांना असल्यामुळे. ज्यांचे उत्पन्न वर्षाला १२०० रुपयांपेक्षा कमी असेल, अशा घरांतील मुलामुलींना १० वी पर्यंत मोफत शिक्षण व विद्यार्थी-विद्यार्थिनींची फी शाळांना शासनाकडून मिळेल असे जाहीर करण्यात आले.

□□

५

समतेसाठी संघर्ष

आधुनिक महाराष्ट्राच्या जडणघडणीत धार्मिक सुधारणा चळवळींचे स्थान स्वतंत्र आहे. भारतात बंगाल नंतर धार्मिक सुधारणांचे जोरदार वारे महाराष्ट्रात वाहू लागले. सामाजिक विषमता निर्मूलन चळवळी जोरदार सुरू झाल्या. ब्राह्मणेतर चळवळ, दलित चळवळ ही त्याची प्रकट रूपे होती. धार्मिक सुधारणा चळवळींमध्ये मंदिर प्रवेशाचे लढे, धार्मिक वाङ्मयाचा पुनर्विचार, वेदप्रामाण्याला नकार, इंग्रजी विद्येच्या प्रभावामुळे धार्मिक विचारांचे समीक्षण करण्याची मोहीमच उघडण्यात आली. चालीरीतींचा विचार, समुद्रपर्यटन, रूढीप्रामाण्य या सगळ्याचा विचार महाराष्ट्रात प्रथमच सुरू झाला. पुण्यातील पर्वती सत्याग्रह, नाशिकचा काळाराम मंदिर प्रवेश, पंढरपूरचा विठ्ठल मंदिर प्रवेश, रत्नागिरी येथील पतितपावन मंदिराचा प्रयोग हे लढे याच काळात लढण्यात आले.

ब्राह्मणेतर चळवळींच्या संदर्भात म. फुले या विचारांचे अग्रदूत गोपाळबाबा वलंगकर, राजर्षी शाहू महाराज, डॉ. आंबेडकर आणि जेधे-जवळकर या परंपरेचे पाईक ठरतात. त्यांच्या कार्याचा मागोवा आपण घेणार आहोत.

स्त्रियांच्या संदर्भातील चळवळींमध्ये म. जोतीराव फुले व सावित्रीबाई फुले यांचे कार्य मोलाचे आहे. पाश्चिमात्यांच्या विचारांचा प्रभाव या दोघांवर पडला होता. स्त्री सुधारणांची मोहीम त्यांनी सुरू केली. त्यांच्या कृतीचा वारसा पं. रमाबाई, ताराबाई शिंदे, अण्णासाहेब कर्वे, डॉ. आंबेडकर यांनी पुढे चालविला. स्त्रियांना शिक्षण मिळू लागले आणि महाराष्ट्राच्या सामाजिक सुधारणांच्या क्षेत्रात नवे पर्व सुरू झाले.

पाश्चिमात्यांचा प्रभाव पडल्याने व्यक्तिगत कामाच्या मर्यादा आणि संस्थात्मक कार्याचे बलस्थान भारतीयांच्या लक्षात आलेले होते. त्यामुळे बंगाल पाठोपाठ महाराष्ट्रात प्रार्थना समाज, सत्यशोधक समाज, डिप्रेस्ड क्लासेस मिशन बहिष्कृत हितकारिणी सभा या संस्थात्मक कामाला सुरुवात झाली. त्यामुळे त्यांचा प्रभावही व्यापक प्रमाणात झाला. या प्रबोधनाच्या पाऊलखुणांचा मागोवा आपणास या प्रकरणात घ्यायचा आहे.

धार्मिक सुधारणा चळवळी

पार्श्वभूमी : इंग्रजांचे आगमन येथे होईपर्यंत धर्म ही अपरिवर्तनीय गोष्ट मानली गेली. इंग्रजांच्या आगमनानंतर इंग्रजी विद्या आणि बुद्धिप्रामाण्यवाद यांची वाढ येथे होऊ लागल्यावर लोक आपल्या पराभवाचे आत्मपरीक्षण करू लागले. मागासलेपणाचे परीक्षण करू लागले मग त्यांच्या लक्षात आले, की अनेक कारणांपैकी एक महत्त्वाचे कारण म्हणजे धर्म, पारंपरिक खुळचट कल्पना, अंधश्रद्धा, रूढी यामुळे जीवन चौकटबद्ध झाले होते. खरा धर्म लोपून समुद्रपर्यटन निषिद्ध, सती प्रथा, बालविवाह, विधवा पुनर्विवाह बंदी, अस्पृश्यता, स्त्रीवर अन्याय, बहुपत्नीत्व, शिक्षणाच्या अधिकारांपासून समाजातील फार मोठा वर्ग अलिप्त ठेवलेला या गोष्टींमुळे खोट्या गोष्टींचे अवडंबर माजलेले. वर्तमान समाजाच्या बहुतांश समस्यांची मुळे भूतकाळात दडलेली असतात.

धर्माचे स्थान : मध्ययुगात भारतातच नव्हे तर जगभर व्यक्तीच्या सर्व जीवनाला नियंत्रित करणारी वा संपूर्ण समाज जीवनाला व्यापून उरणारी गोष्ट म्हणजे धर्म होती. धर्म ईश्वरप्रणित व सनातन मानल्याने तो नित्य, अविचल, अपरिवर्तनीय होता. महाराष्ट्रात व्यवसायधर्म, पत्नीधर्म, सेवकधर्म, राजधर्म, कुलधर्म, वर्णधर्म इत्यादी संकल्पना सहज प्रचारात होत्या. यावरून आपणास धर्माचे प्राबल्य समजून येऊ शकेल वा व्यापकता लक्षात येईल. भारतात आणि महाराष्ट्रात सुद्धा परंपरा, चालीरीती, सामाजिक संस्था टिकवण्याला महत्त्व होते. यावरून आपणास धर्माचे प्राबल्य समजून येऊ शकेल वा व्यापकता लक्षात येईल. व्यक्तिगत आयुष्यात मोक्ष तर समाजात धारणा तत्त्व महत्त्वाचे कार्य मानले गेले. पिढ्यानपिढ्या चालत आलेल्या गोष्टीला पावित्र्य प्राप्त झाले. धर्माचा अर्थच मुळी जो धारण करतो तो धर्म असा असल्याने परिवर्तन वा विकास या संकल्पना मान्य होणे अशक्य होते. या कालखंडात व्यक्तीला स्वतंत्र मूल्य प्राप्त झालेले नव्हते. ज्ञानेश्वरीत असे म्हटले आहे, की येथे वडील जे जे करिती। तया नाव धर्मु ठेविती। इतका साधा-सरळ-सोपा व्यवहार होता.

हिंदू धर्माचे वैशिष्ट्य : मध्ययुग व त्यानंतर येथील बहुसंख्य समाजाचा प्रमुख धर्म म्हणजे हिंदू धर्म. या धर्माचे वैशिष्ट्य म्हणजे एकच देव, एकच धर्मग्रंथ, एकच मंदिर, एकच अर्थ, एकच उपासनापद्धती असे अन्य धर्माप्रमाणे नाही. देवांचे इतके प्राबल्य की त्यांची संख्या एक ऐवजी ३३ कोटी आहे. समाज म्हणून वा धर्म म्हणून एकसंधपणा नसल्यामुळे मराठे राजपुतांविरुद्ध, बंगालविरुद्ध लढायला उभे ठाकले. किंवा याच्या उलट सुद्धा त्यामुळे आपण सगळेच एकधर्मीय आहोत असे येथे वाटत नसावे. लोकांना जात वा प्रदेश यांच्या पातळीवर एक करणे सोपे पण धर्माच्या नावावर अवघड अशी मध्ययुगात परिस्थिती.

धर्माचा अर्थ लावण्यातील दांभिकपणा : धर्माचा अर्थ कोणीही कसाही लावू शके. युरोपात बायबलचा अर्थ लावणारांना, ब्रूनोला जाळले गेले. अन्य लोकांचा छळ झाला. भारतात मात्र उदारतेचा कळस म्हणजे वैदिक मत खोडणारे चार्वाक यांचा समावेश संतांमध्ये केला गेला. जैन, बौद्ध, शैव, वैष्णव, महानुभव, नाथपंथीय, वारकरी, रामदासी, तांत्रिक व अन्य सगळेच एका धर्माच्या छताखाली. गौतम बुद्ध यांचा समावेश दशावतारात केला गेला. परंतु दैनंदिन व्यवहारात मात्र अत्यंत कडक भूमिका. येथे प्रत्येकजण जातीतच जन्माला येतो व जातीतच मरतो. त्यामुळे जातिबाह्य गोष्ट असूच शकत नाही यावर लोकांचा विश्वास. याच्याविरुद्ध गेल्यास जातिबहिष्कृत म्हणजे वाळीत टाकणे. संत ज्ञानेश्वरांची सुद्धा यापासून सुटका झाली नव्हती.

इंग्रजांचे आगमन : अशा पार्श्वभूमीवर इंग्रजांचे आगमन येथे झाले. मध्य युगात येथील राजवटींचा सर्वसामान्य व्यक्तींच्या आयुष्याशी काहीच संबंध येत नसे. लोकांची भूमिका दिल्लीश्वरो वा जगदीश्वरो अशीच होती. इंग्रज आल्यावर मात्र या परिस्थितीत आमूलाग्र बदल घडून आला. इंग्रजांनी कायद्याचे राज्य येथे आणले. त्यांचा एकछत्री अंमल अप्रत्यक्षरीत्या एकराष्ट्रीयत्वाच्या भावनेस पोषक ठरला. परस्परावलंबी व परस्परांना जबाबदार असणारी प्रशासन यंत्रणा आली व एकच कायदा लागू झाला. कायद्याचा अर्थ लावणारी व त्यात बदल करणारी कोर्ट यंत्रणा आली. परिस्थितीनुरूप कायद्यात बदल करता येऊ लागला त्यामुळे येथील समाजात नवमन्वंतर घडून येऊ लागले. इंग्रजांची अर्थव्यवस्था आल्यावर जातनिष्ठ व्यवसायांतील बंदिस्तता संपुष्टात आली. इंग्रजी शिक्षण ही सर्वांना उपलब्ध असणारी गोष्ट होती. पूर्वीच्या कालखंडातील त्यातील राखीवपणा संपला. स्त्रिया व शूद्रातिशूद्र यांना शिक्षणाचा अधिकार मिळाला. याच्याच जोडीला ख्रिश्चन धर्मोपदेशकांनी धर्मप्रसार व शिक्षणप्रसार करायला सुरुवात केली. त्यांनी मुलींच्या शाळा सुरू करून येथील परंपरेला जोरदार धक्का दिला. याच मिशनऱ्यांच्या शाळेत शिकून महात्मा फुले यांनी सामाजिक जागृती केली.

संस्थात्मक कार्य : येथील समाजाला एकत्र येऊन लढाई व शेती व्यतिरिक्त सामाजिक कार्य करायचे असते हे माहित नव्हते. समाजाचे मंडळीकरण घडून यायला अवकाश होता. चार लोकांनी एकत्र विधायक गोष्टी सुरू करायच्या असतात या गोष्टींचा परिचय आपणास मिशनच्या माध्यमातून झाला. त्यातूनच पुढे समाजसुधारकांची मिशनरी फौज आपल्या समाजात निर्माण झाली. तमसो मा ज्योतिर्गमय हा उद्देश उराशी बाळगून येथील समाजसुधारकांनी समाजात प्रबोधन घडवून आणण्याचे प्रयत्न केले. इंग्रजी विद्या आणि आक्रमणापुढे येथील समाज संपुष्टात येऊ नये म्हणून नियतीशरणता न स्वीकारता बदलत्या काळाप्रमाणे आपण बदललो तरच टिकून राहू अन्यथा आपण

संपून जाऊ ही भावना समाजसुधारकांमुळे येथे आली. त्यांनी धार्मिक, सामाजिक, राजकीय बदल घडवून आणण्याचा आटोकाट प्रयत्न केला. यातूनच अविरत धर्मसुधारणा सुरू झाल्या. समान हक्कांची मागणी, मंदिर प्रवेशाचा लढा, धर्मसुधारणा, स्त्रीशिक्षण, धर्मग्रंथांचा नवा अर्थ लावणे, या सगळ्यांमधून येथील धर्मसुधारणेची चळवळ अस्तित्वात आली. दा. न. शिखरे यांच्या शब्दात - "इंग्रजी विद्येची कुदळ व ख्रिस्ती धर्माचे फावडे हाती घेऊन हिंदू धर्माची भूमी खणून काढण्याचा साफ करण्याचा व तीत समतेचे व बंधुभावाचे बीज पेरण्याचा चंग बंगाली बंधूंनी (रॉय, सेन वगैरे) बांधला."

धर्म सुधारणांचा पूर्वरंग : भारतीय धर्म सुधारणा इंग्रजांच्या आणि विशेषत: ख्रिश्चन मिशनऱ्यांच्या कार्यामुळे झाल्या. सत्य, प्रेम आणि न्याय या तीन गोष्टींचा प्रचंड प्रभाव धर्मसुधारणांवर आहे. इंग्रजी विद्या येथे आल्यावर छापखाने आले.एवढी वर्षे पिढ्यान-पिढ्या मौखिक परंपरेने जपलेले ज्ञान पहिल्यांदा पुस्तकबद्ध झाले. धर्मग्रंथ, वेद, स्मृती यांची छपाई सुरू झाली. त्यामुळे सर्वसामान्यांना अप्राप्य असणारे ग्रंथ सहजगत्या उपलब्ध झाले. परस्परविरोधी विचारांनी भरलेले, बुरसटलेले विचार असणारे, अतार्किकता, अंधश्रद्धा यांना प्रोत्साहन देणारे, पारलौकिक जगाविषयी बोलणारे ग्रंथ हातात पडल्यावर त्यांचा पुनर्विचार सुरू होणे अपरिहार्य होते.

ख्रिश्चन धर्मप्रसारक संस्था : ख्रिश्चन धर्मप्रसारकांनी एवढ्या लांबवर येऊन स्वधर्माचा व स्वमताचा पुरस्कार केला. विद्या व सेवा या मानवाला उपयुक्त असणाऱ्या गोष्टींच्या द्वारे त्यांनी कार्य करण्यास सुरुवात केली. प्रदेश, भाषा, लोक सारेच अज्ञात असतानासुद्धा ज्यांनी धर्मापुढे कशाचेच श्रेष्ठत्व मानले नाही अशा मिशनऱ्यांनी धर्म सुधारणांचा विषय पुढे नेला. यात मिशनरी चर्च सोसायटी, सोसायटी फॉर दि प्रपोगेशन ऑफ ख्रिश्चन नॉलेज, दि अँग्लीकन चर्च, सोसायटी फॉर द प्रोटेक्शन ऑफ ख्रिश्चन रिबेर्टी, दि सालवेशन आर्मी, दि लंडन मिशनरी सोसायटी, दि बॅरिस्टर मिशनरी सोसायटी, दि मेथॉडिस्ट अँण्ड स्कॉटिश मिशनरी सोसायटी या धर्मप्रसार क्षेत्रातील महत्त्वाच्या संस्था होत. त्यांनी विविध भागात शाळा काढून शिक्षणाचे जोरदार कार्य धर्मप्रसारासाठी चालवले. समतेच्या पायावर उभ्या असणाऱ्या या धर्माला महाराष्ट्रात प्रचंड यश मिळाले नाही. कारण समाजातील वरिष्ठ वर्ग ख्रिश्चन धर्म स्वीकारण्यासंदर्भात उदासीन तर कनिष्ठ वर्ग ख्रिश्चन धर्म स्वीकारल्यानंतर सुद्धा स्वत:ची जात कायम ठेवण्याचा आग्रह धरीत होता. या आग्रहाला मात्र मिशनऱ्यांकडे उत्तर नव्हते.

धार्मिक सुधारणा क्षेत्रातील विविध विचार प्रवाह : सुरुवातीला येथील समाजात राष्ट्रप्रेमापेक्षा धर्माभिमानाला जास्त महत्त्व होते. त्यामुळे जपूनच पावले टाकावी

लागली. धर्मजिज्ञासा आणि समाजसुधारणा या एकमेकांस परस्परपूरक ठरल्या. त्यामुळे धार्मिक सुधारणा क्षेत्रात सुधारकांना धर्माची नव्याने व्याख्या करणे, परमेश्वराच्या कार्यासंबंधी विचार मांडणे. धर्मग्रंथांचा अर्थ लावणे, धार्मिक कृत्यांमधील धर्मभोळेपण दूर करणे. विज्ञानाच्या आधारे अंधश्रद्धा दूर करणे, जातिभेद गाडणे या पातळ्यांवरील करावी लागली.

येथील समाजमनसुद्धा अनोखे होते. धर्मात परस्परविरोधी विचारांची भेसळ तर विद्वानांतही तेच. सनातन वैदिक धर्म परमेश्वरनिर्मित असल्याने त्यात बदल घडण्यापेक्षा आहे त्याचे प्राणपणाने रक्षण करावे असे मानणारा एक वर्ग येथे अस्तित्वात होता. परंपराभिमानी शास्त्री-पंडित, स्थितीवादी लोक या गटाचे समर्थक होते. कोणत्याही एका धर्मापेक्षा विविध धर्मांमधील अत्यंत चांगल्या गोष्टींच्या आधारे धर्मसुधारणा करण्याचा विचार धर्मनिष्ठ विवेकप्रधान विचारप्रवाह महाराष्ट्रात दादोबा पांडुरंग यांच्या रूपाने वाहत होता. परंतु तो सशक्त व्हायला वेळ होता.

सामान्यजनांचा बुद्धिभेद करण्यापेक्षा, एकदम विचारप्रक्रियेला समाजमनाला धक्का देण्यापेक्षा प्रमाणभूत शास्त्रवचनांच्या आधारे सुधारणा करा असा विचार बाळशास्त्री जांभेकर मांडत होते.

समाजात वाहणाऱ्या या प्रवाहाला धर्मनिरपेक्ष इहवादी विचारप्रवाहाची जोड दिली, ती लोकहितवादींनी. परमार्थ व परमेश्वरभक्ती या गोष्टी वेगळ्या तर सामाजिक प्रश्न सोडविताना बुद्धिप्रामाण्य व सामाजिक उपयुक्तता याला प्राधान्य देणारा गोपाळ हरि देशमुखांचा प्रवाह महत्त्वाचा ठरला.

या कालखंडात पहिल्या प्रवाहाचे प्रतिनिधित्व करणारे मोरभट दांडेकर ख्रिस्ती धर्मोपदेशकांवर हिंदू धर्मसुधारणांच्या संदर्भात तुटून पडले. १८५२ मध्ये कृष्णशास्त्री साठे यांनी मुंबईत ठाकुरद्वारात हिंदुधर्मप्रतिवादक व्याख्याने द्यायला वर्षभर सुरुवात केली. त्याला प्रत्त्युत्तर बाबा पद्मनजी यांनी ज्ञानोदयात दिले. उपदेशचंद्रिका, ज्ञानसिंधू, विचारलहरी, वर्तमानदीपिका, सद्धर्मदीपिका मासिके हिंदुधर्माच्या रक्षणार्थ वादविवादाच्या मैदानात उतरली. कृष्णशास्त्री साठे यांच्या प्रेरणेने कल्याणोन्नायक मंडळी संस्था स्थापण्यात आली.

शेषाद्रीप्रकरण : महाराष्ट्रातील धर्मसुधारणेच्या इतिहासात शेषाद्री प्रकरणाला वगळता येत नाही. १८४३ मध्ये सुशिक्षित उच्च वर्गातील घडून आलेल्या या धर्मांतराने महाराष्ट्राला मोठा धक्का दिला. मराठवाड्यातील परळी गावच्या गोविंद शेषाद्री यांचा मुलगा नारायण व श्रीपती हे दोघे फ्री चर्च ऑफ स्कॉटलंड या इंडिया मिशनच्या ख्रिस्तीधर्मप्रसारकांच्या जनरल असेंब्ली इन्स्टिट्यूटमध्ये शिकत होते. अभ्यासक्रम पुरा

होताच नारायणला त्याच शाळेत शिक्षकाची नोकरी मिळाली. शाळाप्रमुख रे रॉबर्ट निस्बिट त्याला सतत ख्रिश्चन धर्माचा उपदेश करीत. यातूनच त्याने १३ सप्टेंबर १८४३ रोजी ख्रिस्ती धर्म स्वीकारला. या दरम्यान त्याच्याकडे राहण्यास त्याचा भाऊ श्रीपती आला.

त्यामुळे संपूर्ण महाराष्ट्रात खळबळ उडाली. हिंदूंनी निषेध सभा भरविली व ख्रिस्ती शाळांमधून मुलांना पाठवू नये असा ठराव केला. श्रीपती ख्रिस्ती होण्यापूर्वीच त्याला निस्बीटच्या ताब्यातून घेण्यासाठी श्रीपतीच्या वडिलांनी प्रकरण कोर्टात नेले. परंतु सनातनी वर्गाच्या मते श्रीपती ख्रिस्तांच्या घरी एवढे दिवस राहिल्याने त्याला घरात घेऊ नये तर जांभेकरांनी प्रायश्चित्त घेऊन त्याला धर्मात घ्यावे असे मत व्यक्त केले. सनातनी विरुद्ध पुरोगामी लढा सुरू झाला. या प्रकरणात बाळशास्त्रींना सामाजिक बहिष्काराला तोंड द्यावे लागले. श्रीपती पुढे ख्रिस्ती झाला नाही. त्याने काशीस प्रायश्चित्त घेतले. हिंदू धर्मातील सनातन्यांच्या बालेकिल्ल्यातील एक चिरा या प्रकरणाने निखळला.

विष्णुबुवा ब्रह्मचारी : १८५६ पासून ब्रह्मचारींनी सार्वजनिक व्याख्यानामधून हिंदू धर्मावरील आक्षेप खोडून काढण्यास सुरुवात केली. समुद्रकिनाऱ्यावरच्या सभेस सर्वधर्मीय, सर्व जातीय लोक येऊ लागले. अत्यंत प्रखर बुद्धिवाद, दोन्ही धर्मातील दांभिकतेवर हल्ला करून लोकांच्या गळी ते आपले म्हणणे उतरवित असत. वृत्तपत्रे, पुस्तिका हे मार्ग त्यांनी वापरले. मोरभट दांडेकरांच्या उपदेशचंद्रिका मासिकातून हिंदू धर्माची बाजू जोरात मांडण्यात येऊ लागली. कृष्णशास्त्री चिपळूणकरांनी मिशनऱ्यांच्या हल्ल्याला तोंड देण्यासाठी विचारलहरी पत्र काढले.

दादोबांचे कार्य : दादोबा पांडुरंग यांनी विधवाजुमार्जन संस्कृत ग्रंथात धर्मशास्त्रांच्या आधारे पुनर्विवाहाचे समर्थन केले. त्यांनी १८४४ मध्ये मानवधर्मसभा सुरत येथे स्थापली. मुंबईत परतल्यावर १८४९-५० च्या दरम्यान आत्माराम पांडुरंग, भाऊ महाजन व अन्य समविचारी मित्रांच्या मदतीने दादोबांनी परमहंस सभा स्थापली. या सभेत धर्मविषयक मूर्तिपूजेचा निषेध, एकेश्वरवाद ईश्वराचे पितृत्व या गोष्टींना प्राधान्य देण्यात आले. दादोबांनी सभेच्या सभासदांसाठी धर्मविवेचन पुस्तिका लिहिली. या सभासदांच्या अंगी प्रत्यक्ष कृती करण्याचे धैर्य नसल्यामुळे सभेचे कार्य थंडावले. दादोबांच्या मते धर्माची पारमार्थिक व व्यावहारिक अशी दोन रूपे असून पारमार्थिक धर्म हाच खरा धर्म. मनुष्याच्या मनात जे सद्विचार व सद्भावना उत्पन्न होतात. ती मात्र ईश्वरी प्रेरणा होय. या सभेने स्त्रीशिक्षण, प्रौढविवाह, पुनर्विवाहाचा पुरस्कार केला. विद्येची मक्तेदारी संपुष्टात आणून समाजातील सर्वच थरातील लोकांस विद्यामंदिराची द्वारे खुली करून देण्याचे आवाहन त्यांनी केले.

लोकहितवादींचा धर्मविषयक विचार व आचार : लोकहितवादींच्या शतपत्रांचे सार म्हणजे बदलत्या काळाप्रमाणे आपले आचार-विचार बदला त्यात सुधारणा करा. आपल्या शतपत्रांमधून त्यांनी तत्कालिन समाजाला भेडसावणारे सर्वच प्रश्न मांडले. संसार व परमार्थ या दोन स्वतंत्र गोष्टी असून कर्माचे अवडंबर माजविण्यास त्यांचा विरोध होता. त्यांच्या धर्मविषयक विचारांचा गाभा माणुसकी हाच होता. या संदर्भात त्यांचे जवळचे नाते जे का रंजले, गांजले... असे सांगणाऱ्या संत तुकारामांशी होते. मंदिर व दानधर्माऐवजी छापखाने उभारण्याचा आग्रह त्यांनी धरला. व्यक्तिस्वातंत्र्य आणि सामाजिक समतेचा पुरस्कार करून आताच्या प्रश्नांची उत्तरे धर्मग्रंथात नाहीत ती स्वत:च शोधावी लागतील असेही त्यांनी ठामपणे सांगितले.

म. फुले यांचे धर्मचिंतन : बोले तैसा चाले अशा वृत्तीचे समाजसुधारक म्हणजे म. फुले होत. शाळेत असताना मित्रांच्या संगतीत व पुढे लिजिट साहेब व उर्दू शिक्षक गफार बेग मुनशी यांच्या मुळे इंग्रजी स्कॉटिश मिशनच्या शाळेत फुले यांनी धर्माचा सखोल विचार केला. मेजर कँडी, जेम्स मिचेल, इज्देल यांच्या प्रभावाने त्यांनी धर्माचा पुनर्विचार सुरू केला. ख्रिश्चन मिशनऱ्यांच्या श्रद्धा, नीती व सेवा त्रिसूत्रीचा जोतीरावांच्या मनावर सखोल परिणाम झाला. याच दरम्यान जोतिरावांच्या वाचनात थॉमस पेन यांचे पुढील ग्रंथ आले. 'Justice and Humanity', 'Common sense', 'Rights of Men', 'Age of Reason' या ग्रंथांच्या वाचनाने जोतिरावांचे धर्मचिंतन कृतीत परिवर्तित झाले. त्यामुळेच पेन यांचा विश्वधर्म व जोतिरावांचा सार्वजनिक सत्यधर्म यांच्या तात्त्विक बैठकीत समानता असल्याचे निरीक्षण प्रा. गं.बा. सरदार यांनी नोंदविले आहे. स्त्रीदास्यविमोचन व सामान्यांचा उद्धार हेच त्यांचे जीवितकार्य होय. धार्मिक व सामाजिक गुलामगिरी समूळ नष्ट करण्यासाठीच त्यांनी सत्यशोधक समाज स्थापला. नव्या गोष्टींचे आचरण करण्याची जबाबदारी स्वत:चीच असते हे ओळखून त्यांनी भोळसट उपचार, शास्त्रविधी, कर्मकांडे वगळून स्वत:च तयार केलेल्या पर्यायी धर्मकर्मांची कृती सांगणारे 'सार्वजनिक सत्यधर्म' पुस्तक काढले. विवाह, वास्तुशांत, दशपिंड, प्रेतावरील संस्कार, यांची माहिती दिली. या सगळ्यातून मानवतावाद, विश्वबंधुत्व व कृतिशीलता हेच जोतीरावांचे त्यागी जीवन आपणास दिसते. पुढील भागात प्रार्थना समाज, सत्यशोधक समाज यांची सविस्तर माहिती घेतली आहे. म्हणून त्याचा येथे विचार केलेला नाही.

रा. गो. भांडारकर यांनी हिंदू धर्मावर टीका करताना चालू हिंदू धर्म केवळ संस्कारात्मक म्हणजे हस्तक्रिया आणि वाक्क्रिया एतदात्मक आहे. त्यांच्यायोगे अंत:करणावर कोणताच सुपरिणाम घडत नाही असे म्हटले. न्या. म. गो. रानडे यांनी

सुद्धा धर्माच्या विशेषत: सामाजिक अवनतीची कारणे सांगून त्यावर टीका केली.

पुढील काळात डॉ. बाबासाहेब आंबेडकरांच्या काळात या चळवळीला कणखर नेता मिळाला. कोल्हापूर संस्थानात राजर्षी शाहूंनी वेदोक्त प्रकरणात कडक भूमिका घेऊन पर्यायी शंकराचार्य उभे केले. बाबासाहेबांनी कायदेशीर मार्गाद्वारे माणसाला माणूस म्हणून जगू द्या ही घोषणा करून मंदिरप्रवेशावर अत्यंत तर्कशुद्ध कायदेशीर भूमिका घेतली. यातूनच पर्वतीवरील सत्याग्रह, नाशिकचा काळाराम मंदिर लढा लढला गेला. पंढरपूरच्या मंदिरात सर्वांना प्रवेश मिळावा म्हणून साने गुरुजींनी उपोषण केले. त्यामुळे सर्वांना मंदिरप्रवेशाला परवानगी मिळाली.

ब्राह्मणेतर चळवळ

महाराष्ट्रातील सामाजिक सुधारणांच्या इतिहासात ब्राह्मणेतर चळवळीचे स्वत:चे असे महत्त्वाचे स्थान आहे. प्राचीन काळापासून चालत आलेल्या परंपरेला धक्का देणे सोपे काम नव्हते. धर्म, परंपरा नाकारून नव्या चळवळीची बीजे रोवण्याचे काम महाराष्ट्रातील समाजसुधारकांनी केले.

पार्श्वभूमी – ब्राह्मणेतर चळवळ महाराष्ट्रात उदयाला येण्याची पार्श्वभूमी समजावून घेणे आवश्यक आहे. येथील व्यवस्थेत उच्चवर्गीयांनी स्वत:चे स्थान अबाधित राखण्यासाठी समाजातील तथाकथित कनिष्ठ वर्गांना शिक्षणाच्या हक्कापासून दूर ठेवले. व्यवसायधिष्ठित जातिव्यवस्थेत शिक्षण याचा अर्थ परंपरेने चालत आलेला व्यवसाय शिकणे एवढाच घेतला गेला. गावे स्वयंपूर्ण वा स्वयंनिर्वाही असल्याने त्यांना पारंपरिक व्यवस्थेत बदल करण्याची गरज वाटली नाही. जागतिक पातळीवरील सुधारणांचे वारे या गावांपर्यंत पोहोचले नाही त्यामुळे व्यवस्था भक्कम राहिली. इंग्रजांच्या आगमनानंतर हे वारे इतक्या जोरदारपणे येथे घुसले की डोईवरचे छप्परच उडून गेले. व्यवसाय बंद पडले. जीवन तृणवत झाले.

इंग्रजांचे आगमन– इंग्रजांचे आगमन येथे झाल्यावर समाजातील नेतृत्व करणारांनी आत्मपरीक्षण सुरू केले. आपण मागे का पडलो? याचा विचार केल्यावर त्यांच्या असे लक्षात आले की अनेक कारणांपैकी एक कारण म्हणजे विद्येचा अभाव. पुढे इंग्रजी–मराठी भाषांमधून शिक्षण सुरू झाले. मुले–मुली, स्पृश्यास्पृश्य शाळेत जाऊ लागले. इंग्रजी भाषारूपी वाघिणीचे दूध पिऊ लागले. त्यामुळे गुरगुर करू लागले. शिक्षण घेतलेली पिढी स्वस्थ बसणे सर्वथैव अशक्य होते.

ख्रिश्चन धर्मप्रसारकांचे कार्य, छापखान्याची विद्या, प्रवासाची साधने, तारायंत्र एकमेकांशी संवाद, दुष्काळात एका प्रांताची दुसऱ्याला मदत, ग्रंथालय चळवळ यातून दबल्या गेलेल्या माणसाला आत्मज्ञान आले. याचे अग्रदूतत्व जाते ते 'पर्यायी संस्कृतीचे

जनक' असणाऱ्या म.फुले यांना. ते कर्ते सुधारक असल्यामुळे स्वत:हून पत्करलेल्या कार्यास त्यांनी वाहून घेतले. सत्यशोधक समाज, शैक्षणिक कार्य, स्त्री-सुधारणांच्या संदर्भातील कार्य आणि शेतकरी-कामगार या कष्टकरी चळवळी विषयक कार्यामुळे येथील समाजात नवमन्वंतर घडून येऊ लागले. वाङ्मयीन क्षेत्रात त्यांनी निवडलेले विषय, त्यांच्या अर्पणपत्रिका यांमुळे खळबळ उडाली. ब्राह्मणेतर चळवळीची पार्श्वभूमी सत्यशोधक चळवळीने तयार केली.

सत्यशोधक चळवळीचा थोडक्यात आढावा

याच भागातील शेवटच्या टप्प्यात सत्यशोधक समाजाचा सविस्तर आढावा घेतलेला असल्यामुळे त्याबद्दल येथे सविस्तर लिहायचे टाळले आहे. सत्यशोधक चळवळ ही सत्यशोधक समाजाचे अपत्य होय. म.फुले यांनी स्वत:चे आयुष्यच या कामासाठी अर्पण केलेले होते. शतकानुशतके ज्यांना विकासाची वा प्रगतीची संधी नाकारण्यात आलेली होती अशांना संधी उपलब्ध करून देण्याचे कार्य म.फुले यांनी केले यातच त्यांचे द्रष्टेपण दडले आहे. शूद्रातिशूद्रांसाठी शाळा सुरू करणे, शिक्षणाची संधी देणे, ग्रंथालये सुरू करणे, अर्भकालय सुरू करणे, स्त्रियांना आधार देणे, स्त्री शिक्षणास चालना देऊन शिक्षिका तयार करणे या विधायक व सर्वांना उपयोगी पडणाऱ्या कार्याद्वारे म.फुले यांनी चळवळीचा पाया रचला. यामुळे ते महात्मा ठरले. या चळवळीची फलश्रुती समाजातील मोठ्या वर्गाला विकासाची संधी प्राप्त होणे यात झाली. फुले यांच्या कार्याबद्दल राजर्षी शाहू यांना अतीव आदर होता. त्यामुळे म.फुले आणि त्यांचे सहकारी यांच्या नंतर या चळवळीला आश्रय देण्याचे कार्य शाहू महाराजांनी केले. शाहू पूर्व कालखंडात ही चळवळ ब्राह्मणी कावा स्पष्ट करणारी कृतीशील चळवळ होती.

राजर्षी शाहू छत्रपती

आधुनिक महाराष्ट्राच्या जडणघडणीत महात्मा फुले, राजर्षी शाहू छत्रपती आणि डॉ. बाबासाहेब आंबेडकर यांची कामगिरी अतुलनीय आहे. राजर्षी शाहूंचा जन्म २६ जुलै १८७४ रोजी झाला. कागलच्या जहागिरीचे प्रमुख आबासाहेब घाटगे यांचे ते चिरंजीव होत. शाहू महाराजांचे मूळ नाव यशवंतराव होय. १७ मार्च १८८४ रोजी ते कोल्हापूरच्या राजघराण्यात दत्तक म्हणून गेले. त्यांचे सुरुवातीचे शिक्षण राजकोटच्या राजकुमार महाविद्यालयात झाले. १ एप्रिल १८९१ रोजी त्यांचा विवाह बडोद्याचे सरदार गुणाजीराव खानविलकर यांच्या कन्या लक्ष्मीबाई यांच्याशी झाला.

महाराजांनी राज्यकारभाराची सूत्रे हातात घेण्यापूर्वीच आपल्या राज्यातील सर्व तालुका ठिकाणांची पाहणी केली. आपल्या अधिपत्त्याखालील जहागिरदारांच्या ठिकाणांना भेटी दिल्या. सर्वसामान्यांमध्ये मिळून मिसळून रयतेची खरीखुरी परिस्थिती

त्यांनी पाहिली. २ एप्रिल १८९४ रोजी महाराजांनी कारभाराची सूत्रे हाती घेतली. या दिवसापासून शाहूराजे कोल्हापूरचे राज्यकर्ते छत्रपती झाले. या प्रसंगी लो. टिळकांनी 'करवीर क्षेत्री राजकीय कपिलाषष्टीचा योग' हा अग्रलेख लिहून छत्रपतींना पुढील वाटचालीसाठी शुभेच्छा दिल्या.

राज्यकारभाराची सूत्रे हाती घेतल्यानंतर छत्रपतींनी राजप्रतिनिधी मंडळाला दिलेले राज्यकारभाराचे हक्क रद्द करून त्याचे सल्लागार मंडळात रूपांतर केले. दिवाणांच्या अध्यक्षतेखाली या मंडळाचे काम सुरू झाले. हुजूर ऑफिस नावाचे नवीन सचिवालय उघडून रघुनाथ व्यंकाजी सबनीस यांची मुख्य सचिव म्हणून नेमणूक केली. शासकीय कामावर देखरेख व हुकमांवर सह्या करण्याचे अधिकार सचिवांना दिले. राज्यकारभारात सुधारणा करण्यामागे त्यांचा हेतू समाजसुधारणांच्या मार्गातील अडथळे दूर करून सर्वांना विकासाची संधी उपलब्ध करून देणे हा होता. यातूनच राज्यकाभारात सर्व जातींच्या लोकांना त्यांनी स्थान दिले यातच महाराजांचे दूरदृष्टित्व दिसून येते. तत्कालीन कालखंडातील राजेशाहीच्या चौकटीतील हे कृत्य म्हणजे छत्रपतींचे द्रष्टेपण दाखवून देणारे होते.

संस्थानच्या आर्थिक परिस्थितीत सुधारणा करण्यासाठी महाराजांनी स्वत: लक्ष घालून कर्जांची पुनर्रचना केली, खर्चाच्या वाटा रोखून धरल्या. १४ एप्रिल १८९४ च्या गॅझेट मध्ये छत्रपतींनी शिकारीचे नियम प्रसिद्ध करून सर्वसामान्य जनतेची शिकारीच्या त्रासातून मुक्तता केली. सावकारांच्या त्रासातून सर्वसामान्य शेतकऱ्यांची सुटका करण्यासाठी विशेष प्रयत्न केले. शेतकऱ्यांच्या गुरांचे लिलाव रोखण्यात आले. इंग्रज सरकारने महाराजांच्या विधायक कार्याची दखल घेऊन त्यांना जी. सी. एस. आय. (G.C.S.I.) किताब दिला.

राज्यकारभाराची खरीखुरी परिस्थिती जाणून घेण्यासाठी महाराज सर्वसामान्य जनतेत मिसळू लागले. त्यांच्याबरोबर भाजी-भाकरी खाऊ लागले. त्यामुळे महाराजांना सरकारी यंत्रणेतून सर्वसामान्यांवर काय काय अन्याय केला जातो याची कल्पना आली. महारोग्यांचा प्रश्न सोडविण्यासाठी २२ जून १८९७ रोजी कोल्हापूर येथे 'व्हिक्टोरिया लेपर असायलम' काढले. आर्थिक प्रगतीसाठी चहा-कॉफीच्या लागवडीखाली जमीन आणण्याचे प्रयत्न केले. राळ तयार करण्याचा कारखाना काढला. शाहुपुरी येथे गुळाची नवी व्यापारी पेठ वसविली. राज्यकारभाराला अधिक गती देण्यासाठी अत्यंत कार्यक्षम अधिकाऱ्यांचा शोध महाराज घेत असत. ब्राह्मणेतरांना कारभारात गुणवत्तेच्या जोरावर अधिकाधिक संधी ते देऊ लागले. या भूमिकेमागे राज्यकारभारात समतोलपणा राहावा हाही हेतू होताच. सहायक सर- सुभा म्हणून भास्करराव विठोजी जाधव यांची नेमणूक

करण्यात आली. १८८८ च्या मॅट्रिक परीक्षेत त्यांचा प्रथम क्रमांक आला हाता. १८९७ च्या सुमारास प्लेगने सर्वत्र हाहा:कार उठविला होता. कोल्हापूर संस्थानही त्याला अपवाद नव्हते. प्लेग कमी पडला म्हणून की काय दुष्काळाचे संकट सुद्धा उभे ठाकले. या संकटांवर मात करण्यासाठी महाराजांनी त्वरेने हालचाली केल्या. पन्हाळा व कोल्हापूर राजवाडा आणि ब्रिटिश राजप्रतिनिधी कार्यालय दूरध्वनीद्वारे जोडले. त्वरित निर्णय घेण्यासाठी अत्याधुनिक यंत्रसामग्रीचा स्वीकार करण्यास महाराज सदैव तयार असत याचेच ते चिन्ह होते. दुष्काळावर मात करण्यासाठी तातडीच्या उपाययोजना म्हणून स्वस्त दराने गवत विकणे, गुरा-ढोरांची दाणागोट्याची सोय करणे, शेतकऱ्यांना जमीन-महसुलाची तहकुबी देण्यात आली. गरिबांच्या गुराढोरांची सरकारी तब्बेल्यात सोय करण्यात आली.

वेदोक्त प्रकरण : याच कालखंडात छत्रपती शाहू महाराजांच्या आयुष्यात वेदोक्त प्रकरणाने वादळ उठविले. साऱ्या महाराष्ट्रात या प्रश्नाने रणकंदन माजविले होते. १८९९ च्या ऑक्टोबर महिन्यात महाराज पंचगंगा नदीवर स्नान करावयास गेले होते. त्यांच्याबरोबर बंधू बापूसाहेब घाटगे, मामासाहेब खानविलकर, समाज- सुधारक राजारामशास्त्री भागवत, नारायण भटजी हे होते. पवित्र कार्य करण्यापूर्वी पुरोहितांनी स्नान करावे अशी श्रद्धा असताना सुद्धा त्या दिवशी नारायण भटजी स्नान न करताच धार्मिक स्तोत्रे व मंत्र म्हणू लागले. त्यांचे मंत्र ऐकून राजारामशास्त्री भागवत यांनी महाराजांना विचारले की 'आपला भटजी पुराणोक्त' मंत्र का म्हणत आहे ? यावर त्या भटजींनी 'शूद्राला पुराणोक्त मंत्र सांगावे लागतात' असे उद्धट उत्तर दिले. छत्रपतींचा अपमान करून तो भटजी म्हणाला 'जोपर्यंत सर्व शक्तिमान ब्राह्मण तुम्ही क्षत्रिय आहात असे जाहीर करीत नाहीत तोपर्यंत मी तुमची किंमत शूद्रापेक्षा अधिक आहे असे मान्य करणार नाही' एवढे तत्त्वज्ञान जगाला शिकविणारा हा नारायण भटजी स्वत: व्यसनी, बाहेरख्याली, अशुची होता. या ठिणगीतून पुढचा संघर्ष पेटला.

'वेदोक्त' या शब्दाचा अर्थ वेदांनी सांगितल्याप्रमाणे असा आहे. परंतु त्याचा प्रचारात आलेला अर्थ वैदिक मंत्रांनी कुटुंबातील षोडष संस्कारादी धर्मकृत्ये करणे असा झाला. वेदांचे अध्ययन अमुक लोकांनी करावे व अमुक लोकांनी करू नये असे वेदामध्ये कोठेही सांगितलेले नाही. याच दरम्यान ताई महाराज दत्तक प्रकरणात टिळक कोल्हापुरात आले असता त्यांनी वेदोक्त प्रकरणात छत्रपतींच्या विरोधात भूमिका घेतली. टिळकांची भूमिका तर्कशास्त्राच्या कसोटीवर टिकणारी नव्हतीच! या मुद्यावरून महाराष्ट्रात मोठे रणकंदन माजले. 'वेदोक्त की पुराणोक्त' हा प्रश्न महाराष्ट्राचा जणू अग्रक्रमाचा प्रश्न झाला. विविध समित्या नेमल्या गेल्या. ब्रिटिश सरकारपर्यंत प्रकरण

गेले. शेवटी छत्रपतींच्या बाजूने न्याय झाला.

शिक्षण : लोकांची आणि राज्याची प्रगती करण्यासाठी ज्ञानप्रसाराला पर्याय नाही याची स्पष्ट कल्पना महाराजांना असल्यामुळे त्यांनी समाजातील शेवटच्या घटकापर्यंत शिक्षणाची गंगा नेण्याचे ठरविले. बहुजनसमाज साक्षर झाल्याशिवाय जनतेचे कल्याण होऊ शकणार नाही याची कल्पना त्यांना होती. या वेळेस कोल्हापूर संस्थानात शिक्षणाची परिस्थिती पुढीलप्रमाणे होती. १८४४ मध्ये १२२ खेड्यांत ग्रामीण शाळा होत्या. १८४८ पासून सरकारी प्राथमिक शाळा सुरू झाल्या. १८५१ पर्यंत आणखी नऊ ठिकाणी शाळा सुरू झाल्या. १८५४ पर्यंत यात वाढ होत गेली. १८६७ मध्ये शिक्षकांसाठी अध्यापक शाळा, १८८२ मध्ये स्त्रियांसाठी अध्यापक विद्यालय सुरू करण्यात आले. त्याच्या पुढचे पाऊल त्यांनी 'व्हिक्टोरिया मराठा बोर्डिंग हाऊस' च्या स्थापनेद्वारे टाकले. या कामी त्यांस भास्करराव जाधव, दाजीसाहेब विचारे, जिवाजीराव सावंत यांची मदत झाली. याच वसतिगृहातून शंकरराव इंदुलकर, बाळासाहेब खानविलकर, नानासाहेब गायकवाड, भाऊसाहेब गायकवाड, हिंदुराव घाटगे हे पुढे ख्यातनाम झालेले विद्यार्थी बाहेर पडले. २५ सप्टेंबर १९०१ रोजी मराठा वसतिगृह सुरू करून तेथे मागासवर्गीय मराठेतर विद्यार्थ्यांना सामील करून घेतले. कृष्णाबाई केळवकर या हुशार विद्यार्थिनीला मुंबईच्या ग्रँट मेडिकल कॉलेजात वैद्यकीय शिक्षणासाठी पाठविले व पुढे उच्च शिक्षणासाठी इंग्लंडला पाठविले. तेथे उत्तम कामगिरी करून त्या परतल्यावर कोल्हापूरच्या हॉस्पिटलमध्ये त्यांनी रुग्णांची सेवा केली.

२६ जून १९०३ रोजी सातवे एडवर्ड यांच्या होणाऱ्या राज्यारोहण समारंभासाठी छत्रपतींनी इंग्लंडला प्रयाण करण्याचे ठरविले त्यानुसार मुंबईतून महाराज १७ मे १९०२ रोजी एस.एस. पेनिनशुलर बोटीने निघाले. ते २ जून १९०२ रोजी इंग्लंडला पोहोचले. या भेटीत महाराजांच्या शैक्षणिक व सांस्कृतिक क्षेत्रातील कामगिरीच्या प्रीत्यर्थ केंब्रिज विद्यापीठाने महाराजांना 'एलएल.डी. पदवी दिली. शेतीक्षेत्रातील सुधारणांसाठी इंग्लंडच्या रॉयल ॲग्रीकल्चरल सोसायटीने महाराजांना सन्माननीय सभासदत्व दिले. सातवे एडवर्ड यांच्या आजारपणामुळे राज्यारोहण समारंभ पुढे ढकलला गेला. तो प्रत्यक्षात ९ ऑगस्ट १९०२ रोजी झाला. याच दरम्यान महाराजांनी इतिहासातील एक अपूर्व कृती केली.

२६ जुलै १९०२ चा जाहीरनामा : इंग्लंडमधील प्रवासामुळे महाराजांच्या मनावर त्या वातावरणाचा विलक्षण प्रभाव पडला. त्यांचा दृष्टिकोन बदलला. सर्वसामान्य लोकांना विकासाची संधी मिळाल्याखेरीज आपण पुढे जाऊ शकणार नाही याची प्रचिती आल्यामुळे त्यांनी २६ जुलै १९०२ रोजी करवीर गॅझेटमध्ये एक जाहीरनामा प्रसिद्ध

केला. त्यात म्हटले होते की, ''मागासवर्गीयांची प्रगती करण्याच्या आपल्या धोरणानुसार मागासवर्गीयांनी उच्च शिक्षण घेण्यास उद्युक्त व्हावे म्हणून त्या सर्वांना सरकारी खात्यांत पूर्वीपेक्षा अधिक नोकऱ्या द्याव्या असे आपण ठरविले आहे. तरी ह्या जाहीरनाम्याच्या दिवसापासून सरकारी खात्यांत ज्या जागा रिकाम्या होतील त्यांतील ५० टक्के भागांत मागासवर्गीयांमधील सुशिक्षित तरुणांची भरती करावी अशी आपली इच्छा आहे. सर्व सरकारी कार्यालयांत जेथे जेथे मागासवर्गीयांपैकी ५० टक्क्यांपेक्षा कमी नोकर असतील, तेथे ह्या वर्गांपैकी तरुणांची नेमणूक ह्यापुढे करावी. (मागासवर्गीय म्हणजे ब्राह्मण, प्रभू, शेणवी, पारशी व तत्सम पुढारलेल्या जातींव्यतिरिक्त समाज).

हा जाहीरनामा म्हणजे भारताच्या सामाजिक इतिहासातील एक महत्त्वाचा बिंदू (टर्निंग पॉइंट) आहे. हा जाहीरनामा म्हणजे नव्या युगाची नांदी ठरली. सरकारी अधिकारी नीट रहावेत, त्यांनी भ्रष्टाचार करू नये. सर्वसामान्य रयतेशी नीट वागावे म्हणून १९०५ मध्ये महाराजांनी पुढील हुकूम काढला. ''कोणीही सरकारी नोकरांनी आपल्या व नातलगांच्या नावे धंदा करू नये, मालमत्ता विकत घेऊ नये किंवा गहाण ठेवून राहू नये'' महाराजांची दूरदृष्टीच या हुकमातून दिसते. आगरकरांचे 'सुधारक' पत्र चालू राहावे म्हणून संपादक विनायकराव जोशी यांना पैशांची मदत केली. कृष्णाजी अर्जुन केळूसकर यांनी लिहिलेल्या शिवचरित्राला एक हजार रुपयांचे पारितोषिक दिले व एक हजार रुपयांच्या शिवचरित्राच्या प्रती विकत घेतल्या. छोट्या छोट्या गोष्टींकडे चौफेर लक्ष देणे आणि लोकांना प्रोत्साहन देण्याची महाराजांची वृत्ती या प्रसंगांनी दिसून आली. खासबाग येथे १९१४ मध्ये नाट्यगृहाचा पाया घातला. कोल्हापूरातील संगीत कलेला उर्जितावस्थेस आणण्याचे श्रेयही त्यांचेच. केवळ एवढे करूनच महाराज थांबले नाहीत, उद्योगधंद्यांना प्रोत्साहन देण्याची सुद्धा त्यांची भूमिका होती. २७ सप्टेंबर १९०६ रोजी त्यांच्या हस्ते 'श्री शाहू स्पिनिंग अॅन्ड विव्हिंग मिल'ची कोनशिला बसविण्यात आली. या प्रसंगी महाराज म्हणाले की आपणास उदासीनता, अज्ञान आणि दारिद्र्य यांवर विजय मिळवायचा आहे. राज्यातील कर्जबाजारी झालेल्या शेतकऱ्यांना ऋणमुक्त करण्यासाठी छत्रपतींनी निधी गोळा करून त्याचा फायदा अनेक शेतकऱ्यांना दिला. सावकारांच्या कचाट्यातून सुटण्यासाठी छत्रपतींच्या प्रेरणेने सामान्य माणसांसाठी भास्करराव जाधव यांनी १९१३ मध्ये 'कोल्हापूर अर्बन -को-ऑपरेटिव्ह सोसायटी लिमिटेड' ही संस्थानातील पहिली सहकारी संस्था स्थापली. यामुळे गरीब शेतकरी व कामगारांची सोय झाली. सावकारांच्या जुलमी पाशातून लोकांची सुटका झाली. या गिरणीपूर्वीच शिरोळ येथे एका सुत गिरणीच्या प्रयोगास महाराजांनी उत्तेजन दिले होतेच. छत्रपतींची भूमिका कायमच स्वदेशीला प्रोत्साहन देणारी होती. १९१२ मध्ये त्यांनी

जनतेला आदेश दिला की कऱ्हाड येथील डेक्कन मॅच मॅन्युफॅक्चरिंग कंपनीने तयार केलेल्या आगपेट्या वापराव्यात.

अशा प्रकारच्या गोष्टी करताना माणसाच्या जातीकडे त्यांनी पाहिले नाही. कोणत्याही जातीचा इसम असो, उद्योगधंद्यांसाठी प्रयत्न करीत आहे म्हटल्यावर ते कायम मदतीची भूमिका घेत. राज्यातील मुसलमानांची शैक्षणिक परिस्थिती सुधारावी म्हणून छत्रपतींनी स्वत:च्या अध्यक्षतेखाली १५ नोव्हेंबर १९०३ रोजी स्वतंत्र संस्था सुरू केली. लिंगायत समाजात शैक्षणिक जागृती व्हावी म्हणून १९०७ च्या फेब्रुवारीत त्यांनी या समाजाची सिद्धगिरी येथे परिषद बोलावली. या समाजातील कार्यकर्त्यांत प्रोत्साहन दिले. यातूनच वीरशैव (लिंगायत) वसतिगृहाची स्थापना झाली. याचा पुढचा टप्पा म्हणजे शिंपी समाजाने श्री नामदेव वसतिगृहाची स्थापना करून २ एप्रिल १९११ रोजी कोल्हापुरात विद्यार्थ्यांची सोय केली. महाराजांनी १५ मे १९१२ रोजी 'दिल्ली दरबार मेमोरियल पाटील स्कूल' काढले. याचा उद्देश खेडेगावातील पाटील व ग्रामसेवकांच्या मुलांना पाटीलकीचे शिक्षण द्यावे व त्या कामात सुधारणा घडवून आणणे हा होता. शाळेचे पहिले वर्ष मोफत होते. या शाळेत महसूल, फौजदारी काम, गावाचे हिशेब, गावाचे आरोग्य विषय शिकवित असत. ही शाळा ७ वर्षे चालली. कायस्थ प्रभू समाजाच्या वसतिगृहास देणगी दिली.

सत्यशोधक समाज : सामाजिक सुधारणांमध्ये आपण अधिक लक्ष घालावे असे छत्रपतींना वाटत होते म्हणून त्यांच्या मार्गदर्शनानुसार ११ जानेवारी १९११ रोजी कोल्हापुरात श्री परशराम घोसरवाडकर यांच्या अध्यक्षतेखाली एक सभा भरविण्यात आली. या सभेत 'श्री शाहू सत्यशोधक समाज' स्थापण्यात आला. समाजाच्या अध्यक्षपदी भास्करराव जाधव यांची नेमणूक झाली तर उपाध्यक्षपदी अण्णासाहेब लठ्ठे यांची नेमणूक करण्यात आली. विठ्ठल विराजी डोणे यांची समाजाच्या कार्याला चालना देण्यासाठी नियुक्ती करण्यात आली. १९११ मध्ये सत्यशोधक शाळा स्थापण्यात आली. या शाळेच्या प्रमुखांपैकी एक हरिभाऊ चव्हाण यांनी 'घरचा पुरोहित' हा ग्रंथ रचला. या शाळेतून ब्राह्मणेतर पुरोहित निर्माण करण्यावर भर देण्यात आला. यातूनच १९१२ मध्ये महात्मा फुले यांची पुण्यतिथी कोल्हापुरात प्रकटपणे व धडाक्यात साजरी करण्यात आली. ब्राह्मण पुरोहित शिवाय धार्मिक संस्कार सुरू करण्याच्या प्रथेचे जनक म्हणजे म. फुले होत. त्यांच्या शिष्यांनी ही चळवळ आणखी पुढे नेली. पुढे छत्रपतींनी अस्पृश्य व मागासवर्गीयांसाठी स्वतंत्र मतदारसंघाची मागणी केली. आंतरजातीय विवाहास प्रोत्साहन दिले.

सक्तीचे मोफत प्राथमिक शिक्षण : आपल्या राज्यात शिक्षणाचा अधिक विस्तार व्हावा म्हणून महाराजांनी २५ जुलै १९१७ रोजी संस्थानात मोफत आणि सक्तीचे प्राथमिक शिक्षण सुरू करण्याचा ठराव केला. या योजनेसाठी एक लाख रुपये मंजूर करण्यात आले. ज्या खेड्यांची लोकवस्ती ५०० ते १००० पर्यंत होती त्या खेड्यांमध्ये शाळा सुरू झाल्या. शिक्षकांच्या पगारात वाढ करण्यात आली. महाराजांचा कित्ता त्यांचे बंधू बापूसाहेब घाटगे यांनी आपल्या कागल जहागिरीत गिरविला. कागल जहागिरीत मोफत व सक्तीचे प्राथमिक शिक्षण सुरू झाले. २९ मार्च १९१८ रोजी छत्रपतींनी अशी घोषणा केली की आपल्या प्रत्येक नागरिकांस प्राथमिक शिक्षण देणे हे प्रगत सरकारचे मुख्य कर्तव्य आहे. या काळात महाराज दरबारच्या महसुलापैकी सहा टक्के रक्कम शिक्षणावर खर्च करीत होते. या योजनेच्या आड येणारे व प्रशासकीय सुधारणांचा एक भाग म्हणून त्यांनी कुलकर्णी वतन नष्ट केले आणि उजगात्र, कजंबे, रुकडी, चिखली, बावडा येथे ग्रामपंचायती स्थापल्या.

समाजसुधारणा : २७ जुलै १९१८ रोजी छत्रपतींनी अस्पृश्यतेची गुलामगिरी नष्ट केली. त्यांना स्वातंत्र्य दिले. काही जातींना पूर्वापारपासून गुन्हेगार जाती म्हणून ओळखत ती बंधने नष्ट करण्यात आली. पुढे तलाठ्यांच्या नेमणुकीत अस्पृश्य वर्गाला प्राधान्य देऊन गुणी उमेदवारास अनुभव देऊन मुख्य अधिकारी नेमण्यांची राजाज्ञा निघाली. महार वतनदारी नष्ट करून त्यांना विकासाची संधी देण्यासाठी वतन जमिनी त्यांच्या नावावर करण्यात आल्या. अस्पृश्यांना सामाजिक समतेच्या मूलभूत तत्त्वाप्रमाणे वागणूक देण्याची आज्ञा निघाली. शाळा व महाविद्यालयात सर्व जातींच्या मुलांना समान वागणूक देण्याचा आग्रह धरला. अस्पृश्य नोकरांना समतेने वागविण्याचे आदेश सर्व खात्यांना देण्यात आले. अस्पृश्यांना नोकरीवर ठेवणाऱ्यास त्याच्या जातीतील कोणी जातिबहिष्कार टाकला तर त्याला शंभर रुपये दंड करण्यात येऊ लागला. २ ऑगस्ट १९१९ रोजी घटस्फोटाचा कायदा करून स्त्रियांवरील अन्याय दूर करण्याचा प्रयत्न करण्यात आला. या त्यांच्या कार्यामुळेच १९ एप्रिल १९१९ रोजी कुर्मी क्षत्रियांच्या कानपूर परिषदेत महाराजांचे उद्‌घाटनपर भाषण झाल्यावर त्यांना 'राजर्षी' ही पदवी देण्याच्या ठराव पास झाला. ६ सप्टेंबर १९१९ रोजी महाराजांनी पाणवठे, सार्वजनिक विहिरी, सार्वजनिक इमारती, धर्मशाळा, सरकारी इमारती सर्व अस्पृश्यांसाठी खुल्या केल्या. १७ जानेवारी १९२० रोजी हिंदू वारसाहक्काचा निर्बंध जारी करण्यात आला. अनौरस संततीच्या हक्कांमधील फरक नष्ट करण्यात आला. देवाला दासी वाहण्याच्या रूढीच्या नष्टतेसाठी जोरदार प्रयत्न करण्यास सुरुवात केली. छत्रपतींनी डॉ. बाबासाहेब आंबेडकर यांच्या 'मूकनायक' पत्राला मदत केली. अस्पृश्यांनी गावावरील चावडीला हजेरी देण्याची प्रथा बंद केली. २२ मार्च १९२० रोजी माणगाव

येथे डॉ. बाबासाहेब आंबेडकरांच्या अध्यक्षतेखाली दख्खन अस्पृश्य समाजाची एक परिषद भरली. तेथे छत्रपती म्हणाले, ''तुम्ही तुमचा पुढारी शोधून काढलात ह्याबद्दल मी तुमचे अंतःकरणपूर्वक अभिनंदन करतो. माझी खात्री आहे की, आंबेडकर तुमचा उद्धार केल्याशिवाय राहणार नाहीत. इतकेच नव्हे तर अशी एक वेळ येईल की ते सर्व हिंदुस्थानचे पुढारी होतील, असे माझी मनोदेवता मला सांगते. यातच महाराजांचे द्रष्टेपण दिसते. काळाने महाराजांचे शब्द खरे केले. मे १९२० मध्ये वेठबिगारी बंद केल्याचा हुकूम पुन: प्रसिद्ध करण्यात आला. सक्तीची वेठबिगार पद्धत संस्थानात १९२० पासून बंद झाली तर स्वतंत्र भारतात १९७५ साल उजाडावे लागले. शाहू महाराजांचे द्रष्टेपण एवढ्यावरच थांबले नाही. एका प्रसंगी ते म्हणाले, 'ज्याप्रमाणे पुरोहितशाही एक दिवस संपणार आहे त्याप्रमाणे राजेशाहीसुद्धा संपुष्टात येणार आहे. अशा या लोकविलक्षण राजाचा मृत्यू ६ मे १९२२ रोजी झाला.

मूल्यमापन : धनंजय कीर यांनी 'राजर्षी शाहू छत्रपती' पुस्तकात महाराजांचे यथार्थ वर्णन केले आहे. ते लिहितात – त्यांनी (छत्रपती शाहू महाराज) आपल्या राज्यकारभाराच्या निरनिराळ्या शाखांत व कर्तव्यात न्यायवृत्ती, बुद्धिमत्ता आणि धूर्तपणा दाखविला. प्रशासक म्हणून ते कर्तबगार व कार्यक्षम होते. आपण व दरबारने दिलेल्या आज्ञा व केलेले निर्णय यांची नीट अंमलबजावणी होते की नाही, आखलेल्या योजना कार्यवाहीत येतात की नाही व गरिबांच्या अर्जाचा निर्णय होतो की नाही हे पाहण्यासाठी त्यांनी एक 'इन्स्पेक्टर ऑफ ऑर्डर्स' नावाचा अधिकारी नेमला होता. आधुनिक शेती आणि आधुनिक औद्योगिक विकास यांच्यावर त्यांची श्रद्धा होती.

धरणे बांधून व सहकारी पतपेढ्यांच्या माध्यमातून त्यांनी शेतकऱ्यांना मदत केली. यामुळेच महाराजांना 'हिंदुस्थानातील हरितक्रांतीचे अग्रदूत' म्हणतात. कीरांच्याच शब्दात ''राजाने जर कर्तव्यबुद्धीने व न्यायबुद्धीने मुकुट धारण केला तर त्यांची राजवट जनतेला नैतिक व भौतिक यशाची ग्वाही देते. शाहूंनी स्वत: तसे वागून यश मिळविले. 'बोले तैसा चाले' या उक्तीचे हे एक उत्तम उदाहरण होय. अखिल महाराष्ट्रावर जो शिक्षणाचा प्रकाश पडला आहे त्या प्रकाशाचा अमर दिवा महाराष्ट्रात त्यांनीच लावला आहे. त्या दिव्यावर नंतर अनेक शिक्षणमहर्षींनी आपले दिवे लावून महाराष्ट्रात ज्ञानयुग सुरू करून गरिबांच्या झोपडीपर्यंत ज्ञानगंगा नेण्याचा भगिरथ प्रयत्न केला आहे. गरिबांना व दलितांना ज्ञान देऊन त्यांचे जीवित सुखी करणे ही महान लोकसेवा होय. त्यासाठीच शाहूंनी आपले जीवित वेचले, युद्धातील विजयापेक्षा शांततेच्या काळातील विजय सत्कीर्ती पावतात अशा तत्त्वावर ज्याची नितान्त श्रद्धा होती असा हा राज्यकर्ता होता. खरोखर ते एक महान सामाजिक पुरुष होते. एक समाजक्रांतिकारक राजा, लोकशाहीनिष्ठ

पत्रकारांचा पाठीराखा, हिंदी शास्त्रीय संगीताचा एक पुरस्कर्ता, मराठी रंगभूमीचा एक शिल्पकार, मल्लयुद्धाचा एक आश्रयदाता, आधुनिक महाराष्ट्राचा एक भाग्यविधाता, भारतातील हरितक्रांतीचा अग्रदूत आणि भारतातील सामाजिक आणि आर्थिक लोकशाहीचा एक संस्थापक ठरला.

संस्थानातील देवस्थानांना सरकारी वर्षासन, बक्षिस जमिनी, करमुक्त जमिनी असत. ही देवस्थाने ज्यांच्या ताब्यात असत. ते 'तळे राखील तो पाणी चाखेल' या न्यायाने ही मालमत्ता विश्वस्त म्हणून सांभाळण्याऐवजी खासगी मालमत्ता म्हणून वापरत. महाराजांनी या पद्धतीला आळा घालण्यासाठी ग्रामाधिकारी व मंदिरांचे वहिवाटदार यांना सरकारी नोकराचा दर्जा देऊन त्यांची देवस्थानावरील खासगी मालकी संपुष्टात आणली. देवस्थानच्या जमिनी सरकारने आपल्या ताब्यात घेऊन देवस्थान व्यवस्था व खर्चावर नियंत्रण या गोष्टी सरकारच्या मूलभूत हक्कात समाविष्ट केल्या. देवस्थानकडे जमा होणाऱ्या रकमेतून आवश्यक खर्च वजा जाता अन्य रक्कम शिक्षणासाठी वापरण्याचे ठरविले.

१९१७ च्या जुलैमध्ये छत्रपतींनी विधवा पुनर्विवाह (रीमॅरेज रजिस्ट्रेशन लॉ) करण्याची पद्धत संस्थानात कक्ष सुरू करून त्याला कायदेशीर स्वरूप दिले. खामगावला भरलेल्या (२८ डिसेंबर १९१७) अकराव्या मराठा शिक्षण परिषदेचे अध्यक्षपदी महाराज होते. कोल्हापुरात १९१८ च्या जानेवारीचे शेवटी बडोद्याचे पंडित आत्मारात यांच्या साहाय्याने आर्य समाज स्थापन करण्यात आला. येथे आपण शाहू महाराजांचे सत्यशोधक चळवळीतील कार्य बघणार आहोत.

शाहू महाराजांचा कालखंड– शाहू महाराजांचे विश्वासू भास्करराव जाधव यांच्या अध्यक्षतेखाली कोल्हापुरात सत्यशोधक चळवळीला चालना देण्यात आली. अण्णासाहेब लठ्ठे आणि समविचारी मित्र या कार्यात आघाडीवर होते. वेदोक्त प्रकरणात शाहू महाराज क्षत्रिय नसल्याने त्यांना वेदोक्त विधीचे अधिकार पोहचत नाहीत अशी भूमिका पुरोहित वर्गाने घेतली. महाराष्ट्रात या प्रश्नावर रणकंदन माजले. याच दरम्यान कोल्हापुरातील 'शिवाजी क्लबने' शाहू महाराजांना अडचणीत आणणारी कृत्ये करायला सुरुवात केली होती. कोल्हापूर संस्थानात ब्राह्मण व ब्राह्मणेतर वाद सुरू झाला. संस्थानचे अधिपती असल्यामुळे राजांनी पडद्यामागे राहून चळवळीला सक्रिय मदत करण्याची भूमिका घेतली. संस्थानात चळवळीचा वार्षिक आढावा घेण्यात येऊ लागला.

कोल्हापुरातून चळवळ पुण्याला जेधे–जवळकरांनी वाढविली. सातारा, नाशिक, सोलापूर, अहमदनगर, धुळे, जळगाव, बेळगाव, ग्रामीण भाग अशा ठिकाणी

चळवळीला व्यापक प्रतिसाद मिळू लागला. बहुजन समाजात वेगाने जागृती घडून येऊ लागली. धर्मभोळेपणा, अंधश्रद्धा, धर्माच्या नावावर लुटालूट याच्या विरोधात प्रभावी जनमत तयार झाले.

सत्यशोधक जलसे – आपला विचार सर्वदूर सर्वसामान्य लोकांपर्यंत पोहाचविण्यासाठी तत्कालीन कालखंडात लोककलांना पर्याय नव्हता. लोककलांच्या माध्यमातून पूर्वी संपर्क साधला जाई. त्यामुळे कार्यकर्त्यांनी मेळे वा जलसे भरवायला सुरुवात केली. सर्वसामान्यांना समजेल अशा सोप्या भाषेत कार्याची महती सांगायला सुरुवात झाली. या जलशांचे विषय सामान्यांची अडवणूक, वरिष्ठांचे कावे, धर्मग्रंथातील खोटेपणा, 'पुरोहित–सावकार–व्यापारी' या त्रिमूर्तींची कृष्णकृत्ये असे असत.

या पार्श्वभूमीवर ब्राह्मणेतर चळवळ उदयाला आली. ब्राह्मणांशिवाय अन्य सर्व जातींचे लोकांनी स्वतःच्या प्रगतीसाठी एकत्र यायला सुरुवात केली. 'काही लोक कायम पुढे आणि काही लोक कायम मागे का? अशी परिस्थिती का?' असा प्रश्न उपस्थित करून तिच्या उत्तरात ब्राह्मणेतर चळवळीचे मर्म दडलेले आहे. येथील सामाजिक परिस्थितीसुद्धा इतकी विचित्र होती की तर्कशुद्धरीत्या विचार करणेसुद्धा अशक्य. साधे विहिरीवर पाणी भरण्याचे उदाहरण घेतले तर सार्वजनिक विहिरीवर पाणी भरण्याची तथाकथित शूद्रांना बंदी ! त्याच पाणवठ्यावर प्राणी पाणी पिऊ शकायचे पण माणसे पिऊ शकत नव्हती. यामुळे 'सामाजिक समता व न्यायासाठी अविरत संघर्ष' हेच चळवळीचे सूत्र ठरले. सुरुवातीला या चळवळींमधे 'त्वेष हवा द्वेष नको' अशी जातिलढ्यांच्या संदर्भात भूमिका घेतली गेली. पुढे मात्र चळवळीचा रेटा वाढत गेल्यावर तिला जातिविरोधाचे स्वरूप आले. प्रसंगी ती व्यक्तिगत पातळीवर उतरली. सारा दोष ब्राह्मणवर्गावर टाकल्याने चळवळीला व्यापक प्रसिद्धी मिळाली. ब्राह्मणी मनोवृत्ती विरुद्ध लढायच्या ऐवजी जातीविरुद्ध लढा सुरू झाला. हे उभयपक्षी चालले होते.

म.फुले यांचा काळ सामाजिक–धार्मिकदृष्ट्या जागृतीचा कालखंड होता. राजकीय जागृतीचे भान यायचे होते. विसाव्या शतकाच्या सुरुवातीला परिस्थिती पूर्ण पालटली होती. विसाव्या शतकाच्या दुसऱ्या–तिसऱ्या दशकात तर स्वातंत्र्य क्षितिजावर दिसण्याची चिन्हे उमटू लागली होती. जनतेच्या स्वातंत्र्याकांक्षा वाढल्या होत्या. राजकीय सत्तेचा प्रभाव साऱ्यांच्या लक्षात आला होता. ब्राह्मणेतर चळवळ याला अपवाद नव्हती. 'संघटना हेच राजकीय उद्दिष्ट्य साध्य करण्याचे एकमेव साधन' असा भाव नेत्यांच्या मनात येणे अगदीच अशक्य नव्हते. अशा काळात साध्य व साधन विवेक हरविण्याची भीती असते. ब्राह्मणेतर चळवळीचे पुढे नेमके हेच झाले. पुढे–पुढे सामाजिक संघटन वा जागृती हा विषय मागे पडून राजकीय जागृती विषय महत्त्वाचा ठरला.

ब्राह्मणेतर चळवळीला गती मिळण्याची कारणे– म.फुले यांचे कार्य थंडावल्यासारखे झाले तरी कार्याचा परिणाम सर्वत्र जाणवत होताच. मध्ययुगात सामाजिक, धार्मिक क्षेत्रात वर्णवर्चस्वाचे युग होते. उच्चवर्णीय लोक कायद्याला अपवाद होते. त्यांना साक्षात भूलोकांचे देव म्हणत असत. त्याचा गैरफायदा घेऊन समाजात अधिकारांची राखीव कुरणे तयार झाली. कर्तव्याची जाणीव कोणालाच नव्हती. धर्मग्रंथांची रचना ब्राह्मण वर्गाने केलेली असल्यामुळे त्यांना झुकते माप मिळाले होते. मानवनिर्मित जातिव्यवस्थेला परमेश्वर निर्मित स्थान देण्यात आले. जातिव्यवस्था अपरिवर्तनीय मानण्यात येऊ लागली. त्यामुळे ब्राह्मण वर्गाला सर्वश्रेष्ठत्व मिळाले.

अन्यायी वागणूक – ब्राह्मणेतरांशिवाय अन्य लोकांमधील विद्वत्ता पराक्रम दडपून टाकण्यात आला होता. अन्य जातीतील लोक कितीही हुशार असले तरी त्यांच्या पराक्रमाला मर्यादा होत्या. पेशव्यांची सत्ता चालू असल्यामुळे हितसंबंध राखणे महत्त्वाचे ठरले. अन्य जातीय–हुशार व्यक्तीला शिकण्याचा अधिकार नव्हता. राजर्षी शाहूंच्या वेदोक्त प्रकरणात ब्राह्मणवर्गाची भूमिका दुराग्रहाची होती.

कालप्रवाहाचा रेटा – इंग्रजांचे आगमन झाल्यावर परिस्थिती बदललेली होती. नव्या सुधारणा आल्या आणि जग औद्योगिक क्रांतीकडे वाटचाल करीत असताना येथील लोकांची मानसिकता मध्ययुगाप्रमाणेच होती. कर्तव्याचा विसर आणि अधिकारांची जाणीव यात अडकलेले समाजमानस प्रगती कसे करणार? यामुळेच कोल्हापूरच्या महाराजांनी सरकारी नोकऱ्यांत राखीव जागा ठेवताच गहजब उडाला. शाहू महाराजांनी या निर्णयाची अंमलबजावणी करणे हे एक अत्यंत क्रांतिकारक पाऊल होते.

ब्राह्मणेतर चळवळीची वाटचाल – या पार्श्वभूमीवर चळवळीची वाटचाल सुरू झाली. ब्राह्मणांना विरोध या मुद्यावर सारे लोक एकत्र येणे तुलनेने सोपे गेले. ब्राह्मण्याला विरोध, वर्णश्रेष्ठत्वाला विरोध, तत्त्वज्ञानाला विरोध यापेक्षा व्यक्तीला विरोध करणे सोपे असते. त्यामुळे ब्राह्मणेतर चळवळीच्या झेंड्याखाली लोक एकत्र होऊ लागले. या संदर्भात एक गोष्ट लक्षात ठेवणे आवश्यक आहे ती म्हणजे ही क्रियेच्या विरुद्ध उठलेली प्रतिक्रिया होती. शत्रू निश्चित करण्याची प्रक्रिया इतकी सोपी व सुटसुटीत करण्याचे एकमेव कारण म्हणजे बहुजन समाज संख्येने मोठा असला तरी अशिक्षित, परंपरागत चौकट मोडण्याचा प्रयत्न न करणारा, निषेधाचा सूर न आळवणारा होता. अंधारात खितपत पडलेल्या समाजाला तत्त्वज्ञानाचे डोस पाजण्याऐवजी त्याला उभे करणे जास्त महत्त्वाचे होते.

चळवळीच्या या कालखंडात राजर्षींचे व्यक्तिमत्त्व, त्यांची अनेकांना झालेली व होत असणारी मदत यांमुळे भास्करराव जाधव, प्रबोधनकार ठाकरे, अण्णासाहेब

लठ्ठे, 'प्रभात'कार कोठारी, सी. के. बोले, जेधे-जवळकर अशांसारखे कार्यकर्ते या चळवळीला मिळाले. चळवळ पुढे जाण्यास मदत झाली.

संस्थात्मक हालचाली – मुख्य चळवळ पुढे न्यायची असेल तर विभागीय केंद्रांना पर्याय नाही म्हणून शैक्षणिक वा सामाजिक संस्था उभारण्याचे ठरले. या दृष्टीने 'डेक्कन रयत समाज' ही संस्था लठ्ठे, कोठारी व मुकुंदराव पाटील यांनी उभारली. राजकीय हक्कांची जागृती हेच या संस्थेचे कार्यक्षेत्र. एक वर्षाच्या आत पुण्यात 'मराठा लीग' संघटनेची स्थापना होऊन त्यांनी मराठा व अन्य जातींच्या (ब्राह्मण वगळून) संदर्भात विधायक काम करायला सुरुवात केली. संस्था आल्याबरोबर प्रचाराची साधने आवश्यक ठरली.

वृत्तपत्रांचे योगदान– आपल्या वा जातीच्या हितसंबंधाची लढाई दुसऱ्यांच्या हत्याराने लढता येत नाही. त्यासाठी स्वत:चीच हत्यारे लागतात. यामुळे ब्राह्मणेतर चळवळीला अन्य जुन्या वळणाच्या पत्रांची मदत होणे अवघड होते. त्यामुळे दीनमित्र, विश्वबंधु, भगवा झेंडा, विजयी मराठा, तरुण मराठा, जागरूक, प्रबोधन पत्रांनी या चळवळीला गती दिली.

लो. टिळकांचे योगदान – लो. टिळक व त्यांच्या अनुयायांइतकी मदत ब्राह्मणेतर चळवळीला अन्य कोणी केली नाही. या पक्षाने सामाजिक प्रश्नांवर घेतलेल्या भूमिका, त्यांच्या कोलांटउड्या यांमुळे ब्राह्मणेतर चळवळ अधिक मजबूत झाली. टिळक राष्ट्रीय पुढारी असले तरी त्यांचा समर्थक वर्ग महाराष्ट्रातील व विशेषत: पुण्यातील होता. त्यामुळे टिळकांना पुण्याला, सनातनी वर्गाला न दुखावता राजकारण करावे लागे. माँटेग्यूंच्या घोषणेनंतर प्रत्येक जातीची राजकीय अस्मिता जागी झाली. ब्राह्मणेतरांनी राखीव जागांची मागणी करताच टिळक पक्षाने त्याला विरोध केला. त्यामुळे टिळकांचा निषेध करण्यात आला. कोल्हापुरातील वेदोक्त प्रकरणात सुध्दा टिळक पक्षाने प्रतिगामी बाजू उचलून धरली.

वेदोक्त प्रकरण संपल्यावर कुलकर्णी वतनाच्या प्रश्नावरून शाहू महाराज विरुद्ध टिळक असा सामना सुरू झाला. राजर्षींच्या हातात सत्ता असल्याने त्यांना त्रास झाला नाही. पण मन:स्ताप झालाच!

टिळक मानपत्रास विरोध – १९१९ ला टिळक इंग्लंडहून परत आल्यावर त्यांना मानपत्र देण्याचे ठरले. तेव्हा ब्राह्मणेतर चळवळीतील नेत्यांनी जेधे - जवळकरांनी त्यास विरोध केला. महर्षी शिंदे यांनी सुद्धा विरोध केला.

आंतरजातीय विवाह – आंतरजातीय विवाहांना प्रोत्साहन द्यावे, त्याद्वारे जातिभेदाच्या भिंती पाडल्या जाव्यात व समाजसुधारणा चळवळ पुढे जावी म्हणून

विठ्ठलभाई पटेल यांनी मध्यवर्ती कायदेमंडळात आंतरजातीय विवाहांना कायदेशीर मान्यता देण्याचे विधेयक आणले. हे विधेयक चर्चेला येताच महाराष्ट्रातील टिळक पक्षीयांनी जणू आभाळच कोसळले अशा पद्धतीने विरोध सुरू केला. टिळकांचा विरोध आहे म्हटल्याबरोबर ब्राह्मणेतर चळवळीने तत्काळ या विधेयकाला पाठिंबा दिला. पटेल विधेयकाच्या समर्थनार्थ किर्लोस्कर सभागृहात झालेल्या सभेत टिळक पक्षीयांकडून गोंधळ माजविण्यात आला. याचा वचपा ब्राह्मणेतर चळवळीच्या कार्यकर्त्यांनी लो. टिळकांच्या मुलींच्या शिक्षणाच्या प्रश्नावरील भाषणात काढला. टिळकांची भूमिका विरोधाची असल्याने त्यांचे भाषण बंद पाडण्यात आले. पुन: त्याचा वचपा टिळक पक्षाने शाहू महाराजांच्या सभेत काढला. अरे ला कारे म्हणण्याची प्रवृत्ती उभयपक्षी वाढतच गेली.

पक्षपद्धतीचा स्वीकार – मुंबई प्रांताच्या कायदेमंडळाच्या निवडणुकीत अपेक्षित कामगिरी करता न आल्याने राजकीय पक्ष स्थापनेच्या अपरिहार्यतेचा विचार नेतेमंडळी करू लागली. यातूनच १२ डिसेंबर १९२० रोजी पुण्यात ब्राह्मणेतर पक्षांची (ब्राह्मणेतर लीग) स्थापना करण्यात आली. राजकीय पक्षाच्या कार्यासाठी, सभांच्या आयोजनासाठी पुणे अगदी आदर्श शहर होते. केशवराव जेधे-दिनकरराव जवळकर या जोडीने सारा महाराष्ट्र गाजवला. जवळकरांची वाणी आणि लेखणी विरोधकांवर तुटून पडत असे. तरुण मराठाकार या नात्याने ते महाराष्ट्रात परिचित होतेच. कोल्हापुरात जवळकरांना शाहू महाराजांनी वृत्तपत्र चालविण्यास भरपूर मदत केली होती. पुण्यात आल्यावर त्यांना जेधे यांच्या रूपाने योग्य साथीदार मिळाला आणि ब्राह्मणेतर चळवळीची घोडदौड सुरू झाली. जेध्यांचे संघटन कौशल्य आणि जवळकरांचे वक्तृत्व यामुळे पुण्यात टिळक पक्षीयांना धडकी भरली.

मेळा पद्धती – गणेशोत्सवात जनतेचे मनोरंजन करण्यासाठी व प्रबोधन करण्यासाठी मेळे आयोजले जात. गणेशोत्सवावर टिळक पक्षीयांचा कब्जा असल्याने मेळ्यांमधील विषय, मांडणी, हावभाव यावर सनातनी पक्षाचा अप्रत्यक्ष प्रभाव असणे शक्य होते. मेळ्यांचा प्रभाव ओळखून त्याला शह देण्यासाठी जेधे-जवळकर जोडगोळीने त्याला पर्यायी छत्रपती मेळे सुरू करण्यात आले. दोन्ही मेळ्यांची स्पर्धा सुरू होताच टिंगल-टवाळी, असभ्यपणा, संकुचितपणा यांनी सीमा ओलांडली. पत्रकबाजी, मारामाऱ्या, परस्परांवर चिखलफेक या गोष्टी गणेशोत्सवाचा भाग बनल्या.

पुतळ्यांचे वाद – मेळ्यांचे प्रकरण रंगत असतानाच पुतळ्यांचे प्रकरण पुढे आले. स्वराज्य संस्थापक शिवाजी महाराजांचे स्मारक उभारण्याची राजर्षींची तीव्र इच्छा होती. याला कोणी विरोध करण्याचे कारण नव्हते. राजर्षी शाहू महाराज

शिवस्मारक समितीचे मुख्य सूत्रधार होते. त्यांच्यानंतर ग्वाल्हेर नरेश अलिजाबहाद्दर शिंदे समितीचे प्रमुख झाले. त्यांनी समितीत सांगली संस्थानातील पटवर्धन व देवधर यांना घेतले. ही कृती जेधे–जवळकरांना रूचली नाही. म्हणून त्यांचा निषेध करण्यात येऊ लागला. जवळकरांच्या श्री शिवस्मारक पुराण ग्रंथाने आगीत तेल ओतले.

या प्रसंगी विवेक सुटल्याने जवळकरांच्या टीकेचे लक्ष्य अलिजाबहाद्दर व त्यांचे निकटवर्ती ब्राह्मणेतर कार्यकर्ते (भास्करराव जाधव, बाबूराव जगताप वगैरे) झाले. जवळकरांनी आपली लेखणी आपल्याच लोकांविरुद्ध जोरदार चालविली. चळवळीत फूट पडण्याचा धोका लक्षात घेऊन निकटवर्तीयांच्या सल्ल्यानुसार जेधे – जवळकरांनी विरोधकांवर टीका (खरे तर स्वकीयांवरच!) करण्याचे थांबविले. अर्थात ही वादळापूर्वीची शांतता होती. तात्पुरता युद्धविराम असल्याने दोन्ही पक्ष ठिणगी पडण्याची वाट पाहत होते.

म. फुले यांचा पुतळा – म. फुले यांच्या पुतळ्याच्या रूपाने दोन्ही पक्षांना आयता विषय मिळाला. १९२५ मध्ये महात्मा फुलेंचा पुतळा पुण्यात उभारण्यावरून संघर्षाचे वातावरण निर्माण झाले. त्यांच्या अगोदरच पुण्यात नगरपालिकेच्या वतीने टिळकांचा पुतळा उभारला गेला होता. कार्य, क्रम, योगदान याचा विचार करता फुले यांचा पुतळा अगोदर उभारणे क्रमप्राप्त होते. परंतु त्याही बाबतीत नगरपालिकेने अन्याय केला. केशवराव जेध्यांनी नगरपालिकेत नगरसेवक म्हणून प्रवेश करताच फुले यांचा पुतळा उभारण्याचा ठराव सभागृहात आणून कार्याचा श्रीगणेशा केला. परंतु दुर्दैवाने हा ठराव फेटाळण्यात आला. जेधे यांच्या विरोधात सनातनी पक्षाचे लोक होते यात आश्चर्य नाही पण त्यातील ब्राह्मणेतरांनी सुद्धा ठरावाला विरोध केला.

देशाचे दुष्मन – हे सगळे वाद मागे पडतील असा मोठा वाद जवळकरांनी 'देशाचे दुष्मन' पुस्तकातून केला. १९२५ मध्ये प्रसिद्ध झालेल्या या पुस्तकात टिळक – चिपळूणकरांना खलनायक ठरविण्यात आले होते. 'हे कसले देशभक्त हे तर देश दुष्मन' अशी भावना दोघांबद्दल पुण्यात व्यक्त झाल्यावर भडकाच उडाला. या अत्यंत वादग्रस्त पुस्तकात जहाल भाषा, कडक टीका, बिनतोड युक्तिवाद, अश्लाघ्य भाषा यामुळे मूळ विषय बाजूला पडला आणि चर्चा भलत्याच गोष्टींची सुरू झाली. कनिष्ठ न्यायालयात खटला गेला असता लेखक, प्रकाशक – केशवराव जेधे, मुद्रक रा. ना. लाड, प्रस्तावनाकार केशवराव बागडे यांना शिक्षा ठोठावण्यात आली. वरिष्ठ न्यायालयात सुटका होऊनही अन्य लिखाणाबद्दल त्यांना तुरुंगवासाची शिक्षा झाली.सनातनी पक्षाला हा स्वत:चा विजयच वाटला.

विरोधाच्या वाटा – ब्राह्मणेतर चळवळ हळूहळू आकाराला येत असताना एकसंध बांधणी करणे खूप आवश्यक होते. मात्र, तशी एकसंध बांधणी न झाल्याचे

तोटे चळवळीला वा पक्षाला उमजू लागले. मुळातच नकारात्मक पायावर उभ्या असलेल्या चळवळींची ही मर्यादा असतेच. ब्राह्मणांची मक्तेदारी मोडल्यावर त्याच्या पर्यायांचा आराखडा कोणाकडेच नव्हता. पर्यायी चळवळींची उभारणी करताना तात्कालिक ध्येय व अंतिम ध्येय यांची सुस्पष्ट जाणीव नेत्याच्या मनात असावी लागते. अशी जाणीवपूर्वक मांडणी नसल्यामुळे प्रसंग येईल, त्याप्रमाणे प्रतिक्रिया देणे अशा स्वरूपाचा आचार या पक्षाकडून होऊ लागला. यामुळे काही चांगल्या गोष्टी मारल्या जातात. केशवराव जेधे यांनी पुणे नगरपालिकेत नगरपालिकेच्या खर्चाने चालणारे सार्वजनिक हौद व नळ स्पृश्यास्पृश्य वगैरे भेदाभेद न ठेवता सर्वांना मोकळे ठेवावेत असा ठराव ३१ जुलै १९२५ च्या नगरपालिकेच्या सभेत मांडला होता. मात्र, तो फेटाळला गेला. खरं तर पुण्यात या प्रश्नावरून चळवळीद्वारे आंदोलन छेडता येणे शक्य होते.

ब्राह्मणेतर चळवळीचे नेतृत्व मराठा जातीकडे होते. त्यामुळे ब्राह्मणेतर चळवळीत असतानासुद्धा सर्व नेत्यांचे अस्पृश्यांविरुद्धचे धोरण समान नव्हतेच त्यामुळे या नेत्यांबद्दल काहींच्या मनात असूया होतीच. चळवळीच्या उद्दिष्टांविषयी नेते आणि कार्यकर्ते यांच्यात वैचारिक एकमत असेलच याची खात्री नसते, ही चळवळही त्याला अपवाद नव्हती. ब्राह्मणांना विरोध, ब्राह्मण्याला विरोध करायच्या नादात विधायक गोष्टींच्या प्रसाराकडे दुर्लक्ष होऊ लागले.

'जात' या प्रश्नावर एकत्र आलेल्या लोकांचे वा विविध जातींचे उद्देश कायमच वेगवेगळे असतात. जातींना विरोध करण्याच्या प्रश्नावर स्वतःच्या जातीचे वेगळेपण जपण्याची भूमिका कायम असते. उच्चवर्गीयांच्या मिरासदारीला विरोध करीत असताना आपणास राखीव मिरासदारी मिळाली तर त्यांना ती हवीच असते. त्यामुळे चळवळीत कोण कोणत्या उद्देशाने सामील होईल याची शाश्वती नसते. प्रांतिक कायदेमंडळांच्या निवडणुकीतील अपयश या चळवळीचे मूल्यमापन करण्यास पुरेसे आहे. कारण या चळवळीच्या समर्थक जातींची संख्या पाहता यश मिळणे आवश्यक होते. प्रत्यक्षात तसे मात्र घडले नाही.

म. गांधी यांचे नेतृत्व राष्ट्रसभेला लाभल्यावर टिळक पक्षातील कित्येकांना हा बदल पचविणे अवघड गेले. त्यामुळे ते चळवळीपासून दूर गेले. टिळक हयात असे-पर्यंत ब्राह्मणेतर चळवळीतील कार्यकर्ते राष्ट्रसभेपासून दूर होते. आता परिस्थिती पालटली होती. याच मुद्द्यावर खरा कस लागला. इंग्रजांकडून मिळणारे फायदे, ब्राह्मणेतर चळवळीचे संरक्षण राष्ट्रसभेच्या कार्यात प्रवेश करताच संपण्याची शक्यता काहींना वाटू लागली. हा दुहेरी निष्ठेचा प्रश्न उपस्थित झाला. भास्करराव जाधव हे

संस्थानी वातावरणातील अधिकारी असल्याने काँग्रेसमध्ये सहभागी होऊन सरकारी रोषापेक्षा ब्राह्मणेतर चळवळीत आपण बरे अशी त्यांची भूमिका होती. जेधे-जवळकरांना काँग्रेसची अपरिहार्यता समजत होती. त्यांचा ओढा काँग्रेसकडे वाढत होता. याची अंतिम परिणती वादात होणार होती. ती वेळ लवकरच आली.

डॉ. आंबेडकरांची पाठराखण – जेधे-जवळकर कृतिशील कार्यकर्ते असल्याने त्यांनी स्पृश्यास्पृश्य प्रश्नांवर कायमच डॉ. बाबासाहेब आंबेडकरांच्या पक्षाची बाजू घेतली. डॉ. आंबेडकरांचे मोठेपण व नेतृत्व त्यांना मान्य होते. त्यामुळे महाडच्या चवदार तळ्याच्या सत्याग्रहाच्या संदर्भात जेधे-जवळकरांनी बाबासाहेबांना पत्र लिहून पाठिंबा दिला व महाडच्या परिषदेला दोघे गेले. मागून हक्क मिळत नसतील तर प्रसंगी त्यासाठी कायदा मोडला तरी चालेल अशी भूमिका महाडच्या सत्याग्रह परिषदेत दोघांनी घेतली. १९३१ च्या नाशिकच्या काळाराम मंदिरात अस्पृश्यांना प्रवेश मिळावा म्हणून झालेल्या सत्याग्रहात जवळकर सहभागी होते.

या सक्रिय कामांमुळे या दोघांची कीर्ती महाराष्ट्रात पसरू लागली. दोघे लोकप्रिय होऊ लागताच चळवळीतील जुन्या लोकांनी त्यांच्यावर टीका करण्यास एवढे दिवस न जाणवलेले आक्षेप घेण्यास सुरुवात केली. जेधे - जवळकरांच्या सहकाऱ्यांचे खच्चीकरण करण्यासाठी सनातनी पक्षाने कायद्याची कटकट त्यांच्या मागे लावली. त्यामुळे जवळकरांच्या लिखाणाशी आपला काही संबंध नाही, अशी भूमिका त्यांचे काही सहकारी होऊ लागले.

फाटाफूट – सारा देश सायमन कमिशनला 'गो बॅक सायमन' सांगत असताना महाराष्ट्रात गंगा उलटी वाहू लागली. ब्राह्मणेतर पक्षात सायमनला सहकार्य करावे, अशी भूमिका भास्करराव जाधव व जवळकरांनी घेतली. तर सायमनवर बहिष्कार टाकावा अशी भूमिका केशवराव जेधे, श्रीपतराव शिंदे यांनी घेतली. यातून मतभेद वाढू लागले. याच टप्प्यावर संयम राखण्याची उभय पक्षांनी तयारी दाखविली नाही. यातच जवळकरांनी 'कैवारी' पत्र सुरू करून 'जवळकर' पद्धतीप्रमाणे केशवराव जेधे यांच्यावर टीका केली. भास्करराव जाधवांनी पक्षाध्यक्ष या नात्याने १९२९ मध्ये इंग्लंडला पाठवायच्या शिष्टमंडळात जेधेंना डावलून जवळकरांना पाठविण्याचा निर्णय घेतला अन लढ्याला तोंड फुटले. आपणावर अन्याय होतो आहे याची वारंवार जाणीव केशवरावांना होऊ लागली.

सविनय कायदेभंग – काँग्रेसने १९३० साली कायदेभंगाची चळवळ सुरू करताच फुटीच्या उंबरठ्यावर उभ्या असलेल्या ब्राह्मणेतर चळवळीला आणखी एक धक्का बसला. काँग्रेसच्या बाजूला केशवरावांचा कल वेळोवेळी दिसतच होता. टिळक

पक्ष गलितगात्र झाल्यावर आपसात भांडण्यापेक्षा सर्वोच्च अशा राष्ट्रहिताला प्राधान्य देऊन काँग्रेसला समर्थन द्यावे अशी भूमिका केशवरावांनी घेतली. सविनय कायदेभंगाच्या चळवळीसाठी आपण 'फुले पथक' उभारणार अशी त्यांनी परस्परच घोषणा केली. जवळकरांचे मतपरिवर्तन झाले तेही या चळवळीला पाठिंबा देऊ लागले.

भास्करराव जाधव व त्यांचे निष्ठावंत मात्र आपल्या मूळ भूमिकेपासून हलायला तयार नव्हते. ज्या बहुजन समाजाच्या चळवळीचे ते स्वत:ला पुढारी मानीत होते त्या बहुजन समाजाच्या मनात काय चालले आहे याचा त्यांना पत्ताच नव्हता. चळवळींशिवाय राजकीय पक्ष जिवंत राहूच शकत नाही हे नेत्यांच्या वेळीच लक्षात न आल्याने चळवळीच्या विकासाला जे लोक उपयोगी ठरले तेच चळवळीला मारक ठरले. चळवळ हळूहळू थंडावत गेली.

गांधीजींची देशव्यापी चळवळ सुरू झाल्यावर स्वत:चा सवतासुभा मांडण्याचा प्रयत्न करणे म्हणजे भास्करराव जाधव यांच्यासारख्या नेत्याला बदलत्या काळाची पावले न ओळखता येण्यासारखेच होते. जेधे – जवळकरांकडे जो दृष्टिकोन होता तो सुद्धा जाधवांना पचवणे अवघड गेले त्यामुळे चळवळ हळूहळू कालबाह्य होत गेली.

चळवळीची त्रिमूर्ती

ब्राह्मणेतर चळवळ घडविण्यात भास्करराव जाधव, केशवराव जेधे, दिनकरराव जवळकर यांचा मोठा वाटा होता. त्यांच्या कार्याचा थोडक्यात आढावा घेऊयात.

भास्करराव जाधव – कोल्हापूरला नायब सरसुभे म्हणून कारकिर्दीची सुरुवात करणारे भास्कराव अत्यंत हुशार विद्यार्थी होते. कुलाबा जिल्ह्यातील नागाव येथे विठोजी व लक्ष्मीबाई यांचे पोटी हे पुत्ररत्न १७ जून १८६७ रोजी जन्मले. विविध ठिकाणी प्राथमिक शिक्षण झाल्यावर मुंबई इलाख्यात एलफिन्स्टन हायस्कूलमधून मॅट्रिकला ते सर्वप्रथम आले. मुंबईच्या विल्सन कॉलेजातून ते बी.ए. झाले यथावकाश एम.ए., एल.एल.बी. पदवी घेऊन राजर्षींच्या निमंत्रणामुळे ते कोल्हापूर संस्थानात दाखल झाले.

कोल्हापूर नगरपालिकेचे मुख्य अधिकारी म्हणून त्यांची कारकीर्द गाजली. नोकरीची २५ वर्ष त्यांनी संस्थानात पूर्ण केल्यावर ब्राह्मणेतर पक्षाचे ते संस्थापक अध्यक्ष झाले. पुढे ते मुंबई प्रांताचे शिक्षणमंत्री, शेतकी व अबकारी खात्याचे मंत्री झाले. दोन गोलमेज परिषदांना ते उपस्थित होते. आपल्या कारकिर्दीत त्यांनी कायमच बहुजन समाजाला उपयोगी पडणारी धोरणे आखली व विकासाला मदत केली. वेदोक्त प्रकरणात राजाचा अधिकार हाच अंतिम अधिकार असतो अशी तर्कशुध्द भूमिका त्यांनी घेतली होती. त्यामुळे सनातनी पक्षाचा त्यांच्यावर राग होताच.

म. फुलेंचा प्रभाव – भास्कररावांचे वैयक्तिक जीवनात म.फुले यांचा विशेष प्रभाव दिसून येतो. म.फुले यांनी पुरोहितवर्गाचे वर्चस्व नाकारून मध्यस्थ अमान्य केले

याच धर्तीवर सामान्य माणसाची फसवणूक होऊ नये, प्रत्येकाला घरच्या घरी धार्मिक विधी करता यावेत म्हणून भास्कररावांनी शाहू महाराजांच्या प्रेरणेने घरचा पुरोहित नावाचे पुस्तक लिहिले.

सत्यशोधक समाजाचा व नंतर ब्राह्मणेतर चळवळीचा प्रसार करण्यासाठी त्यांनी सारा महाराष्ट्र पिंजून काढला. सातार्‍याला चळवळीचे मुख्य केंद्र बनवून त्यांनी सातार्‍याचे प्रतिनिधित्व दोन वेळा कायदेमंडळात केले. म.फुले यांचे सच्चे अनुयायी असल्यामुळे त्यांनी राजर्षी शाहू निर्मित क्षेत्रजगत्‌गुरू सदाशिव लक्ष्मण पाटील-बेनाडीकर यांस वंदन करण्यास नकार दिला. ब्राह्मणेतर चळवळीत प्रभावी कार्य केले. 'रामायणावर नवा प्रकाश' हे त्यांचे पुस्तक खूप गाजले. 'कोल्हापूर अर्बन को-ऑपरेटिव्ह सोसायटी लिमिटेड' स्थापून लोकांस कमी व्याजदरात कर्जे मिळवून देण्याची सोय केली. स्वकर्तृत्वाने त्यांनी त्यांच्या काळावर ठसा उमटविला.

दिनकरराव शंकरराव जवळकर - चोराची आळंदी (पुणे जिल्हा) येथे दिनकररावांचा जन्म (१८९८) झाला. बालपणी पितृत्व हरपल्याने शिक्षण आजोळी पुण्याला झाले. पुण्यात लहानाचे मोठे झाल्याने त्या वातावरणाचा प्रभाव आणि संस्कार त्यांच्या मनावर उमटला. आंतरजातीय विवाहांचा पुरस्कार करणार्‍या पटेल विधेयकाला पाठिंबा देण्यासाठी त्यांनी 'प्रणयप्रभाव' नाटक लिहिले. त्याच्यावर बंदी आली.

कोल्हापुरात राजर्षी शाहूंनी जवळकरांना 'तरुण मराठा' वृत्तपत्र काढायला मदत केली. औंध संस्थानिकांच्या तक्रारीवरून त्यांस कोल्हापूर सोडून पुण्याला यावे लागले. पुण्यात परतल्यावर त्यांच्या कारकिर्दीने सर्वोच्च बिंदू गाठला. छत्रपती मेळे, फुले पुतळा प्रकरण, देशाचे दुष्मन, कैवारी वृत्तपत्र , इंग्लंड दौरा, मुंबईत बंदी हुकूम मोडून भाषण केले म्हणून तुरूंगवास या गोष्टी खूप वेगाने त्यांच्या आयुष्यात घडल्या.

जवळकरांनी जेधे यांच्या मदतीने छत्रपती मेळा, शिवछत्रपती स्मारक वाद, म.फुले पुतळा वाद देशाचे दुष्मन पुस्तकावस्था वाद हिरीरीने लढवला. त्यांच्या पुस्तकांची नावे सुद्धा अचाट असत. 'मर्द हो ! नाके कापून घ्या !' हे असेच एक उदाहरण-डॉ. आंबेडकरांना सक्रिय पाठिंबा देऊन त्यांनी कार्य केले.

आयुष्याच्या शेवटच्या कालखंडात त्यांनी शास्त्रीय समाजवादाचा पुरस्कार केला. त्यासाठी 'क्रांतीचे रणशिंग' ग्रंथ लिहिला. शेतकर्‍यांचे स्वराज्य यावे ही त्यांची मनीषा होती. ३ मे १९३२ रोजी त्यांचा मृत्यू झाला.

केशवराव जेधे - केशवरावांना इतिहासप्रसिद्ध कान्होजी जेधे यांचा वारसा लाभला होता. केशवरावांचे वडील मारुतीराव जेधे भांड्यांच्या कारखान्याचे मालक होते. या घराण्याने 'जेधे मॅन्शन' ला सामाजिक कार्यकर्त्यांचे हक्काचे आश्रयस्थान

मिळवून दिले. फर्गसन मधून इंटरपर्यंतचे शिक्षण झाल्यावर सामाजिक-राजकीय कार्याकडे त्यांचा ओढा होता. तरुण वयातच त्यांनी जवळकरांच्या सहकार्याने ब्राह्मणेतर चळवळीत भाग घेतला. शिवछत्रपतींच्या स्मारकाचा प्रश्न सुटावा म्हणून 'श्री शिवस्मारक' साप्ताहिक त्यांनी सुरू केले. छत्रपती मेळा, पुणे नगरपालिकेचे सभासद असता पिण्याच्या पाण्याची सोय सर्वांस उपलब्ध व्हावी, फुले पुतळा, देशाचे दुष्मन पुस्तक, सायमन कमिशनवर बहिष्कार, सविनय कायदेभंग चळवळीत सहभाग, तुरुंगवास, निवडणुका या गोष्टी केशवरावांच्या आयुष्यातील महत्त्वाचे टप्पे होत. राष्ट्रीय चळवळीला पूर्णपणे मदत करण्यासाठी ते काँग्रेसमधे गेले आणि ब्राह्मणेतर पक्षाचा अवतार संपला.

१९३७ च्या निवडणुकीत महाराष्ट्रात काँग्रेसला यश मिळाले त्याचे कारण जेधे होते. ते त्याच वेळी महाराष्ट्र काँग्रेसचे बिनविरोध अध्यक्ष झाले. ४६ साली ते पुनः अध्यक्ष झाले. स्वातंत्र्य दृष्टिपथात आले होते. काँग्रेसमधील उच्चवर्गीय नेत्यांना केशवराव अडचणीचे वाटल्याने त्यांना निर्णय प्रक्रियेतून वगळण्यात येऊ लागले. खेर मंत्रिमंडळाच्या बहुजनहित विरोधी धोरणांस केशवराव प्राणपणाने विरोध करू लागले. त्यामुळे त्यांनी समविचारीमित्रांच्या सहकार्याने काँग्रेसमध्येच 'शेतकरी कामगार संघ' स्थापन केला. पुढे काँग्रेसचा त्याग करून 'शेतकरी कामगार पक्ष (शे.का.प) स्थापला. त्यात फूट पडून क्रांतीसिंह नाना पाटील व दत्ता देशमुख बाहेर पडले त्यांनी कामगार किसान पक्ष स्थापला. शंकरराव मोरे यांच्याशी वितुष्ट आल्याने संस्थापकच १५ ऑगस्ट १९५४ ला काँग्रेस पक्षात परतले. पुढे संयुक्त महाराष्ट्र चळवळीला त्यांनी पाठिंबा दिला. गोमंतक मुक्ती लढ्याला सक्रिय मदत केली. १२ नोव्हेंबर १९५९ रोजी या निरलस कार्यकर्त्याचे निधन झाले.

दलित चळवळ उर्फ मानवमुक्तीची चळवळ

महाराष्ट्राच्या सामाजिक इतिहासातील ही चळवळ म्हणजे मैलाचा दगड होय. परंपरेने नाकारलेले हक्क, माणसाला माणूस म्हणून जगण्याचे हक्क देणारी चळवळ, आत्मभान देणारी चळवळ म्हणून या चळवळीकडे पाहावे लागेल. 'गुलामाला त्याच्या गुलामगिरीची जाणीव करून द्या म्हणजे मग तो बंड करून उठेल' असे गर्जणारी ही चळवळ होय. या चळवळीनेच राजकीय पक्ष, साहित्य, पत्रकारिता, समाजकारण या क्षेत्रात स्वतःचा ठसा उमटविला म्हणून महाराष्ट्राच्या इतिहासातील ही चळवळ जन्माला आल्यापासून आजतागायत कमी अधिक प्रमाणात चालू आहे. दलित म्हणजे दबला गेलेला, समाज ज्याच्या डोक्यावर पाय ठेवून उभा आहे असा, शोषला गेलेला, स्वतःचा आवाज वा मान नसणारा, ज्याला कोणत्याच प्रकारची

इच्छा, आकांक्षा वा स्वाभिमान नाही असा पायाखालचा दगड. अधिकारांची मागणी न करता त्याने फक्त कर्तव्य बजावायचे ते फक्त त्रैवर्णिकांच्या सेवेचे. यामुळे अशा आत्मविस्मृत समाजाला, चेहरा नसलेल्या समाजाला, विखुरलेल्या जाती-जमातींना एकत्र आणण्याचे कार्य कोणी केले असेल तर ते डॉ. बाबासाहेब आंबेडकर आणि त्यांच्या अनुयायांनी. चैतन्य हरविलेल्या समाजात चैतन्य ओतण्याचे आणि या निद्रिस्त समाजाला गदागदा हलविण्याचे काम त्यांनी केले. ती चळवळ म्हणजे दलित चळवळ. या चळवळीचे सर्वात महत्त्वाचे यश म्हणजे या चळवळीने लोकांची मानसिकता बदलली माणसांची माणूस म्हणून नोंद घ्यायला लावली.

कृतिशील क्रांतिकारक समाजहितैषी म.फुले यांचे कार्य

डॉ. बाबासाहेब आंबेडकर आणि राजर्षी शाहू यांच्या अगोदर दलित चळवळ हे नाव न वापरता सर्वप्रथम ही मानवमुक्तीची चळवळ भारतात कोणी सुरू केली असेल तर ती महात्मा फुले यांनी. म. फुले यांच्या अगोदरचे समाजसुधारक बोलके सुधारक होते. लोकांनी करावयाच्या गोष्टी ते सांगत असत. स्वतः काहीच करत नसत. प्रत्यक्ष सुधारणेच्या रणक्षेत्रात जाण्याची वेळ आली तेव्हा त्यांनी पळ काढला. महात्मा फुले त्याला अपवाद होते.

पुण्यात कार्य : तत्कालिन पुणे शहर म्हणजे सनातन्यांचा अड्डा होते. पेशवाई येथेच फुलली व संपुष्टात आली. त्यामुळे इंग्रजांचे राज्य येथे आले तरी काही लोक मनाने पेशवाईतच होते. बदलत्या वातावरणाशी जुळवून घेणे त्यांना अवघडच होते. अशा काळात पुण्यात म. फुले यांनी आपल्या कार्याची मुहूर्तमेढ रोवली. दलित चळवळीच्या संदर्भात आपणास असे म्हणता येईल, की जोतीराव रचला पाया। बाबासाहेब झालासे कळस. म. फुले यांनी शिक्षणातून स्वत्वाचे भान असणारी पिढी तयार केली. स्वतःच्या घरातील विहीर सर्वांसाठी खुली करणे याला त्या काळात फार मोठे धाडस लागत होते. तेही त्यांनी केले. तन-मन-धन अर्पून त्यांनी चळवळीची पायाभरणी केली.

म. फुले यांच्या नंतर महत्त्वाचे कार्य 'डिप्रेस्ड क्लासेस मिशन सोसायटी ऑफ इंडियाच्या' माध्यमातून महर्षी विठ्ठल रामजी शिंदे यांनी केले. राजर्षी शाहू महाराजांनी संस्थानाधिपतींच्या भूमिकेतून म. फुले यांचे कार्य पुढे नेले. अस्पृश्यांसाठी शिक्षणाची सोय, वसतिगृहाची सोय, सरकारी नोकऱ्यांत आरक्षण, अस्पृश्यांच्या खान-पान व्यवसायांना मदत, अत्यंत हुशार विद्यार्थ्यांना शिष्यवृत्ती, डॉ. बाबासाहेब आंबेडकरांना मदत, परदेशात जाण्यासाठी विद्यार्थ्यांना मदत, जातीकडे न बघता गुणांना प्राधान्य या गोष्टी शाहू महाराजांच्या मनाचा मोठेपणा दर्शविणाऱ्या होत्या.

तत्कालिन महाराष्ट्रातच नव्हे तर भारतातही असा संस्थानिक विरळाच! माणगाव, दिल्ली येथील अस्पृश्य परिषदांना ते हजर होते. डॉ. आंबेडकरांमधील नेतृत्व गुण व हुशारी ओळखून ते म्हणाले, तुम्हाला तुमचा नेता मिळाला आहे. दलित चळवळीचे नेतृत्व भावी काळात आंबेडकरच करणार हे त्यांनी दूरदृष्टीने ओळखले होते.

गोपाळबाबा वलंगकर यांनीसुद्धा निवृत्तीनंतर अस्पृश्यांसाठी कार्य करायला सुरुवात केली. लोकजागृती, धर्मातील दोष दूर करणे यासाठी त्यांनी रत्नागिरीत अनार्य दोष परिहारक मंडळी संस्था काढली. रत्नागिरीनंतर पुण्याला त्यांनी अस्पृश्यांची परिषद भरवून पुढील ठराव केला. सरकारने मागासवर्गीयांसाठी शाळा सुरू कराव्यात, धर्मशाळा काढाव्यात त्यांना व्यापार करण्यास प्रोत्साहन व साह्य करावे आणि सरकारी नोकरीत प्रवेश द्यावा.

विटाळ विध्वंसन पुस्तिकेच्या आधारे हिंदू धर्माच्या धर्मग्रंथांतील खोटेपणा त्यांनी उघड केला. धर्मातील भ्रामक समजूती, अन्याय, दांभिकता यांना त्यांनी कायम विरोध केला. लष्करात शूर महारांना भरती करून घेण्याचे आवाहनही त्यांनी केले होते. लढवय्या असणाऱ्या महारांना लष्करापासून दूर ठेवणे हा त्यांच्यावर अन्याय आहे, असेही त्यांनी सरकारला बजावले.

याच कालखंडातील आणखी एक महत्त्वाचे कार्यकर्ते म्हणून शिवराम जानबा कांबळे यांचे नाव घ्यावे लागेल. सोमवंशीय मित्र या स्वतःच्या पत्राच्या माध्यमातून त्यांनी अस्पृश्य-समाजाच्या प्रश्नांना वाचा फोडली. हक्काचे व्यासपीठ निर्माण करून दिले. सासवडच्या अस्पृश्य परिषदेस ५१ गावातून लोक आले होते. लढवय्या अस्पृश्यांना लष्करात व पोलिसांत प्रवेश द्यावा असे आग्रही मागणे त्यांनी मांडले.

मध्यप्रांत विदर्भात किसन फागूजी बनसोडे व त्यांची सुशिक्षित पत्नी तुळसाबाई बनसोडे यांनी कंपोझिंगचे शिक्षण घेऊन स्वतःचा शिळाछापाचा छापखाना टाकला. संत चोखामेळा कला शाळा व वसतिगृहे स्थापून अस्पृश्योद्धाराचे कार्य सुरू केले.

डॉ. आंबेडकरांचे कार्य : डॉ. आंबेडकर पूर्व कालखंडात म. फुले व अन्य काही कार्यकर्ते वगळता अन्य लोकांचा दलित चळवळीकडे वा दलित प्रश्नांकडे बघण्याचा दृष्टिकोन दयेचा वा सहानुभूतीचा असे. दलित समाजाची खरीखुरी गरज काय यापेक्षा मी काय कार्य करू शकतो ते महत्त्वाचे. या परिस्थितीत पालट घडवून आणण्याचे काम डॉ. आंबेडकरांनी केले. दलित चळवळीत आयते वा उसने नेतृत्व आणण्यापेक्षा चळवळीतून नेतृत्व फुलावे यावर भर दिला. दलितांच्या प्रचंड सहभागाशिवाय चळवळ यशस्वी होणार नाही याची खूणगाठ मनाशी बांधूनच त्यांनी दलितांमध्ये आत्मविश्वास निर्माण केला. स्वसामर्थ्याची ओळख करून दिल्याशिवाय

आपला बांधव जागा होणार नाही याची पक्की खात्री त्यांना होती.

बालपणापासून बाबासाहेबांना ज्या अन्यायाला तोंड द्यावे लागले त्या अन्यायाला त्यांनी पाठ दाखविली नाही, उलट त्यावर मात केली. अडचणींचे पहाड फोडून ते पुढे गेले. शिक्षणाचे सामर्थ्य त्यांच्या लक्षात आलेले असल्याने त्यांनी आपल्या क्षेत्रातील सर्वोच्च शिक्षण घेतले. आपली स्वत:ची नवी ओळख करून देण्यास शिक्षणाशिवाय तरणोपाय नाही हे त्यांनी स्वत:च्या उदाहरणातून कार्यकर्त्यांना दाखवून दिले. आपण जोपर्यंत आपल्यातील न्यूनगंडावर मात करीत नाही तोपर्यंत आपले अपंगत्व दूर होणार नाही याची खूणगाठ त्यांनी मनाशी बांधली. त्यामुळे आपणही माणसांसारखेच माणूस आहोत ही जाणीव त्यांनी समाज बांधवांत निर्माण केली.

प्राप्तकाळ हा विशाल भूधर : मागील भूतकाळात काय झाले हे विसरून भविष्याचा वेध घेण्याची ताकद त्यांनी अनुयायांत निर्माण केली. आपणास भूतकाळात जगायचे नसून प्राप्तकाळ हाच आपणासाठी महत्त्वाचा आहे, याची स्पष्ट आखणी आंबेडकरांनी केली म्हणूनच पाय मातीत घट्ट ठेवून त्यांनी प्रश्नांचा मुकाबला केला. इतरांच्या दयेवर किंवा सहानुभुतीवर आम्ही आता जगणार नाही तर आमचे हक्क आम्हाला मिळालेच पाहिजेत अशी सिंहगर्जना बाबासाहेबांनी केली. अधिकार आणि हक्क मागून मिळत नसतात तर ते संघर्ष करूनच मिळवावे लागतात हा आत्मविश्वास त्यांनी सहकाऱ्यांत निर्माण केला.

जो स्वयेची कष्टत गेला तोची भला : बाबासाहेब कर्ते पुढारी असल्यामुळे त्यांचा प्रत्यक्ष कृतिकार्यक्रमांवर भर होता. खरा पुढारी आपल्या अनुयायांपेक्षा केवळ दोन पाऊले पुढे असतो असेच वर्तन बाबासाहेबांचे होते. 'अत्त दीप भव' (स्वत:च स्वत:चा प्रकाश हो) या बुद्धवाणीप्रमाणे बाबासाहेबांनी सर्वत्र फिरून संघटना बांधण्यास सुरुवात केली. आपल्या अनुयायांना मार्गदर्शन करताना त्यांची भूमिका 'मऊ मेणाहूनी आम्ही विष्णुदास। प्रसंगी वज्रासही भेदू ऐसे' अशी लोकशिक्षकाची होती. त्यामुळे समाजबांधवांच्या सभेत त्यांना ओंजारणे, गोंजारणे,फटकारणे, प्रसंगी कडू बोल ऐकविणे या गोष्टी बाबासाहेब नि:संकोच करीत असत. त्याग, स्वाभिमान, नव्याची कास, स्वविकास शिक्षण या पंचसूत्रीवर त्यांचा भर असे.

आंबेडकरी पत्रकारिता : आंबेडकरांनी दलितचळवळीला संघटित करण्यासाठी पत्रकारितेचे अस्त्र वापरले. या संदर्भात त्यांच्या डोळ्यांसमोर पूर्वीचे प्रयत्न होतेच. २४ सप्टेंबर १८७७ ला 'दीनबंधू' या कृष्णराव भालेकरांच्या पत्राने ग्रामीण पत्रकारिता पुढे आणली. म.फुले यांच्या विचारांचा वारसा चालविला. हाच विचारांचा

धागा 'दीनमित्र'च्या रूपाने मुकुंदराव पाटलांनी पुढे नेला.म.फुले यांच्या सत्यशोधक समाजापासून प्रेरणा घेऊनच महाराष्ट्रात शेतकऱ्यांचा कैवारी, अंबालहारी, विजयी मराठा, ब्राह्मणेतर, पुढारी, समता या पत्रांनी बहुजनसमाजाला शहाणे करण्याचे व्रत घेतले. या सगळ्यांमधे दलित पत्रकारितेची मुलुखमैदान तोफ म्हणजे 'मूकनायक' 'बहिष्कृत भारत.' डॉ. आंबेकरांच्या वृत्तपत्रांची नावे अत्यंत अर्थपूर्ण आहेत. त्यांचा नायक 'मूक' आहे, त्याला स्वत:चा आवाज नाही. 'गुलामांना गुलामगिरीची जाणीव झाली पाहिजे. म्हणजे मग ते आपोआप बंड करतील' हाच मध्यवर्ती विचार त्यांनी मांडला. 'स्वातंत्र्य, समता, बंधुता आणि न्याय' या चतु:सुत्रीचा त्यांनी पुरस्कार आपल्या पत्रकारितेतून केला. सामाजिक परिवर्तनातून प्रगत समाज घडविण्याचे आव्हान त्यांनी आपल्या पत्रकारितेतून पेलले.

'मूकनायक' पत्र सुरू करण्यास डॉ. आंबेडकरांना जननायक राजर्षी शाहूंनी मदत केली होती. पत्रकारिता लोककल्याणासाठी प्रभावीपणे वापरता येऊ शकते. याची महाराष्ट्रातील गौरवशाली परंपरा डॉ. आंबेडकरांनी आपल्या वृत्तपत्रांद्वारे पुढे नेली. 'लोकहितं मम करणीयम्' या तत्त्वाला ते कायमच जागले.

महाडच्या चवदार तळ्याचा सत्याग्रह

दलित चळवळीला निर्णायक वळण देणारी आणि डॉ. आंबेडकरांप्रमाणेच दादासाहेब गायकवाडांच्या नेतृत्वाची कसोटी बघणारी घटना म्हणजे महाडच्या चवदार तळ्याचा सत्याग्रह. विसाव्या शतकातील तिसऱ्या दशकात या देशातील लोकांना पाणी पिण्याच्या हक्कासाठी आंदोलन करावे लागते हे या देशाचे दुर्दैव होय. १९२७ मधे कुलाबा जिल्हा बहिष्कृत परिषद भरली तेव्हापासून महाडचा पाणी प्रश्न चर्चेत येऊ लागला. प्रांतिक कायदेमंडळातील ठरावाप्रमाणे अस्पृश्यांचा पाणी पिण्याचा, भरण्याचा हक्क दाखविण्यासाठी २० मार्च १९२७ रोजी 'महाडचा धर्मसंगर' झाला. या निमित्ताने आंबेडकरांचे नेतृत्व व दादासाहेबांचे संघटन कौशल्य यांवर शिक्का-मोर्तब झाले. दादासाहेब गायकवाडांनी नाशकातून कार्यकर्त्यांचा फौजफाटा गोळा केला. येथपासून पुढे त्यांनी बाबासाहेबांचा उजवा हात म्हणून भूमिका बजावायला सुरुवात केली ती अखेरपर्यंत. २० मार्च १९२७ रोजी बाबासाहेबांनी स्वत: पाणी प्याले तरी प्रश्न सुटला नव्हता. म्हणून २५-२६ डिसेंबरला चवदार तळ्याच्या सत्याग्रहाची घोषणा करण्यात आली. २५ डिसेंबरला 'मनुस्मृती' चे दहन करण्यात आले.

मनुस्मृतीचे दहन – डॉ. बाबासाहेब आंबेडकरांसारख्या 'विराट ज्ञानी माणसाने मनुस्मृतीचे दहन का केले ? असा प्रश्न अनेकांना पडू शकतो. याचे चांगले उत्तर केशवसुतांनी दिले आहे. 'जुने जाऊ द्या मरणालागूनी, जाळूनी किंवा पुरूनी टाका.'

ज्या धर्मग्रंथाच्या आधारे समाजातील फार मोठ्या वर्गाचे शोषण करण्यात आले. माणसांना माणूसपण नाकारण्याचे बळ ज्या ग्रंथाने दिले त्याची स्मृतीसुध्दा नव्या युगात नको म्हणून बाबासाहेबांनी मनुस्मृतीचे दहन केले. या कृतीद्वारे आपण बंडखोरी करण्यात मागे नाही आणि जे जे अन्यायी, शोषक असेल त्यांना आपण काय किंमत देतो हे दाखवून देण्याच्या प्रयत्नात बाबासाहेब यशस्वी झाले. परंपरेने लादलेल्या गुलामगिरीचा असा शेवट करण्यात आला.

मंदिरप्रवेशाचे लढे

डॉ.बाबासाहेब आंबेडकरांचे वैयक्तिक मत मंदिरप्रवेशांच्या लढ्यास अनुकूल नव्हते. मात्र सामूहिक चळवळ व कार्यकर्त्यांची इच्छा म्हणून ते या लढ्यात उतरले. मंदिर प्रवेशाच्या लढ्याने फारसे काही साध्य होणार नाही याची त्यांना पूर्ण जाणीव होती. त्यामुळे या लढ्यांकडे त्यांनी चळवळीच्या प्रवासातील एक टप्पा एवढ्याच दृष्टिकोनातून पाहिले. पुण्यातील पर्वती मंदिर, नाशिकचा काळाराम मंदिर, अमरावतीचे अंबाबाई मंदिर येथे लढे देण्यात आले. बाबासाहेबांच्या कायदेशीर मुद्याला कोणाकडेच उत्तर नव्हते तो मुद्दा म्हणजे सरकारी अनुदानातून चालविल्या जाणाऱ्या मंदिरात सर्वांना प्रवेश द्यायलाच हवा, कारण सरकारी अनुदान हे सार्वजनिक करांमधून येते. या बिनतोड युक्तिवादापुढे कोणालाच उत्तर देता येत नव्हते. दादासाहेब गायकवाडांनी नाशिकचा काळाराम मंदिराचा लढा लढविला. अनेक टक्के-टोणपे खात मंदिर प्रवेशाचा लढा सतत गाजत राहिला. पुढे सर्वांनाच मंदिर प्रवेशाचा हक्क मिळाला आणि हा प्रश्न सुटला.

पुणे करार - डॉ. बाबासाहेब आंबेडकर आणि म.गांधी यांच्यातील हा करार देशभर गाजला. अस्पृश्यांसाठी राखीव मतदारसंघ देण्याची घोषणा इंग्लंडचे पंतप्रधान रॅम्से मॅक्डोनल्ड यांनी केली. डॉ. आंबेडकर दोन गोलमेज परिषदांना उपस्थित होते तेथे त्यांनी अस्पृश्यांचे प्रतिनिधित्व केले व स्वतंत्र मतदारसंघांची रचना हा एक तोडगा मांडला. मॅक्डोनाल्ड यांनी राखीव मतदारसंघाची घोषणा करताच म.गांधी यांनी त्याविरुद्ध उपोषण सुरू केले. म.गांधीचे प्राण संकटात आलेले पाहून डॉ. आंबेडकरांनी दोन पावले माघार घेतली व 'पुणे करार' करून स्वतंत्र मतदारसंघाची मागणी मागे घेतली.

राजकीय पक्ष – बाबासाहेबांनी अस्पृश्य समाजाच्या आकांक्षा पूर्ण करण्यासाठी 'स्वतंत्र मजूर पक्ष' स्थापन केला. पक्षाच्या नावात मजुरांचा समावेश करणारा हा भारतातील पहिलाच पक्ष. त्यावरून बाबासाहेबांनी भूमिका आपल्या लक्षात येऊ शकते. या पक्षात केवळ मजूर, अस्पृश्य यांच्याच हिताचा विचार नव्हता तर सर्वांच्याच हिताचा

विचार करण्यात आला होता. मजूर, शेतकरी, अस्पृश्य, शहरातील गरीब वर्ग, कुळे, छोटे शेतकरी, भूमिहीन अशा सर्वांना या पक्षाच्या रचनेत सामावून घेण्याचा प्रयत्न करण्यात आला होता. यातूनच त्यांना 'शेड्युल्ड कास्ट्स फेडरेशन' पक्षाची कल्पना सुचली. अशा रीतीने शैक्षणिक, आर्थिक, सामाजिक, राजकीय अशा सर्वच क्षेत्रात बाबासाहेबांनी स्वत:च्या कार्याचा ठसा उमटविला. आपण हिंदू धर्मात जन्माला आलो तरी त्या धर्मात मरणार नाही हे येवला परिषदेत सांगितल्याप्रमाणे त्यांनी आपल्या अनुयायांसह बौद्ध धर्मात प्रवेश केला. त्यांच्या लाखो अनुयायांनीसुद्धा त्यांच्याबरोबर बौद्ध धर्म स्वीकारला. पुढे ६ डिसेंबर १९५६ ला त्यांचे महानिर्वाण झाले.

आंबेडकरांनी चळवळीची व्यापक पायावर उभारणी केलेली असल्याने चळवळ त्यांच्या हयातीत विकसित होत गेली होती. त्यांच्या निधनानंतर बाबासाहेबांइतकी मान्यता असणारा पुढारी या चळवळीत नव्हता. संयुक्त महाराष्ट्राच्या चळवळीला बाबासाहेबांचा सुरुवातीला तात्त्विक विरोध होता. नंतर मात्र त्यांनी पाठिंबा दिला. 'शेड्युल्ड कास्ट फेडरेशन' पक्षाने या मागणीला सक्रीय पाठिंबा दिला. संयुक्त महाराष्ट्र समितीचा घटक पक्ष म्हणून लढवलेल्या निवडणुकात या चळवळीला चांगली मते मिळाली. सामान्य जनतेच्या पाठिंब्यांचे रूपांतर मतपेटीत करण्यात दादासाहेब गायकवाड, आर.डी. भंडारे, बी.सी.कांबळे, खोब्रागडे यांनी यश मिळविले. संयुक्त महाराष्ट्राच्या चळवळीत जी एकी, एकदिलाने काम करण्याची प्रवृत्ती दिसून आली ती पुढे लुप्त झाली. डॉ. आंबेडकरांच्या कल्पनेत 'शेड्युल्ड कास्टस् फेडरेशन'चे रूपांतर रिपब्लिकन पक्षात करण्याची योजना होती मात्र ती त्यांच्या हयातीत अस्तित्वात येऊ शकली नाही.

बाबासाहेबानंतर या चळवळीत सामील झालेल्या नेत्यांसमोर नवी आव्हाने उभी राहिली. स्वतंत्र भारतातील राजकीय-सामाजिक परिस्थिती झपाट्याने बदलत चालली होती. दलित चळवळीतील नेत्यांची आणि प्रत्येक जातीची राजकीय अस्मिता तयार होऊ लागली. 'जो तो बुद्धीचे सांगतो' अशी नेत्यांची अवस्था झाली. ऐकणारा कोणी नाही त्यामुळे पुढे पक्षफुटीची लागण झाली. बी.सी.कांबळे यांनी 'दुरुस्त रिपब्लिकन पक्ष' स्थापून स्वत:चा सवतासुभा निर्माण केला.

सत्ताकांक्षा – सत्तेची प्राप्ती माणसाला अधिकाधिक सत्ताधीश होण्यास भाग पाडते. या न्यायानुसार दलित चळवळीचे अग्रणी अधिकाधिक सत्तेच्या मागे लागले. डॉ.बाबासाहेबांसारखे अफाट कष्ट घेऊन, चळवळीची बांधणी करून पुढे जाण्यापेक्षा काँग्रेसच्या वळचणीला जाऊन सत्ता मिळविणे अधिक सोपे होते. त्यामुळे डॉ.बाबासाहेबांचा सत्ताधारी व्हा हा संदेश त्यांच्या अनुयायांनी वेगळ्या अर्थाने आचरणात

आणला. सत्ता आणि स्वार्थ यांच्या कक्षेत नेते फिरू लागले.

१९६० नंतर परिस्थितीत आमूलाग्र फरक पडू लागला. महाराष्ट्रासारख्या तुलनेने प्रगत राज्यात दलित समाजावर अन्याय होऊ लागला. बहिष्कार, अस्पृश्यता पाळणे, त्यांना त्रास देणे, धिंड काढणे, बेअब्रू करणे अशा प्रकारच्या घटना घडू लागल्या. महाराष्ट्रातील जाती-जातींमधील तणाव वाढत चालले होते. नव सुशिक्षित वर्ग पारंपरिक कामांना नकार देऊ लागला. वेठबिगार, मैलकुली, मजुरी यांच्या विरोधात वातावरण तयार होऊ लागले. याच काळात दलित चळवळीची सत्वपरीक्षा झाली कारण त्यांच्या पाठीशी कोणीच नव्हते. ऐक्याच्या अभावी चळवळ संपुष्टात येण्याचा धोका निर्माण झाला. भूमिहीन मजुरांचा प्रश्न अधिकच बिकट बनला. रोजगार, वेतन या गोष्टी शेतजमिनींवर काम करणाऱ्यांना मिळत नव्हत्या. त्यामुळे दादासाहेब गायकवाड यांनी हा प्रश्न हाती घेऊन आंदोलन सुरू केले. 'कसेल त्यांची जमीन' ही घोषणा महाराष्ट्रात जोरदार दिली जात असताना लोक तिचा उत्तरार्ध विसरले होते. त्यामुळे ज्याच्याकडे जमीन नाही त्याने काय करायचे? १९६४ मधे दादासाहेबांनी आपल्या नेतृत्वाने सारा महाराष्ट्र जागविला व संसदेवर विराट मोर्चा नेला. दलित आणि भूमिहीनांच्या या संघर्षाला साथ मिळाली ती क्रांतिसिंह नाना पाटलांची. यामुळे महाराष्ट्रात काही काळ वातावरणाचा नूर पालटला. मात्र कालांतराने परिस्थिती जैसे थे !

दलित पँथर – सर्वत्र निराशा झाकोळून आलेल्या या कालखंडात दलित पँथरची स्थापना ही घटना आशेचा किरण होय. भारताची परराष्ट्रांबरोबरची युद्धे, त्याचा ताण रेशनिंग व्यवस्थेवर पडला परिणामी महागाई वाढली. टंचाई सदृश वातावरण निर्माण झाले. गरिबी हटता हटत नव्हती. घोषणा मात्र सुरू होत्या.दलित चळवळीतील नेते व अनुयायी हतप्रभ झालेले. सारेचजण दुसरा कोणीतरी पुढाकार घेण्याची वाट पहात होते. अशातच दलित लेखकांनी कोंडी फोडली. मुंबईत दलित साहित्यिक व चळवळीतील कृतिशील कार्यकर्ते यांच्या मिलाफातून नवी लढाऊ संघटना ९ जुलै १९७२ रोजी अस्तित्वात आली. त्यांच्या संघटकांत नामदेव ढसाळ, राजा ढाले, ज. वि. पवार, अविनाश महालेकर, प्रल्हाद चेंदवणकर, भाई संगारे, अर्जुन डांगळे, रामदास सोरटे यांचा समावेश होता.

या तरुणांचा जुन्या व कचखाऊ नेतृत्वावर राग होता त्यामुळे त्यांनी विज्ञाननिष्ठ दृष्टिकोन, वर्गीय जाणीव, मानवतावाद यांच्या मदतीने राजकारण करायला सुरुवात केली. जुन्या नेत्यांनी जहाल कार्यकर्त्यांचे मवाळांत रूपांतर केल्याने चळवळीची पीछेहाट झाली होती. मतांचा जोगावा, राखीव जागा, स्वार्थ, फाटाफूट या चक्रातून दलित चळवळीला बाहेर काढण्याची गरज निर्माण झाली. दलित पँथरने सुरुवात तर अगदीच

जोरदार केली. महाराष्ट्राच्या समाजकारणात-राजकारणात मुसंडी मारली. अठरा अलुतेदार, बारा बलुतेदार, गावकुसाबाहेरचे असे सारे या नव्या चळवळीत सामील झाले. व्यक्तीला विरोध नाही तर वृत्तीला विरोध करणार, व्यवस्था बदलली पाहिजे, नव आर्थिक रचना अस्तित्वात आणण्यासाठी समाजात क्रांती घडवून आणणार अशी भूमिका या चळवळीने घेतली. त्यामुळे दलित चळवळीत पुन: उत्साहाचे वातावरण संचारले. १९७४ ची वरळी दंगल, सर्वसामान्यांच्या प्रश्नांना भिडण्याची ताकद, यामुळे पँथरला व्यापक पाठिंबा मिळू लागला.

पुन: एकदा चळवळीचे दुर्दैव आडवे आले. संस्थापकांमध्ये मतभेद सुरू झाले. साम्यवाद व आंबेडकरवाद यांचे एकत्रीकरण करणे ख्यातनाम कवी नामदेव ढसाळ यांना महत्त्वाचे वाटू लागले. राजा ढाले यांच्या मते आपण आंबेडकरवादाशी एकनिष्ठ राहावे यामुळे वाद वाढला. वैचारिक वादाबरोबरच नेता कोण? ह्या कळीचा प्रश्न बनला. सामूहिक नेतृत्वाची मानसिकता अद्यापही येथील समाजात नाही त्यामुळे दलित पँथरमध्ये कोठून येणार? जनतेला सांगण्यासाठी अनेक कारणे असतात. संस्थापक नेत्यांना सोयीची वाटतील तेवढीच कारणे पुढे करण्यात आली. १९७४ मध्ये चळवळीत ढाले गट व ढसाळ गट अशी फूट पडली. दोघांनीही आमचाच गट खरा अशी भूमिका घेतली. परंतु चळवळीचे सामर्थ्य संपुष्टात आले होते.

महाराष्ट्रातील 'स्त्री' विषयक सुधारणा विचार व घटनाक्रम

पार्श्वभूमी- बिटिश भारतात सत्ताधीश झाल्यावर त्यांच्या सुधारणावादी धोरणांचा परिणाम 'स्त्री' जीवनावर झाला. त्या अगोदर 'स्त्री' ला स्वतंत्र व्यक्ती म्हणून मान्यता आणि स्वतंत्र व्यक्तिमत्त्व हे पुरुषी सत्तेला मान्य होणे अवघडच होते. तुरळक अपवाद वगळता सर्वत्र कमी-जास्त प्रमाणात हेच चित्र होते. इंग्रजांनी मुलींसाठी शिक्षण सुरू केले. स्वतंत्र शिक्षणसंस्था आल्या, नवे विषय-नवे माध्यम आल्यानंतर स्त्रियांमध्ये जागृती होण्यास झाली. ब्रिटिशांनी सतीबंदी, बालविवाह बंदी याबरोबर विधवांना पुनर्विवाह करण्यास प्रोत्साहन देण्याचा प्रयत्न केला. य संदर्भात म. फुले यांचे कार्य आद्य आहे. म.फुले व सावित्रीबाई यांनी या कार्याला सुरुवात केल्यावर त्यांचेच कार्य पंडिता रमाबाई, बेहारामजी मलबारी, डॉ. आनंदीबाई, डॉ. रखमाबाई, ताराबाई शिंदे यांनी पुढे नेले.

इंग्रजी शिक्षण उर्फ वाघिणीचे दूध पिऊन गुरगुरणारी स्त्री स्वातंत्र्य चळवळीत सक्रिय बनू लागली. बाबाराव सावरकरांच्या पत्नी येसुबाई सावरकर व त्यांची 'आत्मनिष्ठ युवती' संस्था, भिकाइजी कामा, महात्मा गांधी यांच्या चळवळीत सामील झालेल्या स्त्रिया या स्वतंत्र व्यक्तिमत्त्वाचा अविष्कार घडवीत होत्या.'स्त्री' सुधारणा संदर्भात म.

फुले, बाळशास्त्री जांभेकर, लोकहितवादी, महर्षी कर्वे, महर्षी शिंदे, म. गांधी, डॉ. आंबेडकर, संत गाडगेबाबा यांचे कार्यही महाराष्ट्राच्या संदर्भात महत्त्वाचे आहे.

कायद्याच्या पातळीवर स्त्रीला मालमत्तेचा हक्क, स्त्री कामगार कायदे, स्त्री हिताची जपणूक या गोष्टी सुरू झाल्या. 'स्त्री'चे भावविश्व आणि कार्यविश्व बदलले. व नवभारताचे चित्र बदलले. त्याचा धावता आढावा आपण या भागात घेणार आहोत.

ब्रिटिश पूर्व काळ – येथील समाजात धर्म व रूढी महत्त्वाचे घटक होते. चौकटबद्ध जीवन, घट्ट जातिव्यवस्था, अपरिवर्तनीय विवाह संस्था व कुटुंब संस्था यांमुळे स्त्रियांच्या विकासावर खूपच मर्यादा आलेल्या होत्या. कुटुंब व्यवस्थेत पुरुष हाच प्रमुख असल्याने त्याच्या आज्ञेबाहेर कोणालाही जाता येत नसे. मनुस्मृतीत सांगितल्याप्रमाणे स्त्री विविध टप्प्यांवर पुरुषांवर अवलंबून असल्याने तिच्या मताची दखल कोणीच घेत नव्हते. भ्रूण हत्या, निरक्षरता, बालविवाह, विधवा पुनर्विवाह बंदी, जरठकुमारी विवाह, केशवपन, सती प्रथा, बहुपत्नीत्व या अष्टशृंखलांनी स्त्रीचे जीवन बंदीस्त झाले होते. मरणे सोपे पण जगणे अवघड अशी परिस्थिती स्त्रियांच्या वाट्याला आली होती.

ब्रिटिश–काळ– ब्रिटिशांचे आगमन येथे झाल्यावर राजकीय व आर्थिक क्षेत्रात त्यांनी सदैव स्व–हितालाच प्राधान्य दिले. आर्थिक हितसंबंध सुरक्षित राखण्यासाठी त्यांना ज्या गोष्टी अपरिहार्यपणे कराव्या लागल्या त्यामुळे काही विधायक बदल अप्रत्यक्षरीत्या येथे घडून आले. त्यात स्त्री–शिक्षण, वैचारिक जागृती, पाश्चात्त्य भाषा, आचार–विचार शैली, नवविचारांचे स्वागत व शास्त्रीय–दृष्टिकोनात झालेली वाढ यांचा समावेश होतो. वृत्तपत्रांच्या माध्यमातून येथील समाजात वैचारिक जागृती होण्यास सुरुवात झाली. भारतात ठिकठिकाणी शाळा स्थापाव्यात अशी शिफारस सर्व प्रथम ईस्ट इंडिया कंपनीतील सर चार्लस ग्रँड यांनी केली. विल्यम कॅरे यांनी बंगालमध्ये शिक्षणाचा 'श्री गणेशा' केला तर त्याचा वेलू गगनावरी राजा राममोहन रॉय यांनी नेला. १८१३ चा चार्टर अॅक्ट, १८५४ चा वुड डिस्पॅच, नंतर १८८२ च्या हंटर कमिशनने स्त्री शिक्षणाचा जोरदार आग्रह धरला. याचा अप्रत्यक्ष परिणाम येथील समाजसुधारकांवर झाला. स्त्रियांच्या अवनत–परिस्थितीवर शिक्षण हाच एकमेव उपाय असल्याचे त्यांनी ओळखले. त्यामुळे 'स्त्री' सुधारणा चळवळीस गती मिळाली. बंगाल प्रांतात बेन्टींगने १८१८ मध्ये सती बंदी कायदा केला तो देशभर पोहचवला. १८२९ उजाडले पण स्वेच्छेने सती जायला परवानगी होतीच. भारतात मुलींसाठी पहिली शाळा १८१० मध्ये ख्रिश्चन मिशनऱ्यांनी सुरू केली. तर भारतीय भाषेतील स्त्री शिक्षणावरील पहिले पुस्तक

बंगालीत गुरू मोहन विद्यालंकार यांनी १८१९ मध्ये लिहून फिमेल ज्युवेनाईल सोसायटीच्या माध्यमातून छापले. महाराष्ट्रात विशेषत: पुण्यात मुलींची शाळा म.फुले यांनी सुरू केली व सावित्रीबाई फुले या पहिल्या भारतीय शिक्षिका झाल्या. १८५६ मध्ये ईश्वरचंद्र विद्यासागर यांनी विधवा पुनर्विवाहाचा कायदा पास करवून घेतला. 'स्त्री' धनाच्या संदर्भात कायदेशीर सुधारणा सुरू झाल्या. 'स्त्री-पुरुष' समानतेचा विचार अद्याप बाल्यावस्थेत होता. म.फुले यांनी भ्रूण हत्या बालहत्या होऊ नये म्हणून विधवा व अविवाहित स्त्रियांसाठी आधारगृह सुरू केले. भारतातील ही क्रांतीकारी घटना होती. संमतीवयाच्या चळवळी संदर्भात बेहराम मलबारी यांचे कार्य महत्त्वाचे ठरले. १८६० मध्ये संमती वय १० वर्षांवर आले. याचबरोबर म.फुले यांच्या प्रयत्नातून व प्रोत्साहनांनी त्यांच्या कार्यकर्त्यांनी विशेषत: लोखंडे यांनी नाभिकांचा संप घडवून आणला.' यापुढे विधवांच्या डोक्याचे केस काढणार नाही' अशी शपथ त्यांनी घेतली.

महाराष्ट्रातील विविध प्रयत्न

महाराष्ट्रातील विविध समाजसुधारकांनी 'स्त्री' प्रश्नांच्या संदर्भात कार्य केले. आधुनिक महाराष्ट्राचे आद्य शिल्पकार आचार्य बाळशास्त्री जांभेकर यांनी विधवा विवाह, स्त्री शिक्षण, शिक्षण प्रसार, पुनर्विवाह पुरस्कार करणे अशी तत्कालीन समाजातील बंडखोरी वाटावी असे प्रयत्न केले. लोकहितवादी उर्फ गोपाळ हरी देशमुख यांनी 'पुनर्विवाहोत्तेजक मंडळी' संस्था स्थापून विधवा विवाहाचा पुरस्कार केला. विधवा पुनर्विवाहाला प्रोत्साहन देणाऱ्या दादोबा पांडुरंग तर्खडकर यांनी सामाजिक जागृती आणि ज्ञान प्रसारासाठी 'ज्ञान प्रसारक सभा' स्थापली. म. फुले व सावित्रीबाई हे कर्ते सुधारक असल्यामुळे ते विचार मांडून न थांबता त्यांनी मुलींसाठी शाळा सुरू करून प्रत्यक्ष कार्याला सुरुवात केली. विधवा पुनर्विवाह पुरस्कार, अनाथ बालकाश्रम सुरू करणे या गोष्टी त्यांच्यातील मोठेपणाच्या निदर्शक होत.

'स्त्री' सुधारणा चळवळींच्या कायद्यांचा मार्ग

पार्श्वभूमी - १९ व्या शतकाच्या सुरुवातीस 'स्त्री धन' वगळता स्वतंत्र मालमत्तेचा वारसाहक्क स्त्रीला नव्हता. तिच्या स्वकष्टार्जित मालमत्त्वेरही तिचा संपूर्ण अधिकार नव्हता. तिला दत्तक घेण्याचा अधिकार नव्हता. ती पुरुषांची राखीव मक्तेदारी होती. पत्नी हयात असताना पती दुसरे लग्न करू शकत असे. मात्र स्त्रीला तो अधिकार नव्हता. एवढेच नव्हे तर पती मेल्यावरही नव्हता. पुरुषांची या संदर्भातील भूमिका दुटप्पीपणाची होती. १८२९ मध्ये सती बंदी, बालविवाह कायदा आला तर १८५६ चा विधवा पुनर्विवाह कायदा, १८७२ चा नोंदणी विवाह कायदा (स्पेशल

मॅरेज ॲक्ट) १९३७ मध्ये हिंदु स्त्री मालमत्ता हक्क कायदा संमत झाला. १९४६ नंतर द्विभार्या प्रतिबंधक कायदे आले. १९५५ नंतर केंद्रीय हिंदू कायदा आला त्यात द्विभार्या प्रतिबंधक व घटस्फोट या कायद्यांचा समावेश होता.

विधवांच्या संदर्भातील कार्य

विधवांना अर्थसाह्य करण्यासाठी एल्फिन्स्टनने नेटीव्ह पेन्शन फंड सुरू केला. १८९१ मध्ये महाराष्ट्रात विधवांची संख्या पुढीलप्रमाणे होती.

वयोगट	विधवा
० ते ४ वर्षे	१३,८७८
५ते ९ वर्षे	६४,०४०
१० ते १२ वर्षे	८७,२६६

(संदर्भ -आधुनिक भारतातील स्त्री-जीवन; (लेखिका) प्रा. डॉ. सरला धारणकर- य.च.म.मु.विद्यापीठ पुस्तक तिसरे-पृ.१४)

महात्मा फुलेंच्या कार्यापासून प्रेरणा घेऊन पंढरपूर येथे प्रार्थना समाजाचे धुरीण लालशंकर उमिया शंकर यांनी बालहत्त्या प्रतिबंधक गृहाची स्थापन केली. त्याची शाखा लवकरच नाशिकला निघाली. त्याला लोकहितवादी, वि. मो. भिडे, का. म. थत्ते यांची मदत झाली. गर्भवती विधवेला गर्भपाताचे औषध न देता प्रसूतीसाठी गृहात आणून सोडणारास दहा रुपये बक्षीस देण्यात येई. या कार्यासंबंधीचे गैरसमज दूर करण्याचे प्रयत्न 'सुबोधपत्रिकेने' केले.

विधवा विवाहोत्तेजेक मंडळी

वर्धा येथे ३१ डिसेंबर १८९३ रोजी श्री.वा.वि परांजपे यांच्या घरच्या बैठकीत 'विधवा विवाहोत्तेजक मंडळी' संस्था स्थापण्यात आली. १८९५ मध्ये या संस्थेचे नामकरण 'विधवा विवाह प्रतिबंध निवारक मंडळी' करण्यात आले. या संस्थेचे तेव्हा अध्यक्षपद डॉ. रा. गो. भांडारकर भूषवित होते. विधवा मुलींच्या शिक्षणाचा प्रश्न सुटावा म्हणून महर्षी कर्वे यांनी १८९८ मध्ये 'अनाथ बालिकाश्रम' संस्था सुरू केली. त्यालाही चांगला प्रतिसाद मिळाला व पुनर्विवाहाची चळवळ मूळ धरू लागली. याच्याच पुढची पायरी १८७२ च्या नोंदणी विवाह कायद्याने दोन भिन्न धर्मीयांना कायदेशीर विवाह करण्याची परवानगी देणारा होता. त्यामुळे धर्मांतर न करता विवाह करता येऊ लागला. प्रथम पत्नी हयात असताना दुसरा विवाह करण्याची सक्त मनाई या कायद्याने आली. सोराबजी खरसेठजी लांग्राना हे मूळ पार्शी नंतर ख्रिश्चन झाले. त्यांची पत्नी मूळ हिंदू पण नंतर ख्रिश्चन झाली. त्यांचा छळ झाल्यावर ते मुंबईहून पुण्याला आले. मुलींच्या शिक्षणासाठी त्यांनी प्रयत्न केले. त्यांची मुलगी कॉर्नेलिया

सोराबजी ही महाराष्ट्रातील पहिली पदवीधर स्त्री होय. १९३७ च्या हिंदू स्त्री हक्क कायद्याने कर्त्या पुरुषांच्या मृत्यूनंतर मुलाबरोबरच विधवा पत्नीला स्वतंत्र हिस्सा देण्यात येऊ लागला. त्यानंतर हिंदू विवाहित स्त्रियांस विभक्त राहून पोटगी मागण्यास हक्क मिळाला.

स्त्री कामगार– १८९० च्या नंतर स्त्री कामगारांचा स्वतंत्र कामगार म्हणून विचार करण्यात येऊ लागला. कारण १८९० च्या कामगारांच्या पहिल्या जागतिक परिषदेत स्त्रियांच्या व मुलांच्या कामाचा आढावा घेण्यात आला. १८९१ च्या फॅक्टरी ॲक्ट अन्वये स्त्रियांच्या कामाचे तास, साप्तहिक सुटी, कामाचे मर्यादित तास, स्त्रियांना फक्त दिवसा काम देण्यात येऊ लागले. १९२९ सालापासून आठ आठवड्यांची प्रसूतीरजा मंजूर करण्यात आली. १९३९ व ४८ च्या कायद्याने घातक व ताण पडणाऱ्या कामांवर स्त्रियांना न ठेवण्याचे बंधन आले.

'स्त्री'–शिक्षणाच्या विचारांचा विकास

भारतीय स्त्री शिक्षणाच्या संदर्भात म.फुले व त्यांच्या पत्नी सावित्रीबाई फुले यांचे कार्य अत्यंत महत्त्वाचे आहे, ३ जानेवारी १८३१ रोजी जन्मलेल्या सावित्रीबाईंचा विवाह, तत्कालीन पद्धतीप्रमाणे बालवयात झाला. म.फुलेंशी विवाह झाल्यावर त्यांचे कर्तृत्व व व्यक्तिमत्त्व फुलून आले. फुलेंनी त्यांना अक्षर ओळख दिली. त्याचे सावित्रीबाईंनी चीज केले. मिसेस मिचेल यांच्या नॉर्मल ट्रेनिंग स्कूलमधे शिक्षिकेचे ट्रेनिंग त्यांनी घेतले. १८४८ मध्ये पुण्यात मुलींची पहिली शाळा सुरू झाली ती फुले यांच्या प्रयत्नातूनच. पुढे १८५२ पर्यंत १८ शाळा झाल्या. त्याच्या अगोदर १८२४ मध्येच मुंबईत मुलींची पहिली शाळा निघाली होती. मुलींसाठी स्त्रिया शिकू व शिकवू लागल्या. अठरापगड जाती जमातीतील स्त्रिया शिक्षक झाल्या.

विद्यापीठीय पातळीवरील प्रयत्न

१८८३ सालापासून मुंबई विद्यापीठात स्त्रियांना प्रवेश मिळू लागला. वुमेन्स इंडिया असोसिएशन, बॉम्बे प्रेसिडन्सी, वुमेन ग्रॅज्युएट युनियन, दी बॉम्बे प्रेसिडेन्ट वुमेन्स कौन्सिल, दी नॅशनल कौन्सिल ऑफ वुमेन इंडिया या संस्थांनी स्त्रियांच्या विकासासाठी महत्त्वाचे कार्य केले. १८८९ ते १९१२ या काळात ६५ महिला पदवीधर झाल्या. २० व्या शतकात एस.एन.डी.टी. महिला विद्यापीठाची स्थापना झाली. त्यामुळे शिक्षणाला अधिक गती मिळाली. १९५७ मध्ये ऑल इंडिया वुमेन्स कॉन्फरन्सच्या ठरावानुसार जेथे विद्यार्थिनी शिक्षण घेतात तेथे प्राध्यापक नेमण्यात येऊ लागल्या. १९४१ साली महिलांसाठी सोफीया महाविद्यालय– कला, गृह विज्ञान, सामाजिक व सांस्कृतिक विषयांसाठी निघाले. पदवी–पदव्युत्तर, पीएच.डी.

येथपर्यंतचे शिक्षण स्त्रिया घेऊ लागल्या. याच काळात 'स्त्री' संदर्भात पुढील शोध निबंध प्रबंध सादर झाले. यात 'दि पोझिशन ऑफ वुमेन वर्कर्स इन बॉम्बे कॉटन मिल्स', 'दि पोझिशन ऑफ हिंदू वुमेन इन बॉम्बे सिटी', 'सोशिओ इकोनॉमिक पोझिशन ऑफ वुमेन इन इंडिया-१८५८ ते १९२९' हे विषय होते

वैद्यक क्षेत्र

मेडिसीन आणि सर्जरी विद्येत कृष्णाबाई केलवकर, काशीबाई नवरंगे, सुंदराबाई कीर्तने यांनी स्वत:ची क्लिनीक काढली. डॉ. आनंदीबाई जोशी वैद्यकीय शिक्षण घेण्यासाठी परदेशात गेल्या व एम.डी. होऊन आल्या. त्या पहिल्या भारतीय स्त्री डॉक्टर.

अस्पृश्य स्त्रियांच्या संदर्भातील प्रयत्न

आतांपर्यतचे स्त्रियांच्या शिक्षणसंदर्भातील कार्य हे प्रामुख्याने वरिष्ठ वर्गाच्या संदर्भात होते. त्यामुळे समाजातील एक फार मोठा वर्ग या सुधारणांपासून दूर होता. त्यामुळे म.फुले यांनी मुलींच्या व मुलांच्या(तत्कालीन समाजात अस्पृश्य ठरविलेल्या) शाळा काढल्या. याच शाळेतील चौथीच्या मुक्ता साळवे या विद्यार्थिनीने 'मांग महारांच्या दु:खाविषयी' लिहिलेला निबंध फुले-आंबेडकर साहित्याचे अभ्यासक हरी नरके यांच्यामते अक्षर वाङ्मय आहे. या मुलीने 'आम्हाला जर वेदांचा अधिकार नाही तर आमचा धर्म कोणता?' असा प्रश्न विचारला आहे. महर्षी आण्णासाहेब शिंदे उर्फ विठ्ठल रामजी शिंदे यांनी ' दी डिप्रेस्ड क्लास मिशन' च्या माध्यमातून स्त्रियांसाठी कार्य सुरू केले. त्यांच्या भगिनी जनाक्का यांनी शिक्षण झाल्यावर नाना पेठेतील अहल्याश्रम या मागास वस्तीत समाज कार्य सुरू केले. फिमेल हायस्कूलमधून इंग्रजी मॅट्रिक झालेल्या जनाक्कांनी आपले आयुष्य महिलांसाठी वाहून घेतले. मिशनची १९१२ मध्ये परिषद भरली असता रमाबाई रानडे यांच्या अध्यक्षतेखाली झालेल्या सभेत २०० स्त्रिया सहभागी झाल्या. व त्यांनी आपापले निबंध वाचून दाखविले. १९२७ चा महाडच्या चवदार तळे सत्याग्रह, नाशिकचा काळाराम सत्याग्रह, महिलांच्या सहभागाने लढ्याला वेगळेच परिमाण देऊन गेला.

स्त्री-अर्थजीवन

स्त्रियांनी शिकले पाहिजे या टप्प्यांपर्यंत प्रगती झाल्यावर अपरिहार्यपणे पुढील मुद्दा येणे आवश्यक होते, तो म्हणजे आर्थिक स्वावलंबन. अर्थात सुशिक्षित आणि अशिक्षित महिलांना वेगळ्या स्वरूपाची कामे मिळत असत. १८५१ पासून मुंबईत कापड गिरण्या वाढत गेल्यावर 'स्त्री' मजूर कामावर घेणे आवश्यक झाले. १८८४ पर्यंत त्यांची संख्या २५% पर्यंत पोहोचली. सूत कातणे व सूत गुंडाळणे या कामात त्या प्रवीण

होत्या. कोळसा खाणीत धोकादायक कामांवर नियम डावलून महायुद्ध काळात त्यांना घेण्यात आले. याच काळात विधवा स्त्री कामगारांचे प्रमाणही वाढले होते. वीज नसण्याच्या कालखंडात गिरण्यांत स्त्रियांना सूर्योदय ते सूर्यास्त काम असे. नेमून दिलेले काम पूर्ण न झाल्यास सुटी मिळत नसे व खाडा केल्यास दोन दिवसांचा पगार कापला जाई. भारतीय कामगार चळवळीचे जनक लोखंडे यांनी यात परिवर्तन घडवून आणले. १८९१ मधे दोन स्त्रियांनी कामाच्या तासाला विरोध दर्शवून शेकडो कामगारांसमोर भाषण केले. रात्रपाळीला 'स्त्री' कामगारांना येणाऱ्या समस्या संपण्यास सुरुवात झाली. १९२० पासून 'कामगार हितवर्धक संघाने' स्त्रियांच्या प्रसूतिपूर्व व उत्तर कालखंडाबाबत सुटी देण्याची गरज प्रतिपादिली. याचा परिणाम होऊन १९२९ मधे मॅटर्निटी ॲक्ट संमत करण्यात आला. १९३४ मध्ये पाळणाघराच्या संदर्भातील कायदा झाला.

स्वातंत्र्य चळवळीत महिलांचा सहभाग

भारतीय स्त्रियांना स्वातंत्र्य चळवळीत सहभागी करून घेण्याचे सर्वाधिक श्रेय महात्मा गांधी यांना आहे. कॉंग्रेसने स्वत:च्या अध्यक्षपदावर डॉ. ॲनी बेझंट यांची नेमणूक करून या संदर्भातील संदेश दिलेला होताच. महात्मा गांधी यांनी नव्या युगाची दखल घेऊन स्त्रियांना या चळवळीत सहभागी होण्याची हाक दिली आणि या समाजात अभूतपूर्व दृश्य दिसले. सूतकताई, परदेशी कापडावर बहिष्कार, दारूबंदी, सविनय कायदेभंग या चळवळीत स्त्रिया सहभागी झाल्या. १९३० च्या सविनय कायदेभंग चळवळीत अवंतिकाबाई गोखले आघाडीवर होत्या. त्यांनीच मराठीतील पहिले म.गांधी यांचे चरित्र लिहिले व त्याला लो. टिळकांनी प्रस्तावना लिहिली. महाराष्ट्रात म.गांधी यांचा संदेश घरोघरी नेण्याचे काम या महिलांनी केले. यशोदाबाई भट, प्रेमाबाई कंटक, गोदावरी परूळेकर, शांताबाई मुखर्जी यांनी अहिंसेचा संदेश महाराष्ट्र भर नेला. सूतकताई, अहिंसा, सविनय कायदेभंग चळवळ यात स्त्रियांचा सहभाग वाढला. महाराष्ट्रातील मिठाच्या सत्याग्रहात शेकडो स्त्रियांनी भाग घेतला. महाराष्ट्रात शिरोडा येथे मोठा सत्याग्रह झाला. मराठीतील ज्ञानपीठ विजेते कादंबरीकार वि. स. खांडेकर यांची ही कर्मभूमी. वऱ्हाडची वाघीण उर्फ दुर्गाबाई जोशी, यशोदाबाई आगरकर, पार्वतीबाई पटवर्धन यांनी अकोला जिल्ह्यात दहीहंडा येथे खाऱ्या पाण्याच्या विहिरीवर सत्याग्रह केला. आगरकरांच्या मृत्यूनंतर त्यांच्या पत्नी यशोदाबाई आगरकर यांनी केशवपन केले नाही. स्वत:चे आयुष्य राष्ट्रीय शिक्षणाची चळवळ, परदेशी मालावर बहिष्कार, मद्यपानविरोधी आंदोलन, कॉंग्रेसच्या चळवळींसाठी वाहून घेतले.

पत्री सरकारात क्रांतीसिंह नाना पाटील यांच्या तालमीत तयार झालेल्या डॉ. उत्तमराव गिरधर पाटील व त्यांच्या पत्नी लीलाताई यांनी स्वातंत्र्यचळवळीत

सक्रीय सहभाग घेतला. लीलाताईंनी मंगळसूत्र न घालता 'गांधीविवाह' पद्धतीने विवाह केला. १९४२ च्या चळवळीत सहभाग घेतला. मार्शल लॉ तोडण्याचा पराक्रम केला. येरवडा तुरुंगातून पलायन केले.

हैद्राबाद मुक्ती संग्राम

स्त्रियांच्या राजकीय जागृतीचा आविष्कार हैद्राबाद मुक्ती संग्रामात दिसून आला. पुढे संयुक्त महाराष्ट्र चळवळीतही स्त्रियांचा सहभाग लक्षणीय होता. हैद्राबाद संस्थानात निजामाचे राज्य असल्याने सुधारणांचा वारा या भागाला लागलेला नव्हता. १९३८ पासून स्त्रियांचा सहभाग या संस्थांनी प्रदेशात वाढू लागला. स्त्रियांनी मोर्चे, तुरुंगवास, भूमिगत चळवळीत सहभाग घेतला. शांततामय सत्याग्रहात महिलांनी महत्त्वाची भूमिका बजावली. सुशीलाबाई दिवाण यांनी 'महिला विद्या मंदिर' स्थापून सामाजिक कार्यात स्वत:चा वाटा उचलला. दगडाबाई शेळके यांनी सशस्त्र उठावाच्या दिशेने प्रयत्न केले. आशाताई वाघमारे यांनी तुरुंगातील कैद्यांच्या कुटुंबीयांची काळजी घेणे, निरोप पोहोचवणे, शस्त्रास्त्रांची ने-आण करणे, तुरुंगवासात कैद्यांसाठी साक्षरता वर्ग इत्यादी कामे केली. पानकुंवर फिरोदिया यांनी शस्त्रास्त्रे जमा करणे व संग्रामार्थ निधी गोळा करण्याची कामे केली. याची अंतिम परिणती हैद्राबाद मुक्त होण्यात आणि मराठवाडा महाराष्ट्रात सामील होण्यात झाली.

संयुक्त महाराष्ट्र चळवळ

संयुक्त महाराष्ट्राच्या चळवळीत महिला पुरुषांच्या बरोबरीने लढल्या. मुंबईत संयुक्त महाराष्ट्र महिला परिषद सुमती गोरे यांच्या नेतृत्वाखाली भरविण्यात आली. पुणे शहरात अशीच परिषद गंगुताई पटवर्धनांच्या नेतृत्वाखाली भरली. दादर येथे अनुताई लिमये, शिरीष पै, शांता गोखले, शांता फाटक, चारूशीला गुप्ते या सर्वपक्षीय महिला नेत्यांनी संयुक्त महाराष्ट्र परिषदेचे अधिवेशन भरविले. यातूनच चळवळ पुढे गेली व संयुक्त महाराष्ट्राचे स्वप्न साकार झाले.

'स्त्री' सुधारणांमधील सुधारकांचे योगदान व संस्थात्मक कार्य

महात्मा जोतीराव फुले यांचे योगदान – ज्ञानोदय वृत्तपत्रात दिलेल्या मुलाखतीत महात्मा फुले यांनी आपण मुलींची शाळा का सुरू केली ? हे स्पष्ट केले त्यात ते म्हणतात – 'प्रथम मनात आले की आईच्या योगाने मुलांची जी सुधारणूक होते ती फारच चांगली आहे, म्हणूनच मुलींचीच शाळा प्रथम घालावी।' यावरून म.फुले यांची मनोभूमिका आपणास समजू शकते. पहिले स्त्रीवादी पुस्तक ताराबाई शिंदे यांनी 'स्त्री पुरुष तुलना' लिहिले. १८८२ च्या या ग्रंथाने सर्वत्र खळबळ उडवून दिली तेव्हा 'सत्सार' नियतकालिकातून जोतीरावांनी ताराबाईंना पाठिंबा दिला. मुक्ता

साळवे ही फुले यांची विद्यार्थिनी तिने ' मांगमहारांच्या दुःखाविषयी ' निबंधात दलित स्त्रियांना उघड्यावर बाळंतपणाला सामोरे जाताना सोसाव्या लागणाऱ्या हालअपेष्टांचं वर्णन केलेले आहे, ते डोळ्यांत पाणी आणते. म.फुले यांच्यापासून प्रेरणा घेऊन तान्हुबाई बिर्जे ही भारतातील पहिली महिला संपादक झाली तर सावित्रीबाई रोडे 'रामोशी समाचार' मधून दलित दुःखांना वाचा फोडू लागली.

महात्मा फुले यांच्या शाळेतील विद्यार्थिनींची परीक्षा झाली तेव्हा प्रचंड जनसमुदाय तेथे जमा झाला असता प्रथम आलेल्या मुलीने इंग्रजीत भाषण करून 'आम्हाला खाऊ, खेळणी, कपड्यांचे बक्षीस नको मला शालेय ग्रंथालय पाहिजे अशी मागणी केली.' जोतीराव-सावित्रीबाईंनी या मागणीस्तव भारतातील पहिले शालेय ग्रंथालय सुरू केले. मुलींसाठी १८५४ मध्ये पहिली रात्रशाळा सुरू करण्यात आली.

स्त्री-पुरुष समतेचा संदेश – वयाच्या २८ व्या वर्षी जोतीरावांनी 'तृतीय रत्न' हे आधुनिक पद्धतीचे मराठी नाटक लिहिले. 'शिकायला चला' हेच सारतत्त्व असणाऱ्या या नाटकाचे नायक-नायिका म्हणजे शेतकरी पती-पत्नी शेवटी जोडीने रात्रशाळेला जातात असे अर्थपूर्ण दृश्य त्यात आहे.

म.फुले यांच्या प्रेरणेने आणि नारायण मेघाजी लोखंडे यांच्या पुढाकाराने केशवपन विरोधात नाभिकांनी संप केला. त्याची दखल लंडनमधीन वृत्तपत्रांनी घेतली. २५ मार्च १८९३ रोजी मुंबईतील जेकब मिल मधील स्त्रियांनी व्यवस्थापक पुरुषांना धडा शिकविला. या कामासाठी ४०० स्त्रिया एकत्र आल्या. लक्ष्मीबाई नायडू यांच्या अध्यक्षतेखाली १९२५ साली विदर्भात सत्यशोधक महिला परिषदेच्या सभेला ५००० महिला उपस्थित होत्या. महात्मा फुले विवाहाला करार (कबुलायत) मानत असत. अनिष्ट रूढी, अपमानास्पद विधी, हुंडा यांना नकार देऊन स्त्री-पुरुष समानतेवर आधारित 'सत्यशोधक विवाहपद्धती' सुरू केली. आप्तमित्रांच्या साक्षीने हे विवाह होऊ लागले. या पद्धतीचा पहिला विवाह २५ डिसेंबर १८७३ रोजी श्री. सीताराम जबाजी आल्हाट व मंजूबाई ग्यानोबा निंबाणकर यांचा झाला.

ताराबाई शिंदे – यांनी महात्मा फुले यांच्या कार्यापासून प्रेरणा घेऊन स्वतःचे स्वतंत्र विचार 'स्त्री-पुरुष तुलना' या पुस्तकात मांडले. ताराबाईंचे वडील बापूजी हरि शिंदे म. फुले यांचे अनुयायी होत. ताराबाईंना मराठी, इंग्रजी, संस्कृत येई. पुरुषवर्चस्व संपविल्यास समाजाची निकोप वाढ होईल असेही मत त्यांनी मांडले. एकतर्फी पतिव्रताची कल्पना, बालविधवांवरील सक्ती, अंधश्रद्धा यांचा त्यांनी लेखनाद्वारे निषेध केला.

पं. रमाबाईंचे कार्य (१८५९-१९२२) – १८५८ साली कर्नाटकातील गंगामूळ येथे पं. रमाबाईंचा जन्म झाला. संस्कृतवर प्रभुत्व असल्याने त्यांना वेदाध्ययन

करण्यात अडचण आली नाही. रमाबाईंनी बिपिन बिहारी मेधावी यांच्याशी केलेला आंतरजातीय विवाह गाजला. त्यांना मनोरमा मुलगी झाली. त्यांचे पती अकाली गेले. त्या पुढे इंग्लंडला गेल्या व त्यांनी ख्रिश्चन धर्म स्वीकारला. पुण्यात त्यांनी परत आल्यावर भाषणे देण्यास सुरुवात केली. शिक्षणपद्धतीचा विचार करण्यासाठी नेमलेल्या हंटर कमिशनपुढे साक्ष देताना त्यांनी मुलींच्या शाळेत केवळ स्त्री शिक्षिकाच नव्हे तर इन्स्पेक्टर (शालेय तपासणीस) सुध्दा 'स्त्री' असण्याची आवश्यकता प्रतिपादिली. लज्जेमुळे पुरुष डॉक्टरांस स्त्रिया आपल्या व्यथा सांगत नाहीत हे पं. रमाबाईंच्या साक्षीतील वास्तव इंग्लंडच्या राणीला समजताच व्हाईसरॉय लॉर्ड डफरीन यांच्या पत्नी लेडी डफरीन यांच्या नावे फंड स्थापून वैद्यकीय सेवा सुरू करण्यात आली. अमेरिकेतील बोस्टन शहरातून 'रमाबाई असोसिएशन' च्या माध्यमातून भारतात येणारी वार्षिक ५ हजार डॉलर मदत घेऊन येथे विधवाश्रम, शारदा सदन सुरू करण्यात आले. पतित स्त्रियांसाठी 'कृपासदन' सुरू करण्यात आले. अंधांसाठी पहिली शाळा 'बातमी सदन' व अनाथ मुलांसाठी 'सदानंद सदन' सुरू केले. शारदासदनातील गोदूबाई जोशी या विधवेचा विवाह त्यांनी धोंडो केशव कर्वे यांच्याशी लावला. या विधवा विवाहाने पुनर्विवाहातील आनंद, वैधव्य म्हणजे आयुष्याचा शेवट नव्हे, विधवेचे रास्त हक्क या गोष्टी समाजाला कळल्या. या लग्नाचे आणखी एक वैशिष्ट्य म्हणजे कर्वे यांना रमाबाईंनी गोदूबाईंच्या नावे तीन हजार रूपयांची विमा पॉलिसी काढायला लावली. विधवेला पुनर्विवाहानंतरही इस्टेटीतही वाटा असायला हवा हे त्यांनी सांगितले. सेवासदनच्या माध्यमातून त्यांनी स्त्रियांच्या उन्नतीसाठी कार्य केले. निराधार स्त्रियांची निवासाची सोय करून त्यांच्या उदरनिर्वाहाची सोय करण्यात आली. वृत्तपत्र, साहित्य, समविचारी संस्था यांच्याशी त्यांनी सहकार्य केले.

रमाबाई रानडे (१८६२–१९२४) – न्यायमूर्ती रानडे यांच्या पत्नी रमाबाईंचा जन्म सातारा येथील देवराष्ट्र गावी 'कुर्लेकर' या ऐतिहासिक वारसा असणाऱ्या घराण्यात झाला. न्यायमूर्ती त्यांच्यापेक्षा २१ वर्षांनी मोठे होते. त्यांनी रमाबाईंनी साक्षर केले. त्यामुळे त्यांनी स्त्री शिक्षणाचा प्रचार करायला सुरुवात केली. 'आर्य महिला समाजाच्या' संपर्कात आल्यावर त्यांचे विचार अधिक विस्तारले. त्यासाठी त्यांनी 'हिंदू लेडिज सोशल क्लब' स्थापन केला. श्रीमती नाथीबाई ठाकरसी यांच्याबरोबर त्यांनी शिक्षणप्रसाराचे कार्य केले. भारतीय महिला परिषदेच्या त्या अध्यक्षा झाल्या. १९०४ मधे त्या येरवडा तुरुंगाच्या मानद अधिक्षक झाल्या. सेवासदन संस्थेच्या माध्यमातून त्यांनी स्त्री–जीवन विकासासाठी ग्रंथालय, वाचनालय

मोफत दवाखाना, कशिदावर्ग, शिवणकाम वर्ग चालविले. १९१४ मधे या संस्थेत स्त्रियांसाठी शिक्षण प्रशिक्षणाचा कार्यक्रम सुरू झाला. स्त्रियांच्या मताधिकारासाठी त्यांनी प्रयत्न केले.

डॉ. आनंदीबाई जोशी (१८६५-१८८७) - डॉ. आनंदीबाई जोशी या इतिहासकर्त्या आहेत. केवळ जिद्दीच्या आणि हुशारीच्या जोरावर माणूस काय करू शकतो याचे त्या उत्तम उदाहरण होत. ३१ मार्च१८६५ रोजी त्यांचा जन्म झाला. नवव्या वर्षी त्यांचा विवाह गोपाळराव जोशी या विधुराशी झाला. गोपाळरावांनी त्यांना अनेक विषयांचे ज्ञान दिले. टी.ई कार्पेंटर या महिलेच्या मदतीमुळे त्यांचे अमेरिकेतील वास्तव्य सुखद झाले. ११ मार्च १८८६ रोजी पेनसिल्वानिया विद्यापीठातून एम.डी. परीक्षा त्या उत्तीर्ण झाल्या. याच काळात त्यांना क्षय बाधा झाल्याने त्यांचा भारतात आल्यावर मृत्यू झाला.

डॉ. रखमाबाई (१८६४-१९५५) - रखमाबाई अल्पवयीन असताना त्यांचा विवाह दादाजी भिकाजी यांच्याशी झाला. वयात येण्यापूर्वी त्या माहेरी शिक्षण घेत होत्या. पुढे त्यांनी नवऱ्याबरोबर राहण्यास नकार दिला. तेव्हा कोर्टात केस दाखल झाल्यावर कोर्टाने नवऱ्याबरोबर राहा अथवा ६ महिने तुरुंगवास अशी शिक्षा रखमाबाईंना दिली. रखमाबाईंनी दंड भरला व त्या एम.डी. च्या शिक्षणासाठी इंग्लंडला गेल्या. वैद्यकीय व्यवसायाच्या माध्यमातून त्यांनी शैक्षणिक कार्य केले.

जनाक्का शिंदे (१८७८- १९५६) - महर्षी विठ्ठल रामजी शिंदे यांच्या त्या भगिनी होत. त्यांच्या वडिलांनी जमखिंडीत पहिली मुलींची शाळा काढली. वयाच्या ५ व्या वर्षी त्यांचा विवाह झाला. नवऱ्याशी न पटल्याने त्या माहेरी आल्या. घटस्फोटाचा कायदा नसताना त्यांनी पुढील शिक्षणासाठी स्वत:चे आडनाव शिंदे लावले. पुण्याच्या हुजूरपागेत शिक्षण पूर्ण झाल्यावर त्या पनवेल येथे शिक्षिका झाल्या. पुढे महर्षींच्या आग्रहामुळे नोकरी सोडून 'निराश्रित साहाय्यकारी मंडळी' (डिप्रेस्ड क्लास मिशन) या संस्थेस सामील होऊन त्यांनी अस्पृश्य स्त्रियांसाठी कार्य केले. पुढे देवदासी व वाट चुकलेल्या तरुण मुलींसाठी त्यांनी कार्य सुरू केले. त्या कामात अशा स्वरूपाचे कार्य करताना त्यांना अनेकदा प्राणघातक हल्यांना तोंड द्यावे लागले.

महर्षी धोंडो केशव कर्वे - 'स्त्री' सुधारणांच्या संदर्भात महर्षी कर्वे यांचे लक्षणीय योगदान आहे. ते कर्ते सुधारक असल्याने त्यांनी मित्र नरहरपंत यांच्या विधवा बहिणीशी म्हणजे गोदूबाई जोशी यांच्याशी विवाह केला. विधवा पुनर्विवाहाच्या व शिक्षणाच्या संदर्भात त्यांनी कार्य सुरू केले. १३ एप्रिल १८९५ साली 'विधवागृह' स्थापून त्यांच्या शिक्षणाची सोय केली. पुढे 'अनाथ बालिकाश्रम' काढला. पुढे या

संस्थेचे 'हिंगणे स्त्री शिक्षण संस्था' असे नामकरण करण्यात आले. समाजाची आर्थिक मदत संस्थेला यथावकाश सुरू झाली. कर्वे यांनी प्रौढावस्थेतच लोकांनी लग्ने करावीत म्हणून 'ब्रह्मचर्य फंड', सामाजिक सुधारणांसाठी समाजसुधारक आवश्यक असतात त्यासाठी 'निष्काम-कर्ममठ', जपान वुमेन्स युनिव्हर्सिटीचे माहिती पुस्तक वाचून त्यांनी १९१६ मध्ये महिला विद्यापीठाची स्थापना केली. सर विठ्ठलदास ठाकरसी यांच्या आर्थिक सहकार्यामुळे या विद्यापीठाचे नाव 'श्रीमती नाथीबाई दामोदर ठाकरसी इंडियन विमेन्स युनिव्हर्सिटी' असे झाले. आपल्या कार्याच्या प्रचारार्थ त्यांनी २१ एप्रिल १९४४ रोजी 'समता संघ' व ४७ मधे 'मानवी समता' मासिक सुरू केले.

'समाजस्वास्थ्य'कार र. धों. कर्वे – महर्षी कर्वे यांचे रघुनाथराव हे अत्यंत बुद्धिमान चिरंजीव होत. सारे आयुष्य त्यांनी समाजहितासाठी वाहून घेतले. स्त्रियांची दुःखातून मुक्तता करण्यासाठी त्यांनी संतती नियमनाच्या साधनांचा प्रसार केला. त्या काळात एखाद्या स्त्रीला १५-१६ अपत्ये होणे यात काही गैर आहे, असे कोणालाच वाटत नव्हते. यामुळे स्त्रीच्या प्रकृतीला धोका पोहोचतो याची कोणालाच फिकीर नव्हती. या कारणास्तव रघुनाथरावांनी प्राध्यापकीऐवजी या सामाजिक कार्याला प्राधान्य देऊन 'समाजस्वास्थ्य' मासिक चालविले. स्वतःला मूल होऊ न देता त्यांनी स्वतःच्या उदाहणातून समाजापुढे आदर्श घालून दिला. कुटुंबनियोजनाच्या चळवळीचे श्रेय त्यांना जाते.

विधवांच्या स्थितीत सुधारणांसंदर्भात कार्य

विधवांची स्थिती – भारतात मध्ययुगात आत्यंतिक भेडसावणाऱ्या प्रश्नांपैकी हा एक प्रश्न होय. हिंदू, ख्रिस्ती, मुसलमान या धर्मांमध्ये, प्राचीन इजिप्तमध्ये स्त्रीला वैधव्य ही एक कौटुंबिक आपत्तीच समजली जाई. जिचा पती निधन पावला व जिने पुन्हा लग्न केले नाही अशी स्त्री म्हणजे विधवा. तर ज्याची पत्नी वारली आहे व ज्याने पुन्हा लग्न केले नाही असा पुरुष म्हणजे विधुर. मृत्यू या एकाच कारणाने वैधव्य येते. पुरुषप्रधान कुटुंब व समाजव्यवस्थेत मुख्य पुरुषाच्या वा कर्त्याच्या मृत्यूने घरांत अनेक बदल घडून येत. त्या सगळ्याचे अंतिम परिणाम स्त्रीवर होत असत. पतीच्या मृत्यूमुळे स्त्रीचे स्थान दुय्यम होऊन जाई. पतीच्या मृत्यूनंतर स्त्री कौटुंबिक व्यवस्थेत अनुचित बदल घडवेल या भीतीने पतीच्या मृत्यूनंतरसुद्धा तिने पातिव्रत्य पाळण्याचे निर्बंध तिच्यावर लादले गेले. एक विवाह व पातिव्रत्याच्या कल्पनांमुळे विधवांची समस्या निर्माण झाली. त्यातच पतीच्या मृत्यूला पत्नीला जबाबदार धरण्यात येऊ लागले. प्राचीन इजिप्त व जर्मनीत विधवेला मृत पतीच्या थडग्यात जिवंत पुरत असत. त्यामुळे स्त्री ही पापाची खाण, स्त्रीच सर्व कृत्यांना जबाबदार अशा विचारसरणी सर्वत्र होती. याचेच विकृत

रूप म्हणजे विधवांचे केशवपन.

पुनर्विवाहास बंदी, बाल-विधवा, जरठ-बालविवाह यांमुळे विधवांचा प्रश्न अधिकच जटिल बनला. मृत्यूनंतरही पतीचा पत्नीवर हक्क असतो या कल्पनेतून सती प्रथेचा उगम झाला. ही प्रथा प्राचीन युरोप व चीनमधे १४ व्या शतकापर्यंत होती. या प्रथांमधील वैय्यर्थ लक्षात घेऊन व्यंकटेश रंगो कट्टी यांनी जनमत जागृतीसाठी 'विधवावपन-अनाचार' पुस्तक लिहिले. भारतभर जागृती होण्यास सुरुवात झाली. समाज सुधारकांनी आणलेल्या दडपणांमुळे लॉर्ड बेंटिक यांनी सती प्रथेवर कायद्याने बंदी घातली. महाराष्ट्रातील समाजसुधारकही या सुधारणांबाबत प्रयत्नशील होते. १८५५ मध्ये ईश्वरचंद्र विद्यासागर यांनी विधवांना पुनर्विवाह करण्याचा अधिकार आहे, हे सांगणारा ग्रंथ लिहिला. १८५६ मध्ये हिंदू विधवा पुनर्विवाह कायदा मंजूर झाला, परंतु; अल्पवयीन विधवा असल्यास तिच्या विवाहासाठी पालकांची परवानगी आवश्यक मानली गेल्याने हा कायदा परिणामकारक ठरला नाही. विधवाविवाहावरील बंदीमुळे एखादी तरुण विधवा फसली तर त्यातून गर्भपात किंवा भ्रूणहत्या घडे. या प्रश्नावर उपाय म्हणून म. फुले यांनी १८६३ मध्ये बालहत्त्या प्रतिबंधक गृह काढले. १८६५ मध्ये मुंबईत 'विधवाविवाहोत्तेजक मंडळ' निघाले. बालविवाहाला विरोध करणे व विवाहाचे वय वाढविणे यासाठी चळवळी सुरू झाल्या. जगन्नाथ शंकरशेठ, बाळशास्त्री जांभेकर, लोकहितवादी, न्या. रानडे, काशीनाथ तेलंग यांनी या चळवळींच्या मागे आपले बळ उभे केले. पुढे या सुधारणावादाचा गो. ग. आगरकरांनी पुरस्कार केला तर कर्ते सुधारक धोंडो केशव कर्वे यांनी स्वत: विधवा विवाह करून प्रत्यक्ष कृतीद्वारे या चळवळीला बळ दिले. १८९५ मध्ये रा. गो. भांडारकरांच्या अध्यक्षतेखाली 'विधवा विवाह प्रतिबंधक निवारक मंडळी' (पूर्वाश्रमीची विधवाविवाहोत्तेजक मंडळी) संस्था निघाली. १९०० मध्ये महर्षी कर्वे यांनी हिंगणे येथे विधवांसाठी आश्रम काढला. १९२९ मध्ये ब्रिटिश शासनाने १८ वर्षाखालील मुलांच्या आणि १४ वर्षाखालील मुलींच्या विवाहावर बंदी घालणारा कायदा केला.

१९३७ च्या हिंदू स्त्रियांच्या संपत्तीविषयक अधिकाराचा अधिनियम मंजूर झाला. त्यानुसार विधवा स्त्रीला तिच्या मुलांच्या बरोबरीने पतीच्या मालमत्तेत वारसा हक्क दिला गेला. या कायद्याचा उद्देश तिचे आर्थिक परावलंबित्व संपावे व स्थिती सुधारावी असा होता. १९५६ च्या हिंदू उत्तराधिकार कायद्यानुसार विधवेला मूल दत्तक घेण्याची कायदेशीर परवानगी देण्यात आली. याच वेळी हिंदू वारसा कायद्याने विधवांना मालमत्तेत समान हक्क प्राप्त झाला.

स्त्री सुधारणेच्या संदर्भात हिंदू विवाह कायदा महत्त्वाचा आहे. भारतात

विवाहविषयक कायदा 'व्यक्तिगत कायद्या'चा (पर्सनल लॉ) चा भाग आहे. या विवाहविषयक कायद्यात अनेक तरतुदी आहेत. या कायद्याला धर्मग्रंथाचे आधार देण्यात आलेले आहे. 'हिंदू विधवा पुनर्विवाह अधिनियम १८५६' च्या कायद्यामुळे हिंदू विधवांना पुनर्विवाहाची मुभा मिळाली; परंतु त्या कायद्यानुसार पुनर्विवाह केल्यास विधवेला आपल्या पहिल्या नवऱ्याच्या मालमत्तेतील वारसाहक्काला मुकावे लागत असे. पुढे मात्र सुधारणेद्वारे हे कलम रद्द केले. प्रांतांना स्वायत्तता मिळाल्यावर मुंबई प्रांतात 'मुंबई हिंदू द्विभार्या प्रतिबंध अधिनियम १९४६' व 'मुंबई हिंदू घटस्फोट अधिनियम १९४७' हे कायदे पास करण्यात आले. 'हिंदू विवाह अधिनियमा- (१९५५)' नुसार वराचे वय २१ वर्षे पूर्ण व वधूचे वय १८ पूर्ण असा नियम आला. घटस्फोटाची तरतूद करण्यात आली.

स्त्रीसुधारणा संदर्भातील पंडिता रमाबाई यांचे कार्य (१८५८-१९२२)

महाराष्ट्रातील स्त्रीसुधारणा विषयात पं. रमाबाई यांचे कार्य अजोड स्वरूपाचे आहे. २३ एप्रिल १८५८ रोजी म्हैसूर संस्थानात मंगलोर जवळ गंगामूळ भागात त्यांचा जन्म झाला. अनंतशास्त्री डोंगरे व लक्ष्मीबाई उर्फ अंबाबाई यांच्या पोटी रमाबाईंचा जन्म झाला. अनंतशास्त्री पुरोगामी विचारांचे असल्याने त्यांनी पत्नी व मुलीला प्रतिकूल काळातही शिकविले. पुरोगामी विचार असल्याने या कुटुंबाला समाजाने वाळीत टाकले.

या काळात रमाबाईंच्या वडिलांनी सहकुटुंब तीर्थयात्रा काढली. या काळात त्यांनी मुलीला संस्कृत, व्याकरण, साहित्य यांचे शिक्षण दिले. मराठी, हिंदी, बंगाली, कन्नड, तुळू, हिब्रू या भाषांवर त्यांचे प्रभुत्व होते. १८७८ च्या दरम्यान त्या कलकत्ता येथे आल्या असता सिनेट हॉलमध्ये त्यांना 'पंडिता' व 'सरस्वती' या पदव्या देण्यात आल्या. बंगाली स्त्रियांनी त्यांना 'भारतवर्षीय स्त्रियांचे भूषण' म्हणून मानपत्र दिले. कलकत्त्यातील बिपिन बिहारीदास मेधावी या वकिलाबरोबर त्यांनी विवाह केला. हा आंतरजातीय विवाह गाजला. पण अल्पावधीत त्यांचे पती वारले. कन्या मनोरमा बरोबर त्या पुण्यात आल्या.

बालविवाह, पुनर्विवाहाला विरोध यांसारख्या समाजविघातक चालींच्या निर्मूलनासाठी त्यांनी पुणे, अहमदनगर, सोलापूर, ठाणे, मुंबई, पंढरपूर, बार्शी येथे 'आर्य महिला समाजा' ची स्थापना केली. १८८३ मध्ये हंटर कमिशनसमोर स्त्री शिक्षण संदर्भात साक्ष दिली. स्त्रियांच्या प्रश्नाचा अधिक चांगला अभ्यास करण्यासाठी त्या कन्येसह इंग्लंडला गेल्या. इंग्रजी भाषा व वैद्यकीचा अभ्यास त्यांनी केला. सारा प्रवासखर्च त्यांनी 'स्त्रीधर्मनीति' या पुस्तकाच्या विक्रीतून केला होता. इंग्लंडमधे त्यांनी २९ सप्टेंबर १८८३ रोजी ख्रिश्चन धर्म स्वीकारला. अमेरिकेत जाऊन त्यांनी

बालविधवांना उपयुक्त अशी 'बालोद्यान शिक्षणपद्धती' शिकून घेतली. तेथेच हिंदू बालविधवांच्या प्रश्नांसंदर्भात 'द हायकास्ट हिंदू वुमन' हे पुस्तक त्यांनी लिहिले. १८८९ मध्ये 'युनायटेड स्टेटसूची लोकस्थिती व प्रवासवृत्त' हे पुस्तक प्रसिद्ध केले. अमेरिकेत त्यांच्या कार्याचा व वक्तृत्वाचा एवढा प्रभाव पडला की अमेरिकनांनी बॉस्टन शहरात 'रमाबाई असोसिएशन' संस्था स्थापली.

अमेरिकेहून परतताच विधवांच्या परिस्थितीत सुधारणा करण्यासाठी त्यांनी मुंबईत 'शारदा सदन' सुरू केले. अ. भा. राष्ट्रीय काँग्रेसच्या अधिवेशनासाठी स्त्री-प्रतिनिधित्वाचा पुरस्कार केला. केशवपनाविरुद्ध जोरदार आघाडी उघडून संमती वयाच्या चळवळीस त्यांनी पाठिंबा दिला. शारदा सदन पुण्यात आणल्यावर गैरसमजाचे वादळ उठल्याने ते केडगावला नेण्यात आले. २४ सप्टेंबर १८९८ ला केडगाव येथील 'मुक्तिसदन'चे उद्घाटन झाले. या आश्रमात मध्यप्रदेश व गुजरात येथे दुष्काळाची झळ बसलेल्या स्त्रियांना आश्रय दिला. पुढे रमाबाई परत अमेरिकेला गेल्यावर 'रमाबाई असोसिएशन'च्या ऐवजी 'अमेरिकन रमाबाई असोसिएशन' संस्था सुरू करण्यात आली.

भारतात परतल्यावर त्यांनी कार्यक्षेत्र वाढविले व 'शारदासदन' ही संस्था ख्रिस्ती संस्था म्हणून कार्य करणार असे जाहीर केले. 'प्रीतिसदन', 'शारदासदन', 'शांतिसदन' यात विविध लोकांना आश्रय देऊन सर्वांच्या सोयींसाठी एक रुग्णालय बांधण्यात आले. स्त्री स्वत:च्या पायावर उभी राहिली पाहिजे म्हणून आश्रमातील स्त्रियांना शेती, विणकाम, मुद्रणकाम अशी कामे त्यांना शिकविली. मुक्तिसदनात धान्य, भाजीपाला, फळफळावळ करण्यात येई. दुर्बल व आजारी लोकांसाठी 'सायं घरकुला'ची व्यवस्था करण्यात आली. या त्यांच्या कार्याबद्दल त्यांस १९१९ साली 'कैसर-ई-हिंद' हे सुवर्णपदक सरकारने दिले. त्यांचा मृत्यू महाराष्ट्रातील केडगाव येथे ५ एप्रिल १९२२ रोजी झाला.

स्त्री सुधारणांसंदर्भात डॉ. भाऊ दाजी लाड यांचे कार्य

रामकृष्ण विठ्ठल लाड उर्फ भाऊ दाजी यांची ओळख थोर प्राच्यविद्या पंडित समाजसेवक व कुशल धन्वंतरी म्हणून आहे. स्त्रियांना शिक्षण देणाऱ्या 'स्टुडंट्स् लिटररी अँड सायंटिफिक सोसायटीचे' ते पहिले भारतीय अध्यक्ष होत. या संस्थेच्या वतीने मुलींसाठी तीन शाळा चालविल्या जात. विधवाविवाहाचा त्यांनी पुरस्कार केला. कर्ते सुधारक असल्याने लोहार चाळीतील कन्याशाळेला ते दरमहा आर्थिक मदत करीत.

सामाजिक सुधारणांच्या संदर्भातील संस्थात्मक प्रयोग

महाराष्ट्राच्या सामाजिक सुधारणांच्या इतिहासात संस्थात्मक प्रयोगांचे स्थान महत्त्वाचे आहे. व्यक्तिगत पातळीवरून संस्थात्मक पातळीकडे महाराष्ट्राचा प्रवास

कसा झाला हे पाहणे महत्त्वाचे आहे. प्रार्थना समाज, सत्यशोधक समाज, डिप्रेस्ड क्लासेस मिशन या प्रयत्नांच्या पूर्वी महाराष्ट्रातील काही संस्थात्मक प्रयोग अपयशी ठरले त्यांची दखल घेणे आवश्यक आहे. कारण या अल्पजीवी संस्थांमुळेच नंतरच्या सामाजिक संस्थांना कमी त्रास सहन करावा लागला. त्यांच्या कार्याची पूर्वपीठिका अगोदरच्या संस्थांनी तयार केली. मळलेली वाट तयार होण्यासाठी सर्वप्रथम कोणाला तरी त्या वाटेने अगोदर जावे लागते. प्रथमत: कोणाला तरी मार्गातील काटे उचलावे लागतात. मग मागून चालणाऱ्यांना फुलातून चालल्यासारखे वाटते. अगोदरच्या संस्थांनी नेमके हेच काम केले.

'महाराष्ट्रातील संस्थात्मक जीवन' या प्रा. ग.प्र.प्रधान लिखित लेखात त्यांनी संस्थात्मक जीवनाचे महत्त्व पुढील शब्दात वर्णिले आहे.

"अमूर्त कल्पना समाजजीवनांत साकार व्हावयाची असल्यास तिला आधारभूत अशी संस्था निर्माण करावी लागते. हे करताना कठोर वास्तवतेचा विचार करावा लागतो. मग मूळच्या कल्पनांना, तत्त्वज्ञानाला मुरड पडते. कित्येकदा तर मूळ आधारभूत कल्पना लुप्त होऊन तिला साधनरूप झालेल्या संस्थेसच महत्त्व येऊन बसते. धर्मकल्पनेची जागा कर्मकांड घेते. काही माणसे यामुळे अस्वस्थ होतात व या संस्था मोडण्याची भाषा बोलू लागतात आणि पुन्हा विचारमंथन सुरू होते. पण समाजजीवनांचा धागा अतूट राहतो तो संस्थांमुळेच हे मान्य केले पाहिजे. कोणताही समाज विचारात घेतला तरी स्थैर्य व परिवर्तन ही दोनही तत्त्वे वेगवेगळ्या कालखंडात प्रभावी झालेली दिसून येतात आणि समाजपरिवर्तन हे विचार व व्यक्ती यांच्यामुळे होत असले तरी समाजाला या दोनही कल्पनांचे वाहन बनविण्याची शक्ती संस्थांमध्येच असते. या दृष्टीने महाराष्ट्राच्या संस्थात्मक जीवनाचा अभ्यास केला असता महाराष्ट्रात बदल घडवून आणण्यास, विशिष्ट परंपरा टिकविण्यास आणि माणसांच्या परंपरागत जीवनाचा बदलता घाट बनण्यास या विविध संस्था कारणीभूत झाल्या आहेत, असे आढळून येईल."

ब्रिटिशांच्या आगमनापूर्वी मध्ययुगीन महाराष्ट्रात दोनच संस्था अत्यंत महत्त्वाच्या होत्या. जातिसंस्था व ग्रामसंस्था. 'कायदा गतीचा पाळा' हा नियम न पाळल्याने या दोन्ही संस्था आधुनिक काळाशी विसंगत होत गेल्या. महाराष्ट्रात संस्थात्मक जीवनाचा उदय होण्यास कोणते कारण सर्वाधिक महत्त्वाचे ठरले, हे सांगताना प्रा.प्रधान लिहितात "ब्रिटिशांनी हिंदुस्थान का जिंकला याचा जेव्हा आपल्याकडील लोकधुरीण विचार करू लागले त्यावेळी केवळ शस्त्रबळावर ब्रिटिशांनी आपला पराभव केला, या मीमांसेचा उथळपणा त्यांना समजून आला. ब्रिटिशांचे संघटना चातुर्य विरुद्ध भारतीय समाजातील विघटना, ब्रिटिशांची भौतिक निष्ठा विरुद्ध आमच्या समाजात होणारी

ऐहिक जीवनाची उपेक्षा, ब्रिटिशांची भौतिक निष्ठा विरुद्ध आमच्या समाजाच्या मनावरील अंधश्रद्धेचा पगडा या विषम सामन्यात आमचा पराभव झाला नसता तर नवल! अशा रीतीने नव्या युगास आवश्यक असणाऱ्या सुधारणांची जी सर्वांगीण जाणीव आमच्या लोकधुरिणांत झाली त्यातूनच महाराष्ट्राचे नवे संस्थात्मक जीवन निर्माण झाले.''

या पार्श्वभूमीवर आपणांस महाराष्ट्रातील संस्थात्मक जीवनाचे मर्म समजावून घेणे आवश्यक आहे. पाश्चात्य पद्धतीप्रमाणेच आपणांस व्यक्तिस्वातंत्र्याची जपणूक, व्यक्तीच्या प्रगतीची ग्वाही आणि संस्थात्मक मार्गाद्वारे सामाजिक पुनर्रचनेचा ध्यास या कालखंडात धरावा लागला. महाराष्ट्रात मोठ्या प्रमाणात सेवा कार्ये वा सामाजिक संस्था भविष्यात सुरू झाल्या, त्याच्या मागे ख्रिश्चन मिशनऱ्यांची कार्य करण्याची पद्धती आहे. महाराष्ट्रात संस्थात्मक कार्याची सुरुवात १८३२ मध्ये 'दर्पण' या वृत्तपत्राद्वारे बाळशास्त्री जांभेकर यांनी केली. १८४० मध्ये त्यांचेच 'दिग्दर्शन' मासिक आले. १८४८ मध्ये दादोबा पांडुरंग, दादाभाई नौरोजी व अन्य कार्यकर्त्यांनी मुंबईत 'ज्ञानप्रसारक सभा' सुरू केली. त्यानंतर १८४९ मध्ये परमहंस मंडळी ही गुप्त संस्था दादोबा पांडुरंग तर्खडकर यांनी स्थापली. कामकाज गुप्त स्वरूपात चालले तरी समाजाच्या भल्यासाठी चार लोक एकत्र येऊन विचार करण्यास प्रवृत्त झाले हे महत्त्वाचे. ज्ञानप्रसारक सभेच्या द्वारे डॉ. भाऊ दाजी लाड, रावसाहेब विश्वनाथ नारायण मंडलिक यांनी सामाजिक जागृती व ज्ञानप्रसाराचे कार्य करण्यास सुरुवात केली. परमहंस सभेने जातिभेद व मूर्तिपूजेला विरोध केला. डॉ. राम बाळकृष्ण जयकर हे सभेचे अध्यक्ष झाल्यावर कार्याला अधिक वेग आला. सर्व धर्मातील चांगली तत्त्वे स्वीकारण्यावर या सभेचा भर होता. डॉ. आत्माराम पांडुरंग तर्खडकर, बाबा पद्मनजी, लक्ष्मणशास्त्री हळबे, भिकोबा चव्हाण, भाऊ महाजन यांचा सक्रीय सहभाग यात होता. १८६० पर्यंत सभेचे काम चालले होते. या सभेच्या सदस्यांनीच प्रार्थना समाजाची स्थापना करण्यास पुढाकार घेतला.

प्रार्थना समाजाची स्थापना होण्यामागे तत्कालीन काळाचा रेटा कारणीभूत होता. धर्म ही एकच गोष्ट फक्त एतद्देशीय हिंदूंमधे समान होती. त्यामुळे आपल्यात सुधारणा घडवून आणावयाच्या असतील तर आपणास धर्मक्षेत्रात काम करावे लागेल याचा अंदाज समाजसुधारकांना आलेला होता. धार्मिक पातळीवरून केलेले आवाहन लोक दुर्लक्षित नाहीत. त्यामुळे धर्मात सुधारणा केल्याशिवाय तरणोपाय नाही असे समाजसुधारकांना वाटत होते. धर्मसुधारणा कार्याचा श्रीगणेशा परमहंस सभेने केला खरा; पण या सभेला स्वत:चा अवतार खूप लवकर समाप्त करावा लागला. अर्थात असे असले तरी सभासदांच्या मनात पेटलेली ज्योत मात्र तेवतीच होती. त्यामुळे ही

ज्योत विझण्याच्या आतच नवीन कार्याला सुरुवात करणे आवश्यक होते. याचा सांगोपांग विचार करून येथील समाजसुधारकांनी 'प्रार्थना समाजाच्या' द्वारे कार्याला सुरुवात केली. प्रार्थना समाजाची स्थापना होण्याअगोदर मुंबईत ब्राह्मो समाजाचे कट्टर सुधारक नेते केशवचंद्र सेन आले होते. केशवचंद्र सेन हे अत्यंत बंडखोर समाजसुधारक नेते होते. कारण राजा राममोहन रॉय यांच्या काळापासून ब्राह्म समाजात केवळ ब्राह्मणांनीच प्रार्थना सांगितली पाहिजे असा अलिखित नियम होता. प्रार्थना सांगणे ही ब्राह्मणांचीच खास मक्तेदारी. त्या मक्तेदारीला सेन यांनी उघड आव्हान दिले. त्यांनी ब्राह्मणेतरांना प्रार्थना सांगण्याचा अधिकार दिला व धर्माला ब्राह्मणी वर्चस्वापासून मुक्त केले. या पार्श्वभूमीवर केशवचंद्र सेन यांची व्याख्याने मुंबईत झाली. डॉ. आत्माराम पांडुरंग तर्खडकर, दादोबा पांडुरंग तर्खडकर, वामन आबाजी मोडक, न्या. ना.ग.चंदावरकर, न्या.म.गो.रानडे, डॉ. रा.गो.भांडारकर या समाजधुरिणांनी प्रार्थना समाज स्थापनेत सहभाग घेतला. या मंडळींना असे जाणवले की ऐहिक कल्याणावर दृष्टी ठेवून समाजसुधारणेची कार्ये हाती घेण्यापेक्षा मनुष्याचे या जन्मी मुख्य जे परमार्थ साधन त्याकडे विशेष दृष्टी ठेवली पाहिजे. हा विचार झाल्यावर फाल्गुन वद्य ११(पापमोचनी एकादशी) शके १७८८ रविवार ३१ मार्च १८६७ रोजी प्रार्थनासमाज अस्तित्वात आला.

प्रार्थनासमाजाची विचारसरणी

प्रार्थनासमाजाची विचारसरणी पुढीलप्रमाणे होय. ईश्वर एकच आहे. (एकेश्वरवाद) तोच सर्वांचा निर्माता आहे. ईश्वर उपासनेचे मार्ग म्हणजे सत्य, सदाचार व भक्ती. या मार्गांचा अवलंब केल्यास परमेश्वर प्रसन्न होतो. स्वत:च्या आत्मिक उन्नतीसाठी प्रत्येकाने प्रार्थना करायची आहे. अन्य कोणत्याही फलाची अपेक्षा सभासदाने ठेवू नये. मूर्तिपूजा त्याज्य ठरविण्यात आलेली असून तिचा कोणत्याही स्वरूपात स्वीकार अशक्य आहे. परमेश्वरी अवतार संकल्पनाच चुकीची आहे. कारण परमेश्वर एकच आहे. सर्वांनी आपसात बंधुभाव जागृत ठेवून परमेश्वरी उपासनेत आयुष्य वेचावे.

मध्ययुगात भक्तिमार्गाच्या नावाखाली मूर्तिपूजा या प्रकारचे जे विकृतीकरण झाले, पंच 'म' कारांचा प्रभाव, विषमता या साऱ्याच गोष्टी प्रार्थना समाजाला टाळायच्या असल्यामुळे त्यांनी मूर्तिपूजेला विरोध केला. त्यांच्या साप्ताहिक उपासनेचे पुढील भाग आहेत.

१. उद्‌बोधन – उपासकाने जमलेल्या सर्व मंडळींची वृत्ती उपासनोन्मुख करून, इतरांच्या मनातील अन्य विचार काढून टाकून ते परमेश्वर केंद्रित करणे.
२. स्तवन – सर्वशक्तिमान व एक आणि एकच अशा ईश्वराच्या सर्व गुणांचे स्तवन करायचे व त्याच्या गुणांचे गायन करायचे.

३. कृतज्ञता दर्शन – दयाळू परमेश्वराविषयी कृतज्ञता व्यक्त करणे.

४. प्रार्थना – स्वत:च्या आत्मिक उन्नतीसाठी प्रार्थना करणे.

५. निरूपण – उपासकाने वा मुख्य वक्त्याने उपदेशात्मक प्रवचन देणे.

६. प्रार्थना व आरती – मूर्तिपूजा त्याज्य मानल्यामुळे कुटुंबातील विविध संस्कार व विधी मूर्तिपूजेशिवाय करायला सुरुवात झाली. समाजाच्या तत्त्वप्रणालीशी जुळणारे नियम करण्यात आले. हा समाज सुशिक्षितांपर्यंत व शहरांमधे पसरला. मुंबई, पुणे, गुजराथ, आंध्र, तमिळनाडू येथे या समाजाच्या शाखा उघडल्या गेल्या. संस्थापकांनी व नंतरच्या काळातील कार्यकर्त्यांनी विशेषत: वि.रा.शिंदे व सुखटणकर यांनी जातिभेद निर्मूलन, विधवाविवाह, बालविवाह बंदी, स्त्री शिक्षण प्रसार, पडदा पद्धत यांच्या संदर्भात जोरदार कार्य केले. सामाजिक सुधारणा चळवळ अधिक गतिमान करण्यासाठी अनाथ स्त्रिया व मुले यांच्या संदर्भात विशेषत्वाने काम केले. यासाठी १८७२ मध्ये 'बॉंबे थिईस्टिक असोसिएशन' संस्था स्थापली व त्याद्वारे आर्य महिला समाज, पुणे राममोहन आश्रम, पुणे अनाथ बालकाश्रम, पंढरपूर येथे अनाथाश्रम काढले. कामगारांना शिक्षण देण्यासाठी रात्रशाळा सुरू करण्यात आल्या. सामाजिक कार्याच्या प्रसारार्थ सुबोध पत्रिका सुरू करण्यात आली.

सुबोधपत्रिका – प्रार्थना समाजाची स्थापना झाल्यावर ६ वर्षांनी समाजाने स्वत:चे मुखपत्र म्हणून ४ मे १८७३ रोजी सुबोधपत्रिका सुरू केले. मराठी व इंग्रजी काही काळ गुजराथी भाषेत हे पत्र प्रसिद्ध होई. या पत्राचे ब्रीदवाक्य 'सत्यमेव जयते' होते. किंमत फक्त १ पैसा ठेवण्यात आली. मामा परमानंदांनी काही काळ त्याचे संपादन केले. सुबोधपत्रिकेच्या प्रतिष्ठित लेखकांत डॉ.रा.गो.भांडारकर, न्या.तेलंग, न्या.रानडे यांचा समावेश असला व प्रतिष्ठा असली तरी पत्रिकेचा खप प्रचंड असल्याचे दिसत नाही. अर्थात मतपत्राला असणारी मर्यादा या पत्राला ओलांडणे शक्य नव्हते. जयशंकर भट्ट, सदानंद पालेकर, ना.वा.घुमरे, स.पां.केळकर, मामा परमानंद, द्वारकानाथ गोविंद वैद्य यांनी सुबोधपत्रिका वाढविली. वैद्य यांनी न्या. रानडे व डॉ. भांडारकर यांच्या प्रवचनांचे संग्रह तयार केले.

प्रार्थना समाजाच्या साप्ताहिक सभा असत. चर्चा, विचारविमर्श, सामूहिक प्रार्थनेत सहभागी या गोष्टी सदस्य करीत. समाजाचे कार्य करीत असता डॉ. भांडारकरांनी विधवा-पुनर्विवाह, प्रौढविवाह या सुधारणांस शास्त्राधार काढून दिला.

एवढे असूनही प्रार्थना समाजाला अपेक्षित पाठिंबा न मिळण्याचे कारण म्हणजे त्यांच्यावर ख्रिस्ती धर्माचा असणारा पगडा, मूर्तिपूजेला विरोध, नेतृत्वाच्या वागण्यातील विसंगती, बोलायचे एक व करायचे भलतेच यामुळे स्वत:वर वेळ येताच अनेक

समाजसुधारक अपयशी ठरले. बोलघेवड्या सुधारकांच्या कार्याला पडणाऱ्या मर्यादा प्रार्थना समाजाला पडल्या.

सत्यशोधक समाज

शिक्षणपद्धती आणि लेखन या दोन्ही क्षेत्रात महत्त्वाचे काम चालू असतानाच जोतीराव फुले यांना असे वाटत होते की, उच्चवर्णीयांच्या मानसिक गुलामगिरीतून सर्वसामान्य माणसाला मुक्त करण्याची आवश्यकता आहे. परमेश्वर आणि मानव यांच्यात मध्यस्थ नको. शिक्षण कोणाचीही राखीव मिरासदारी नाही. अशा तत्कालीन कालखंडात जहाल विचारांनी त्यांनी सामाजिक परिवर्तन घडवून आणायला सुरुवात केलेली होती. ते कर्ते सुधारक असल्याने त्यांच्या कार्याचा प्रभाव सर्वदूर जाणवू लागला होता. त्यांचा परिचय थोडक्यात पाहू या.

संघर्ष केल्याशिवाय कनिष्ठ वर्गातील कोणालाच कोणतेच हक्क मिळणार नाही यांची त्यांना पूर्ण जाणीव होती. उच्च वर्गाकडून सवलती, अधिकार, हक्क, सत्ता हवी असेल तर रचनात्मक संघर्ष करण्यास पर्याय नाही या भूमिकेवरून त्यांनी संस्थात्मक प्रयत्न करविण्याचे ठरविले. फुले यांनी आपल्या विचारसरणीचा प्रसार करण्यासाठी २४ सप्टेंबर १८७३ रोजी बैठक बोलावली. संपूर्ण महाराष्ट्रातून ६० प्रतिनिधी या सभेला आले. या सर्वांसमोर फुले यांनी स्वत:चा विचार मांडला. अत्यंत तळमळीने भाषण करून संस्थेच्या स्थापण्याची पार्श्वभूमी कार्यकर्त्यासमोर विशद केली. विचार-विमर्श होऊन त्याच दिवशी 'सत्यशोधक समाज' या संस्थेची स्थापना करण्यात आली. महाराष्ट्रात सर्वसामान्यांसाठी आणि त्यांच्यापर्यंत पोहोचलेली ही पहिलीच चळवळ होय. सर्वानुमते जोतीराव फुले यांची अध्यक्ष व कोषाध्यक्ष तर श्री. नारायणराव गोविंदराव कडलक यांची कार्यवाह म्हणून निवड झाली.

समाजाची कार्यपद्धती व ध्येय धोरण

सत्यशोधक समाजाचे ध्येय धोरण म्हणजे शूद्र आणि अतिशूद्र यांची ब्राह्मण पुरोहितांकडून होणारी पिळवणूक बंद करणे, त्यांना त्यांच्या मानवी हक्कांची व अधिकारांची शिकवणूक देणे आणि ब्राह्मणी शास्त्रांच्या मानसिक आणि धार्मिक गुलामगिरीतून मुक्त करणे.

कार्यपद्धती– समाजाचे सदस्यत्व घेताना प्रत्येकाला खंडोबा या दैवतापुढील बेलपत्र उचलून इंग्रजी सत्तेशी निष्ठेने वागेन अशी शपथ घ्यावी लागे असे धनंजय कीर यांनी नमूद केले आहे. १९११ मध्ये समाजाच्या ठरावात तीन तत्त्वे आणली.

१) सर्व माणसे एकाच देवाची लेकरे आहेत व देव त्यांचा आईबाप आहे.

२) आईला भेटण्यास अगर बापाला प्रसन्न करण्यास ज्याप्रमाणे मध्यस्थाची जरुरी नसते त्याप्रमाणे देवाची प्रार्थना करण्यास पुरोहित किंवा गुरू यांची आवश्यकता नाही.

३) वरील तत्त्व कबूल असल्यास कोणासही सभासद होता येते.

प्रतिज्ञा – प्रत्येक सभासदाला पुढील प्रतिज्ञा घेणे आवश्यक असे.

'सर्व मानव प्राणी एकाच देवाची लेकरे आहेत, सबब ती माझी भावंडे आहेत, अशा बुद्धीने मी त्यांच्याशी वागेन. परमेश्वराची पूजा, भक्ती अगर ध्यानधारणा करतेवेळी अगर धार्मिक विधीचे वेळी मी मध्यस्थाची गरज ठेवणार नाही; दुसऱ्यांनाही तसेच वागण्याबद्दल मी उपदेश करीन. मी माझ्या मुलामुलींना सुशिक्षित करीन. मी नेहमीच राजनिष्ठेने वागेन. परमेश्वरास व सत्यरूपी परमेश्वरास साथ ठेवून मी ही प्रतिज्ञा करीत आहे. ह्या प्रतिज्ञेप्रमाणे वागण्यास मला सामर्थ्य येईल अशा प्रकारे आयुष्यक्रम गुदरण्यास योग्य प्रकारे मदत तो मला करो.'

समाजाचे सभासदत्व सर्व जातीतील लोकांना खुले होते. सुरुवातीला दर आठवड्याला समाजाच्या बैठका होत असत. या बैठकांत जातिभेद, मूर्तिपूजा यांना विरोध तर परमेश्वराचे जनकत्व व मनुष्याचे बंधुत्व यांवर भर देत. दारूबंदी, सक्तीचे शिक्षण, स्वदेशी वस्तू वापरण्यास उत्तेजन, पुरोहितशाहीला विरोध, अल्पखर्ची लग्ने, ज्योतिष, भूत, समंध यांच्यापासून लोकांस भीतीमुक्त करणे यांवर चर्चा व विचार विनिमय चाले. एकेश्वरवादाचा प्रसार सांघिक सभांमधून चाले.

सुरुवातीच्या काळात समाजाच्या सभासदांस प्रचंड विरोधाला तोंड द्यावे लागले. सरकारी नोकरीत असणाऱ्या सदस्यांना वरिष्ठांचा छळ, बदल्या, चुकीच्या समजुती, मानसिक छळ यांना तोंड द्यावे लागले.

या कालखंडाचे एक निरीक्षण कीरांनी पुढील शब्दात वर्णिले आहे 'राममोहन रॉय यांनी ब्रह्मतत्त्व घेतले; प्रार्थना समाजाने प्रार्थना व जोतीरावांनी सत्य घेऊन आपल्या कार्याला सुरुवात केली.' यानंतर दोन वर्षांनी दयानंद सरस्वती यांनी आर्यतत्त्वाचा पुरस्कार करून आपल्या कार्यास प्रारंभ केला. सुरुवातीच्या तिघांनी सुद्धा मूर्तिपूजा त्याज्य ठरविली.

सत्यशोधक समाजाचा केंद्रबिंदू समाज शेतकरी वर्ग होता. त्याच्याच भाषेत संवाद साधण्यासाठी समाजाचे लोक सभा शेतावर, मळणीच्या ठिकाणी घेत. सत्यशोधक प्रचारकांचा वेश म्हणजे घोंगडी, पागोटे, धोतर व हातात डफ. शेतकऱ्याला नाडणाऱ्या सावकारी कृष्णकृत्यांवर ते प्रकाश टाकीत. प्रचारकही शेतकरीच असल्यामुळे 'या हृदयीचे त्या हृदयी' समजत असे. ब्राह्मसमाज व प्रार्थनासमाज जी गोष्ट करू

शकला नाही ती गोष्ट सत्यशोधक समाजाने हाती घेतली. 'कनिष्ठ वर्गाचा उद्धार' करणे हेच समाजाचे ईप्सित होते. आधुनिक भारतात सामाजिक पुनर्घटनेसाठी चळवळ सुरू करणारी पहिली संस्था म्हणजे सत्यशोधक समाज होय. त्यांनी सामाजिक गुलामगिरीला विरोध केला व सामाजिक न्याय व पुनर्रचनेची मागणी केली. ख्रिस्तीधर्म प्रसाराला आळा घालण्याचे कामसुद्धा समाजाने केले.

२५ डिसेंबर १८७३ रोजी समाजाच्या माध्यमातून पहिलाच ब्राह्मण पुरोहिताशिवाय हिंदू विवाह घडवून आणला. हे लग्न पानसुपारीच्या खर्चातच आटोपले. फुले रचित शपथा घेऊन वधूवरांनी लग्न केले. ७ मे १८७४ रोजी ग्यानोबा ससाणेचा विवाह स्वतःच्या घरात याच पद्धतीने लावला. १० विद्यार्थ्यांना शिक्षणासाठी समाजाने स्कॉलरशिप दिल्या.

समाजाच्या कार्याला लोकांनी पाठिंबा द्यायला सुरुवात केली. मुंबईतील व्यंकू काळेवार आणि माया कराडी लिंगू या श्रीमंत ठेकेदारांनी समाजाला शिक्षणासाठी मदत करायला सुरुवात केली. व्यंकू बाळोजी काळेवार यांनी सत्यशोधक समाजास त्या काळातील बाराशे रुपयांचा छापखाना विकत घेऊन दिला. याच काळात फुले यांना कर्तबगार सहकारी सामाजिक कार्यासाठी मिळाले. यात सर्वश्री पोलसानी राजन्ना लिंगू, व्यंकय्या अय्यावारू, रामशेठ उरवणे, डॉ. विश्राम रामजी घोले, रामचंद्रराव धामणस्कर, डॉ. संतूजी लाड, भारतातील कामगार चळवळीचे आद्यजनक नारायण मेघाजी लोखंडे, सदाशिवराव गोवंडे, तुकाराम तात्या पडवळ असे कितीतरी सहकारी त्यांना मिळाले.

सत्यशोधक समाजाच्या दुसऱ्या वार्षिक अधिवेशनात फुले यांनी डॉ. विश्राम रामजी घोले यांना अध्यक्ष केले व कोषाध्यक्षपद रामशेट उरवणे यांना दिले. याच सुमारास सध्याच्या गुजराथमधील अहमदाबाद येथे नदीला पूर येऊन झालेल्या नुकसानीमुळे लोकांच्या मदतीसाठी काही निधी गोळा करून पाठवण्यात आला. समाजाच्या प्रसारासाठी उत्तम कार्येकर्ते तयार करण्यासाठी त्यांना वक्तृत्वाचे पद्धतशीर शिक्षण देण्यात येऊ लागले. 'गुलामगिरी' व 'ब्राह्मणांचे कसब' या दोन ग्रंथांच्या प्रती समाजाच्या वतीने हिंदी संस्थानिक व समाजातील प्रतिष्ठित लोकांना देण्यात आल्या. समाजाच्या वतीने घेण्यात आलेल्या निबंध स्पर्धेचा विषय 'हिंदी शेतकीची सुधारणा कशी करता येईल?' हा होता. कनिष्ठ वर्गातील मुले रस्त्यांतून गारुड्यांचे खेळ बघत वा तमाशे पाहत भटकू नयेत म्हणून अशा मुलांवर देखरेख करण्यासाठी एका शिपायाची नेमणूक सत्यशोधक समाजाने केली. अशा मुलांना शाळेत नेण्याची जबाबदारी त्या शिपायावर होती. समाजाच्या विनंतीवरून स्थापत्यशास्त्र महाविद्यालयात गरीब ब्राह्मणेतर

विद्यार्थ्यांस नि:शुल्क शिक्षणाची व्यवस्था करण्यात आली. १८७६ मध्ये 'मूर्तिपूजा उपयुक्त आहे किंवा कसे?', 'जातिभेद आवश्यक आहे किंवा कसे?' या दोन विषयांवर वक्तृत्व स्पर्धा घेण्यात आली. समाजाच्या वतीने हडपसर येथे शाळा काढण्यात आली. कनिष्ठ वर्गातील पाच टक्के विद्यार्थ्यांस नि:शुल्क शिक्षण देण्यासंदर्भात आज्ञापत्र काढणाऱ्या चेटफिल्ड साहेबांचे व समाजाच्या कार्याला प्रसिद्धी देणाऱ्या वर्तमानपत्रांचे खास आभार याच वेळी मानण्यात आले. समाजाची सभासद संख्या ३१६ पर्यंत वाढली. समाजाच्या कार्यालयासाठी महिना दहा रुपये भाड्याची जागा रामचंद्र मनसाराम घावरेनाईक यांनी दिली. १८७७ च्या दुष्काळात 'बालाश्रम' उघडून लोकांना मदत केली. या चळवळीचे सर्वांत महत्त्वाचे योगदान म्हणजे सर्वांना सामाजिक समतेच्या तत्त्वाचे महत्त्व लक्षात आणून देणे हे होय.

महात्मा जोतीराव गोविंदराव फुले

गोविंदराव व चिमणाबाई फुले यांचे द्वितीय अपत्य म्हणजे जोतीराव. ११ एप्रिल १८२७ रोजी त्यांचा जन्म झाला. त्यांच्या थोरल्या भावाचे नाव राजाराम. जोतीरावांच्या आईचे निधन जोतीरावांच्या लहानपणीच झाल्याने त्यांचा सांभाळ एका दाईने केला. पंतोजींच्या शाळेत मराठी शिक्षण घेण्यास सुरुवात झाल्यावर त्यांच्या अभ्यासाला गती आली. याच दरम्यान झगडे पाटील यांची कन्या सावित्री यांच्याशी जोतीरावांचा विवाह झाला. माध्यमिक मिशनरी शाळेत त्यांनी इंग्रजी शिक्षण घेतले. शारीरिक कसरती आणि व्यायामाच्या आवडीमुळे लहुजीबुवांकडे जायला सुरुवात केली. याच काळात त्यांच्या क्रांतिकारक विचारांची जडणघडण झाली व त्यांच्यातील बंडखोर समाजक्रांतिकारक जागा होऊ लागला. त्यांच्या आयुष्याला क्रांतिकारक वळण देणारा ग्रंथ टॉमस पेन कृत 'राईटस् ऑफ मॅन' वाचनात आला आणि त्यांचे आयुष्य बदलले.

तत्कालीन सामाजिक परिस्थितीचे दुष्परिणाम किंवा चटके त्यांना लवकर बसले. त्यांच्या मित्राच्या लग्नात तथाकथित उच्चवर्णीयांनी त्यांचा अपमान केला. हे असे का? हा प्रश्न त्यांना पडला आणि वैयक्तिक अपमानावर सामाजिक उत्तर त्यांनी शोधण्याचे ठरविले. साऱ्या समस्यांचे मूळ अज्ञानात आहे हे लक्षात येऊन ज्यांना शिक्षणाचा हक्क नाकारण्यात आलेला होता. त्यांच्यासाठी शाळा विशेषत: शूद्रातिशूद्रांसाठी शाळा त्यांनी सुरू केली. या कामासाठी घरातूनच विरोध झाला. 'की घेतले व्रत न हे आम्ही अंधतेने' यावर विश्वास ठेवून समाजाच्या भल्यासाठी राहते घर सोडले पण काम सोडले नाही. मुलींच्या शाळांची संख्या वाढवायला सुरुवात

केली. भारतातील पहिली स्त्री शिक्षिका सावित्रीबाई फुले यांना तयार केले व दोघांनी कार्य पुढे नेले.

स्वत:च्या विचारांचा प्रसार करण्यासाठी 'तृतीय रत्न' नाटकाचे लेखन त्यांनी केले. नवरा-बायको एकत्र जेवायला बसतात व दोघे मिळून रात्र शाळेला जायचा निर्णय घेतात हे त्या काळात बंडखोर वाटणारे विचार नाटकातून मांडले. रात्रशाळेची स्थापना करून कष्टकरी वर्गाच्या शिक्षणाला प्रोत्साहन दिले. याच दरम्यान त्यांच्यावर मारेकरी घालण्यात आले पण तेच त्यांचे संरक्षक बनले. बालहत्या प्रतिबंध गृहाची स्थापना करून मुलांचे जीव वाचविले व विधवा पुनर्विवाहास मदत केली. कर्ते सुधारक असल्यामुळे अस्पृश्यांच्या पिण्याच्या पाण्याचा प्रश्न सोडविण्यासाठी घरचा हौद खुला केला. छत्रपती शिवाजीराजे भोसले यांचा 'पोवाडा', 'ब्राह्मणांचे कसब', 'गुलामगिरी' ही अक्षर कामगिरी त्यांनी मराठी साहित्यात बजावली. सत्यशोधक समाजाची स्थापना करून येथील सामाजिक क्रांतीचे चक्र जोरदार फिरविले

पुण्यात दयानंद सरस्वतींची मिरवणूक यशस्वीपणे पार पाडली. पुणे नगरपालिकेचे सदस्यत्व स्वीकारल्यावर पुणेकरांच्या जिव्हाळ्याचे प्रश्न सोडविण्यास प्राधान्य दिले. दारूची दुकाने उघडण्यास परवानगी देऊ नये यासाठी विशेष प्रयत्न केले. धाडसी टिळक आगरकरांचा सत्कार केला. 'शेतकऱ्याचा आसूड', 'सत्सार क्र.१, क्र.२', 'इशारा', 'सत्यशोधक समाजोक्त मंगलाष्टकासह सर्व पूजा-विधी' या साहित्याची निर्मिती त्यांनी केली. या कार्याबद्दल त्यांना भारतात तोपर्यंत कोणालाच उत्स्फूर्तपणे न मिळालेली 'महात्मा' पदवी ही देण्यात आली. 'सार्वजनिक सत्यधर्म' पुस्तकाचे लेखन केले मात्र ते मृत्यूनंतर प्रकाशित झाले. २८ नोव्हेंबर १८९० रोजी महात्मा फुले इहलोक सोडून गेले.

डिप्रेस्ड क्लासेस मिशन

विठ्ठल रामजी शिंदे यांनी 'भारतीय निराश्रित साहाय्यकारी मंडळी' (डिप्रेस्ड क्लासेस मिशन सोसायटी ऑफ इंडिया) ही संस्था अखिल भारतीय पातळीवर अस्पृश्यता निवारणाचे आणि अस्पृश्य मानल्या गेलेल्या वर्गाची उन्नती करण्याचे कार्य करण्यासाठी १८ ऑक्टोबर १९०६ रोजी स्थापन केली.

महर्षी विठ्ठल रामजी शिंदे हे जन्माने कर्नाटकातले. पण कर्माने अखिल भारतीय पातळीवर पोहोचले. २३ एप्रिल १८७३ रोजी जमखिंडी येथे रामजी व यमुनाबाई यांच्या पोटी त्यांचा जन्म झाला. मॅट्रिकची परीक्षा झाल्यावर शिक्षकीचा पेशा त्यांनी स्वीकारला. पुढील शिक्षणार्थ ते पुण्याला फर्गसनमध्ये दाखल झाले. बी.ए.पर्यंतचे शिक्षण घेताना अनंत अडचणी आल्या. मात्र डेक्कन मराठी एज्युकेशन असोसिएशन

व बडोदा नरेश सयाजीराव गायकवाड यांच्या मदतीने संकटातून मार्ग निघाला. मोतीबुलासा यांच्या निधनाने रिकाम्या झालेल्या जागेवर धर्मशिक्षण घेण्यासाठी अंत:प्रेरणेने व प्रार्थना समाजाच्या मदतीने ते इंग्लंडला गेले. एक अत्यंत हुशार व कष्टाळू विद्यार्थी म्हणून त्यांनी तेथे ठसा उमटविला. ॲमस्टरडॅम येथे भरलेल्या उदार धर्मपरिषदेत त्यांनी 'हिंदुस्थानातील उदार धर्म' या विषयावर प्रबंध वाचला. सारे आयुष्य धर्मप्रसाराच्या कार्याला वाहून घेण्याचा निश्चय केल्यामुळे भारतात परततानाच त्यांचा निर्णय झालेला होता. प्रार्थनासमाज, ब्राह्मोसमाज यांच्यासाठी प्रभाव कार्य केले. डिप्रेस्ड क्लासेस मिशन, राष्ट्रीय मराठा संघ, अस्पृश्यता निवारक संघ, शेतकरी परिषदांचे आयोजन ही कामे त्यांनी केली. आधुनिक महाराष्ट्राच्या सामाजिक इतिहासात त्यांनी अशाप्रकारे स्वत:चे स्थान निर्माण केले.

परदेशातील ख्रिस्ती मिशन व मिशनऱ्यांची कार्ये, बडोदा संस्थानातील अस्पृश्यांच्या शिक्षणाचा स्तुत्य पण अपयशी प्रयत्न पाहून विठ्ठल शिंदे यांनी देशी मिशन काढण्याचे ठरविले. शिंदे यांचे प्रत्यक्ष काम सुरू होण्यापूर्वीच मुंबईतील प्रार्थना समाजाचे अनुयायी शेठ दामोदरदास गोवर्धनदास सुखडवाला यांनी एक हजाराची देणगी दिली. मुंबई येथील एल्फिन्स्टन रोड वरील मुरारजी वालजी यांच्या बंगल्यात वरील संस्थेची पहिली शाखा शाळेच्या रूपात उघडण्यात आली. संस्थेची मातृसंस्था मुंबई व तिचीच विविध अंगे म्हणून प्राथमिक वा दुय्यम शिक्षणाची शाळा, उद्योगशाळा, विद्यार्थी वसतिगृहे, मोफत दवाखाना, धर्मशिक्षण व नीतिशिक्षणाच्या साप्ताहिक शाळा, जातीभेद व मूर्तिपूजा विरहित उपासनालये यावर लक्ष केंद्रित करण्याचे ठरले.

मिशनचे हेतू

१. हिंदुस्थानातील महार, मांग, चांभार, पारिया वगैरे (विशेष करून पश्चिम हिंदुस्थानातील) अस्पृश्य समजल्या जाणाऱ्या वर्गांना व इतर अशाच रीतीने निराश्रित झालेल्या लोकांत शिक्षणाचा प्रसार करणे व त्यांना नोकऱ्या मिळवून देणे.
२. सामाजिक अडचणींचे निवारण करणे.
३. सार्वत्रिक धर्म, व्यक्तिगत शील व नागरिकता या गुणांचा प्रसार गरिबांत करणे.

कार्यपद्धती

मिशनच्या वतीने दर शनिवारी व्याख्याने व कीर्तनाचे कार्यक्रम होणार. रविवारी सकाळी धार्मिक शिक्षणाचे वर्ग व सायंकाळी उपासना, सणाच्या दिवशी सार्वजनिक मेळे करण्याचे ठरले. पहिल्याच वर्षी ९ जाहीर व्याख्याने, ४ कीर्तने, ५ पुराणवाचने झाली. मुलांसाठी एक व मुलींसाठी एक अशा मोफत दोन दिवस शाळा, नोकरी

करणाऱ्यांसाठी रात्रशाळा, धर्मार्थ दवाखाना, वाचनालय व ग्रंथालय, मुलांसाठी तालीम, महिलांसाठी शिक्षणवर्ग, प्रार्थना व व्याख्याने इ. उपक्रम करण्यात आले. १९०६ मध्ये दिवसशाळेत १७२ विद्यार्थ्यांपैकी अस्पृश्य विद्यार्थी १२७ होते. लोकांसाठी १९०७ मध्ये २३२ पुस्तकांचे ग्रंथालय सुरू करण्यात आले. अस्पृश्य महिलांसाठी 'निराश्रित सेवासदन' काढण्यात आले. पुरुषांसाठी सोमवंशीय मित्रसमाज संस्था मिशनच्या वतीने सुरू करण्यात आली.

मिशनने तीन वर्षांच्या आत परळ, देवनार, मदनपुरा, कामाठीपुरा येथे शाळा, रविवार शाळा, भजनसमाज, व्याख्याने, परस्पर साहाय्यक चामड्याचा कारखाना, निराश्रित सेवासदन इ. कामे सुरू केलेली होती. याशिवाय अन्य शाखांमध्ये पुणे, मनमाड, इगतपुरी, इंदूर, अकोला, अमरावती, दापोली, मंगळूर, मद्रास येथील शाळांचा समावेश होता. अशा एकूण मिशनच्या १२ शाखा, १६ दिवसाच्या प्राथमिक शाळांमधून १०१८ विद्यार्थी शिक्षण घेत होते. तत्कालीन ॲक्टिंग गर्व्हनरच्या पत्नी लेडी म्यूर मॅकेन्झी यांच्या अध्यक्षतेखाली स्त्री प्रश्नांसाठी समिती नेमण्यात आली. या कामांमुळे मिशनला परदेशातून मदत मिळू लागली. टाईम्स ऑफ इंडियाचे संपादक सर स्टॅनले रीड यांच्या पत्नीने मिशनला सक्रीय मदत केली. विद्यार्थ्यांसाठी परळला वसतिगृह काढण्यात आले.

कायदेशीर तरतुदी व सोयींसाठी १९१० मधे ट्रस्ट नोंदणी करण्यात आली. संस्थेत पाच वर्षे मिशनरी म्हणून काम करणाऱ्याला आजीव सदस्य म्हणून घेण्यात येणार होते. मिशनचे कार्य धर्मातीत तत्त्वावर चालविण्यात येत असे. अंगभूत शाखा, संलग्न शाखा, सहकारी शाखा असे मिशनचे तीन प्रमुख भाग होते.

२२ जून १९०८ रोजी पुणे लष्कर विभागातील सेंटर स्ट्रीट मधील एका घरात पुणे शाखेची पहिली दिवस शाळा उघडण्यात आली. या शाळेत लिहिणे, वाचणे, संवाद, गाणी, चित्रकला, शिवणकाम, कसरत, स्वच्छता, नीतिशिक्षण दिले जाई. शाळेचा खर्च महिन्याला २०० रुपये तर वर्गणी ५० रुपये जमा होई.

आपल्या कार्याचा अन्य प्रांतात प्रसार होण्यासाठी शिंदे यांनी राष्ट्रीय सभेच्या अधिवेशनाच्या वेळेला अस्पृश्यतानिवारक परिषदेचे अधिवेशन डिसेंबर १९०७ च्या सुरत अधिवेशनापासून भरवायला सुरुवात केली. या परिषदांचे अध्यक्ष खालीलप्रमाणे होते.

यामुळे मिशनच्या कामाचा देश पातळीवर बोलबाला होऊ लागला. राष्ट्रीय पुढाऱ्यांचे लक्ष या कामाकडे गेले व अस्पृश्यतेच्या कामाला प्राधान्य मिळू लागले.

साल	स्थळ	अध्यक्ष
१९०७	सुरत	सत्येंद्रनाथ टागोर
१९०८	बांकीपूर	रावबहादूर मुधोळकर
१९१०	मद्रास	गोपाळ कृष्ण गोखले
१९१२	कराची	लाला लजपतराय
१९१८	मुंबई	सयाजीराव गायकवाड
१९२०	नागपूर	म. गांधी

मिशनच्या शाळांचा खर्च भागविण्यासाठी महर्षी विविध युक्त्या करीत असत. तांदूळ फंड, कापड फंड व पेटी फंड या गोष्टींद्वारे निधी गोळा करण्यात येत असे. वसतिगृहात राहणाऱ्या ४० विद्यार्थ्यांचा खर्च भागविण्यासाठी मदत करणाऱ्या भगिनींच्या घरी एक पिशवी ठेवण्यात येई. या पिशव्यांतून तांदूळ, गहू, डाळ गोळा केली जाई. याच पद्धतीने विद्यार्थ्यांना लागणारे नवे-जुने कपडे, बिछाने, भांडी, साबण, औषधे गोळा केली जाई. विद्यार्थ्यास काम करण्याची सवय आवश्यक आहे म्हणून परळ शाळेत बुक बाइंडिंग व शिवणकाम, मंगळूर येथे हातमागावर विणकाम, महाबळेश्वर येथे काथ्याचे दोरखंड व वेताच्या टोपल्या विद्यार्थी तयार करीत असत. स्वतंत्र उद्योगशाळा उभारण्यासाठी एन.एम.वाडिया ट्रस्ट यांनी मिशनला तीन वर्षात अठरा हजार देण्याचे कबूल करून स्वतंत्र उद्योगशाळा काढायला मदत केली. सुतारकाम, चित्रकला, रंगकाम, शिवणकाम, पुस्तकबांधणी ही कामे तेथे सुरू झाली.

कार्याच्या व्यापक प्रसारासाठी ५ ते ७ ऑक्टोबर १९१२ मध्ये मिशनने पुण्यात महाराष्ट्र परिषद भरवली. या परिषदेत मिशनसाठी मिशनऱ्यांची गरज शाळांसाठी वसतिगृहे, निराश्रित वर्गाच्या औद्योगिक शिक्षणाची दिशा, त्या वर्गाच्या अडचणी, मुंबई पुणे शाखेसाठी स्वतंत्र इमारत, म्युन्सिपालटी, खाजगी शिक्षण संस्था व परोपकारी शिक्षणसंस्था यांच्यातील सहकार्य, सरकारी विद्यापीठे व देशी संस्थानिक यांच्याशी शिक्षणविषयक सहकार्य, आध्यात्मिक व सामाजिक बाबतीत विविध धर्मपंथातील अनुयायांशी मिशनचे सहकार्य या विषयांवर विचारविमर्श झाला. या परिषदेअंतर्गत सर्व जातींचे सहभोजनाचा कार्यक्रम झाला. डॉ. भांडारकरांच्या नेतृत्वाखाली परिषद यशस्वी झाली. शिंदे यांच्या कार्याची खरी पावती १९१७ मध्ये मिळाली. शिंदे राष्ट्रीय सभेच्या प्रत्येक अधिवेशनात अस्पृश्यता निवारणाचा ठराव मांडावा म्हणून लेखी आग्रह धरीत. परंतु त्यांच्याकडे सर्वजण दुर्लक्ष करीत. १९१७ च्या कलकत्त्याच्या अधिवेशनाच्या प्रमुख डॉ.ॲनी बेझंट होत्या. त्यांनी हा ठराव मंजूर करून घेतला. डिप्रेस्ड क्लासेस मिशनच्या माध्यमातून महर्षी विठ्ठल रामजी शिंदे यांनी प्रचंड कार्य केले.

□□

६

नव आर्थिक जीवन

या प्रकरणात ब्रिटिशांच्या आर्थिक धोरणांचा आढावा आपणास घ्यायचा आहे. ब्रिटिश अर्थव्यवस्था व महसूल पद्धतीचा भारतीय अर्थव्यवस्थेवर खूपच मोठा प्रभाव पडल्याचे आपणास दिसते. मध्ययुगापेक्षा ही अर्थव्यवस्था अगदी वेगळी होती. भारताची नाळ जागतिक अर्थव्यवस्थेशी जोडली गेली पण त्याची जी किंमत भारतीयांना मोजावी लागली त्याचा आढावा आपणास या प्रकरणात घ्यायचा आहे.

भारतीय अर्थव्यवस्थेच्या शोषणातूनच आर्थिक राष्ट्रवादाचा उदय झाला. ब्रिटिशांच्या आर्थिक शोषणाच्या कृतीवर भारतीय विशेषतः महाराष्ट्रीय विचारवंतांनी टीका करायला सुरुवात केली. दादाभाई नौरोजी, न्या. रानडे, लोकहितवादी, रामकृष्ण विश्वनाथ, हरि केशवजी, लो. टिळक यांनी ब्रिटिशांच्या अर्थव्यवस्थेवर टीका करायला सुरुवात केली, त्याचा आढावा आपणास घ्यायचा आहे. या राष्ट्रवादी आर्थिक मांडणीबरोबरच या अर्थव्यवस्थेला मानवी चेहरा प्राप्त होण्यासाठी धडपडणारे कृषी व अर्थतज्ज्ञ म. फुले आणि डॉ. आंबेडकर यांच्या विचारांचा मागोवा आपण घेणार आहोत.

अर्थव्यवस्थेची चक्रे प्रवाहीपणे फिरविणारे घटक म्हणजे रस्ते आणि वाहतूक साधने. वाहतूक, औद्योगिकीकरण, शहरीकरण व कृषी व्यवस्थेचे व्यापारीकरण याच कालखंडात घडून आले. त्याचे अपरिहार्य परिणाम येथील सर्वसामान्य जनतेच्या जीवनावर घडून आले. जागतिक अर्थव्यवस्थेशी सांधेजोड पण वसाहतवादी अर्थव्यवस्था असे दुय्यमत्व भारतीय अर्थव्यवस्थेच्या वाट्याला आले. त्याचे मूल्यमापन आपण करणार आहोत.

सहकार चळवळ हे आधुनिक महाराष्ट्राचे भूषण आहे. 'विना सहकार नाही उद्धार' हे ब्रीदवाक्य असणाऱ्या सहकार चळवळीने महाराष्ट्रीय ग्रामीण भागाचा चेहरामोहराच बदलून टाकला. दुग्ध व्यवसाय, साखर कारखानदारी या क्षेत्रात सहकाराने अभूतपूर्व बदल घडवून आणले. या स्थित्यंतराचा मागोवा आपण घेणार आहोत. विखे पाटील, डॉ. धनंजयराव गाडगीळ, वैकुंठलाल मेहता या सहकारपंढरीच्या वारकऱ्यांची कामगिरी आपण पाहणार आहोत. ब्रिटिश अर्थव्यवस्था व महसूल पद्धती पाहण्याअगोदर मराठेकालीन अर्थव्यवस्था व जीवनपद्धती, महसूल व्यवस्था थोडक्यात अभ्यासणे आवश्यक आहे. त्याशिवाय ब्रिटिश महसूल पद्धतीचे महाराष्ट्रावर काय

परिणाम झाले हे नेमकेपणाने समजणे अवघड जाते.

मराठेकालीन अर्थव्यवस्था

१८१८ च्या पूर्वी महाराष्ट्रात जी अर्थव्यवस्था व समाजपद्धती अस्तित्वात होती तिची प्रमुख वैशिष्ट्ये पुढीलप्रमाणे होत. गाव या स्वतंत्र घटकाचा कारभार गावकरी पाहत असत. राज्यकर्त्यांना ठरलेला कर पोहोचवला की संपले, त्यामुळेच आपणाकडे 'दिल्लीश्वरो वा जगदीश्वरो' ही उक्ती प्रचारात आली. बारा बलुतेदार वंशपरंपरेने गावाच्या गरजा भागवीत असत. यात लोहार, सुतार, महार, मांग, कुंभार, चांभार, परीट, न्हावी, भट, गुरव, मुलाणा, कोळी यांचा समावेश होता. अलुतेदारात तेली, तांबोळी, साळी, माळी, जंगम, कुळवंत, डवऱ्या, ठाकर, घडशी, तराळ, सोनार, चौगुला यांचा समावेश होता. या सर्वांनाच कामाचा मोबदला वस्तुविनिमय पद्धतीप्रमाणे धान्य रूपात मिळे. गावाचा सगळ्यात छोटा प्रकार म्हणजे मौजे, त्यापेक्षा मोठा प्रकार म्हणजे कसबा, व्यापारी गाव म्हणजे पेठ असे गावांचे प्रकार अस्तित्वात होते. गावातील लोकसंख्येचे दोन वर्गात सरळ सरळ विभाजन केलेले असे. ते म्हणजे शेतकरी (कुणबी) व बिगर शेतकरी (अडाणी) पाटील व कुलकर्णी या सरकारी अधिकाऱ्यांच्या मदतीला महार असे. शेतकऱ्याला शेतीतून येणाऱ्या उत्पन्नाच्या वाटेकऱ्यांचा विचार अगोदर करावा लागे. बलुतेदार, अलुतेदार यांचा वाटा, घरी लागणारे धान्य, पुढील पेरणीचा राखीव साठा, सरकारी सारा, सावकारी देणे या सगळ्यांतून शेतकऱ्याच्या वाट्याला जादा धान्य उरण्याची शक्यताच नसे. त्यामुळे शेतीत काम म्हणजे हाता-तोंडाशी गाठ असे. याचा अपरिहार्य व सर्वात वाईट परिणाम असा झाला की, या कालखंडात शेतीसुधारणांकडे कोणीच लक्ष दिले नाही. त्यामुळे उत्पन्नाच्या वाढीवर नैसर्गिक मर्यादा आल्या.

या शेतकरी कुटुंबांनीच मराठी सैन्याला लष्कर पुरविले. स्वारीतून मिळालेले धन, शेतीचे काम, दागदागिने, घरगुती गरजा यात खर्च होऊ लागले. हाती आलेला जादा पैसा शेतीला मजूर लावण्यात खर्च होऊ लागला.

करपद्धती

जमीन महसूल हा कराचा सगळ्यात महत्त्वाचा मार्ग असे. जमिनीच्या प्रकारानुसार शेतसारा वसूल केला जाई. जमिनीचे अव्वल, दुम, उत्तम (सीम) असे प्रकार होते. वर्षाचा सारा तीन भागात घेत असत. या व्यतिरिक्त व्यापारावर कर आकारला जाई. काही प्रासंगिक कर असत. कमाविसदार, मामलेदार व सुभेदार हे मुलकी अधिकारी कर वसूल करीत असत. याच काळात वतनसंस्थेलासुद्धा खूपच महत्त्व आले. कारु - नारु वर्ग अस्तित्वात आलेला होताच. शेतकऱ्यांच्या प्रत्यक्ष व्यवहाराला आवश्यक असणारा धंदा करणारा तो 'कारु' व ज्याच्या धंद्यावाचून फारसे काही अडणार नाही

तो 'नारु'. त्यांनाही धान्य स्वरूपात मोबदला मिळे. ब्रिटिश अर्थव्यवस्था व महसूलपद्धती आपणास अभ्यासावयाची असल्याने आपण अगदी ढोबळ व थोडक्यात आढावा घेतलेला आहे.

ब्रिटिश अर्थव्यवस्था व महसूल पद्धती

येथील ब्रिटिश अर्थव्यवस्थेचा पाया लष्करी पायावर उभारलेला होता. १८१८ ला मराठ्यांच्या सत्तेचा अस्त होताच महाराष्ट्रात आणि भारतात ब्रिटिशांना अन्य राजकीय आव्हान उरले नाही. यामुळे निव्वळ व्यापाराच्या उद्देशाने स्थापन झालेली ईस्ट इंडिया कंपनी साम्राज्यसंस्थापक कंपनी झाली. ३१डिसेंबर १६०० रोजी स्थापन झालेल्या कंपनीने व्यापारात प्रचंड यश मिळवले व अल्पावधीत राजकीय क्षेत्रात यश मिळविले. राजकारण करीत असतानासुद्धा आपण व्यापारी आहोत या मूळ उद्देशाचा इंग्रजांना विसर पडणे अशक्य होते. एलफिन्स्टन सारख्या अधिकाऱ्यांना आपण येथून एक दिवस परत जाणार याची पूर्ण जाणीव होती. त्यामुळे जेवढा काळ येथे सत्ता गाजविता येईल तेवढा काळ या देशाचे आर्थिक-राजकीय शोषण करावे ही भूमिका कंपनीची होती. तत्कालीन कालखंडातील कोणत्याही साम्राज्यवादी शक्ती याला अपवाद नव्हत्या. इंग्रज-फ्रेंच-पोर्तुगीज या तीन परकीय सत्तांनी भारताचे शोषण केले ते स्वत:च्या मातृभूमीच्या कल्याणासाठी. आर्थिक फायदे साधण्याचे राजकीय सत्ता हे एक साधन होते एवढेच आणि भारतीयांनी स्वत:हूनच सत्ता गमावलेली होती.

इंग्रज व इंग्रजपूर्व आक्रमक यांच्यातील प्रमुख फरक असा आहे, की इंग्रजपूर्व मुघल, त्याअगोदर तुर्क, त्याही अगोदर ग्रीक, शक, कुशाण हे कोणीही भारतात व्यापार करायला आले नव्हते. इंग्रज वगळता साऱ्यांचा एकमेव उद्देश सत्ता हाच होता. त्यामुळे इंग्रज व अन्य आक्रमक यांचे हेतू वेगळे होते. अन्य आक्रमक संस्थेने प्रचंड होते, (इंग्रजांच्या तुलनेने) त्यामुळे मातृभूमीपेक्षा भारतात सुखदायक (अन्न, वस्त्र, निवारा) परिस्थिती मिळत असल्याने आक्रमकांना येथील समाजाने स्वत:त जाणीवपूर्वक जिरवले. याला पहिला अपवाद इस्लाम ठरले.

इस्लामची पाळेमुळे भारतात नव्हतीच. ते धर्मप्रसार करण्यास येथे आले. मध्यआशियातील खलिफाचे ते प्रतिनिधी होत. त्यामुळे येथे राहात असूनसुद्धा त्यांच्या निष्ठा धर्माशी वा खलिफांशी होत्या. बाबरचे आत्मचरित्र बाबरने भारतात रहायचा निर्णय का घेतला याचे सूचक दिशादर्शन करते. या पार्श्वभूमीवर इंग्रजांच्या आक्रमणाचा विचार करावा लागतो. इंग्रज येथे औद्योगिक क्रांतीचा वारसा घेऊन आले होते. अत्यंत भिन्न संस्कृती, मायदेशाबरोबर असणारी संपर्क यंत्रणा, शास्त्रीयदृष्ट्या इंग्लंड पुढारलेले, भाषा, वंश, रंग, विचारसरणी या साऱ्याच बाबतीत ते वेगळे होते. राज्य करण्यासाठी

भारत हीच एकमेव वसाहत त्यांच्यासमोर नव्हती. युरोपात पुढारपण करणे, अमेरिकेवर वर्चस्व गाजविणे, अशा अनेक गोष्टींपैकी एक गोष्ट म्हणजे भारतावर राज्य करणे. त्यामुळे एवढ्या विशाल पार्श्वभूमीवर आपणांस इंग्रज सत्तेचा विचार करावा लागतो. भारतातील इंग्रजांचे आर्थिक हितसंबंध सर्वात महत्त्वाचे, कारण इंग्लंडच्या जगभर चाललेल्या प्रयोगशाळांचा ऑक्सिजन (पेशांच्या रूपाने) भारत पुरवू शकत होता. त्यामुळे इंग्रजांच्या आगमनानंतर भारतात सोन्याच्या धुराऐवजी गिरण्यांमधून खरोखरीचा धूर बाहेर पडू लागला.

इंग्रजपूर्व कालखंडात स्वयंपूर्ण असणाऱ्या अर्थव्यवस्थेला नव्या कालखंडात दुय्यमत्व स्वीकारणे अपरिहार्य होते. इंग्लंडच्या अर्थव्यवस्थेला पूरक भूमिका बजावणे एवढीच भूमिका भारतीय अर्थव्यवस्थेकडे आली. पूर्वीच्या कालखंडातील सत्तेचे अग्रक्रम राजसत्ता, अर्थसत्ता व जमलेच तर प्रजेचे कल्याण परंतु इंग्रजांच्या आगमनानंतर अर्थसत्ता, राजसत्ता असा क्रम बदलला. भारत या कालखंडात इंग्रजांच्या जागतिक वसाहतवादाचा बळी ठरला. इंग्लंडने त्यांच्या तुलनेत एका दुर्बल व मागास अशा भारतावर राजकीय वर्चस्व प्रस्थापित करून येथील समाजजीवन नियंत्रण करायला सुरुवात केली. संपूर्ण शासनव्यवस्था आर्थिक शोषणासाठी राबविण्याला वसाहतवादाचे स्वरूप आले. या वसाहतीने इंग्लंडच्या भल्यासाठी राबायचे एवढीच माफक भूमिका भारताकडून अपेक्षित होती. स्वातंत्र्य मिळेपर्यंत भारताने ही भूमिका अपेक्षेबाहेर जास्त यशस्वीपणे बजावली.

वसाहतींचे शोषण ही कल्पना भारताला नवीनच होती. इंग्लंडने स्वभल्यासाठी भारतीय अर्थव्यवस्थेचे शोषण करण्यासाठी येथील साधनसामुग्री ओरबडायला सुरुवात केली. इंग्लंडची वाढीव मागणी व औद्योगिक प्रगती साधण्यासाठी (भारताला आर्थिक दृष्ट्या ज्या गोष्टींची गरज आहे, त्या भागविण्यापेक्षा) इंग्लंडभिमुख अर्थव्यवस्था येथे अस्तित्वात आली. येथे इंग्लंडला उपयुक्त असणाऱ्या गोष्टींचे उत्पादन सुरू झाले. भारताच्या इच्छेला-(गुलामांच्या इच्छेला) वाव नव्हता. याच्याच जोडीला संरक्षक जकातींचे एकतर्फी धोरण इंग्लंडच्या फायद्यासाठी राबविण्यात आले. भारताची बाजारपेठ पूर्णपणे ताब्यात घेण्यासाठी शेतीचे व्यापारीकरण, अनुद्योगीकरण, बेकारी या गोष्टींचा पाठपुरावा करण्यात आला. इंग्लंडच्या मालाशी स्पर्धा करू नये म्हणून भारतात या मालाच्या उत्पादनावर बंदी वा विविध कर लादून त्या वस्तू महाग करण्याचे धोरण आखण्यात आले. इंग्लंडच्या आर्थिक प्रगतीसाठी भारताने अविकसित राहणे आवश्यक होते. त्याचा परिणाम भांडवलशाहीच्या वाढीत होतो. भांडवलशाहीचे दुसरे टोक साम्राज्यवादाचा पाया भरभक्कम ठेवायचा असेल तर अधिकाधिक वसाहती स्वतःच्या ताब्यात ठेवणे इंग्लंडला गरजेचे होते. संपत्ती निर्मितीची साधने नष्ट करण्यात आली.

राजकीय व आर्थिक वर्चस्व टिकविण्यासाठी साम्राज्यातील लोकांना मानसिक गुलामगिरीत कायम ठेवावे लागते. त्यांच्यात न्यूनगंड, भयगंड निर्माण करावा लागतो तरच सत्तेचा पाया स्थिर राहतो. सत्तावादी लोकांची राहाणी, त्यांची जीवनशैली, भाषा, विचारसरणी, वाङ्मय, सांस्कृतिक वर्चस्व सर्वश्रेष्ठ ठरवावे लागते. परतंत्र राष्ट्रातील लोकांना स्वत:मध्येच कमतरता आहे, असे वाटायला लावणे यातच आक्रमकांचे यश लपलेले असते. त्यामुळे परिस्थितीनुरूप इंग्रजांची धोरणे बदलली तरी ध्येय तेच राहीले. भारतातील इंग्लंडच्या अर्थव्यवस्थेचे या संदर्भात तीन प्रमुख टप्पे पडतात.

१) १७५७ ते १८१३ चा कालखंड म्हणजे वाणिज्यवादी अवस्थेचा कालखंड.
२) १८१३ ते१८५७ चा कालखंड म्हणजे खुल्या व्यापारी अवस्थेचा कालखंड.
३) १८५७ नंतरचा कालखंड म्हणजे ब्रिटिश आर्थिक साम्राज्यवादाचा कालखंड.

वाणिज्यवादी कालखंड – भारताचे शोषण करण्याचा हा पहिला टप्पा व्यापारी मक्तेदारीचा अर्थात प्रत्यक्ष आर्थिक लुटीचा कालखंड होय. या कालखंडात राजकीय सत्ता भक्कम पायावर उभी राहायची असल्याने प्रचंड व्यापाराद्वारे स्पर्धक व्यापारी कंपन्यांचा पाडाव करून व्यापारात मक्तेदारी मिळवण्याचा हा कालखंड. मक्तेदारीच्या माध्यमातून प्रचंड नफा मिळवणे हाच उद्देश होता. भारतात सुरुवातीच्या कालखंडात ब्रिटिशांना भारताशी समान पातळीवर म्हणजे भारतीय मालाची किंमत सोन्या–चांदीच्या रूपात मोजावी लागे. हे पारडे प्लासी व बक्सारच्या लढायांनी बदलले. बंगाल ताब्यात आल्याबरोबर तेथील करातून वा महसुली उत्पन्नातून अधिकाऱ्यांचे पगार, भारतीय पैशातून भारतीय माल खरेदी सुरू झाली. याचा प्रत्यक्ष परिणाम ब्रिटिशांच्या सोन्या–चांदीच्या बचतीत झाला. नफा मिळू लागला. वसाहतींची पिळवणूक करण्याच्या मूळ वसाहतवादी प्रवृत्तीनुसार ब्रिटिशांनी येथे भूप्रदेशात लूट सुरू केली. भारतीय मालाची विक्री किंमत ब्रिटिश ठरवू लागले. जित प्रदेशात कमीत कमी किंमतीत कच्चा माल मिळू लागला. किंमती हेतुपुरस्सर पाडल्या गेल्या. भारतीयांना उत्पादन खर्चापेक्षा कमी किंमतीत माल विकणे भाग पाडण्यात आले.

बचतीच्या पैशातून लष्करी मोहिमांचा खर्च भागविण्याइतपत परिस्थिती निर्माण झाल्याबरोबर कंपनीची भूभागाची हाव वाढली. व्यापार मक्तेदारी व महसूल या मार्गांद्वारे बंगालची आर्थिक पिळवणूक करण्यात येऊ लागली. या कालखंडात कंपनीने अत्यंत धूर्तपणे 'भारताच्या हिताचे नवे करू नये व इंग्लंडच्या हिताचे जुने मोडू नये' या तत्त्वाचा अवलंब केला. भारताला या अवस्थेचा सामना करण्याची वेळ इंग्लंडमधील परिस्थितीमुळे आली.

इंग्लंडची गरज – युरोपीय वसाहतवादाच्या स्पर्धेत अग्रेसर असणाऱ्या इंग्लंड या प्रगत राष्ट्राने १७-१८ व्या शतकात व्यापारी वसाहतींद्वारे व्यापार समर्थ केला. निर्यात व नफ्याला अग्रक्रम देणारे वाणिज्यवादी तत्त्वज्ञान इंग्लंडमध्ये फोफावले. अधिक नफा मिळवण्यासाठी वसाहतींमध्ये अधिकाधिक कच्चा माल कमीत कमी किमतीत खरेदी करणे आवश्यक होते. कच्च्या मालावर प्रक्रिया करून पक्क्या स्वरूपात जास्त किमतीत माल विकणे हेच नफ्याचे तत्त्वज्ञान बनले. वसाहतींतून कच्चा माल, अन्नधान्य मिळे त्यामुळे वसाहती म्हणजे हुकमी बाजारपेठा बनल्या यातच औद्योगिक क्रांती घडल्याने इंग्लंडचे रूपांतर 'जागतिक कारखान्यात' झाले. औद्योगिक क्रांतीचे चक्र चालू ठेवण्यासाठी व यंत्रांची धडधड चालू ठेवण्यासाठी प्रचंड भांडवल, कच्चा माल व स्वस्त मजूर वर्गाची आवश्यकता होती. ही गरज वसाहतींमधूनच भागविली जाणे शक्य होते. औद्यांगिक क्रांती स्थिरावू लागताच इंग्लंडचे अंतर्गत नफ्याचे प्रमाण गुंतविलेल्या भांडवलाच्या प्रमाणात कमी पडू लागले. त्यामुळे जेथे स्पर्धा नाही. आधुनिक उद्योगांचा वारा नाही अशा प्रदेशात जाणे आवश्यक होते. असे वातावरण इंग्रजांना भारतात आयतेच उपलब्ध झाले.

बंगालमधील परिस्थिती – बंगालमध्ये अल्प मजुरीवर विणकरांना काम करण्यास भाग पाडण्यात आले. अन्य कोणासाठीही जास्त मजुरी किंवा फायद्यासाठी काम करण्यास बंदी करण्यात आली. कंपनी स्वत: सर्वच्या सर्व कापूस विकत घेऊन (स्वस्तात) विणकरांना अत्यंत महागात विके. भारतीय कापडावर जबरदस्त जकात आकारायला सुरुवात करून इंग्लंडमधील कापड स्वस्त पडेल अशी परिस्थिती येथे निर्माण करण्यात आली.

१८१३ ते १८५८ – खुल्या व्यापाराची अवस्था (Free Trade Phase)

औद्योगिक क्रांतीमुळे भांडवलदार वर्ग उदयाला आला. या वर्गाने राजकारणात प्रभाव निर्माण करून कंपनीच्या मक्तेदारीस स्वत:च्या स्वार्थासाठी विरोध सुरू केला. भारतातून आयात कमी करा पण इंग्लंडची भारतात प्रचंड निर्यात वाढवा अशी जोरदार मागणी केली. या दडपणाला बळी पडून १८१३ मध्ये कंपनीची भारताशी व्यापाराची मक्तेदारी रद्द करण्यात आली.

या कालखंडात इंग्लंडमधील औद्योगिक क्रांती पुढच्या टप्प्यात प्रवेश करती झाली. ब्रिटिश पार्लमेंटने इंग्लंडच्या औद्योगिक विकासाला मुक्तहस्त दिला. भारताची इच्छा असो वा नसो या कृषिप्रधान देशाला इंग्लंडच्या उत्पादन प्रक्रियेत दुय्यमत्व पत्करावे लागले. इंग्लंडच्या यंत्रनिर्मित मालासमोर भारतीय घरगुती वा हाताने तयार केलेल्या मालाचा काय पाडाव लागणार ?

भारतीय मालावर इंग्लंडमध्ये - मलमल व चिटाचे कापड यांवर २७% व साखरेवर उत्पादन खर्चाच्या ३ पट काही वस्तूंवर ४००% जकात लादण्यात आली. यामुळे भारताचे आर्थिक पातळीवर काय होणार हे सांगायला ज्योतिषाची गरज नव्हती. ब्रिटिश सरकार भारतीय उद्योगांना संरक्षण देणे शक्य नव्हते. यामुळे निर्यातप्रधान देशाचे रूपांतर आयातप्रधान देशात झाले. भारताची निर्यात इंग्लंडच्या गरजेपुरती झाली. इंग्लंडमध्ये अफू निर्यातीला बंदी असल्याने भारतातील अफू चीनला मोठ्या प्रमाणावर निर्यात करण्यात आली.

भारताची इंग्लंडला निर्यात - (इ.स. १८५६)

कापडमाल - ८,१०,००० पौंड, कापूस - ४३,००,००० पौंड

धान्यमाल - २९,००,००० पौंड, नीळ - १७,००,००० पौंड

कच्चे रेशीम - ७,७०,००० पौंड

१७५८ ते १७६५ या कालखंडात ब्रिटिशांनी ६०,००,०००पौंड रक्कम भारतातून लुटली. १७६५ ते १७७० या काळात मालाच्या रूपात ४०,००,००० पौंड रक्कम पाठविण्यात आली. विल्यम डिग्बी यांच्या मते प्लासी ते वॉटर्लू या काळात ५० ते १०० कोटी पौंड रक्कम लुटण्यात आली.

१८१३ मध्ये कंपनीची भारतातील व १८३३ मध्ये चीनमधील व्यापारी मक्तेदारी ब्रिटिश पार्लमेंटने रद्द केली. इंग्रज नागरिकांना भारतात स्थायिक होऊन उत्पादन प्रक्रियेत सहभागी होण्यास प्रोत्साहन देण्यात आले. आर्थिक फायद्यासाठी रेल्वेची पायाभरणी करण्यात आली. जलवाहतूक सुलभ करण्यात आली. समान फौजदारी कायदा आणला गेला. इंग्रजांशी एकनिष्ठ राहील असा वर्ग निर्माण करण्यात आला.

ब्रिटिशांच्या औद्योगिक साम्राज्यवादाचा कालखंड (इ. स. १८५७)

१८५७ ला भारतीयांच्या अपयशी प्रतिकारानंतर भारताचे अधिकाधिक खच्चीकरण करण्याच्या प्रक्रियेला वेग आला. इंग्लंडला पूरक अशी भारतीय अर्थव्यवस्थेची भूमिका नक्की करण्यात आल्याने इंग्लंडमध्ये अतिरिक्त भांडवलाची निर्मिती व बचत होऊ लागली. हे भांडवल गुंतवण्यासाठी व त्यावर हमखास व्याज मिळविण्यासाठी भारतीय बाजारपेठा म्हणजे इंग्रज भांडवदारांच्या दृष्टीने स्वर्गच !

नफ्याची शाश्वती असणाऱ्या क्षेत्रात (रेल्वे, व्यापार,कोळसा,ताग, जहाज बांधणी, बँक, विमा) ब्रिटिश भांडवलदारांनी सरकारला कर्ज द्यायला सुरुवात केली. सरकारने नफ्याची हमी दिल्यामुळे तर भांडवलाचा ओघ अधिकच वाढला. याच्या जोडीला कापड गिरणी, चहाचे मळे, हे उद्योग ब्रिटिशांना अधिकाअधिक भांडवल गुंतवण्यास मिळाले. व्यापार, जकात, वाहतूक,धनविनियोग या क्षेत्रात भारतीयांची

वाढ हेतुपुरस्सर रोखण्यात आली. १९२० नंतर परकीय भांडवलदार मोठ्या प्रमाणात भारतात औद्योगिक साम्राज्य उभारू लागले. तेव्हा भारतीय भांडवलदारांनी आवाज दिला-देशी बाजारपेठा देशी लोकांच्याच हातात असाव्यात. पुढे या भांडवलदारांच्या लक्षात आले की देशी उद्योगांना अनुकूल अशी भूमिका फक्त देशी सरकारच (एतद्देशीय) घेऊ शकते म्हणून त्यांनी राष्ट्रीय चळवळीला गुप्तपणे पैशांची मदत केली. असे करणे म्हणजे पूर्वी ब्रिटिशांनी संपन्न शहरातील कसबी हस्तोद्योगांचा व स्वयंपूर्ण खेड्यांमधील कुटिरोद्योगांचा ऱ्हास घडवून आणून जे अनुद्योगीकरण केले होते त्याला शह देण्याचा हा प्रयत्न होता.

कंपनी सरकारचे महसुली धोरण

भारत हा कृषिप्रधान देश असल्यामुळे जमीन महसूल हाच सरकारी उत्पन्नाचा प्रमुख भाग असे. त्यामुळे ब्रिटिशांनी या देशाचे अधिकाधिक शोषण करण्यासाठी भारतात स्वतःला अनुकूल असे पण भारतीयांसाठी नवखे धोरण आणले. हे धोरण जित प्रदेशाप्रमाणे बदलले. ज्या शेतकऱ्यांकडून आणि शेतीतून महसूल गोळा करण्यात येत होता त्यांच्या भल्यासाठी या महसुलात कोणत्याच प्रकारचा राखीव वाटा नव्हता. याच महसुलातून कंपनीचा प्रशासकीय खर्च भागविण्यात आला. अतिरिक्त पैसा इंग्लंडला नेण्यात आला. १७६५ च्या सुमारास बंगालमधील दिवाणी अधिकार कंपनी सरकारला मिळाले. पण ते भारतीय महसुली पद्धतीविषयी अनभिज्ञ असल्याने रॉबर्ट क्लाइव्हने महसूल वसुलीचे काम भारतीय अधिकाऱ्यांना दिले. वॉरन हेस्टिंग्ज गव्हर्नर झाल्यावर या पद्धतीचा पुनर्विचार सुरू झाला. इंग्लंडमधील कृषी पद्धतीनुसारच भारतीय कृषी व्यवस्था आहे, असा त्याचा समज व महसूल वाढविणे हे उद्दिष्ट्य असल्याने हेस्टिंग्जने रोगापेक्षा जालिम उपाय केला. त्याच्या मते सर्व जमीन सरकारी नालकीची असल्याने शेतकरी शेती करणारे खंडकरी तर कर गोळा करणारे जमीनदार मध्यस्थ म्हणून शेतकऱ्याला मेहनताना, जमीनदाराला कमिशन तर उत्पन्नाचा उरलेला वाटा सरकारला मिळावा अशी त्याची अपेक्षा. त्यामुळे जास्त महसूल गोळा करण्यासाठी लिलाव सुरू झाले. जमीनदारांऐवजी नवे लोक लिलावाच्या माध्यमातून शेती क्षेत्रात घुसले. १७७२ मध्ये मध्यस्थांना ५ वर्षांसाठी कर गोळा करण्याचे अधिकार मिळाले.

महसूल गोळा करणे व महसूली क्षेत्रात शांतता टिकविणे ही कामे मध्यस्थांकडे गेल्यावर त्यांनी सरकारला दिलेल्या रकमेपेक्षा जास्त कर गोळा करणे स्वाभाविक होते. त्यामुळे शेतकऱ्यांचे शोषण वाढले. इंग्रजांचे हस्तक भारतीय असले तरी भारतीयांना लुटण्यात ते इंग्रजांच्या बरोबरीनेच असत. कर देता न आल्यास शेतकऱ्यांच्या जमिनी काढून घेण्यात बनिया, सावकार, व्यापारी यांनी आघाडी घेतली.

कायमधारा पद्धती – हेस्टिंग्जच्या काळात शेतकऱ्यांत निर्माण झालेल्या असंतोषाच्या पार्श्वभूमीवर महसूल व्यवस्था व जमीन मालकी हक्काची पाहणी करण्यासाठी जॉन शोअर या अधिकाऱ्याची नियुक्ती करण्यात आली. त्याने गव्हर्नर जनरल कॉर्नवॉलिसला अहवाल सादर केला. त्यानुसार कॉर्नवॉलिसने जी पद्धती आणली त्याला कायमधारा (Permanent settlement) पद्धती म्हणतात. दहा वर्षांसाठी आणायची व्यवस्था बंगाल, ओरिसा, मद्रास ईलाख्याच्या उत्तरेचे जिल्हे, वाराणसी जिल्ह्यात कायमस्वरूपी लागू केली.

या व्यवस्थेत सरकार व जमीनदार (कर गोळा करणारे) यांचा महसुली वाटा निश्चित करण्यात आला. शेतकऱ्यांकडून घेण्यात येणाऱ्या खंड रकमेत सरकार ८९% तर जमीनदाराला ११% वाटा देण्याचे ठरविण्यात आले.

सरकारी महसूल रक्कम जमीनदाराने ठराविक काळात कंपनीच्या तिजोरीत भरायची. त्याला न जमल्यास त्याचे काम काढून घेण्याचा अधिकार. कंपनी सरकारला शेतकऱ्यांकडून किती खंड गोळा करायचा हे ठरविण्याचा अधिकार होता. जमीनदाराचे हेस्टिंग्जच्या काळात प्रदेशात शांतता ठेवणे, न्यायनिवाडा करणे हे अधिकार सरकारने स्वत:कडे घेतले.

या व्यवस्थेमुळे कंपनीचे महसुली उत्पन्न निश्चित झाले. पीक येवो न येवो कर गोळा होणारच. त्यामुळे शेतकरी देशोधडीला तर कर गोळा करणारा वर्ग इंग्रजांशी एकनिष्ठ राहिला. मध्यस्थ जमीनदार सरकारचे दूत झाले तर शेतकऱ्यांची जमिनीवरील मालकी जाऊन त्यांना कुळांचे रूप आले. जमीनदार शहरात राहून शेतकऱ्यांना लुटू लागले. पुढे जमीनदारांनी स्वत:चे हस्तक नेमले. त्यामुळे शेतकऱ्यांची परिस्थिती अधिकच बिकट झाली. यामुळे शेतीत 'चेहरा नसलेला जमीनमालक' हा वर्ग अस्तित्वात आला. यातच १७९९ च्या कायद्याने आगीत तेल ओतले. या कायद्याने शेतकऱ्याने खंडाची रक्कम वेळेत न दिल्यास त्याची मालमत्ता जप्त करण्याचा अधिकार जमीनदारांना मिळाला. खंडाची रक्कम वेळेत देण्यासाठी ते सावकारांकडून कर्ज काढू लागले. त्यामुळे सावकारांचे फावले. जमीनदार व सावकार यांची युती झाली. इंग्रजपूर्व काळात शेतकऱ्यांचा विचार सहानुभुतीपूर्वक केला जाई. आता ती पद्धती संपली. महसूल धान्याऐवजी रोख भरण्याची सक्ती सुरू झाली. त्यामुळे पीकाला जी किंमत येईल तेवढ्याला विकून सारा भरणे महत्त्वाचे झाले. याचा फायदा व्यापाऱ्यांनी कमी किंमतीत धान्य खरेदी करण्यात उचलला. त्यामुळे शेतकऱ्यांना शेतीवर पाणी सोडावे लागले. एकेकाळचे शेतमालक शेतमजूर झाले. मध्यस्थ श्रीमंत झाले. जमीनदार–शेतकरी यांच्यात संघर्ष सुरू झाला. ग्रामीण भागाची परंपरागत घट्ट चौकट उखडली गेली. इंग्रज सत्ता दृढ होण्यास, जमीनदार वर्गाचा पाठिंबा मिळवून देण्यास ही पद्धती

इंग्रजांना उपयोगी ठरली.

रयतवारी पद्धत – कायमधारा पद्धत अस्तित्वात आल्यावर त्यातील दोष प्रशासकांच्या लक्षात येऊ लागले. संचालक व वरिष्ठ अधिकाऱ्यांना याही पद्धतीत अपेक्षित महसूल मिळत नव्हता. महसुली अधिकारी जमीनदार ठरलेला कर गोळा करण्यास शेतीच्या दु:स्थितीमुळे असमर्थ ठरले. भ्रष्टाचार, जुलुम, चांगले पीक आले तरी महसुलात वाढ नाही यांमुळे सरकारला तोटा होण्याची शक्यता वाढत चाललेली. यामुळे सदर पद्धत अन्य भागात लागू करू नये अशी सूचना सर थॉमस मन्रो व रीड या इंग्रज अधिकाऱ्यांनी केली. मन्रो यांच्या अन्य सूचना पुढीलप्रमाणे– मध्यस्थाच्याऐवजी शेतकऱ्यांडून सारा गोळा करावा, तो कायमच्या ऐवजी ठराविक मुदतीसाठी करावा त्यामुळे शेतीत सुधारणा व शेती त्यांच्या मालकीची राहील. सरकारी अधिकारी कर गोळा करणार असल्याने रयतेचा प्रत्यक्ष संबंध येईल. या सूचनांनुसार दक्षिण व पश्चिम भारतात जमिनीची वर्गवारी, भूमापन, नकाशे, सीमा आखणी कामे करून उत्पन्नाच्या अंदाजावर शेतसारा ठरविण्यात आला. प्रत्यक्ष रयतेकडून सारा गोळा करायचा असल्याने ही रयतवारी पद्धत १८२० पासून अस्तित्वात आली.यामुळे ब्रिटिशांची सारा वसुली वाढली. कर वेळेत वा न भरल्यास जप्ती येऊ लागली. त्यामुळे सरकार जमीनदार बनले. शेतकरी सारा भरण्यासाठी कर्ज काढू लागले व कर्जबाजारी झाले.

महालवारी पद्धत – १८२२ पासून होल्ट मॅकेन्झीच्या सूचनेने उत्तर भारत, गंगेचे खोरे, वायव्य प्रांत , मध्य भारताचा काही भाग पंजाब येथे ही पद्धती आणण्यात आली. प्रत्यक्ष कर गोळा करणे याऐवजी सरकारने गावकऱ्यांशी सामूहिक करार करून ठरलेला सारा ग्रामप्रामुख्याने द्यायचा. अंदाजे उत्पन्नावर सारा निश्चिती झाली. तीस वर्ष कालखंड ठरविण्यात आला. गावाच्या एकूण रकमेतील आपण किती वाटा भरायचा हे शेतकऱ्याला ठरविता येणार होते. यात बदल करण्याचा अधिकार फक्त कलेक्टर व तहसीलदारांना देण्यात आला. पंजाबमध्ये ही पद्धत सामूहिक पद्धतीची म्हणजे ५–६ गावांची सामूहिक करण्यात आली.

मालगुजारी पद्धत – मध्यप्रांतात ही पद्धत लागू करण्यात आली. या पद्धतीत जमीनदार पद्धतीचा आत्मा कायम पण कराच्या पुनर्निर्धारणाची तरतूद होती.

विविध पद्धतींचे दुष्परिणाम – इंग्रजांच्या या नव्या धोरणांमुळे येथील ग्रामजीवन, महसुलीपद्धती संपुष्टात आली. जमीन खासगी मालकीची वस्तू होऊन तिला चलनमूल्य आले. विकत घेणे, विकणे, गहाण टाकणे, जप्त करणे या गोष्टी जमिनीच्या संदर्भात नव्याने आल्या. जमीन खासगी मालकीची वस्तू झाल्याने हस्तांतरण व तारण या गोष्टी जमिनीसंदर्भात लागू झाल्या. खासगी मालकीमुळे उत्पादनवृद्धी

होईल अशी कल्पना होती. प्रत्यक्षात तसे झाले नाही. शेतकरी वर्ग सावकार, जमीनदार, मध्यस्थ, सरकार या सगळ्यांकडूनच लुटला गेल्यामुळे शेतीतील स्थैर्य संपले. विकास खुंटला. जमीन व महसूलाचे खटले पंचायती ऐवजी सरकारी न्यायालय आणि वकिलांमार्फत सुरू झाले. न्यायपद्धती व लेखी कारभारामुळे शेतकऱ्याची फसवणूक अधिकच वाढली. त्यामुळे 'बळीराजा' नव्या व्यवस्थेचा पहिला बळी ठरला.

भारतातील महसूल-वसुली

सन	रक्कम (पौंडात)
१८००-०१	४२ लाख
१८५७-५८	१५३ लाख
१९००-०१	१७५ लाख
१९११-१२	२०० लाख
१९३६-३७	२३९ लाख
(संदर्भ - रजनी पाम दत्त - इंडिया टुडे , कलकत्ता १९४७ (पृष्ठ २३६))	

१८००-१८५८ या कालावधीत ब्रिटिशांनी भारतातून ४२ लाख पौंडावरून महसूल १५३ लाख पौंडावर नेला. हे शोषण चालू असताना सुद्धा शेतीवरील लोकसंख्येचा भार १९०१ मधे ६३.७०% होता तर १९४१ मध्ये ७०% झाला.

भारतीय अर्थविचार

ब्रिटिशांच्या काळात महाराष्ट्रात आणि बंगालमध्ये इंग्रजी राजवटींचा अभ्यास करायला येथील विचारवंतांनी सुरुवात केलेली होती. इंग्रजी शिक्षण घेतल्यामुळे आणि वृत्तपत्रांशी परिचय झाल्यामुळे येथील विचारवंतांना जग समजू लागले. शिक्षणाने लोकांना विचार करायला प्रवृत्त केले. येथील सत्ताकारणाचा विचार करीत असताना अर्थकारण त्याला अपवाद असणे शक्य नव्हते. आपल्या अभ्यासाच्या संदर्भात दादाभाई नौरोजी, महात्मा फुले, न्या.रानडे, डॉ. बाबासाहेब आंबेडकर, डॉ. धनंजयराव गाडगीळ यांचा अभ्यास आपणास करावयाचा आहे.

आर्थिक विचारांची उपेक्षा करून कोणतेही राज्य व राष्ट्र प्रगती करू शकत नाही. भारतात 'अर्थशास्त्र' या विषयाचा शास्त्र म्हणून पद्धतशीर अभ्यास करण्यास इंग्रजांच्या आगमनानंतरच सुरुवात झाली. प्राचीन काळी 'कौटिल्याचे अर्थशास्त्र' या राज्यशास्त्रीय ग्रंथाचा अपवाद सोडल्यास 'अर्थशास्त्र' आघाडीवर आपणास सामसूम दिसते. इंग्रजी राजवट येथे स्थिर झाल्यावर जीवनाच्या सर्व अंगांचा अभ्यास करीत असताना

'अर्थशास्त्राचा' स्वतंत्र शास्त्र म्हणून विचार होऊ लागला. महाराष्ट्रात सुरुवातीला या क्षेत्रात मूलभूत स्वरूपाचे काम दादाभाई नौरोजी व महात्मा फुले यांनी केले.

दादाभाई नौरोजी

४ सप्टेंबर १८२५ रोजी मुंबईत जन्मलेल्या दादाभाईंचे शिक्षण नेटिव्ह एज्युकेशन सोसायटीच्या शाळेत झाले. वयाच्या १२ व्या वर्षी त्यांचा विवाह सोराबजी शरीफ यांची सात वर्षीय कन्या गुलबाई यांच्याशी झाला. एल्फिन्स्टन कॉलेजचे ते अत्यंत हुशार विद्यार्थी होते. नवशिक्षित पिढीचे ते पहिले प्रतिनिधी असल्यामुळे गणित शिकवणारे ते पहिले भारतीय प्राध्यापक, इंग्लंडच्या पार्लमेंटमधील पहिले भारतीय सदस्य, वित्त आयोगाचे पहिले भारतीय सदस्य, इंडिया सोसायटी व ईस्ट इंडिया असोसिएशनचे संस्थापक असे अनेक गौरव त्यांच्या नावावर जमा आहेत. १८८५ मध्ये ते कामा अँड कंपनीचे प्रतिनिधी म्हणून इंग्लंडला गेले. त्यांचे अर्थशास्त्रीय विचार आपणास (Poverty and un British Rule in India) दारिद्र्य आणि हिंदुस्थानावर ब्रिटिशांचा अन्यायी अंमल या ग्रंथात वाचायला मिळतात. दादाभाईच्या आर्थिक विचारांचा भर 'भारतीय दारिद्र्य, नि:सारण (Drain Theory), भारतीय राष्ट्रीय उत्पन्न, करविषयक उत्पन्न यांवर आहे.

भारत गरिबीकडे वाटचाल करीत आहे, हे लोकांना साधार पटविण्यासाठी आकडेवारीची गरज होती. ती आकडेवारी गोळा करून दादाभाईंनी भारतीय दारिद्र्याची मीमांसा केली. भारतीय लोकांचे दरडोई उत्पन्न फक्त २० रुपये तर जगण्याचा खर्च ३४ रुपये होता. ही तफावत भरून काढणे भारतीयांच्या आवाक्याबाहेर चालले होते. भारतातून प्रचंड उत्पन्न ब्रिटिश गोळा करीत होते. कारण ब्रिटिश प्रशासनाचा प्रचंड खर्च, सरकारचे कर्ज, १८१८ नंतरची भारतातील व बाहेरची युद्धे व त्यांचा खर्च यातच भारतीयांचा प्रचंड खर्च होऊ लागला. मार्क्सने असे भाकीत केले होते की भारतात रेल्वे आर्थिक विकास घडवून आणू शकेल. मात्र दादाभाई नौरोजी यांनी असे दाखवून दिले की भारतातील रेल्वे म्हणजे ब्रिटिशांसाठी दुभती गाय होती. भारतीय रेल्वेसाठी भारतीयांचा पैसा खर्चला तरी फायदा मात्र ब्रिटिश संचालकांना ! त्यांचे पगार, भत्ते यावरचा खर्च भारतीय तिजोरीतून चालला होता. भारतीय रेल्वे गंगा नदीत स्पंज बुडवून इंग्लंडच्या थेम्स नदीत पिळत होती. त्यामुळे भारताचा पैसा भारतात खर्च होण्याऐवजी बाहेर जात होता. दादाभाईंची आग्रही मागणी अशी होती की इंग्रज अधिकाऱ्यांच्या निवृत्त वेतनाचा विचार व्हावा, नौदल खर्चाचा विचार व्हावा, भारतातील इंग्रजांच्या पगाराचा पुनर्विचार व्हावा.

नि:सारण सिद्धांत (Drain Theory)

दादाभाईंकडेच या विचारांचे जनकत्व जाते. या विचारातूनच त्यांनी भारतीयांच्या दारिद्र्याची कारणमीमांसा केली. १८७१ मध्ये इंग्लंडमध्ये भारताच्या आर्थिक व्यवहारांचा विचार करण्यासाठी 'ईस्ट इंडिया फिनॅन्स कमिटी' ची बैठक चालू असता तेथे दादाभाईंनी भारताच्या दारिद्र्याची मीमांसा आकडेवारीच्या साहाय्याने केली. या विचारांचे प्रमुख सार असे की भारताच्या संपत्तीचा ओघ इंग्लंडमध्ये वाहात राहिल्यामुळे या देशाला दारिद्र्याची अवस्था आली आहे.

आर्थिक नि:सारण किंवा आर्थिक गणतीची सोपी व्याख्या म्हणजे भारताला कोणत्याही स्वरूपाचा आर्थिक लाभ न देता भारताची सारी अर्थव्यवस्था इंग्लंडच्या फायद्यासाठी वापरणे या वसाहतवादी धोरणास 'आर्थिक नि:सारण' म्हणतात. याचा अपरिहार्य परिणाम ज्या देशाचे शोषण चालू असते तो देश दारिद्र्याच्या अवस्थेला पोहोचतो. दादाभाई लिहितात ... "एकदा हा परदेशांत जाणारा द्रव्याचा ओघ थांबला, जनतेचे हे रक्तशोषण थांबते, म्हणजे हिंदुस्थान आपली नैसर्गिक संपत्ती, आपले श्रम आणि आपले भांडवल यांच्या सहाय्याने इंग्लंडप्रमाणे श्रीमंत होईल. ... गझनीच्या महंमदाने १८ स्वाऱ्यांमध्ये जेवढी संपत्ती लुटून नेली नसेल तेवढी संपत्ती ब्रिटिश सत्ता एका वर्षात लुटून नेते."

ब्रिटिश सरकार कर व अन्य मार्गांद्वारे गोळा करीत असलेले उत्पन्न येथे सर्वार्थाने खर्च करीत नाही. त्यामुळे राष्ट्रीय उत्पन्नात वाढ होत नाही. या देशातील संपत्ती परदेशात गेल्याने येथील प्रजेला त्याचा फायदा होतच नाही. भारताला दारिद्र्याच्या उंबरठ्यावर आणून उभे करताना ब्रिटिशांनी १८४९ ते १८९५ या कालावधीत निर्यातीच्या बदल्यात भारतात भांडवल आणले नाही. निर्यातीवरचा नफा इंग्लंडलाच अव्याहत मिळाला. भारत आणि इंग्लंड यांमधील प्रशासकीय, व्यापारी, राजनैतिक संबंध ठेवण्याच्या खर्च भारतीयांच्या माथी मारण्यात आला. ब्रिटिश कर्मचाऱ्यांना देण्यात येणाऱ्या सोयी-सवलती, पेन्शन, पगार, भत्ते भारतीय तिजोरीतून पौंड या ब्रिटिश चलनातून देत असत. या व्यतिरिक्त इंग्लंडने केलेल्या युद्धांचा खर्च भारतीय तिजोरीवर, व्यापारातील जहाजांचे भाडे, विमा, भारतातील ब्रिटिश प्रशासनाला लागणाऱ्या गोष्टींची इंग्लंडमध्ये चढ्या भावाने खरेदी करायची व भारताने बिले द्यायची, ब्रिटिश मुख्य प्रशासकांनी जी प्रचंड आर्थिक लूट केली त्याची गणतीच नव्हती. रॉबर्ट क्लाइव्ह, वॉरन हेस्टिंग्ज या बाबत आघाडीवर होते. त्या काळात राष्ट्रीय उत्पन्न मोजण्याची अधिकृत पद्धती अस्तित्वात नव्हती. निश्चित आकडेवारी उपलब्ध नव्हती. परंतु दादाभाईंनी अप्रत्यक्ष स्वरूपाची पद्धती वापरून भारतीय माणसाचे सरासरी उत्पन्न

२० रुपये दरडोई असणार याचा अंदाज केला.

दादाभाईंनी इंग्रजांच्या भारतातील कर पद्धतीवर टीका केली. या करांचा भारताला प्रत्यक्ष फायदा होत नव्हताच. इंग्रज कर गोळा करून ब्रिटनला न्यायचे, त्यामुळे ही कर पद्धती म्हणजे भारताचे शोषणच होते. वरील पद्धतीने भारतीय राष्ट्रीय उत्पन्नाचे अभ्यासक व करपद्धतीचे पहिले टीकाकार म्हणून दादाभाईंनी अजोड कामगिरी केली. अर्थशास्त्रीय अभ्यासाच्या मार्गाद्वारे त्यांनी भारतीयांत जनजागृती करण्याचा प्रयत्न केला. त्रुटी असल्यातरी या स्वरूपाचा तो पहिला भारतीय अभ्यास आहे, हेच दादाभाईंच्या विचारांचे यश आहे.

म. फुले यांचा अर्थविचार (१८२७–१८९०)

महात्मा फुले यांचे महाराष्ट्राच्या सामाजिक क्षेत्रातले अग्रदूतत्त्व सर्वमान्य आहे. समाजातील कष्टकरी वर्गाच्या शोषणाची व गरिबीची समस्या यांची त्यांनी मांडणी केली. त्यांची दखल घेतल्याशिवाय महाराष्ट्रातील अर्थविचाराला पूर्णत्व येणार नाही. प्रा. गं.बा. सरदार यांच्या शब्दात ... ''जोतीराव हे कोणी नाणावलेले त्याप्रसंगी अर्थशास्त्रज्ञ नव्हते; तर ते कृतिशील समाजचिंतक होते. तेव्हा त्यांच्याकडून आर्थिक प्रश्नांच्या सैद्धान्तिक विवेचनाची अपेक्षा करणे चुकीचे ठरेल. त्यांचे विचार हे त्यांच्या सामाजिक कार्यातील प्रत्यक्ष अनुभवातून स्फुरलेले होते.'' १८८३ साली त्यांनी 'शेतकऱ्याच्या असूड' हा ग्रंथ लिहिला व त्यात शेतकऱ्याचे दारिद्र्य, कर्जबाजारीपणा, अन्याय व आर्थिक दुरवस्थेची कारणमीमांसा करून त्यावर उपाय सुचविले आहेत. महाराष्ट्रातील अशा प्रकारचा हा पहिला प्रयत्न आहे. दादाभाई अर्थविषयक प्रश्नांचा इंग्लंड व भारत असा राष्ट्रीय–आंतरराष्ट्रीय पातळीवर विचार करीत असतानाच म. फुले महाराष्ट्रातील सर्वसामान्य माणसाला विशेषत: शेतकऱ्याला दैनंदिन जीवनात येणाऱ्या अडचणी मांडत होते. याच ग्रंथाच्या उपोद्‌घातात त्यांनी आपल्या

'विद्येविना मती गेली; मतीविना नीती गेली; नीतीविना गती गेली '।
गतीविना वित्त गेले; वित्ताविना शूद्र खचले; इतके अनर्थ एका अविद्येने केले ।।

यांची प्रथमच मांडणी केली आहे.

'शेतकऱ्याचा असूड' मध्ये तत्कालीन शेती आणि शेतकऱ्यांच्या परिस्थितीचे वर्णन केलेले आहे, तत्कालीन शेतकऱ्याला व त्याच्या कुटुंबाला मिळून मासिक ३१ रुपये प्राप्ती व्हायची त्यात शेतकरी कसे भागविणार? यामुळे अत्यंत दारिद्र्य व दैन्यावस्थेत असलेला शेतकरी, त्याची दारिद्र्यातून सुटका झाल्याखेरीज देशाचा विकास होणार नाही असे मत म.फुले यांनी मांडले आहे. शेतकऱ्यांच्या दारिद्र्याची

म. फुल्यांनी वर्णिलेली कारणे म्हणजे संस्थानिकांच्या राज्य गमावल्यामुळे त्यांच्यावर अवलंबून असणारे लोक देशोधडीला लागले व त्यांचा भार शेतीवर पडला. त्यामुळे उत्पन्न घटले. जमिनीच्या विभाजनामुळे मुळातच कमी असलेली जमीन अधिकच विभागली गेली. जमिनीवर जेवढे जास्त लोक अवलंबून तेवढे तुकडे जास्त त्यामुळे अन्य उदरनिर्वाहाच्या साधनांचा शोध घेणे अपरिहार्य झाले. इंग्लंडमधून आयात केलेल्या वस्तूंचा दर्जा, संख्या, उपयुक्तता या बाबतीत सरस ठरल्या. जकात माफ असल्यामुळे किंमतीशी भारतीय माल स्पर्धा करणे शक्य नव्हते. महसूल रोख पैशात भरावा लागणार असल्यामुळे उत्पादन न झाल्यास सावकाराकडे जमिनी गहाण टाकायच्या, त्या सावकार गिळंकृत करी त्यामुळे शेतकऱ्याची अवस्था इकडे आड (इंग्रज) तिकडे विहीर (सावकार) अशी होऊन जात असे. शेतकऱ्याचे अज्ञान, निरक्षरत्व, चक्रवाढव्याज, दुष्काळ, जागतिक पातळीवरील आर्थिक चढउतार, बैलांची अनुपलब्धता, जनावरांना चारा नाही यांमुळे शेतकऱ्याला गांजणारी एक साखळी निर्माण झाली.

शेतकऱ्यांची स्थिती सुधारण्यासाठी उपाय

जोतीराव हे क्रियाशील कार्यकर्ते होते त्यामुळे त्यांनी प्रश्न मांडून त्यावर उपाय सुद्धा सुचविले. शेतकऱ्यांच्या मुलांना मोफत शिक्षण देणे आवश्यक आहे. त्यासाठी वसतिगृहे काढण्यास यावीत. परदेशातील शेतकी शाळांप्रमाणेच येथेही शेतीशाळा सुरू कराव्यात. शेती सुधारणेसाठी 'पाणी अडवा' हे सांगणारे म. फुले पहिलेच कृषितज्ज्ञ होत. तलाव, धरणे, विहिरी बांधण्यावर भर द्या, सरकारी कुरणे जनावरांना चरण्यास मोफत उपलब्ध करून द्या, विज्ञाननिष्ठेची कास धरा, कृषिविषयक शिक्षण द्या, शेतीविषयक पुस्तके तयार करा, शेतकऱ्यांकडून मिळणाऱ्या करांचा उपयोग शेतकऱ्यांवरच करा, त्यांची फसवणूक होऊ नये म्हणून सावकरांच्या व्यवहारांवर लक्ष ठेवावे, शेतकऱ्यांना कमी दराने कर्जपुरवठा करा, लाकूडतोडीच्या विरोधात कायदा करा 'शेतकरी सुखी तर देश सुखी' या विचारप्रणालीने फुले यांचा ग्रंथ भरलेला आहे. भूमी आणि भूमिपुत्रांचा विकास केल्याखेरीज देशाला पर्याय नाही असेही त्यांनी सांगितले.

म.फुले यांचा काळ, त्यांच्या आजूबाजूची परिस्थिती, पेशवाई संपल्यावर महाराष्ट्राच्या जनतेला बसलेला धक्का या सगळ्यांमधून लोक सावरत असतानाच इंग्रजांच्या कृषी विषयक धोरणांनी हा देश देशोधडीला लागण्याची शक्यता निर्माण झाली. शेतकरी मृत्युपंथाला लागल्यास समाजाला भवितव्य नाही म्हणून १८८८ ला 'ड्यूक ऑफ कॅनॉट' भारतात आले असता म.फुले यांनी शेतकऱ्यांच्या वेशात त्यांना

निवेदन देऊन मोफत शिक्षणाची मागणी केली. 'खरा हिंदुस्थान खेड्यांत दिसतो' असेही आग्रहीपणे सांगितले.

न्या. महादेव गोविंद रानडे (१८४२-१९०१)

न्या. रानडे यांच्या व्यक्तिमत्त्वात अनेक पैलू होते. इंग्रजांच्या आर्थिक नीतीचे ते कट्टर टीकाकार होते. मुंबई विद्यापीठातून एम.ए. झाल्यावर ते एलफिन्स्टन महाविद्यालयात अर्थशास्त्राचे प्राध्यापक होते. त्याच्याही अगोदरच्या काळात, यांनी या विषयातील सगळी महत्त्वाची पुस्तके वाचून आत्मसात केली होती. सार्वजनिक सभेच्या माध्यमातून त्यांनी महाराष्ट्राचे आर्थिक सर्वेक्षण केले होते.

याच्याच जोडीला त्यांनी 'Famine Administration in the Bombay Presidency after the Famine 1817' 'Material conditions in Maharashtra (1872)' 'Revenue Manual of the British Empire in India (1877)', या विषयांवर सार्वजनिक सभेच्या माध्यमातून अहवाल तयार केले. त्यातून न्या. रानडे यांची अभ्यासाची निष्ठा दिसून येते. १८९० मध्ये पश्चिम भारतीय औद्योगिक संघटना स्थापन केली. १८६२ मध्ये डेक्कन कॉलेजात हिंदी अर्थशास्त्राच्या विषयावरील निबंधात त्यांनी अर्थशास्त्रीय तत्त्वांचा व पद्धतींचा अप्रगत भारताच्या परिस्थितीशी जुळेल अशा प्रकारचा समन्वय साधून भारतीय अर्थशास्त्रीय विचाराला स्वत:चा चेहरा प्राप्त करून दिला. १८८९ मध्ये भारतीय राजकीय अर्थशास्त्रावरील 'Essays on Indian Political Economy' हा ग्रंथ सिद्ध करून रानडे यांनी ब्रिटिश अर्थव्यवस्थेचे रोखठोक परीक्षण केले. त्यात भारतीय उद्योगांना संरक्षण देण्याची मागणी केली.

शेतीसंदर्भात त्यांचे प्रमुख विचार पुढीलप्रमाणे आहेत. ''शेती भारतीय अर्थव्यवस्थेचा कणा असल्याने भारतीय शेतीचे भले करायचे असल्यास यांत्रिकी-करणावर भर देण्यापेक्षा शेतीवरील लोकसंख्येचा भार कमी करून उद्योगधंद्यांचा विकास करणे आवश्यक आहे. शेतकऱ्यांना योग्य दरात सरकारने बँकांच्या माध्यमातून कर्जे द्यावीत. सामाजिक सुधारणांसाठी त्यांनी औद्योगिकीकरणाचा पुरस्कार केला. औद्यागिक विकासासाठी सरकारने पुढाकार घेऊन वाहतूक व दळणवळण क्षेत्रात बदल करावेत'' अशीही सूचना त्यांनी केली.

भारतीय दारिद्र्याची न्या. रानडेकृत मीमांसा

दादाभाई नौरोजीकृत दारिद्र्याच्या मीमांसेशी रानडे यांनी काही प्रमाणात असहमती दर्शवून ते लिहितात, ''ब्रिटिश पूर्व काळातसुद्धा सावकार व राज्यकर्त्यांनी केलेली लूट भयंकरच होती. वाढणारी लोकसंख्या पण त्या प्रमाणात उद्योगधंद्यांची

वाढ नाही. उद्योगधंदे सुरू करण्यासाठी धाडसी पुढाकार नाही. मागास शेती व साधने, भांडवलाची कमतरता, सावकारी कर्जाचा फास, अविकसित खेडी, सामाजिक मागासलेपणा या सप्तशृंखलांमुळे भारताची अपेक्षित प्रगती होत नाही.''

१८८५ च्या भारत सरकारच्या आर्थिक समितीचे सदस्य म्हणून काम करीत असताना न्या. रानडे यांच्या लक्षात असे आले, की दारिद्र्यनिर्मूलनासाठी वेळीच उपाय न केल्यास अर्थव्यवस्था धोक्यात येऊ शकते. म्हणून त्यांनी काही उपाय सुचविले.

उद्योगधंदे, शेती, अर्थव्यवस्था यांच्या विकासासाठी सरकारने आर्थिक नियोजन करावे. उपलब्ध साधनसामग्रीचे योग्य वाटप करावे. मोठे उद्योग व लघुउद्योगांस चालना द्यावी. भारतात भांडवल निर्मितीस चालना द्यावी. शास्त्रशुद्ध शेती व प्रशिक्षणासाठी परदेशात शिक्षण, खते-अवजारांसाठी भूविकास बँका, भारताची निर्यात वाढवा, खेड्यांमध्ये प्रगती साधा म्हणजे नागरीकरणाच्या प्रक्रियेला गती मिळेल, हे उपाय न्या. रानडे यांनी सुचविले.

आर्थिक गळतीच्या सिद्धान्ताच्या संदर्भात दादाभाई नौरोजी यांच्या मुख्य सिद्धान्ताशी सहमत पण तपशिलाच्या संदर्भात मतभेद अशी परिस्थिती होती. गळतीच्या प्रमाणासंदर्भात रानडे यांनी आपले मतभेद नोंदविले. ब्रिटिशांनी आर्थिक शोषण केले हे खरेच परंतु इंग्रज अधिकारी पगार, पेन्शनच्या बदल्यात येथे, प्रशासन देत आहेत त्यामुळे येथून जाणारा सर्वच पैसा आर्थिक गळती समजू नये.

लोकसंख्येच्या संदर्भात दाट लोकसंख्येच्या प्रदेशातून विरळ भागाकडे जाण्याला त्यांनी प्राधान्य दिले. लोकसंख्येच्या प्रश्नावर ज्ञानप्रसारक नियतकालिकात न्या. रानडे यांनी प्रजावृद्धी व तिजपासून होणारे परिणाम हा लेख १८६५ मध्ये लिहिला. त्या अगोदर ज्ञानप्रसारक सभेत थिअरी ऑफ पॉप्युलेशन यावर व्याख्यान दिले.

रोजगारासंदर्भात बचत, गुंतवणूक व रोजगार यांच्यात परस्पर संबंध असून बेकार कामगार म्हणजे उणे संपत्ती असा ही विचार रानडेंनी मांडला. बेरोजगारी हा या राष्ट्राचा प्रमुख प्रश्न असून त्यासाठी शेती व्यतिरिक्त अन्य क्षेत्रे शोधण्याची गरज त्यांनी प्रतिपादिली. ब्रिटिश सरकारच्या करविषयक व महसुलविषयक धोरणांवर टीका करून त्यांनी भारताच्या मागासलेपणाला शेतीवर अनावश्यक परावलंबित्व, सरकारचे सदोष जमीन विषयक धोरण, भांडवल कमतरता, उद्योगांचा मागासलेपणा यावर भर दिला.

दारिद्र्य दूर करण्याचे उपाय

भारताचे दारिद्र्य दूर करण्यासाठी लोकसंख्येचे संतुलन व स्थलांतर या मुद्यांवर त्यांनी भर दिला. विकास निर्देशक शहरीकरण सर्वत्र घडून येण्यासाठी रेल्वे, कालवे

यांचे जाळे वाढवण्यावर त्यांनी भर दिला. भारतीय उद्योगांना चालना देण्यासाठी सरकारने भांडवलदारांच्या समित्या नेमून त्यांच्याद्वारे ठेवी स्वीकारणे, कर्ज देणे ही कामे करून औद्योगिक विकासाला चालना द्यावी. येथील अविकसित अर्थव्यवस्थेच्या विकासासाठी परकीय भांडवलाची गरज आहेच अशी त्यांची सुधारणावादी भूमिका होती. मात्र, परकीय भांडवलदार जर भांडवल गुंतवणार असतील तर त्या बदल्यात त्यांची अपेक्षा व्याजाची असणारच. त्यामुळे फायदा-तोटा हा भाग अर्थव्यवस्थेत चालणारच. ही भूमिका दादाभाईंच्या भूमिकेला छेद देणारी होती.

औद्योगिकीकरण करताना चैनीच्या वस्तू टाळून सुरुवातीला सार्वजनिक आरोग्य, वाहतूक, दळणवळण यांवर भर द्यावा. नियोजनाची बाजू लावून धरणारे व त्याला मानवी चेहरा असल्याची गरज प्रतिपादन करणारे रानडे हे पहिले अर्थशास्त्रज्ञ होत.

दादाभाई व रानडे यांनी आखून दिलेल्या मार्गावरच नंतरच्या अर्थतज्ज्ञांनी आपली वाटचाल केली यातच या दोघांचे द्रष्टेपण लपलेले आहे.

रामकृष्ण विश्वनाथ : रामकृष्ण विश्वनाथ यांचा 'हिंदुस्थानची प्राचीन व सांप्रतची स्थिती व पुढे काय त्याचा परिणाम होणार या विषयी विचार' हा ग्रंथ मुंबईच्या प्रभाकर छापखान्यात १८४३ मध्ये छापण्यात आला. हा ग्रंथ महाराष्ट्रातील अर्थविचाराच्या संदर्भात महत्त्वाचा आहे. या लेखकावर ॲडम स्मिथ यांच्या वेल्थ ऑफ नेशन्स या १७७६ सालच्या ग्रंथाचा प्रभाव जाणवतो. या ग्रंथात अर्थशास्त्रीय मांडणीपेक्षा सांप्रतची स्थिती सांगण्यावर भर आहे. शेतीवर जबरदस्त कर, अफू व मिठाच्या मक्तेदारीचा व्यापार, ब्रिटिश हातमागाला उत्तेजन, कापूस, निळीची निर्यात, युद्धे व लढायांचा खर्च, नोकरांचा पगार या गोष्टींचा लेखकाने स्पष्ट शब्दात निषेध केलेला आहे. शोषणाचा निषेध करून लेखक विलायती मालावर बहिष्कार व स्वदेशी माल उत्पन्न करण्याचा मार्ग भारतीयांना सुचवितो. देशाच्या औद्योगिक विकासासाठी यंत्रयुगाला पर्याय नाही अशीही मांडणी रामकृष्णांनी केलेली आहे. हिंदुस्थानात राज्य नव्हे, लष्करी अंमल व दिवाणी जुलूम आहे, हे एडमंड बर्कचे विधान त्यांनी स्वमत प्रतिपादनार्थ वापरले. खुल्या स्पर्धेच्या तत्त्वाला मुरड घालून हिंदी लोकांनी स्वदेशीच्या प्रीतीचे व संरक्षक जकातींचे साहाय्य घेऊन आपले उद्योगधंदे वाढवावेत अशीही लेखकांची भूमिका आहे. रामकृष्ण विश्वनाथ यांचा कालखंड लक्षात घेता त्यांचे विचार, ग्रंथलेखनाचे प्रयत्न एकांड्या शिलेदारासारखे असले तरी महाराष्ट्रातील अर्थविचार पुढे नेण्यात त्यांचे विचार कारणीभूत झाले, हे लेखकाचे श्रेय कोणीही नाकारू शकणार नाही.

रामकृष्ण विश्वनाथ नुसतेच लेखक नाहीत तर निलगिरी पर्वतात सोन्याच्या

खाणींच्या शोध घेण्याचा त्यांचा प्रयत्न होता. कापडाची गिरणी काढण्यासाठी भांडवल जमा करून कंपनी काढण्याची कल्पना त्यांनी लोकांसमोर मांडली. हे स्वप्न प्रत्यक्षात आले नाही ही गोष्ट वेगळी पण आजूबाजूच्या गोष्टींचा ते विचार करीत होते.

लोकहितवादी – लक्ष्मीज्ञान

गोपाळ हरि देशमुख उर्फ लोकहितवादी यांचा 'लक्ष्मीज्ञान' ग्रंथ महत्त्वाचा आहे. हा अर्थशास्त्र विषयांवरचा ग्रंथ लेखकाने क्लिफ्ट यांच्या ग्रंथाच्या आधारे रचल्याचे स्वत:च सांगितले आहे. पुण्याच्या ज्ञानप्रकाश छापखान्यात सदर ग्रंथ १८४९ सुमारास छापण्यात आला तेव्हा त्याची किंमत १० आणे होती. प्रस्तावनेत ग्रंथाचे हेतू सांगून ज्ञान, उद्योगाचे विभाग, क्रयविक्रय, भांडवल, निर्भयपणा, किंमत-धारा, नफा व मजुरी अशी सात प्रकरणे आहेत. हिंदुस्थानविषयी विचार या ग्रंथात व्यक्त केलेले आहेत.

श्रम हेच संपत्तीच्या उत्पादनाचे एकमेव कारण आहे यावर श्रद्धा असणाऱ्या लोकहितवादींनी ब्रिटिश करत असलेले आर्थिक शोषण म्हणजे अनुत्पादक वर्गाने, सत्ताधारी वर्गाने केलेले शोषण आहे, असे सांगून त्यावर त्यांनी हल्ला केला. न्याय खात्यातील नोकरीमुळे ते महाराष्ट्र व गुजरातमध्ये काही काळ राहिले. त्यामुळे त्यांना सामाजिक व आर्थिक परिस्थितीचा अनुभव आला. उद्योगजगताशी त्यांचा प्रत्यक्ष संबंध नव्हता. इंग्रजांशी प्रत्यक्ष संबंध आल्याने आधुनिक ज्ञानाची सामाजिक व आर्थिक पुनर्रचनेसाठी केवढी गरज आहे हे त्यांनी ओळखले. या ज्ञानालाच ते पराक्रम म्हणतात. आपल्या ग्रंथात त्यांनी यंत्रयुगीन औद्योगिक भांडवलदारीचा मार्ग अनुकरण्यावर भर दिला.

हरि केशवजी – 'देशव्यवहार व्यवस्था' हा ग्रंथ हरि केशवजी यांनी १८५४ मध्ये मुंबईत प्रसिद्ध केला. सदर ग्रंथ मिसेस मार्स व जॉन स्टुअर्ट मिल यांच्या ग्रंथांवर आधारित आहे. या ग्रंथात २८० पृष्ठे असून मिलच्या ग्रंथातील सर्व विषय आहेत. हा ग्रंथ संवादरूपाने रचलेला आहे. हिंदुस्थानच्या आर्थिक अस्तित्वाचा विचार त्यांनी या ग्रंथात मांडला आहे. उपजीविकेची साधने कमी, भांडवल कमी पण लोकसंख्या वाढतच चाललेली याचा भयसूचक इशारा या ग्रंथात आहे. तत्कालीन कुटुंबनियोजनाचा एकमात्र उपाय म्हणजे लग्ने उशिरा करणे याचा पुरस्कार हरि केशवजी यांनी केला आहे. भारताला सुखी करण्यासंदर्भात ते लिहितात. एकटे द्रव्यापासून लोकांस सुख होत नाही व म्हणून चांगला धर्म, मार्ग, चांगले आचरण, शहाणे राज्यकर्ते, चहूकडे ज्ञान आलेले असे जेव्हा होते तेव्हा लोक सुखी होतात. हे लाभ जर झाले नाहीत तर एकट्या संपत्तीपासून सुख होणार नाही.

कृष्णशास्त्री चिपळूणकर (१८२४-१८७४) – 'अर्थशास्त्रपरिभाषा' हा ग्रंथ चिपळूणकर यांनी १८५५ मध्ये पुण्याच्या पाठशाळेत छापला. हिंदुस्थान राजकीयदृष्ट्या परतंत्र आहे, म्हणून त्याच्या आर्थिक विकासाचा मार्ग बंद झालेला असून देशाच्या संपत्तीचे इंग्रजांकडून तीव्र शोषण होत आहे, आर्थिक विकासाचे शास्त्र व तंत्र आपण शिकले पाहिजे आणि देशाचे दारिद्र्य व पारतंत्र्य यांचा नाश केला पाहिजे, या रामकृष्ण विश्वनाथांच्या विचारसरणीचाच वारसा कृष्णशास्त्रींनी पुढे चालविला. अर्थशास्त्र हा शब्द त्यांनीच प्रथम मराठीत रूढ केला. आपल्या ग्रंथात मिलच्या प्रॉडक्शन विभागाचे भाषांतर त्यांनी केले.

डॉ. बाबासाहेब आंबेडकरांचे अर्थशास्त्रीय योगदान (१८९१-१९५६) – डॉ. आंबेडकरांचे अर्थशास्त्रातील योगदान सर्वश्रुत आहेच. त्यांना एम.ए., पीएच.डी., डॉक्टर, होम सायन्स या पदव्या अर्थशास्त्रीय विषयाच्या संदर्भात मिळाल्या. वरील तीन पदव्या त्यांना अनुक्रमे पुढील तीन प्रबंधांच्या लेखनासाठी मिळाल्या.

१) ॲडमिनिस्ट्रेशन ॲन्ड फायनान्स ऑफ दि ईस्ट इंडिया कंपनी

२) इव्होल्यूशन ऑफ प्रोव्हिन्शिअल फायनान्स इन ब्रिटिश इंडिया

३) दि प्रॉब्लेम ऑफ रूपी : इट्स ओरिजिन ॲन्ड सोल्यूशन

एम.ए. पदवीसाठी लिहिलेल्या 'ॲडमिनिस्ट्रेशन... कंपनी' या शोधनिबंधात कंपनीचे प्रशासन व वित्त व्यवस्था यात १७९२ ते १८५८ या कालखंडात कसे बदल झाले व त्याचे भारतावर किती विदारक परिणाम झाले याचे चित्र त्यांनी रेखाटले. १८७२ ते १८७५ या कालखंडात कंपनी सरकारचा महसूल ५५ लाख पौंड ते ३१७ लाख पौंडापर्यंत वाढला. या उत्पन्नात जमिनीवरचा कर ५४ टक्के, मीठावर ११ टक्के, अफू ९ टक्के, सीमाशुल्क ६ टक्के, बाकी इतर कर असे प्रमाण होते. कंपनी सरकारने भारतासाठी उभारलेली कर्जे १७९२ मध्ये ७० लाख पौंड होती तर ती कर्जे १८५८ मध्ये ६०७ लाख पौंडांवर गेली. मात्र, ईस्ट इंडिया कंपनीचे विदेशी कर्ज (इंग्लंडमध्ये उभारलेले) १७९२ ते १८५८ या काळात फक्त ६६ लाख पौंड होते. १८१९-२० मध्ये एकूण खर्चाच्या ६४.३ टक्के हिस्सा फक्त लष्करावर खर्च आहेत. डॉ. आंबेडकरांनी त्याचा धिक्कार केला आहे. डॉ. आंबेडकरांनी जॉन ब्राईट या तज्ज्ञाचा दाखल देऊन असे म्हटले, की १८३४ ते ४८ या काळात मँचेस्टर शहरात पिण्याच्या पाण्यासाठी जेवढा खर्च करण्यात आला त्यापेक्षा कमी खर्च भारतात त्याच १४ वर्षांत सार्वजनिक बांधकामावर करण्यात आला. कंपनी सरकार लष्करावर करत असणाऱ्या खर्चात पक्षपातीपणा करताना ब्रिटिश शिपायाचा पगार हा ४ भारतीय

शिपायांच्या एकत्रित पगारापेक्षा जास्त असल्याचे दाखवून देतात. १८५८ मध्ये कंपनी बरखास्त करण्यात आल्यावर कंपनी सरकारवर असणारा कर्जाचा बोजा ६७३ लाख पौंड भारतावर टाकण्यात आला.

आपल्या दुसऱ्या ग्रंथात (दि इव्होल्यूशन... इंडिया) आंबेडकर १८३३ ते १९२१ या प्रदीर्घ कालखंडात ब्रिटिश केंद्रसरकार व तत्कालिन घटकराज्ये यातील आर्थिक संबंधावर प्रकाश टाकतात. या कालखंडात खर्चाचा अर्थसंकल्प करण्याचा अधिकार राज्याकडे तर लागणारा पैसा उभारण्याची जबाबदारी केंद्राकडे त्यामुळे महसूली तूट वाढू लागली. त्यामुळे १८७१ पासून केंद्र व राज्य सरकार यासाठी स्वतंत्र अर्थसंकल्प करण्याची पद्धत भारतात सुरू झाली.

'दि प्रॉब्लेम..... सोल्यूशन' हा तिसरा ग्रंथ १९४७ मध्ये 'हिस्टरी ऑफ इंडियन करन्सी अँड बँकिंग' या नावाने पुन्हा प्रकाशित करण्यात आला. या ग्रंथात १८०० ते १८९३ या कालखंडातील भारतीय रुपयाची चलनाचे परिमाण म्हणून कशी जडणघडण झाली याचे विवेचन आहे. भारतात सुरुवातीला सुवर्ण व रुपयाचे परिमाण अशी दुहेरी पद्धत होती. विविध प्रांतात भिन्न आकार, वजन, धातू अशी नाणी प्रचलित होती. एकछत्री ब्रिटिश कारभार सुरू झाल्यावर १८१५ च्या कायद्याने सुवर्ण परिमाण रद्द झाले व चलनपद्धतीचे सुसूत्रीकरण करण्यात आले. त्याचबरोबर वेगळेच संकट निर्माण झाले. पूर्वी धान्य वा अन्य वस्तुरूपात वेतन देत असत. त्याची जागा रुपयाने घेतल्यावर चलन अपुरे पडू लागले. भारतातून इंग्लंडला निर्यात वाढल्यावर चलनाची मागणी वाढली.

आर्थिक दृष्टिकोनातून जातिव्यवस्थेवर टीका करताना अर्थतज्ज्ञ डॉ. आंबेडकर लिहितात, जातिव्यवस्थेमुळे श्रमशक्ती आणि भांडवल हे उत्पादनाचे दोन्ही महत्त्वाचे घटक हे जिथे त्यांची उपयुक्तता जास्तीत जास्त आहे, अशा ठिकाणी वापरले न जाता पारंपरिक जातिनिहाय पद्धतीने अर्थव्यवस्थेत त्याचे वाटप होते. त्याशिवाय या दोन्ही घटकांची सचलता (Mobility) सीमीत राहते. त्यामुळे उत्पादनप्रक्रिया अकार्यक्षम होऊन आर्थिक प्रगतीला खीळ बसते. जातिव्यवस्थेमुळे पारंपरिक आर्थिक-सामाजिक रचनेला चिकटून राहण्याचा गुणधर्म असल्यामुळे आर्थिक विकासाला बाधा येते. स्वातंत्र्योत्तर कालखंडात भारतीय अर्थव्यवस्थेसाठी विकासाची अर्थनीती त्यांनी 'स्टेटस अँड मायनॉरिटीज' या ग्रंथात केले. गरिबी हटविणे, विषमता निर्मूलन, शोषणमुक्तता यांचा कायम आग्रह त्यांनी धरला.

शेतीसंदर्भात डॉ. आंबेडकरांची भूमिका

शेतीप्रश्नावरील आंबेडकरांचे मूलभूत विचार आपणास पुढील लेखात

वाचायला मिळतात. भारतातील लहान धारणक्षेत्रे आणि त्यावरील उपाय (Small Holdings in India and their Remedies) हा लेख मुळात 'द जर्नल ऑफ इंडियन इकॉनॉमिक सोसायटी' मध्ये प्रसिद्ध झाला. भारतात शेतीचे विखंडन का होते, किफायतशीर धारणक्षेत्र कसे ठरवायचे ? छोट्या धारणक्षेत्रावर उपाय काय? त्यांनी या प्रश्नांच्या उत्तरांसंदर्भात लोकसंख्येचा अतिरिक्त भार किफायतशीर धारणक्षेत्र म्हणजे जमीन, भांडवल व श्रम हे सर्व उत्पादक घटक इष्टतम प्रमाणात असणे होय. लहान धारणक्षेत्र ही समस्या नसून भांडवल व तज्जन्य साधनसामग्रीचा तुटवडा ही समस्या असल्याचे सांगितले. शेतीशी निगडित प्रश्न सोडविण्यासाठी उद्योगीकरणाला पर्याय नसल्याचे मत त्यांनी मांडले आहे. त्यालाच पूरक अशी मोठ्या आकारमानाची व एकसंध सहकारी शेतीची कल्पना त्यांनी मांडली.

खोती पद्धत : मुंबई कायदेमंडळात १७ सप्टेंबर १९३७ रोजी डॉ. आंबेडकरांनी खोती रद्द करण्याचे विधेयक मांडले. रत्नागिरी, ठाणे, कुलाबा, रायगड भागात खोती पद्धत अस्तित्वात होती. यात शेतसारा गोळा करण्यासाठी खोतांची नियुक्ती शासन करे. यात जमीन प्रत्यक्ष कसणाराला कनिष्ठ भूधारक तर खोताला वरिष्ठ भूधारक म्हणत. ठराविक शेतसारा सरकारात भरल्यावर खोत भूधारकांशी दुर्वर्तन करून अधिकारांचा दुरुपयोग करी. भूधारकांवर आर्थिक जुलूम करीत असत. त्यामुळे आंबेडकरांनी खोतांना वाजवी स्वरूपात नुकसान भरपाई देऊन खोती अंत घडवून आणावा असे विधेयक आणले.

राज्ये आणि अल्पसंख्यांक या मसुद्यात विवेचन केल्याप्रमाणे शेती हा शासकीय उद्योग असावा व शासनाने सर्व जमीनी रयतेच्या ताब्यात घेऊन लोकांना योग्य ती नुकसानभरपाई देऊन सामुदायिक शेतीला प्रोत्साहन देण्याचा विचार मांडला. त्यात कोणत्याही परिस्थितीत पक्षपात होता कामा नये असा आग्रह त्यांनी धरला. या संदर्भात आंबेडकरांनी १९५२ च्या सार्वत्रिक निवडणुकीसाठी 'शेड्युल्ड कास्ट्सस् फेडरेशन' या स्वत:च्या पक्षाच्या जाहीरनाम्यात शेती उत्पादकतेसाठी यांत्रिकीकरण, खतांचा व निरोगी बी-बियाणांचा पुरवठा, सिंचन व वीजनिर्मितीवर भर, शेती उत्पन्नाला जोड देण्यासाठी ग्रामीण लघुउद्योगांचा पुरस्कार केला.

डॉ. धनंजयराव रामचंद्र गाडगीळ (१९०१-७१)

महाराष्ट्रातील या नामवंत अर्थतज्ज्ञाने १९१८ ते २३ या काळात इंग्लंडमधील केंब्रिज विद्यापीठात पदवी अभ्यासक्रम पूर्ण करून एम. ए., डी. लिट. पदवी संपादन केली. त्या पदवीसाठी 'हिंदुस्थानातील औद्योगिक विकास' या विषयावर प्रबंध लिहिला. तो १९२४ मध्ये ऑक्सफर्ड प्रकाशनने प्रसिद्ध केला.

आर्थिक क्षेत्रासंदर्भात त्यांनी मुंबई राज्यात वित्त विभागात अतिरिक्त सहायक सचिव, पुणे येथील गोखले अर्थशास्त्र आणि राज्यशास्त्र संस्थेत संचालक, बॉम्बे टेक्सटाईल लेबर इन्क्वायरी कमिटीचे सभासद (१९३७-४०), इंडियन इकॉनॉमिक असोसिएशनचे अध्यक्ष (१९४०), रिझर्व्ह बँकेच्या पश्चिम विभागीय मंडळावर सभासद (१९४२-५२) बॉम्बे स्टेट को. ऑपरेटिव्ह बँकेचे अध्यक्ष (१९४६-६०), राष्ट्रीय उत्पन्न समितीचे सभासद (१९५०-५२), युनायटेड नेशन्स एक्स्पोर्ट ग्रुप ऑन मेझर्स फॉर डेव्हलपमेंट ऑफ अंडर डेव्हल्पड कंट्रीजचे सभासद (१९५१), रूरल क्रेडिट सर्व्हे कमिटीचे सभासद (१९५१-५४), भारताच्या नियोजन मंडळाचे उपाध्यक्ष (१९६६-७१) म्हणून त्यांनी काम पाहिले. (येथे त्यांच्या अन्य क्षेत्रातील कामगिरीचा निर्देश केलेला नाही.)

हिंदुस्थानच्या संदर्भातील कार्य – प्रॉव्हिन्शिअल सरकारचे सल्लागार असताना गाडगीळ यांनी युद्धजन्य काळात किंमत नियंत्रण व नियंत्रित वाटप पद्धतीवर भर दिला. अन्नधान्य टंचाईच्या काळात सरकारने व्यक्तीची धान्य वसुली व नियंत्रित धान्य वाटपावर त्यांनी भर दिला. १९५० नंतर भारतात आर्थिक नियोजन, उद्दिष्ट व व्यवहार, नियोजनाचे यशापयश, आर्थिक नियोजनाच्या मर्यादा यावरही त्यांनी भाष्य केले.

सहकार – गाडगीळ यांचे नाव सहकाराशी विशेषत्वाने जोडले गेले आहे. १९४६ मध्ये बॉम्बे स्टेट को-ऑपरेटिव्ह बँकेचे संचालक झाल्यावर सहकाराच्या माध्यमातून काम करण्यासाठी त्यांनी महाराष्ट्रात विचार मांडायला सुरुवात केली. शेतकऱ्यांची दलाल व आडते यांच्याकडून होणारी पिळवणूक थांबविण्यासाठी व शेतकऱ्याला योग्य तो भाव देण्यासाठी सहकारी खरेदी-विक्री संस्था स्थापण्याचा विचार त्यांनी मांडला. विखे पाटलांच्या सहकार्याने महाराष्ट्र सहकारी साखर कारखाना उभारण्यात त्यांना यश आले. शेती व औद्योगिक उत्पादन सहकारी पद्धतीने केल्यास देशाचा फायदा आहे, असे त्यांनी सांगितले. त्यासाठी ग्राहक सहकारी संस्था उभारण्यावर भर दिला. नियोजनाचा केंद्रबिंदू सामान्य माणूस असण्यावर त्यांनी भर दिला. किंमत विषयक धोरणांमध्ये त्यांनी सरकार या यंत्रणेला प्रचंड महत्त्व देऊन सरकारी पुढाकाराची संकल्पना मांडली. किरकोळ विक्री, रेशनिंग दुकाने, शेतमाल खरेदी-विक्री, रोजगाराभिमुख गुंतवणूक, करविषयक उपाय यावर त्यांनी भर दिला.

प्रादेशिक नियोजन – राष्ट्रीय नियोजनाबरोबरच गाडगीळ यांनी प्रादेशिक नियोजनाच्या पुरस्कार केला. वाहतूक, वीज,पाणीपुरवठा, शिक्षण यांच्या विकासावर भर देऊन प्रादेशिक असमतोल दूर करण्यावर भर दिला. शेतीवरचा भार टाळण्यासाठी

बिगर शेतकी रोजगारात वाढ करण्यावर भर दिला. यासाठीच त्यांनी सहकारी कारखानदारीवर भर दिला. स्वातंत्र्यपूर्व कालखंडात विदेशी सरकारवर प्रचंड टीका करणारे गाडगीळ स्वातंत्र्योत्तर कालखंडात देशी सरकारच्या बाजूने उभे राहून जनकल्याणाच्या योजनांचा विचार करीत होते.

रस्त्यांचा विकास

सतराव्या शतकात भारतातील रस्त्यांची अवस्था एकूणच हलाखीची होती. त्यामुळे महाराष्ट्रही त्याला अपवाद नव्हता. 'मुंबई' अत्यंत महत्त्वाचे बेट असल्याने 'रस्ते' हा सुधारणा विषय १८२८ नंतर झाला. ईस्ट इंडिया कंपनीचे लक्ष सैन्यासाठी बराकी व रस्ते बनविण्याचे होते. विल्यम बेंटिकच्या काळात सैन्याच्या हालचालींना उपयुक्त ठरतील असेच रस्ते बांधण्याचे ठरविण्यात आले. यासाठी मुंबई–आग्रा रस्ता सुरू करण्यात आला. लॉर्ड डलहौसीने केंद्रीय सार्वजनिक बांधकाम खाते स्थापन करून त्यांच्याकडे रस्त्यांची कामे सोपविली. भारतातल्या प्रत्येक प्रांतात हा विभाग सुरू करण्यात आली. १८५० नंतर स्थानिक संस्थांनी रस्त्यांच्या विकासाला हातभार लावला. ग्रामीण भागात रस्ते बांधायला सुरुवात झाली. भारतात रेल्वेचा प्रवेश होईपर्यंत प्रवासाची साधने म्हणजे हत्ती, घोडे, उंट, बैल, गाढव, पालखी, मेणे, डोली, पायी प्रवास चाले. रेल्वे प्रचारात आल्यावर सरकारने रेल्वे स्थानकांना जोडणाऱ्या रस्त्यांवर खर्च करायला सुरुवात केली. रस्ते विकासाला अधिक चालना दिली ती 'माँटेग्यू चेम्सफर्ड' अहवालाने. १९१९ च्या कायद्याने रस्ते ही केंद्राऐवजी प्रांतीय सरकारची जबाबदारी झाली. केंद्र सरकार इथून पुढे फक्त महत्त्वाची शहरे जोडणाऱ्या रस्त्यांचा विकास करणार होते. प्रांतीय सरकारांनी अन्य प्रश्नांना अग्रक्रम दिल्याने रस्ते दुरुस्ती हा विषय मागे पडला. शहरांच्या आसपासचे व त्यांना जोडणारे रस्ते चांगले तर अन्यत्र रस्ते खराब अशी अवस्था झाली.

याच कालखंडात मोटारींच्या संख्येत भर पडू लागली. रस्त्यांना पडणारे खड्डे व धूळ यांमुळे रस्त्यांवरून मोटारींचा प्रवास म्हणजे दिव्य झाले. जड ट्रक लष्करी साहित्याची वाहतूक करू लागल्यावर रस्त्यांच्या पृष्ठभागात आणि रस्ते तयार करण्याच्या पद्धतीत आमूलाग्र बदल करणे आवश्यक होते. पूर्वीचे रस्ते वाढत्या लोकसंख्येला व वाहतुकीच्या साधनांना अपुरे पडू लागले. पहिल्या महायुद्धाअगोदर ट्रकला भरीव रबरी चाके असत, त्या चाकांवरचा भार ६ हजार किलोग्रॅमच्या पुढे वाढत जाऊ लागला. त्यामुळे रस्त्यांची अवस्था अधिक बिकट झाली. पुढे हवा भरलेले टायर (ट्यूबसह) प्रचारात आल्यामुळे रस्त्याचे नुकसान कमी झाले. पण रस्ते सुधारणा आवश्यक बनली.

१९२७ मध्ये बॅ. मु. रा. जयकर यांच्या अध्यक्षतेखाली सरकारने एक रस्ते विकास समिती नेमली. या समितीने अपुरे रस्ते, त्यांची विकासावश्यकता यावर भर दिला. ग्रामीण जनतेचा सर्वंकष विकास साधण्यासाठी, शेतमाल बाजारात आणण्यासाठी, रेल्वेला पूरक ठरण्यासाठी रस्ते वाहतुकीची आवश्यकता सांगितली. रस्ते बांधणी व दुरुस्ती खर्च प्रांतीय सरकारे व स्थानिक स्वराज्य संस्था यांच्या ऐपतीपलीकडे असून ही जबाबदारी केंद्राने पार पाडावी अशी जोरदार शिफारस करण्यात आली. हा खर्च वसूल करण्यासाठी पेट्रोल व मोटारवाहने यांवर कर बसवणे, भाडोत्री मोटारींकडून परवाना शुल्काची वसुली करणे हे मार्ग सुचविण्यात आले. त्यानुसार सरकारने पेट्रोलवर आकारण्यात आलेल्या करातून १९२९ मध्ये केंद्रीय रस्ते निधी स्थापन केला. त्यातून 'रस्ते' विषयासंदर्भात प्रयोग व संशोधन, खास महत्त्वाचे पूल, रस्ते प्रकल्प यांसाठी खर्च करण्याचे ठरविण्यात आले. मोटारवाहतूक कर, मोटार टायर व पेट्रोल यावरील आयात करात वेळोवेळी वाढ करण्यात आली.

समितीच्या अहवालानुसार १९३४ मध्ये तांत्रिकतेच्या संदर्भात सल्ला देण्यासाठी 'इंडियन रोड काँग्रेस' या निमसरकारी संस्थेची स्थापना करण्यात आली. रस्ते वाहतुकीच्या प्रश्नासंदर्भात या संस्थेने सर्वंकष स्वरूपाचे कार्य करण्यास सुरुवात केली.

नागपूर योजना

दुसरे महायुद्ध सुरू झाल्यावर रस्त्यावरील रहदारी अधिक वाढली. रस्त्यांचा अपुरेपणा, वाहनसंख्येत वृद्धी, रस्त्यांची नादुरुस्ती लक्षात घेऊन भारताच्या सर्व राज्यांतील प्रमुख अभियंते, संरक्षण खात्यातील अभियंते व भारत सरकारच्या दळणवळण खात्यातील अधिकारी यांची एकत्रित बैठक १९३४ मध्ये नागपुरात (महाराष्ट्र) बोलविण्यात आली. या बैठकीत १९४१-६१ या पुढील २० वर्षात वाढणाऱ्या वाहतुकीचा ताण लक्षात घेऊन योजना बनविण्यात आली. हा अखिल भारतीय आराखडा नागपूर योजना नावाने ओळखला जातो. या योजनेनुसार सुपीक प्रदेशात कोणतेही खेडे मुख्य रस्त्यापासून ८ किमी पेक्षा तर नापीक प्रदेशात ३२ कि.मी. पेक्षा लांब असणार नाही. एकंदर महत्त्वाच्या रस्त्यांची लांबी १,४१,६२२ कि.मी. वरून २,००,३६५ कि.मी. पर्यंत वाढविण्यात येईल. दर १०० चौ.कि.मी. क्षेत्रफळामागे १६ कि.मी. रस्ते असतील. या व्यतिरिक्त अन्य शिफारशी करण्यात आल्या. या परिषदेने राष्ट्रीय महामार्ग, राज्य महामार्ग, प्रमुख जिल्हा रस्ते, इतर जिल्हा रस्ते, ग्रामीण रस्ते, द्रुत महामार्ग अशी रस्त्यांची विभागणी केली. या योजनेनुसार ५,३२,७०० कि.मी. रस्त्यांचे उद्दिष्ट ठेवण्यात आले होते. प्रत्यक्षात ७,०९,१२२ कि.मी. रस्ते पूर्ण करण्यात आले.

यानंतर सर्व राज्यांतील प्रमुख अभियंत्यांची अशीच दुसरी परिषद मुंबई येथे १९५९ मध्ये झाली. त्यात १९६१-८१ या मुदतीचा आराखडा तयार करण्यात आला. याही योजनेत नागपूर योजनेप्रमाणे ठरलेल्या उद्दिष्ट्यापेक्षा अधिक उद्दिष्ट गाठले गेले. भारत स्वतंत्र झाल्यावर केंद्र सरकारने सर्व राष्ट्रीय महामार्गांची आखणी, दुरुस्ती व देखभाल यांची आर्थिक जबाबदारी स्वत:कडे घेतली व १९५६ च्या राष्ट्रीय महामार्ग कायद्याप्रमाणे त्यांची कायदेशीर जबाबदारीही उचलली. यासाठी नौकानयन व वाहतूक खात्याची निर्मिती केली. प्रत्येक राज्यातून जाणाऱ्या राष्ट्रीय महामार्गांच्या देखभालीची व्यवस्था राज्याचे सार्वजनिक बांधकाम खाते, केंद्रीय रस्ता खाते व सीमा रस्ते विकास मंडळ यावर सोपविण्यात आली.

रस्ते सुधारणा

ब्रिटिशांनी रस्ते सुधारणा कार्याकडे लक्ष देण्यामागे त्यांचा स्वार्थ होता. सुधारणा या दुहेरी शस्त्रासारख्या असतात. त्यांचे चांगले आणि वाईट असे दोन्हीही परिणाम असतात. सैन्याला वेगवान हालचाली करता याव्यात, तोफखाना प्रभावीपणे हलविणे. मालाची ने आण करणे या कामांसाठी रस्ते सुधारणा करणे ब्रिटिशांस अपरिहार्य होते. त्यांनी त्या दृष्टीने पुणे-मुंबई जोडणारा बोरघाट तयार केला. यामुळे माणसे व मालवाहतूक कमी खर्चात होऊ लागली. खेड्यांचे एकटेपण संपले. खेडी एकमेकांशी जोडली गेली. मध्यवर्ती राजसत्तेपासून अलिप्त राहणे आणि सुधारणांचे वारे स्वत:पर्यंत पोहोचू न देणे या गोष्टी रस्त्यांमुळे अशक्य झाल्या. आधुनिक विचारांचे वारे याच रस्त्यांनी वाहू लागले.

वाहतुकीच्या साधनांतील बदल

इंग्रजांच्या आगमनाने महाराष्ट्रातील संपूर्ण समाजजीवन ढवळून निघाले. त्याला वाहतुकीची साधने अपवाद कशी असणार? औद्योगिक क्रांतीचा वारसा घेऊन आलेल्या ब्रिटिशांनी महाराष्ट्रात वाहतुकीचे मार्ग सुधरविणे, यांत्रिक साधनांत बदल घडवून आणणे या गोष्टी तातडीने केल्या. लोकमान्य टिळकांनी 'इंग्रजी राज्यात आम्हांस फायदा काय झाला?' या १८९२ च्या लेखात जे अकरा फायदे दिले त्यातील शेवटचा फायदा यंत्रादी सामग्रीचा परिचय आणि स्वातंत्र्याची अभिरुची हे दिलेले आहेत. याचे अगदी छोटेसे उदाहरण आपणास 'बैलगाडी' या तत्कालीन काळातील महत्त्वाच्या प्रवासाच्या साधनांत दिसते.

पेशवेकालीन रस्ते खडतर असत. पायवाट किंवा मार्ग किंवा जनावरे जाऊन-जाऊन जो रस्ता तयार होई तोच रस्ता. लमाणांचे तांडे बैलांच्या पाठीवर माल लादत असत. पेशवेकालीन बैलगाड्यांची चाके भरीव स्वरूपाची असत त्यामुळे ती जड

असत. जड चाकांमुळे बैलांना अधिक श्रम पडत. इंग्रजांनी भरीव चाकांच्या ऐवजी सध्याच्या कालखंडातील आऱ्यांची चाके वापरायला सुरुवात केली. त्यामुळे बैलांचे श्रम कमी झाले. गाड्या पळू लागल्या, अंतरे कमी वेळात कापता येऊ लागली. त्याचा परिणाम बैलगाड्यांची संख्या वाढण्यात झाला व अंतिमत: रस्ते सुधारणा सुरू झाली. सोलापूरचे चित्र या संदर्भात प्रातिनिधिक आहे. सोलापूरमध्ये बैलगाड्यांची झालेली वाढ आपणास पुढील आकडेवारीवरून समजते.

१८३४-३५	४३० बैलगाड्या
१८४६	१९०७ बैलगाड्या
१८५०	२६४३ बैलगाड्या

एक अगदी छोटी सुधारणा काय करू शकते याचे वरील उत्तम उदाहरण आहे.

रस्ते

१८२६ मध्ये महाराष्ट्रात पुढील रस्ते अस्तित्वात होते. अठराव्या शतकात सर्व राजकीय हालचालींचे केंद्र पुणे असल्यामुळे पुण्यापासूनचे मार्ग मोठ्या प्रमाणात यात दिलेले आहेत.

१. मुंबई-अहमदनगर रस्ता - पनवेलपासून हा १४८ मैलांचा रस्ता होता.
२. कल्याण - औरंगाबाद रस्ता - १८५ मैल
३. पुणे - सुरत रस्ता - २५४ मैल
४. पुणे - कल्याण रस्ता - ७५ मैल
५. पुणे - जुन्नर रस्ता - ८५ मैल
६. पुणे - खंडाळा रस्ता - ५० मैल
७. पुणे - धुळे रस्ता - २०१ मैल
८. पुणे - सोलापूर रस्ता - १५७ मैल
९. पुणे - दापोली रस्ता - ९७ मैल
१०. पुणे - कोपरगाव रस्ता - ६६ मैल
११. पुणे - निपाणी रस्ता - २११ मैल
१२. पुणे - नागोठणे रस्ता - ६४ मैल

१८४० मध्ये ब्रिटिशांनी स्वत:च्या सोयीसाठी पेण ते अलिबाग रस्ता तयार केला. १८८१ मध्ये एकंदर १८७ मैलांचे १२ रस्ते त्यातील ९ आठमाही वापराचे तयार केले. यात नागोठणे ते धरमतर, नागोठणे ते महाबळेश्वर, माणगाव ते निजामपूर, लोणेरे ते घोडेगाव, महाड ते विन्हेरे, वरंधा घाट पायथा, रेवस ते अलिबाग, धरमतर ते

खोपोली, खोपोली ते अलिबाग या रस्त्यांचा समावेश होता. सर्वात कमी लांबीचा रस्ता दोन मैलांचा तर सर्वात मोठा रस्ता ५६ मैलांचा होता.

जलमार्ग

१९५४ पर्यंत मुंबईहून कोकणकिनाऱ्याने काठेवाड-कांडला-कराची पर्यंत आगबोटी जात असत. मुंबई हे या सर्वच प्रवासातील महत्त्वाचे बंदर असल्याने सारी जहाजे तेथे मुक्कामाला येत. १९४९-५० मध्ये परदेशी प्रवाशांची संख्या १,६२,००० तर किनारी प्रवाशांची संख्या १६,४८,००० इतकी होती. बाणकोट, हर्णे, रत्नागिरी, जैतापूर, देवगड, आचरे, मालवण, वेंगुर्ले या बंदरांस कोकणच्या बोटी लागतात. अरबी समुद्राच्या पश्चिम किनाऱ्यावरून गलबते व मचवे चालत. उंबरगाव, डहाणू, तारापूर, माहीम, वसई, भाईंदर, ठाणे, भिवंडी ही बंदरे मालवाहतुकीसाटी प्रसिद्ध तर कुलाबा जिल्ह्यात पेण, पनवेल, अलिबाग, जंजिरा, श्रीवर्धन, महाड हे जलमार्गावरील महत्त्वाचे टप्पे होत.१९५० च्या दरम्यान मुंबईत जहाजदुरुस्तीचे ११ कारखाने होते.

आकाशमार्ग

मुंबईतून खाजगी विमानकंपन्यांची विमाने कलकत्ता, दिल्ली, कराची, मद्रास, कोलंबो, काठेवाड, इंदूर, ग्वाल्हेर, पुणे, बंगळूर, बेळगाव, कोचीन, गोवा, युरोप, आफ्रिका खंडात जातात. अधिक व्यवसायासाठी टपालही आकाशमार्गे नेले जाते.

आगगाडी

रेल्वे म्हणजे 'रुळांचा रस्ता' पण आपल्याकडे वाहतूक साधन म्हणून हा शब्द वापरला जातो. २७ सप्टेंबर १८२५ रोजी जगात सर्वप्रथम धावलेली आगगाडी भारतात, महाराष्ट्रात सर्वप्रथम १६ एप्रिल १८५३ ला धावू लागली ती मुंबई ते ठाणे महामार्गावर. शनिवारी तीन इंजिने व चौदा डबे बोरीबंदरहून ५५ मिनिटात ठाण्याला पोहोचले. तेव्हा या लोहमार्गाची लांबी ३४ किमी होती. १८५४-६० या काळात ८ रेल्वे कंपन्या सुरू झाल्या. १ मे १८५४ ला ठाणे ते कल्याण, १२ मे १८५६ ला ठाणे ते पळसदरी, ६ फेब्रुवारी १८६० ला कल्याण ते आसनगाव लोहमार्ग सुरू झाले. याच कामाच्या विस्तारातून खंडाळा ते पुणे लोहमार्ग १४ जून १८५८ ला सुरू तर तोच पुढे सोलापूरला नेण्यात आला. इगतपुरीपासून नाशिक लोहमार्ग २८ जानेवारी १८६१ ला सुरू झाला. यामुळे कापसाच्या वाहतुकीला फायदा झाला व कापूस काही तासात देशाच्या दुसऱ्या भागात जाऊ लागला. या रेल्वेचे संचालक म्हणजे मुंबईचे नगरशेठ जगन्नाथ शंकरशेठ व जमशेटजी जिजीभाई हे होत. या दोघांच्या अथक पाठपुराव्यामुळेच १८४३ पासून रेल्वेचा लोंबकळत पडलेला प्रश्न १८५३ मध्ये सुटला. या रेल्वेचे पहिले कार्यालय ठाकूरद्वारमधील नानांच्या वाड्यात होते. नानांना रेल्वेच्या पहिल्या वर्गाचा केव्हाही

प्रवास करण्याचा सोन्याचा पास देण्यात आला होता.

पूर्वीच्या गाड्यांमधून प्रकाशासाठी रॉकेलचे दिवे, नंतर गॅसचे, पुढे विद्युत दिवे आले. एका डब्यात ४० ते ६० उतारू असत. सुरुवातीला गाड्यांना स्वच्छतागृहे नव्हती. १८६३ मध्ये बी.बी.सी.आय. रेल्वेचे डबे दुमजली असत. वरच्या मजल्यावर बाके नसत. उतारू जमिनीवर बसत असत. ब्रेक लावला की प्रवासी एकमेकांवर आदळत असत. यावर उपाय म्हणजे प्रवासी सावधानतेने बसत असत. या काळात थोड्या फार फरकाने पुढील नऊ मार्ग प्रचारात आले यात मुंबई ते सोलापूर, डहाणू, कोल्हापूर, दौंड ते मनमाड, बारामती, कर्जत–खोपोली, नेरळ–माथेरान हे रस्ते जोडले गेले.

रेल्वेची इंजिने व डबे दुरुस्त करणे, त्यांना रंग देणे, रेल्वेसाठी आवश्यक ती सर्व इंजिनिअरिंगची इतर कामे करण्यासाठी महाराष्ट्रातील प्रमुख रेल्वे केंद्रात कारखाने उभारण्यात आले. असे १९५० च्या सुमारास महाराष्ट्रात ३१ कारखाने होते.

कापूस उद्योग

कापूस व कापसाचा सुती वस्त्रांसाठी होणारा उपयोग याचे ज्ञान भारतीयांना प्राचीन काळापासूनच होते. ऋग्वेदात कापसाचा उल्लेख आहे. प्राचीन काळ ते १८ वे शतक पर्यंत भारत कापूस उद्योगात आघाडीवर होता पण ब्रिटिशांनी स्वत:च्या स्वार्थासाठी हा उद्योग बसविला.

ब्रिटिश काळात मुंबई हे रुई बाजाराचे मुख्य केंद्र होते. वायद्याचे व्यवहार व परदेशातील निर्यात येथूनच करीत असत. येथील बाजार दोन पद्धतींनी चालायचा. माल तात्काळ पुरविण्याच्या कराराने विकला तर ती हजर विक्री व माल पुष्कळ दिवसांच्या बोलीवर विकला तर वायद्याची विक्री त्याला म्हणत. कापसाचे वायदे नियंत्रित करण्यासाठी १८७५ मध्ये मुंबई येथे 'बाँबे कॉटन ट्रेड असोसिएशन लि.' या संस्थेची स्थापना करण्यात आली. १८९० मध्ये भारतीय कापूस उत्पादक व गिरणी मालकांनी द बाँबे कॉटन एक्स्चेंज लि. या संस्थेची स्थापना केली. १९१५ पर्यंतचा रूईचा सर्व व्यवहार या दोन संस्था सांभाळीत. या संस्थांच्या एकाधिकारशाहीला पर्याय म्हणून १९१५ साली 'द बाँबे कॉटन ब्रोकर्स असोसिएशन' संस्था स्थापण्यात आली. पुढे कॉटन कॉंट्रॅक्ट कमिटीच्या माध्यमातून सरकारने कापूस व्यवसाय नियमन, दलालांना परवाने, दैनंदिन दर निश्चिती, करार प्रकार या गोष्टी करायला सुरुवात केली.

मुंबई सरकारने १९१९ मध्ये 'बाँबे कॉटन कॉंट्रॅक्ट कंट्रोल ॲक्ट' द्वारे कॉटन कॉंट्रॅक्ट बोर्डाची स्थापना केली. १९२१ मध्ये एकच शिखर संस्था अस्तित्वात आणण्यासाठी ईस्ट इंडिया कॉटन असोसिएशन संस्था स्थापण्यात आली. पुढे १९२५ मध्ये द श्री महाजन असोसिएशन ही संस्था आली.

वायदा भाव व हजर भाव यात फरक पडतो. त्याला कारण म्हणजे हवामान, बाजाराची स्थिती, पुरवठा आणि मागणी, आयात-निर्यात धोरण, सट्टेबाजी यांवर अवलंबून असायचा. १९२४ मध्ये कॉटन टेक्नॉलॉजिकल लॅबोरेटरीची स्थापना करण्यात आली. या संस्थेच्या संशोधनाचा फायदा सर्व राज्यांना देण्यात येऊ लागला.

पोस्ट व तारायंत्र

सारा भारत आसेतुहिमाचल जोडण्यासाठी सरकारने १८५८ च्या अगोदरच पोस्टसेवा संपूर्ण देशात स्वस्तात उपलब्ध करून दिली. १८५६ मध्ये ३६००० मैलांचा पोस्टमार्ग अस्तित्वात आला. १९०६ मध्ये तो १,६०,००० मैल झाला. ७५० पोस्ट ऑफिसेस पासून १९०६ पर्यंत ७०,००० पोस्ट ऑफिसेस अस्तित्वात आली. मनीऑर्डर, पार्सलसेवा, बचतबँक या सेवा नियमितपणे सुरू झाल्या. संदेशवहन व दळणवळणासाठी १८५७ मध्ये ३००० मैल असणारी एकेरी तार (तारायंत्रासाठी) १९०९ मध्ये अनेक पदरी ६९,००० मैल झाली. तारायंत्र कचेरीसंख्या ७००० झाली.

शेतीचे व्यापारीकरण

इंग्रजांनी भारतीय अर्थव्यवस्था स्वत:च्या फायद्यासाठी वापरली. रस्ते सुधारणा व अंतर्गत व्यापार या गोष्टींनी जोर धरला. औद्योगिक क्रांतीचे फायदे इंग्रजांनी एकतर्फी पद्धतीने लाटले. १८५० नंतर वाफेची जहाजे वापरात आल्याबरोबर भारताच्या परदेशी व्यापाराने निराळेच वळण घेतले. सुएझ कालवा १८७० नंतर वाहतुकीसाठी मोठ्या प्रमाणात वापरला जाऊ लागल्याबरोबर भारतातून मोठ्या प्रमाणावर कच्च्या मालाची निर्यात होऊ लागली व इंग्लंडहून पक्क्या मालाची आयात 'न भूतो' अशा स्वरूपात सुरू झाली. भारताच्या कच्च्या मालाची मागणी वाढली त्यात प्रामुख्याने व्यापारी पिके किंवा नगदी पिकांनाच प्रचंड मागणी होती. यात ऊस, नीळ, तंबाखू, कापूस या पिकांचा समावेश होता. या पिकांचा पीक आल्यावर अडत म्हणून उपयोग (ऊसाची साखर हा अपवाद) करता येत नाही. या पिकांची मागणी प्रचंड वाढली. त्यामुळे स्वाभाविकच या पिकांखालील क्षेत्र वाढले. पीक आल्याबरोबर रोख पैसे मिळण्याची शक्यता वाढल्याने शेतकरी पारंपरिक शेती सोडून या क्षेत्राकडे वळले. या प्रक्रियेस शेतीचे व्यापारीकरण म्हणतात. रोख साऱ्याच्या मागणीचा तो एक परिणाम होय.

या प्रक्रियेची सुरुवात त्याच्याही अगोदर थोड्याफार प्रमाणात नागपूर-वऱ्हाड भागात सुरू झालेली होतीच. या भागात कापसाची लागवड मोठ्या प्रमाणात सुरू झाली. १८२४-२५ मध्ये 'पेस्तनजी' कंपनीची स्थापना झाली. या कंपनीने तेथेच कापसाचे गठ्ठे बांधणाऱ्या गिरण्या काढून माल मुंबईस पाठवून पुढे निर्यात करायला सुरुवात केली. १८४८ मध्ये कापसाचा वाढलेला प्रचंड व्यापार मारवाडी लोकांनी

ताब्यात घेतला. या कामात राजा धनराज या सर्वाधिक श्रीमंत व्यापाऱ्याने उभी कापसाची पिके खरेदी करून कापूस बाजारात प्रचंड खळबळ निर्माण केली होती. यातून मिळालेल्या प्रचंड पैशातून त्यांनी रुग्णालये, शाळा यांना देणग्या दिल्या.

शेतमालाच्या किंमती हळूहळू वाढू लागताच पुणे, सोलापूर, धारवाड, अहमदनगर जिल्ह्यातील लागवडीखालील जमिनीत १५ लक्ष एकरांची वाढ झाली. कापसामुळे खानदेश, वऱ्हाड, नागपूर भागात लोकसंख्या वाढू लागली. नव्या जमिनी मोठ्या प्रमाणात वापराखाली येऊ लागल्या. त्यामुळे सरकारला वाढीव जमिनी व शेतीसाठी पाण्याची सोय करावी लागली. सोलापूर जिल्ह्यातील कापसाचे क्षेत्र वाढले. १८६० मध्ये अमेरिकन यादवी युद्ध सुरू होताच अमेरिकेतील कापूस इंग्लंडला मिळणे बंद झाले. ही घटना म्हणजे भारतीय कापूस-व्यापाऱ्यांसाठी पर्वणी होती. नागपूर, वऱ्हाड भागातील शेतकऱ्यांनी याचा प्रचंड फायदा घेतला. कापूस उत्पादन वाढले. मध्यप्रांतात १८६१ मध्ये ३,७५,६२३ एकर जमिनीवर कापूस होता तेच क्षेत्र १८६५ मध्ये ७,५०,८७९ एवढे झाले. त्याच्याच जोडीला भुईमूग, ऊस यांचे क्षेत्र वाढले.

याचा अपरिहार्य परिणाम व्यापारी संस्कृती वाढण्यात झाला. महाराष्ट्रात मुळातच व्यापारी वर्ग अस्तित्वात नसल्याने अगोदरपासूनच व्यापार गुजर, मारवाडी, बोहरी लोकांच्या ताब्यात गेला. दुसरा धक्का येथील अर्थव्यवस्थेस बसला तो म्हणजे कच्च्या मालाची निर्यात व पक्क्या मालाची आयात वाढल्याने सुबक व स्वस्त माल मोठ्या प्रमाणावर येऊ लागला. त्यामुळे एतद्देशीय व्यापार बसला. ग्रामीण धंद्यांनी शेवटचा श्वास घ्यायला सुरुवात केली. मराठेशाही संपल्यामुळे लष्करव्यवस्थेत सामावले जाणारे लोक शेतीवर अवलंबून होते. धंद्यात असणारा हा वर्ग आता बेकार झाल्यामुळे शेतीत घुसला. शेतीवरचा ताण वाढला. शेतीचे व्यापारीकरण अपरिहार्य झालेले होतेच. पण आधुनिकतेच्या अभावामुळे शेती-वाडी व्यवहार आतबट्ट्याचा ठरू लागला. शेतकऱ्यांना पुरते देशोधडीला लावण्याचे काम इंग्रजांच्या 'कायद्याच्या राज्याने' केले.

इंग्रजपूर्व कालखंडात शेतीची मालकी शेतकऱ्याकडेच असे. तो कितीही कर्जबाजारी झाला तरी सावकाराला त्याच्या जमिनीवर जप्ती आणता येत नसे. इंग्रजांच्या कायद्याच्या राज्यात सावकारांना कर्जवसुलीसाठी पिके, जमीन, पशुधन यावर जप्ती आणता येऊ लागली. यामुळे सावकारांनी भरमसाठ कर्जे द्यायला सुरुवात केली. परतफेडीची शक्यता न तपासताच हा व्यवहार होऊ लागला. यामुळे इंग्रजी सत्तेला स्वत:चा एक कायमस्वरूपी समर्थक वर्ग मिळाला. अमेरिकन यादवी युद्धाच्या काळात शेतकऱ्यांना पत व पैसा मिळाल्याबरोबर सावकारांचाही व्यवसाय वाढला. जमिनीच्या किंमती वाढल्या. कर्जाऊ रकमा वाढल्या. अर्थात हा वाढत चाललेला फुगा १८७०-८० च्या

दरम्यान फुटला. युद्ध संपताच मंदी आली. सावकार गुरांवर व जमिनीवर हक्क सांगू लागले. सगळा सावकार वर्ग परमुलखातून आलेला असल्यामुळे जमिनी ताब्यात ठेवून त्या कसण्याऐवजी त्यांचा भर त्यातून मिळणाऱ्या फायद्यावर केंद्रित होता. याची अंतिम परिणती दख्खन दंग्यांमध्ये झाली. सार्वत्रिक असंतोषात या सावकारी वर्गाची नाके कापणे, हिशेबाच्या वह्या जाळणे, घरांना आगी लावणे हे प्रकार झाले. शेवटी सरकारला 'डेक्कन अॅग्रिकल्चर रिलीफ अॅक्ट' करावा लागला.

ब्रिटिशांचे औद्योगिक धोरण

ईस्ट इंडिया कंपनीचा कारभार, राणीकडे सत्तासूत्रे, पार्लमेंटचे वर्चस्व या काळात ब्रिटिश शासनाने भारतात खुल्या व्यापाराचे तत्त्व स्वत:च्या फायद्यासाठी वापरले. त्याचे परिणाम महाराष्ट्रावरही झाले. ब्रिटिश शासनाच्या औद्योगिक धोरणांच्या प्रभावापासून महाराष्ट्रही मुक्त नव्हता. भारतभरात अंमलात आणलेल्या धोरणांचा परिणाम महाराष्ट्रावर झाला. भारतासाठीची धोरणे महाराष्ट्रालासुद्धा लागू होतीच.

खुल्या व्यापाराच्या तत्त्वाने येथील उद्योगधंदे मारले गेले. भारतीय कापडधंदा उदयाला येऊन भरभराटीला येण्याची शक्यता असतानाच लँकेशायरच्या व्यापाऱ्यांनी भारतीय कापडाच्या संदर्भातील आयात करासंदर्भात आरडा-ओरड सुरू करताच ब्रिटिशांनी १८९४ मध्ये भारतीय उत्पादित कापडावर कर लादला. १८८० व १९०१ च्या दुष्काळ पाहणी समितीने दुष्काळांना तोंड देण्यासाठी औद्योगिकीकरण उपाय सुचविला. मात्र येथील प्रशासनाने त्याला वाटाण्याच्या अक्षता लावल्या. १९०५ च्या सुमारास लॉर्ड कर्झनने उद्योगधंदे, व्यापारखाते व तांत्रिक शिक्षणाच्या सोयी केल्या.

पहिल्या महायुद्धाचा कालखंड, परिस्थितीचे दडपण म्हणून १९१६ मध्ये औद्योगिक आयोगाची नियुक्ती करण्यात आली. युद्धकाळातील साम्राज्याच्या गरजा भागविण्यासाठी वसाहतींचे औद्योगिकीकरण होणे आवश्यक होते. उपकाराच्या किंवा वर्चस्वाच्या प्रवृत्तीतून नव्हे तर परिस्थितीच्या रेट्यामुळे औद्योगिकीकरणाला गती मिळाली. युद्धोत्तर काळात एतद्देशीय कारखानदारीला संरक्षण देण्याशिवाय पर्याय नव्हता. १९१९ च्या कायद्याने उद्योगधंदे हा विषय प्रांतांच्या ताब्यात आला. प्रांतिक सरकारे एतद्देशीयांची असल्याने लघु व कुटिरोद्योगांत प्रोत्साहन देण्याचे धोरण आखण्यात आले. औद्योगिक शिक्षण देण्यासाठी काही शाळा सुरू करण्यात आल्या. महाराष्ट्रात मुंबईत याच सुमारास 'टेक्स्टाईल टेक्नॉलॉजिकल इन्स्टिट्यूट' सुरू करण्यात आली.

१९१७ मध्ये जकातविषयक स्वायत्तता संकेत सरकारने मान्य करून १९२३ साली राजकोषीय आयोगाची नेमणूक केली व आयोगाच्या धोरणांनी दुसऱ्या महायुद्धापर्यंत भारतीय उद्योगांना संरक्षण देण्यात आले. द्वितीय महायुद्ध काळात सुरू

झालेल्या योग्य उद्योगांस सरकारने संरक्षण देण्याचे धोरण जाहीर केले. १९४५ मध्ये अंतरिम प्रशुल्क मंडळाची नेमणूक करण्यात आली. भारतीयांचे हित जपणाऱ्या उद्योगांस संरक्षण अशी कृती या मंडळाकडून अपेक्षित होती. १९४९ मध्ये सरकारने जकातविषयक धोरण ठरविण्यासाठी राजकोषीय आयोग नेमून त्याच्या शिफारशींद्वारा भारताचा संकीर्ण औद्योगिक विकास घडवून आणायचा होता. त्याच्या अगोदरच सरकारने 'योजना व विकास खाते' १९४४ मध्ये निर्माण केले होते. या खात्याने युद्धोत्तर काळात राष्ट्रीय उत्पन्न वाढविणे, लोकांचे राहणीमान सुधारणे, रोजगारात वाढ करणे यासाठी गतिमान औद्योगिक विकास घडवून आणण्यास प्राधान्य देणे अपेक्षित होते.

१९४८ चे धोरण

स्वातंत्र्य मिळाल्याबरोबर औद्योगिक आघाडीवर स्थैर्य व भांडवल गुंतवणुकीसंदर्भात विश्वास वाढविण्यासाठी औद्योगिक धोरण जाहीर झाले. यानुसार उद्योगक्षेत्राचे तीन प्रमुख विभाग करण्यात आले. (१) संरक्षण, रेल्वे, अणुशक्ती यांसारखे उद्योग सरकारी मक्तेदारीचे व्यवसाय म्हणून घोषित करण्यात आले. (२) खासगी क्षेत्रातील उद्योग तसेच ठेवून विस्तारासंदर्भात सरकारने जबाबदारी घ्यावी. पोलाद, खनिज द्रव्य, कोळसा, जहाजबांधणी, विमानबांधणी, टेलिफोन, तारायंत्र यात सरकार व खासगी उद्योगाने एकत्र येऊन विकासाची जबाबदारी सरकारवर (३) उर्वरीत क्षेत्रात खासगी उद्योगांना पूर्ण वाव;परंतु राष्ट्रीय हितासंदर्भातील उद्योगांवर सरकारी नियंत्रण असणार. उदा. साखर, सिमेंट.

१९५० नंतर लोकसत्ताक राज्यपद्धतीने समाजवादी समाजरचना हे उद्दिष्ट ठेवून 'सर्वांना काम' व 'सामाजिक न्याय' यासाठी रोजगार वृद्धी असे लक्ष्य ठरविले. १९५६ च्या धोरणानुसार लघुउद्योग व कुटिरोद्योग यास महत्त्व देण्यात आले.

औद्योगिक प्रशासन

ब्रिटिशांनी भारतीय व्यवसाय वृद्धीकडे गांभीर्याने सुरुवातीला पाहिलेच नाही. म्हणून १९०५ पर्यंत 'उद्योगप्रशासन' हा भाग स्वतंत्र खाते नसून बांधकाम खात्याचा एक भाग होता. १९०५ मध्ये व्यापार व उद्योग असे एक संयुक्त खाते तर १९२१ साली स्वतंत्र उद्योग खाते व व्यापार खाते अस्तित्वात आले. १९२३ मध्ये उद्योग व सार्वजनिक बांधकाम खाते एकत्र करून 'उद्योग व कामगार खाते' तर १९३७ मध्ये याच खात्याचे विभाजन दळणवळण व कामगार खाते असे करण्यात आले. १९४३ ते ४६ मध्ये अंतिमत: 'उद्योग व पुरवठा खाते' अस्तित्वात आले. १९५१ मध्ये 'व्यापार व उद्योग मंत्रालय' त्यावर १९५७ मध्ये पुन: शिक्कामोर्तब करण्यात आले.

महाराष्ट्राच्या संदर्भात महाराष्ट्रातील उद्योगधंद्यांच्या विकासाला सक्रिय साहाय्य

करून उत्तेजन देणे हे उद्योग व कामगार विभागाचे प्रमुख कार्य मानले गेले. उद्योग उपविभागात संघटित मोठे उद्योग, लघुउद्योग, कुटीर व ग्रामोद्योग यांचे प्रश्न येतात.

विमानउद्योग

भारतातील विमानउद्योगाचे जनकत्व एका महाराष्ट्रीय उद्योजकाकडे आहे. त्यांचे नाव वालचंद हिराचंद. त्यांनी महाराष्ट्रात आपल्या उद्योगांचे बस्तान बसविल्यावर विमान उद्योगात उडी घेतली. २३ डिसेंबर १९४० रोजी 'हिंदुस्थान एअरक्राफ्ट लि.'ही कंपनी बंगलोर येथे स्थापन करण्यात आली. या कंपनीने दट्टयाचे इंजिन असलेल्या व प्रशिक्षणासाठी वापरावयाच्या हॉर्लो विमानाचे परवान्यानुसार उत्पादन करण्याचे ठरविले. सैनिकांची ने–आण करण्याचा दहा आसनी ग्लायडरचा आराखडा विष्णू महादेव घाटगे या महाराष्ट्रीयन तरुणाने तयार केला होता.

विमा व्यवसाय

व्यक्तीला किंवा संघटनेला भावी काळात येऊ शकणारे अनिश्चित स्वरूपाचे मोठे आर्थिक नुकसान विमा उतरविलेल्या रकमेइतके भरून मिळण्यासंबंधीचा करार म्हणजे विमा होय. मात्र नुकसानभरपाईसाठी विमा हप्ते वेळेत भरलेले असणे आवश्यक असते.

विम्यामुळे आग, चोरी, अपघात, उदरनिर्वाहाचे साधन यासाठी नुकसानभरपाई मिळू शकते. विमा व्यवसाय फायद्यात चालण्याचे तत्त्व म्हणजे विमाधारकांपैकी ज्यांचे नुकसान होण्याचे टळते अशा बहुसंख्य विमाधारकांकडून ज्या थोड्यांचे नुकसान झालेले असते, त्यांचे नुकसान भरून दिले जाते. जगात सर्वार्थाने आधुनिक अशी विमा पॉलिसी १५ जून १५८३ रोजी विल्यम गिब्सन या व्यक्तीवर उतरविण्यात आली व पहिली आयुर्विमा कंपनी इंग्लंडमध्ये स्थापन करण्यात आली.

मुंबईत विमा व्यवसायाची सुरुवात १८७० मध्ये सात नागरिकांनी प्राथमिक खर्चासाठी सात रुपयांची रक्कम जमा करून बॉंबे म्युच्युअल या परस्पर साहाय्यकारी विमा संस्थेची स्थापना केली. १८७१ मध्ये या कंपनीने ६६,५०० रुपये दर्शनी किमतीच्या १९ पॉलिसी दिल्या. १९५१ मध्ये याच कंपनीच्या नवीन विमा रकमेची संख्या ४ कोटींच्यावर गेली.

१८७४ मध्ये 'ओरिएंटल गव्हर्नमेंट सिक्युरिटी लाइफ इन्शुरन्स कंपनी'ची स्थापना झाली. १३/०८/१९१३ रोजी साताऱ्यात 'वेस्टर्न इंडिया कंपनी'ची स्थापना विमामहर्षी अण्णासाहेब चिरमुले, पाठक, काळे, दादासाहेब करंदीकर, काकासाहेब जोशी यांनी केली.

अपघाताचे विविध विमे, नोकरीसाठी सचोटीचे विमे, आधुनिक पॉलिसी

यांच्यासाठी १९१९ मध्ये टाटांच्या पुढाकाराने 'दि न्यू इंडिया' ही विमा कंपनी स्थापण्यात आली. या कंपनीचे भांडवल केवळ मुंबईतच नव्हे तर भारतात सर्वात जास्त म्हणजे १ कोटी रुपये स्थापनेच्या वेळी होते. मुंबई शहरात महाराष्ट्रीय व्यक्तीच्या नेतृत्वाखाली आयुष्येतर विम्यांचे काम करणारी पहिली कंपनी म्हणजे रामराव विजयकर यांची 'विश्वभारती' ही १९४२ची कंपनी. मुंबई शहराबाहेर सुद्धा विमाव्यवसायाचा प्रचार व्हावा म्हणून १९३५ मध्ये मराठा चेंबरने व्यापारी, कारखानदार परिषद भरविली असता त्याला जोडूनच विमामहर्षी अण्णासाहेब चिरमुले यांच्या अध्यक्षतेखाली परिषद भरवली. यापासून स्फूर्ती घेऊन १९४६ मध्ये कॉमनवेल्थ विमा कंपनीने आयुष्येतर विमा कंपनीचे कार्य करण्याची भारत सरकारकडे परवानगी मागितली व १९४८ च्या सुमारास प्रत्यक्ष कार्य सुरू झाले.

पुण्यात १९४६ मध्ये भागवत वकिलांच्या नेतृत्वाखाली 'ऑल इंडिया मोटार ट्रान्सपोर्ट म्युच्युअल' ही मोटारींचे विमे उतरवणारी कंपनी स्थापन केली. विमाकंपनीच्या निधिमधून पोटकंपन्या काढण्याची सुरुवात महाराष्ट्रात वेस्टर्न इंडियाने केली. 'वेस्टर्न इंडिया ट्रस्टी अ‍ॅन्ड एक्झिक्युटर कंपनी' व 'विमा मुद्रक व प्रकाशक कंपनी' अशा दोन कंपन्या पोटकंपन्या म्हणून अस्तित्वात आल्या. पुण्यातील 'दि ट्रस्ट ऑफ इंडिया अ‍ॅश्युरन्स' कंपनीने विमेदारांचे वसाहतींचे व स्थावराचे व्यवहार करणारी 'दि ट्रस्ट ऑफ इंडिया हौसिंग सोसायटी, लि.' १९४८ साली स्थापन करून लोकांना मोठा दिलासा दिला. १९५१ पर्यंत महाराष्ट्रात प्रॉव्हिडंड विम्याचे काम करणाऱ्या २३ कंपन्या होत्या. विमाविषयक मराठी भाषेतील एकमेव मासिक 'विमा व व्यापार' हे पुण्यातून श्री.काणे चालवीत असत. १८४८ ते १९५२ या कालखंडात मुंबईत मुख्य कचेरी असणाऱ्या प्रमुख विमा कंपन्यांची संख्या ७१ होती. तर मुंबई शहराबाहेर फक्त १३ कंपन्या होत्या.

भारतात आयुर्विम्याचा व्यवसाय १९ व्या शतकापासून युरोपीय कंपन्या करीत. पुढे भारतीय व्यक्ती त्यात उतरू लागल्या. १९ व्या शतकाच्या उत्तरार्धात बाँबे म्युच्युअल, बाँबे लाइफ, ओरिएंटल, एंपायर या कंपन्यांनी भारतात व्यवसाय सुरू केला. टपाल आयुर्विमा योजना (पोस्टल लाइफ इन्शुअरन्स) १८८३ मध्ये सुरू झाली. २० व्या शतकाच्या पूर्वार्धात 'युनायटेड इंडिया', 'नॅशनल इंडियन', 'हिंदुस्थान को-ऑपरेटिव्ह', 'जनरल अ‍ॅश्युअरन्स' या विमा कंपन्या सुरू झाल्या. भारतात १९१२ मध्ये विम्याच्या संदर्भातील सर्वंकष स्वरूपाचे कायदे केले. भारतात ओरिएंटल विमा-कंपनीने १९२५-३५ या कालावधीत अभ्यास करून आयुर्विमा हप्ता सारणी बनवली. १९५४ मध्ये त्यात सुधारणा करण्यात आली. १९५६ मध्ये आयुर्विमा कंपन्यांचे राष्ट्रीयीकरण करण्यात येऊन 'भारतीय आयुर्विमा निगम'ची स्थापना करण्यात आली.

कापड उद्योग

कापड उद्योगाच्या संदर्भात विचार करताना एक गोष्ट लक्षात घेणे आवश्यक आहे की महाराष्ट्रातील कापड उद्योग हा भारतीय कापड उद्योगाचाच एक घटक होता. भारतीय पातळीवर ब्रिटिशांनी अवलंबिलेल्या कापड–उद्योगाच्या धोरणांचा परिणाम महाराष्ट्रावर झाला कारण कलकत्त्यापाठोपाठ कापड गिरणी मुंबईत निघाली.

एकोणिसाव्या शतकाअखेरीस भारतातून मोठ्या प्रमाणात कापड परदेशात पाठविले जाई. कंपनीने स्वत:च्या व इंग्लंडमधील कापड धंद्याच्या संरक्षणार्थ येथील कापड धंदा बसविला. भारतीय कापडनिर्मिती अत्युच्च दर्जाची असली तरी ती पारंपरिक व घराघरात तयार होणारी वैयक्तिक पातळीवरील निर्मिती होती. औद्योगिक क्रांतीचा वारसा घेऊन आलेल्या आणि यंत्रयुगाला प्राधान्य देणाऱ्या ब्रिटिशांशी स्पर्धा करणे एतद्देशीय कापड उद्योजकांना शक्य नव्हते. मालाला प्रचंड मागणी असल्यामुळे कापसाचे उत्पादन वाढले. शेतीच्या व्यापारीकरणाचा प्रचंड फायदा त्यांना मिळाला. बाजारपेठ आणि भाव यांमुळे उत्पादन वाढले. याला अपवाद एकच तो म्हणजे युरोपात युद्धाचे ढग जमा झाले की त्याचा परिणाम भारतीय कापसावर व्हायचा. विसाव्या शतकाच्या सुरुवातीला हा प्रकार खूपच वाढला.

औद्योगिक क्रांतीवर एकट्या इंग्लंडची मक्तेदारी कायमच राहणे शक्य नव्हते. कारण ती एकप्रकारे वैचारिक क्रांती होती. भारतीयांनी उद्योगांच्या मागण्या करणे अपरिहार्य होते. आधुनिक यंत्रसामुग्री असलेल्या गिरणीचा प्रथम आविष्कार कलकत्त्याला १८१८ मध्ये झाला. असे असले तरी १८५४ पर्यंत इंग्रजांशी स्पर्धा करू शकेल अशा प्रकारे कापडनिर्मिती सुरू झालीच नव्हती. १८५४ मध्ये कानाजी डावर यांनी मुंबई येथे 'द बॉम्बे स्पिनिंग अँड विव्हिंग मिल' गिरणी स्थापन केली. १९०० साली गिरण्या व हातमाग या मार्गांद्वारे भारताची ४०% गरज भागत होती. या व्यवसायाचे प्रमुख केंद्र मुंबई बनण्याचे कारण मुंबईची दमट हवा कापसाचा धागा टिकविण्यास अनुकूल आहे. जलमार्गाने कोकणातील मजूर वर्गाचा स्वस्तात पुरवठा, तंत्र व कुशल कारागीर व उत्पादन अन्यत्र जलमार्गाने वाहून न्यायला सोपे त्यामुळे पहिली ५० वर्षे मुंबईतून चीनला सुताचा पुरवठा झाला. १९०७ मध्ये विजेचा वापर व कापडाची मागणी वाढल्याने उत्पादन वाढले. १९०७ मध्ये भारतात १९३ कापड गिरण्या होत्या त्या १९१४ मध्ये २७१ झाल्या. महायुद्धाच्या काळात इंग्लंडची भारतातील आयात कमी झाल्याने देशी कापडगिरण्यांचा फायदा झाला.

१९२३ पासून भारतीय उद्योगाला मोठ्या प्रमाणात तडाखा दिला तो जपानने. आधुनिक पद्धती व स्वस्त कापड यांमुळे भारतीय कापड उद्योगाला फटका बसला.

जपानच्या तुलनेत स्पर्धा करता यावी म्हणून सरकारने उत्पादन कर रद्द केला. मुंबई गिरणी मालक संघाच्या सूचनेने चौकशी समिति नेमून १९३० मध्ये कॉटन टेक्स्टाईल इंडस्ट्री प्रोटेक्शन ॲक्ट संमत झाला. त्यामुळे १९३३ पर्यंत आयात सुतावर कर लादण्यात येणार होता. तो ११% वरून १५% करण्यात आला. शिवाय ५% जादा संरक्षणकर लादण्यात आला. मात्र हा कर ब्रिटिश आयात मालावर नव्हता. पुढे १९३२ पासून जपानी आयात मालावर ५० ते ७५% आयात कर लादण्यात आला.

दुसऱ्या महायुद्धाच्या काळात भारतीय कापडाला आशिया, आफ्रिका, ऑस्ट्रेलिया, इंग्लंड, अमेरिकेहून मागणी आली त्यामुळे १९३९ मध्ये गिरण्यांची संख्या ३८६ होती ती १९४५ मध्ये ४१७ पर्यंत वाढली. भारताच्या संदर्भात मागणीपेक्षा पुरवठा कमी पडला. त्यामुळे किमती युद्धपूर्वकाळापेक्षा ४-५ पटींनी वाढल्या. १९४३ मध्ये कापड व सुतावर नियंत्रण आणून टेक्स्टाईल कमिशनरची नेमणूक करण्यात आली. सरकारला नियंत्रण विषयक सल्ला देण्यासाठी टेक्स्टाईल कंट्रोल बोर्ड (कापड नियंत्रण मंडळ) स्थापन करण्यात आले. यात २५ तज्ज्ञ सदस्य होते.

१९५८ पर्यंत कापडाचे उत्पादन वाढण्याऐवजी कमी होऊ लागल्याने त्याच्या चौकशीसाठी तत्कालीन टेक्स्टाईल कमिशनर डी.एस.जोशी यांची चौकशी समिति नेमण्यात आली. या समितीने यंत्रसामुग्रीच्या आधुनिकीकरणाची शिफारस केली. कापड गिरणीच्या अस्तित्वावर अवलंबून असणारे अन्य उद्योग म्हणजे रंग उद्योग, खळ उद्योग, तार, सूतकांड्या (Bobbins) यंत्रसामुग्रीचे कारखाने, कापसाची सरकी काढण्याचे व कापूस दाबून गट्ठे बांधण्याचे कारखाने यांचा समावेश होतो. वीसपेक्षा जास्त मजूर जेथे काम करीत आहेत अशा उद्योगास कारखाने म्हणतात.

१. रंग उद्योग – १९२२ पर्यंत महाराष्ट्रात जर्मनीतून आयात होणारा रंग वापरीत असत. द्वितीय महायुद्ध काळात रंगाची आयात बंद झाली. त्यामुळे देशी रंग वापरायला सुरुवात झाली.

२. खळ उद्योग – दुसऱ्या महायुद्धापूर्वी सर्व खळ परदेशातून आयात होत असे. दुसऱ्या महायुद्धात खळीची आयात बंद झाल्याबरोबर मुंबईत गहू, ज्वारी व मक्यापासून खळ तयार करण्याचे ४५ कारखाने निघाले.

३. तार उद्योग – गिरण्यांना लागणाऱ्या तारांसाठी १९४१ मध्ये मुंबईत सी.जे.टेक्स्टाईल ॲक्सेसरीज वर्क्स, बॉंबे हा कारखाना सुरू झाला. या कारखान्याची वार्षिक क्षमता ४५००० बंडले तर देशाची मागणी ८०००० इतकी तफावत होती.

४. सूतकांड्या – दोरे, चाव्या व रिळे यांचे कारखाने आयात बंद होईपर्यंत मुंबईत निघाले नाहीत. पूर्णतः लाकडी साहित्य असणाऱ्या या उद्योगास लागणारे

'हळदू' व 'कलम' जातीचे लाकूड सह्याद्रीत उपलब्ध आहे. युद्धकाळात निघालेल्या ११२ कारखान्यांपैकी बहुसंख्य कारखाने मुंबई व सौराष्ट्रात निघाले.

५. कापसाची सरकी काढण्याचे कारखाने – कापूस शहरात पोहचविण्याअगोदर सरकी काढल्यास तो हलका होतो. त्यामुळे खानदेश-वऱ्हाड-औरंगाबाद भागात कारखाने निघाले. १९५४ पर्यंत महाराष्ट्रात एकूण ४९९ कारखाने निघाले व त्यात ३८,००२ मजूर सामावले.

६. मोजे – होजिअरीचे कारखाने – पुण्याच्या सदर्न निटींग वर्क्सच्या अंतर्गत होजिअरी व मोजे तयार करण्याचे दोन कारखाने निघाले. महाराष्ट्रात एकूण १४ कारखाने निघाले. याच्याच जोडीला मुंबई-ठाणे येथे पाच कारखाने लोकरीचे काढण्यात आले. रेशीम उत्पादनाचे सात कारखाने चालू अवस्थेत होते. दुसऱ्या महायुद्धानंतर कृत्रिम रेशमाचे तीन मोठे कारखाने भारतात निघाले. त्यातील एक मुंबईत निघाला. 'दि नॅशनल रेयॉन कॉर्पोरेशन लि.' हा कारखाना कार्यान्वित झाला.

लोखंड व पोलाद उद्योग

महाराष्ट्रात किर्लोस्करांनी लोखंड अवजारे उत्पादित करून नांगर, औत, लोखंडी रहाट, मोट, शेंगा फोडण्याचे यंत्र, चरक, लोखंडी खुर्च्या, पलंग, टेबले, कोळशावर चालणारी यंत्रसामुग्री, गिरण्यांचे माग इ. गोष्टी तयार करायला सुरुवात केली.

सातारचा धनजीशहा कूपर यांचा यंत्रसामुग्री उत्पादित करण्याचा कारखाना वालचंद हिराचंद यांनी विकत घेतला व यंत्रांचे सुटे भाग निर्माण करण्यात प्राविण्य मिळविले. सांगलीचा भिडे अँड सन्स व दांडेकर ब्रदर्स यांचा शेतकी हत्यारे निर्माण करण्याचा कारखाना, ऑइल इंजिने तयार करण्याचा इचलकरंजी येथील कटको इंजिनिअरिंग वर्क्स लि., भात व धान्य सडणे या कामाचा ठाणे जिल्ह्यातील भिवंडी येथील जी.जी.दांडेकर मशिन वर्क्स लि. कारखाना महत्त्वाचा होय. याच बरोबर चाकू, सुऱ्या, संसारोपयोगी लोखंडी वस्तूही अनेक कारखान्यात करीत असत.

विजेचे कारखाने

वीज उत्पादन व तिचा पुरवठा यांसाठी कुलाबा व कोल्हापूर जिल्ह्यात अनुक्रमे खोपोली व राधानगरी येथे वीज निर्मितीचे कारखाने आहे. मुंबईत विजेचे बल्बस् निर्माण करण्याचे काम बिजली प्रॉडक्टस् लि. ही महाराष्ट्रीय कंपनी करत असे. या संदर्भात त्यावेळेस महाराष्ट्रात ३३ कारखाने होते.

धातूकामाचे कारखाने

तांब्या-पितळेची भांडी तयार करण्यासाठी पुणे, नाशिक, सांगली येथे हा व्यवसाय बहरला. ओगल्यांच्या काच कारखान्यात स्टोव्ह व एव्हर सिल्व्हरची भांडी,

पुण्यात समई तयार करण्याचा जेधे यांचा कारखाना तर पितळी कॉकचा चव्हाणांचा कारखाना, देवल यांचा भांड्यांचा कारखाना, नागपूरचा चिनी मातीच्या भांड्यांचा कारखाना या काळात भरभराटीस आला. नुकत्याच प्रचारात आलेल्या स्टेनलेस स्टीलचे भांड्यांचे कारखाने मुंबईत निघाले. या काळात महाराष्ट्रात धातू शुद्ध करण्याचे कारखाने फारसे निघाले नाहीत.

गूळ उद्योग

गूळ धंदा महाराष्ट्रातील जुना धंदा आहे. पूर्वी घरगुती स्वरूपात हा धंदा चालायचा. पुढे यांत्रिकीकरण झाल्यावर चितळेनगरच्या चितळे बंधूंनी या धंद्यात आघाडी घेतली. बारामतीचे कृषितज्ज्ञ रावबहादूर शेंबेकर यांनी पुणे विद्यापीठाला सुरुवातीच्या काळात एक लाख रुपये गूळ संशोधनासाठी दिले. १९४८ मध्ये कोल्हापूर, सांगली, फलटण ही ठिकाणे गुळाच्या निर्मितीत आघाडीवर होती. याच काळात छोट्या मोठ्या स्वरूपाचे २३६ कारखाने अस्तित्वात होते. १९५० च्या आगेमागे तेरा साखर कारखाने महत्त्वाचे होत. यात अहमदनगर जिल्ह्यात सर्वात जास्त सात कारखाने त्यापैकी 'दि बागाईतदार को ऑपरेटिव्ह शुगर प्रोड्युसर्स सोसायटी लिमिटेड' हा लोणी-श्रीरामपूरचा कारखाना सहकारी तत्त्वावरचा पहिला कारखाना होय. अन्य साखर कारखान्यांत 'दि बेलापूर कंपनी लिमिटेड', (हरिगाव, बेलापूर रोड), 'दि महाराष्ट्र शुगर मिल लि'. (टिळकनगर, बेलापूर रोड) 'बेलवंडी शुगर फार्म लि.' (बेलवंडी), 'गोदावरी शुगर मिल्स लि.' (साखरवाडी), 'दि सोमय्या शुगर फॅक्टरी' (लक्ष्मीवाडी व्हाया कोपरगाव), 'श्री चांगदेव शुगर मिल्स लि.' (चांगदेवनगर, पुणतांबे), सोलापूर जिल्ह्यात २ - 'दि सासवड माळी शुगर फॅक्टरी लि.' (माळीनगर, अकलूज), 'दि बृहन्महाराष्ट्र शुगर सिंडिकेट लि.' (श्रीपूर), 'वालचंदनगर इंडस्ट्रीज लि.' (वालचंदनगर, पुणे) नाशिकचा 'दि रावळगाव शुगर फार्म लि.' (रावळगाव, मालेगाव) 'दि फलटण शुगर वर्क्स लि.' (साखरवाडी फलटण सातारा) 'दि कोल्हापूर शुगर मिल्स लि.' (बावडा, कोल्हापूर) यांचा समावेश होता.

अन्य छोटे उद्योग

पाव, बिस्किटांच्या संदर्भात पुण्याच्या साठे यांचा बिस्किटांचा कारखाना, सरकारी दूध उद्योग आरे कॉलनीचा, तांदूळ सडण्याच्या गिरण्या, मिरजेचा तंबाखू उद्योग, पुणे व पंढरपूर येथील तपकिरीचा कारखाना, विशेषत: वर्तकी तपकीर, पुण्याच्या ठाकूर सावदेकर कंपनीची विडी, पुण्याच्या 'डेक्कन टोबॅको वर्क्स लि.' चा सिगारेट कारखाना, वऱ्हाड खानदेश येथील तेल गिरण्या, नाशिक येथील मुंबई सरकारचा मद्य कारखाना, पुण्यातील संरक्षणखात्याचा दारुगोळा कारखाना, किर्लोस्करवाडीचा डिस्टेंपर रंग, मुंबईची

बाँबे गॅस कंपनी, काड्यापेट्यांसाठी 'वेस्टर्न इंडिया मॅन्युफॅक्चरिंग कं. लि.' (विमको) साबण उद्योगात 'बाँबे सोप फॅक्टरी', 'गोदरेज सोप वर्क्स लि.', कागद उद्योगाच्या संदर्भात फर्दुनजी पदमजींचा कारखाना, औंध येथील हात कागद कारखाना, महाराष्ट्रातील पहिली कागदाची गिरणी १८८७ ची डेक्कन पेपर मिल्स, पुठ्ठयाचा कागद तयार करणारी म.स.पारखे यांची पेपर अँड पल्प कन्व्हर्शन लि., मुद्रण व्यवसाय संदर्भात गणपत कृष्णाजी यांनी १८३१ मध्ये धार्मिक ग्रंथ व व्याकरण पुस्तके शिळाछाप (लिथोग्राफी) पद्धतीने छापली. टाइम्स ऑफ इंडियाचा १८३८ चा छापखाना, पुण्यात पहिला छापखाना १८२५ मध्ये सरकारी छापखाना, १८४८ मध्ये ज्ञानप्रकाश छापखाना, १८७१ चा आर्यभूषण छापखाना, स्टेशनरी वस्तूंत पेन्सिलींचा भारत पेन्सिल लि. पुण्याचा कारखाना, स्त्रियांच्या बांगड्या तयार करण्याच्या प्रमुख कारखान्यात तळेगाव दाभाडे, मुंबई, ठाणे यांचा समावेश, पैसा फंड काच कारखान्यात चिनी मातीची भांडी, लाकूड सामान तयार करणे, घरांसाठी विटा तयार करणे, जंगली लाकूड कापण्याचे कारखाने, रस्त्यासाठी खडी फोडण्याचे कारखाने, कातडी कमावण्याचे व त्यापासून विविध वस्तू तयार करणे, हाडांपासून खत तयार करण्याचे दोन कारखाने मुंबई व ठाण्याला, पुण्याच्या वैद्य बंधूंचा स्वस्तिक रबर वर्क्स, पुण्यातील स्वस्तिक प्लॅस्टिक प्रॉडक्ट, लष्करी साहित्य निर्मितीचे महाराष्ट्रात एकूण २३ कारखाने त्यात मुंबईत ४, नाशिक १, नगर ३, पुणे १५ असे प्रमुख कारखाने. समुद्रकिनाऱ्यांचा वापर करणारी मिठागरे, प.मच्छिमार संघ.

भारतीय चित्रपट उद्योग

भारतीय चित्रपट व्यवसायाचे जनक दादासाहेब फाळके यांनी महाराष्ट्रात १९१२ मध्ये राजा हरिश्चंद्र चित्रपट मुंबईच्या सँडर्स्ट रोडवर कोहिनूर नाट्यमंदिरात दाखवून या उद्योगाचा पाया घातला. १९२९ ची कोल्हापूरची प्रभात फिल्म कंपनी १९३४ ला पुण्याला आली. कोल्हापूरचे 'प्रभाकर पिक्चर्स', 'नवयुग', 'प्रभात', 'सरस्वती स्टुडिओ' हे महत्त्वाचे स्टुडिओ होत. १९४० ते ५१ या काळात १०८ मराठी चित्रपट निर्माण झाले. संपूर्ण महाराष्ट्रात २१ चित्रपट कंपन्या निघाल्या.

औषधी कारखाने

महाराष्ट्रातील औषधांचा पहिला कारखाना पनवेल येथे १८७२ साली श्री. पुराणिक यांनी सुरू केला. श्री. धूतपापेश्वर औषधी कारखाना सर्वात जुना कारखाना होय. मुंबईचा झंडू फार्मास्युटिकल वर्क्स, चेंबूरचा सांडू ब्रदर्सचा कारखाना, पुण्यातील आयुर्वेद रसशाळा (स्थापना १९२३) आयुर्वेद फार्मसी लि. अ.नगर (स्था.१९२४) आयुर्वेदीय अर्कशाळा लि. सातारा (स्था.१९२६) हे औषध कारखाने महत्त्वाचे होत.

या कारखान्यांपैकी काहींनी स्वत:ची इस्पितळे व महाविद्यालये उभारली. याच दरम्यान पुण्यात पिंपरी येथे पेनिसिलीनचा कारखाना काढण्याचे ठरले.

बँकिंग

बँकांच्या क्षेत्रात १८८९ ची 'पूना बँक ', १८९० ची 'डेक्कन बँक ', १८९८ ची 'बाँबे बँकींग कंपनी', 'बँक ऑफ इंडिया' ही मुंबईतील विद्यमान बँकांमधील सर्वात जुनी बँक होय. ७ सप्टेंबर १९०६ रोजी सर शापूरजी भरुचा यांनी बँक सुरू केली. २१ डिसेंबर १९११ रोजी सर फेरोजशहा मेहता यांच्या अध्यक्षतेखाली 'सेंट्रल बँक ऑफ इंडिया ' निघाली. त्याचे श्रेय सर सोराबजी पोचखानवाला यांच्याकडे आहे. १९३४ मध्ये महाराष्ट्रात व्यावसायिक वातावरण निर्माण करण्यासाठी मराठा चेंबर ऑफ कॉमर्स अँड इंडस्ट्रीजची स्थापना करण्यात आली. प्रो. वा.गो.काळे यांनी बँक ऑफ महाराष्ट्रची स्थापना केली. १९०७ मध्ये साताऱ्यात स्वदेशी कमर्शिअल कंपनी निघाली.

महाराष्ट्रातील बँका

	बँकेचे नाव	**स्थापनादिन**
१.	सातारा स्वदेशी कम बँक, सातारा	२०/०८/१९०७
२.	सांगली बँक, सांगली	०५/१०/१९१६
३.	फलटण बँक, फलटण	०१/०६/१९१८
४.	गणेश बँक, कुरुंदवाड	१८/०८/१९२०
५.	बँक ऑफ बार्शी, बार्शी	०९/०६/१९२६
६.	बँक ऑफ कोल्हापूर, कोल्हापूर	२३/०१/१९२६
७.	मिरज स्टेट बँक, मिरज	३०/०४/१९२९
८.	बुधगाव बँक, बुधगाव	०४/१०/१९३३
९.	बँक ऑफ महाराष्ट्र, पुणे	१६/०९/१९३५
१०.	कमर्शिअल बँक, कोल्हापूर	२२/०४/१९३६
११.	युनायटेड वेस्टर्न बँक, सातारा	१७/१०/१९३६
१२.	प्रेसिडन्सी इंडस्ट्रिअल बँक, पुणे	१९/११/१९३६
१३.	बँक ऑफ नागपूर, वर्धा	१३/११/१९३७
१४.	लक्ष्मी बँक, अकोला	२६/०२/१९३८
१५.	भारत इंड. बँक, पुणे	१४/०४/१९३८
१६.	बँक ऑफ औंध, सातारा	२५/०८/१९३८
१७.	डेक्कन इंड. बँक, पुणे	२२/०२/१९३९

१८.	युनिअन बँक, कोल्हापूर	२८/१०/१९४२
१९.	बांठिया बँक, पनवेल	२८/०२/१९४३
२०.	जंजिरा बँक, जंजिरा मुरुड	०५/०३/१९४३
२१.	रत्नाकर बँक, कोल्हापूर	१४/०६/१९४३
२२.	बँक ऑफ औरंगाबाद, औरंगाबाद	१७/०८/१९४३
२३.	भोर स्टेट बँक, भोर	०१/०८/१९४४
२४.	सेफ बँक, नागपूर	२४/०२/१९४५
२५.	बँक ऑफ कोकण, मालवण	०९/०३/१९४५
२६.	बँक ऑफ पूना, पुणे	१९/०७/१९४५
२७.	पूना इन्व्हेस्टर्स बँक, पुणे	१५/०९/१९४५
२८.	सराफ बँक, कोल्हापूर	२७/०९/१९४५
२९.	उंबरगाव पीपल्स बँक	१०/०१/१९४६
३०.	बँक ऑफ कराड	१२/०३/१९४६

शहरीकरण

संयुक्त राष्ट्रांच्या शिफारशीनुसार शहरात वा नागरी क्षेत्रात लोकवस्ती संकेंद्रित होण्याची प्रक्रिया म्हणजे नागरीकरण . वीस हजार किंवा त्यापेक्षा अधिक लोकसंख्या असणाऱ्या वस्तीस 'नागरी' (अर्बन) म्हणावे अशी संयुक्त राष्ट्रसंघाची अपेक्षा आहे. शहरीकरण होण्यास तीन घटक अत्यंत महत्त्वाचे आहेत. यात लोकसंख्येचा विस्फोट, लोकसंख्येचे संकेंद्रिकरण, लोकवस्ती बहुविधता ही कारणे जबाबदार आहेत.

इंग्रजांच्या आगमनानंतर येथे कारखानदारी आली. औद्योगिक क्रांतीने शहरीकरणाच्या प्रक्रियेला चालना दिली. शहरीकरण वाढण्याच्या प्रक्रियेस उपयुक्त घटक म्हणजे हवा, पाणी, जमिनीची मोठ्या प्रमाणात उपलब्धता, सेवा व वस्तू देवघेवींची शहर, व्यापाराची ठिकाणे, बाजारपेठांची गावे, स्वाऱ्यांसाठी उपयुक्त असणाऱ्या मार्गांचे परिसर येथे पेशव्यांच्या काळात शहरीकरण प्रामुख्याने घडून आले. आपण या प्रक्रियेला शहरीकरण म्हणत असलो तरी ती संज्ञा वापरण्यात, त्या काळात येत नव्हती. येथे शहरीकरण या प्रक्रियेचा अर्थ लोकसंख्येचे केंद्रिकरण एवढाच मर्यादित घेणे आवश्यक आहे. पुढे-पुढे वाहतूक व दळणवळण क्षेत्रात प्रगती झाल्या. या प्रक्रियेला गती मिळाली. या दोन परस्परावलंबी गोष्टी असतात. सुरुवातीला कारखान्यांच्या भोवती गर्दी होऊ लागली. कारखान्यांपासून जवळच वस्ती करणे शक्य झाले. रेल्वे, कालवे, रस्ते वाहतूक, विमानवाहतुक या सुधारणांचा प्रभाव शहरीकरणावर पडला.

शहरीकरणाचे प्रश्न

शहरीकरणाच्या प्रश्नाला महाराष्ट्रात विशेष तोंड द्यावे लागले कारण येथील शहरी लोकवस्तीचे प्रमाण अन्य राज्यांपेक्षा अधिक आहे. महाराष्ट्र राज्य अस्तित्वात आल्यावर हा प्रश्न अधिक भेडसावायला लागला. खोपोली, कुलाबा, रायगड, पिंपरी-चिंचवड या भागाबरोबरच पुणे, खडकी, देवळाली, देहूरोड, अहमदनगर, कामठी, औरंगाबाद येथील लष्करी छावण्यांचा समावेश नागरी क्षेत्रात करण्यात आला.

मुंबई महानगर प्रादेशिक योजनेअंतर्गत नव्या प्रदेशात वस्ती करण्याचे प्रमाण वाढविण्यात आले. नव्या मुंबईची स्थापना करण्याची योजना पुढे आली.

समस्या– या सगळ्या योजनांचे जसे फायदे झाले तसेच काही तोटे झाले. झोपडपट्टयांमध्ये वाढ झाली. गलिच्छ वस्त्या वाढत गेल्या. पाणी-वीज पुरवठा यंत्रणांवर अतिरिक्त ताण आला. सर्वांना सर्व सेवा मोफत पुरविणे अशक्य झाले. सरकारी जमिनी कवडीमोल भावात लोकांनी लुटल्या. झोपडपट्टयांना कायदेशीर दर्जा द्यावा लागला. अतिरिक्त लोकसंख्या झोपडपट्टया सामावून घेऊ लागल्या. शहरांवर ताण आला. कारखान्यांमुळे हवेचे प्रदूषण, वाहनांची दाटी, घरांची टंचाई, वाढीव कचऱ्याच्या समस्या, जलनि:सारण, गोंगाट, शिक्षण, आरोग्य, करमणूक, कायदा, प्रशासन या संदर्भात जटिल समस्या निर्माण झाल्या.

भारतातील नागरी लोकसंख्येचे एकूण लोकसंख्येची शेकडा प्रमाण

१९२१	१९३१	१९४१	१९५१	१९६१	नागरीकरण
११.२	१२%	१३.९%	१७.३%	१८%	ले. धोंगडे ए.रा

भारताची आकडेवारी उपलब्ध आहे. महाराष्ट्राचा अंदाज त्यावरून येऊ शकतो.

सहकार चळवळ – विना सहकार नाही उद्धार

भारतात सहकारी चळवळ १९०४ पासून सुरू झाली. त्या अगोदर अशा स्वरूपाचा अयशस्वी प्रयत्न न्या.म.गो.रानडे व सर विल्यम वेडरबर्न यांनी केला होता. पुरंदर तालुक्यातील शेतकऱ्यांना कर्ज पुरविण्यासाठी एक सहकारी बँक स्थापण्याचा प्रयत्न त्यांनी केला होता. पण भारतमंत्र्यांनी त्यात शेतीसुधारणेसाठी कर्ज देण्याच्या १८८४ च्या कायद्याला संमती दिली. शेतकऱ्यांना तगाई देण्याची व्यवस्था केली. त्यामुळे सहकाराची कल्पना प्रत्यक्षात येऊ शकली नाही.

भारतात मद्रास सरकारने हा प्रश्न सोडविण्यासाठी फ्रेडरिक निकोलसन् यांना ग्रामीण कर्ज निवारण करण्यासाठी काय करता येईल? याच्या अभ्यासासाठी युरोपात पाठविले. रॅफेसॉन यांनी जर्मनीत जी सहकाराची पद्धत आणली तीच महाराष्ट्रात सुरू

करा, अशी सूचना फ्रेडरिक यांनी स्वत:च्या अहवालात केली. या अहवालानंतर लॉर्ड कर्झनने लॉर्ड लॉ यांच्या अध्यक्षतेखाली सहकारी संस्थांच्या व्यवहारात कायदेशीरपणा कसा आणता येईल? यासाठी समिती नेमली. या समितीच्या शिफारशींनुसार १९०४ चा सहकारी संस्थांचा कायदा मंजूर झाला. कायद्याने ग्रामीण संघ व नागरी संघ असे दोन संघ स्थापता येऊ लागले. सहकारी चळवळीला अपेक्षेपेक्षा जास्त प्रतिसाद मिळताच १९१२ च्या कायद्याने चळवळीची व्याप्ती वाढविण्यासाठी कायदा दुरुस्ती करण्यात आली. त्यानुसार कोणतीही आर्थिक गरज भागविण्यासाठी सहकारी संघ स्थापन करण्यात येऊ लागले. शेतकरी संघटनांना भांडवल पुरविणाऱ्या संस्था स्थापण्याच्या कामास कायदेशीर रूप देण्यात आले. सहकारात गुंतविलेली रक्कम जप्त न करता येण्याची तरतूद करण्यात आली. सहकारी संस्था अधिक मजबूत करण्यासाठो सहकारी संस्थांनी दिलेल्या कर्जाच्या वसुलीचा अग्रहक्क मान्य करण्यात आला.

१९११ च्या कायद्याने सहकार चळवळ प्रांताकडे आली. प्रत्येक प्रांताला या संदर्भात कायदे करण्याचे स्वातंत्र्य देण्यात आले. मुंबई प्रांताने याबाबतीत आघाडी घेतली. मुंबई प्रांताच्या १९२५ च्या कायद्याने शेतकऱ्यांप्रमाणेच नागरी लोकांच्या हितासाठी, त्याचप्रमाणे उत्पादन, जीवनमान सुधारणा या गोष्टींसाठी सहकारी संस्था स्थापण्यात येऊ लागल्या. पुढे महायुद्ध काळात नियंत्रित माल सहकारी संस्थांमार्फतच वाटण्याचे धोरण आल्यावर शेतकी पतपेढ्यांचे रूपांतर विविध कार्यकारी सहकारी संस्थांमध्ये झाले. सुरुवातीच्या काळात शेतकी सहकारी पतपेढ्या स्थापून शेतकऱ्यांना कर्ज देण्याची निश्चित सोय करण्यात आली. सोलापूरमधील तळवडे येथे २६ मे १९०५ रोजी सहकारी पतपेढी निघाली. सुरुवातीला खेडे एवढेच कार्यक्षेत्र होते. पतपेढीचे भांडवल म्हणजे त्यात ठेवल्या जाणाऱ्या ठेवींवर व सभासद होताना मिळणारी प्रवेश फी यातून, संस्थेला मिळणारा नफा गंगाजळीत टाकायचा, तो वाटायचा नाही. पुढे त्यात बदल झाला. १९२७ पासून भाग (शेअर्स) विकून भांडवल उभारायला सुरुवात झाली. नफ्यापैकी २५% गंगाजळीत टाकून उर्वरित रक्कम सभासदांत वाटू लागले. या सहकारी संस्थांच्या खेळत्या भांडवलात भाग (शेअर्स), सभासद व इतरांच्या ठेवी, अन्य सहकारी पतपेढ्या, मध्यवर्ती बँका, प्रांतिक सहकारी बँका यांची कर्जे, गंगाजळी, विविध कारणांसाठी निर्माण केलेले निधी यांचा समावेश होतो. शेतकऱ्यांना बी-बियाणे, खतपाणी या कामांसाठी अल्प मुदतीची व दीर्घ मुदतीची कर्जे या संस्था देऊ लागल्या.

विविध कार्यकारी सहकारी संस्था (वि.का.स संस्था)

कर्ज हीच एकमेव गरज शेतकऱ्याची नसते. त्यामुळे त्याला कर्जाबरोबरच अन्य अनेक वस्तूंची, यंत्रांची गरज असते. या गरजा ओळखून सहकार चळवळीने एक पाऊल

पुढे टाकले ते म्हणजे विविध कार्यकारी सहकारी संस्था. रिझर्व्ह बँकेने या संदर्भात लवाद नेमणे, घरगुती मालाची घाऊक किंमतीत विक्री, शेतीचे आधुनिकीकरण अशा सूचना केल्या. त्यामुळे अहमदनगर येथील लोणी विविध कार्यकारी संस्थेने पुढाकार घेऊन पेंडीचे खत, लोखंडी पोलादी अवजारे पुरविणे, गूळ विकणे, लोखंडी सामान, बांधकाम साहित्य पुरविण्याचा उद्योग सुरू केला. श्रीरामपूर येथे एक अडत दुकान उघडले. याच पद्धतीचे काम उमरखेडा (वि.का.स) संस्था (खानदेश), मुल्हेर विविध कार्यकारी संस्था (नाशिक) पुणे जिल्ह्यातील खेड येथील वि.का.स. संस्था रेशन दुकान चालवत असे.

सहकारी धान्याची कोठारे

माल देऊन माल घेतला की हिशेब नको व फसवणूक नको या उद्देशाने शेतकऱ्याला पेरणीसाठी बी-बियाणे देऊन सुगीला ते 'सवाई' ने म्हणजे २५% जादा ने परत घ्यायचे या पद्धतीने काम सुरू केले. ठाणे जिल्ह्यात ५१ कोठारे, कोल्हापुरात १७६ कोठारे निघाली.

शेतकी सहकारी पतपेढ्यांची प्रतवारी

सहकारी संस्थाची प्रतवारी आर्थिक वर्ष संपले की लावण्यात येते. हिशेबतपासणीच्या वेळी ज्यांची परिस्थिती उत्तम आहे, त्यांना 'अ' वर्ग, ज्यांची परिस्थिती चांगली त्यांना 'ब', बिघडलेली परिस्थिती 'क', ढासळलेली आर्थिक स्थिती 'ड' अशी संस्थांची वर्गवारी होते.

जमीन तारणावर कर्ज देणाऱ्या बँका

१९२६ मध्ये को-ऑपरेटिव्ह सोसायट्यांचे रजिस्ट्रार श्री. मदन यांच्या सूचनेनुसार जमिनीच्या तारणावर कर्ज देणारी पहिली बँक १९२८ मध्ये खानदेशात पाचोरे येथे स्थापण्यात आली. १९३५ मध्ये याच विषयाची स्वतंत्र-प्रांतिक बँक स्थापण्यात आली. सुरुवातीला कमीतकमी ४०० ते जास्तीत जास्त १०,००० रुपये कर्ज देण्यात येत असे.

जिल्हा मध्यवर्ती बँका व राज्य सहकारी बँका

जिल्हा मध्यवर्ती बँक ही राज्य सहकारी बँकेकडून कर्जे काढून जिल्हयातील शेतकी पतपेढ्यांना पुरविते. राज्य सहकारी बँक ठेवी, चालू व बचत खात्यांद्वारे आणि रिझर्व्ह बँकेकडून कर्जे घेऊन पैसा उभारते.

नागरी सहकारी पतपेढ्या

गवंडी, कामगार, मजूर यांना फायदा व्हावा म्हणून १९१५ मध्ये मॅकलगन समितीने या प्रकारच्या संस्था नागरी लोकांच्या हितासाठी स्थापन करण्याची सूचना केली. १९५०-५१ मध्ये महाराष्ट्रात त्यांची संख्या ७९६ होती.

शेतकी कर्जवाटपांव्यतिरिक्त सहकारी संस्था

माल विकत घेणे व विकणे या कामांसाठी हे संघ स्थापन करण्यात आले. यात पुण्याचा सहकारी खरेदी-विक्री संघ, कोल्हापूरचा शेतकी सहकारी संघ, कऱ्हाड खरेदी-विक्री संघ, करमाळे तालुका सहकारी खरेदी विक्री संघ यांनी स्थानिक मालाची खरेदी-विक्री केली. यांचा प्रमुख संघ मुंबई राज्य सहकारी खरेदी-विक्री संघ होय. १९५०-५१ मध्ये महाराष्ट्रात असे छोटे-मोठे ६२६ संघ होते.

याच्याच जोडीला निरनिराळ्या पिकांची विक्री करण्यासाठी सहकारी संस्था, शेती उत्पादन, सहकारी संघटना, सामुदायिक शेतकी संघ, सहकारी शेती सुधारणा संस्था, जमीन-मालक सहकारी मशागत संस्था, खंडकरी सहकारी शेती संस्था, सहकारी सामुदायिक मशागत संस्था, पिके संरक्षण व कुंपण सहकारी संस्था, बिगर शेती उत्पादन सहकारी संस्था, जंगल कामगारांच्या सहकारी संस्था, विणकर सहकारी संस्था, नित्योपयोगी वस्तूंची सहकारी भांडारे, सहकारी घरबांधकाम संघटना स्थापन झाल्या.

सहकार चळवळीतील विखे पाटलांचे कार्य

महाराष्ट्राच्याच नव्हे तर भारताच्या सहकार चळवळीत विठ्ठलराव विखे पाटलांनी ठसा उमटविला. १२ ऑगस्ट १८९७ रोजी जन्मलेल्या विखे पाटलांना महाराष्ट्रातील सहकारी साखर कारखानदारीचे आद्य प्रवर्तक मानण्यात येते. रूढ अर्थाने फारसे न शिकलेल्या विखे पाटलांनी वयाच्या १० व्या वर्षापासूनच शेती करायला सुरुवात केली. आजूबाजूचे शेतकरी कर्जबाजारी होऊन देशोधडीला लागतात हे लक्षात येऊन त्यांनी स्वत:ला या संकटापासून वाचविले. १९२३ मध्ये लोणी बुद्रुक सहकारी पतपेढीची स्थापना करून 'सहकारी जीवना'चा श्रीगणेशा त्यांनी केला. पुढे जिल्हाभर शाखा उघडून कामाचे सार्वजनिकीकरण केले. गावातील मंडळींना एकत्र आणून 'मजूर सहकारी सोसायटी' ची स्थापना केली.

इंग्रज सरकाराच्या 'तुकडे बंदी आणि तुकडे जोड' विधेयकाच्या विरोधात त्यांनी इस्लामपूर येथे शाहू महाराज आयोजित शेतकरी परिषदेत विखे पाटलांनी भाषण केले. या परिषदेला हजारो शेतकरी उपस्थित होते. या विधेयकामुळे शेतकऱ्यांच्या जमिनी सावकारांच्या ताब्यात जाण्याचा धोका निर्माण झाला होता. या घटनेतून त्यांच्यातील नेता जागा झाला. या चळवळीचा पुढचा टप्पा म्हणजे पुणे येथील कौन्सिल हॉलला एक लाख शेतकऱ्यांनी वेढा घातला. तेथेही विखेंनी नेतृत्व केले. याच काळात त्यांना शेतकऱ्यांसाठी कार्य करण्याची अनिवार ऊर्मी आली आणि शेतकऱ्यांच्या व्यक्तिगत व सामुदायिक विकासाला त्यांनी वाहून घेतले.

श्रीरामपूर येथे १९४५ मध्ये 'द डेक्कन कॅनॉल्स बागायतदार' परिषदेचे अधिवेशन भरले होते. ख्यातनाम अर्थतज्ज्ञ डॉ. धनंजयराव गाडगीळ अध्यक्ष होते. या परिषदेत

विखेंनी सर्व शेतकऱ्यांनी एकत्र येऊन सहकारी पद्धतीने साखर कारखाना काढण्याचा ठराव मांडला. गाडगीळ व उपस्थित सर्व शेतकऱ्यांनी विखे पाटलांनीच ही जबाबदारी घ्यावी असे सुचविले. १९४५ ते ५० या काळात त्यांनी अतोनात श्रम करून, भाग भांडवल जमा करून महाराष्ट्रातला हा प्रयोग आपण यशस्वी करायचाच हा निर्धार केला. कारखान्यासाठी शासनाकडून परवानगी आणली. मुंबई राज्याचे वित्त व सहकार मंत्री वैकुंठभाई मेहता यांनी विखेंना शासकीय पातळीवरील सर्व सहकार्य केले. ३१ डिसेंबर १९५० रोजी 'प्रवरा सहकारी साखर कारखाना' स्थापला व कारखान्यातून साखर उत्पादन सुरू केले. महाराष्ट्राच्या इतिहासातला 'न भूतो' प्रयोग अशा रीतीने सुरू झाला.

पहिली ११ वर्षे विखे पाटील उपाध्यक्ष तर डॉ. धनंजयराव गाडगीळ अध्यक्ष होते. १९६० मध्ये विखेपाटील अध्यक्ष झाले.

विखे पाटील यांच्या अनुभवाचा व महाराष्ट्रातील या प्रयोगाचा लाभ सर्वांना व्हावा म्हणून १९५६ मध्ये भारत सरकारने अखिल भारतीय सहकारी साखर कारखान्यांची पहिली परिषद प्रवरानगर येथे भरविली. अशा रीतीने भारतातील सहकारी चळवळीतील कार्यकर्त्यांचे पहिले संमेलन महाराष्ट्रात भरले. विखे पाटील यांनी महाराष्ट्रातील अनेकांना कारखाने काढण्याची प्रेरणा दिली व मदत केली. सांगलीचे वसंतदादा पाटील, वारणानगरचे तात्यासाहेब कोरे, गणपतराव औताडे (पोहेगाव), राहुरीचे बाबूराव तनपुरे, अकलूजचे शंकरराव मोहिते, कोल्हापूरचे रत्नाप्पा कुंभार, परभणीचे शिवाजीराव देशमुख यांना विखे पाटलांनी मदत केली. या सर्वांनी आपापल्या भागात साखर कारखाने काढून विकासाची गंगा शेतकऱ्यांच्या शेतापर्यंत नेली. विखे पाटलांचे कार्य दीपस्तंभासारखेच ठरले.

साखर कारखाना विकासाचे प्रतीक ठरल्यावर कार्याला चौफेर वेग आला. यातूनच प्रवरा शिक्षणोत्तेजक सहकारी पतपेढीची स्थापना विखे पाटलांनी केली व या संस्थेचे ते संस्थापक अध्यक्ष झाले. १९५३-५६ च्या दरम्यान अहमदनगर जिल्हा मराठा विद्याप्रसारक समाजाचे ते अध्यक्ष झाले. कोपरगाव व कारेगाव सहकारी साखर कारखान्यांचे ते संचालक झाले. त्यातूनच पुढे प्रवरा ग्रामीण शिक्षणसंस्था उदयाला आली. पंतप्रधान पंडित नेहरू यांनी स्वत: प्रवरानगरला (१५ मे १९६१) येऊन विखे पाटलांचा सन्मान केला.

साखर कारखान्याच्या बरोबरीने शिक्षण संस्थांचे कार्य व त्यांचे महत्त्व विखेंच्या लक्षात आले होते. त्यांनी कर्मवीर भाऊराव पाटील यांना नगर जिल्ह्यात या कार्यार्थ बोलाविले. शिक्षण सगळ्यांपर्यंत पोहोचण्यासाठी भाऊरावांना त्यांनी पूर्ण मदत केली. स्वत: विखे पाटील रयतचे संचालक व उपाध्यक्ष झाले.

❑❑

कष्टकरी वर्गातील चळवळी

कष्टकरी वर्गातील चळवळींच्या संदर्भात आपणास शेतकरी चळवळ व कामगार वर्गातील चळवळ यांचा प्राधान्याने विचार करावा लागतो. म. फुले यांनी या दोन्ही चळवळींच्या संदर्भात स्वत:चे विचार वेळोवेळी प्रकट केल्याचे आपणास दिसतात. अनेक क्षेत्रातील आद्यत्वाचा मान त्यांच्याकडे जातो त्याचप्रमाणे याही क्षेत्राचा तपशीलवारपणे विचार करणारे व मदत करणारे तेच कृतिशील विचारवंत होत.

शेतकऱ्यांच्या प्रश्नासंदर्भात म. गांधी, डॉ. आंबेडकर, विनोबा भावे, सेनापती बापट यांचे कार्य महत्त्वाचे आहे. या वर्गातील चळवळींचे वैशिष्ट्य म्हणजे कायद्याद्वारे परिवर्तन करू इच्छिणारा एक वर्ग तर कत्तल व कायदा यांद्वारे बदल होत नसून हृदयपरिवर्तनाद्वारे भूदान चळवळ उभारणारे विनोबा भावे यांचा मागोवा या प्रकरणात आपण घेणार आहोत.

कष्टकरी, अंगमेहनती वर्गाच्या संदर्भात भारतातील या चळवळीचे जनुकत्व एका महाराष्ट्रीय माणसाकडे जाते ही महाराष्ट्राच्या दृष्टीने गौरवास्पद गोष्ट आहे. नारायण मेघाजी लोखंडे यांची चळवळ त्याला तत्कालीन समाजसुधारकांचा पाठिंबा, वर्तमानपत्रकर्त्यांची मदत या गोष्टी आपणास तपशीलाने अभ्यासायच्या आहेत. ना. म. जोशी, डॉ. आंबेडकरांची इंडिपेंडंट लेबर पार्टी (स्वतंत्र मजूर पक्ष) म्हणजे भारतातला पहिला प्रयोग. कामगार चळवळींवर वर्चस्व मिळविणाऱ्या कम्युनिस्ट पार्टीचा प्रयत्न, पक्षीय राजकारण, इंटकची स्थापना, म्हणजे या चळवळीतील महत्त्वाचे टप्पे होत. कामगार कायदे आणि कामगारांचे स्वातंत्र्य चळवळीतील योगदान याचा अभ्यास आपण करणार आहोत.

महाराष्ट्रातील शेतमजूर

महाराष्ट्रातील शेतकऱ्यांचा विचार करताना आपणास शेतमजुरांचा विचार करणे अपरिहार्य आहे. 'दुसऱ्याच्या मालकीच्या शेतीवर अंगमेहनतीचे काम करून जो मजुरी कमावतो तो शेतमजूर' अशी शेतमजुरांची व्याख्या आहे. ब्रिटिशपूर्व कालखंडात इतरांच्या शेतीत राबून पोट भरणारी, यजमान शेतकऱ्यांस एकनिष्ठ आश्रित कुटुंबे आढळत असली तरी आधुनिक अर्थाचा शेतमजूर त्या काळात अस्तित्वात नव्हता. ब्रिटिश

काळात रोख सारा भरण्याची पद्धत आल्यावर गावाची स्वयंपूर्णता नष्ट झाली. बलुतेदारी व स्थानिक उद्योगांचा ऱ्हास झाला. महसुलाच्या पध्दतींमधून गावात न राहणारा, शेतीवर मजुरी करणारा व स्वतःचे पोट भरणारा 'शेतमजूर' वर्ग अस्तित्वात आला. या वर्गाला वर्षभर काम मिळेलच याची शाश्वती नव्हती.

शेतमजूर चौकशी अहवाल – भारतीय संसदेला १९६० मध्ये 'दुसरा शेतमजूर चौकशी अहवाल' ('सेकंड ॲग्रिकल्चरल लेबर इनक्वायरी रिपोर्ट) सादर करण्यात आला. १९५० च्या पहिल्या अहवालात वर्षातील ३ महिने शेतमजुरांना काम नसते तर दुसऱ्या अहवालात १२५ दिवस काम नसते असे नमूद करण्यात आले. १९५५ मध्ये शेतमजुरांना किमान वेतन ७५ पैसे होते. यामुळे शेतमजुरांच्या कर्जबाजारीपणात वाढच झाली. शेतमजूर सावकार, नातेवाईक, सहकारी सोसायटी, बँक, मालक, दुकानदार यांच्याकडून कर्ज घेऊ लागले.

चळवळी – शेती आणि शेतकरी व शेतमजुरांच्या संदर्भात जे प्रयत्न झाले ते स्वातंत्र्यपूर्व काळात आणि स्वातंत्र्योत्तर काळात झाले त्याची माहिती आपण थोडक्यात करून घेऊयात. स्वातंत्र्यपूर्व कालखंडात लहानमोठ्या जमीनदारांच्या जमिनी खंडाने या बटाईने करणाऱ्या कुळांचा फार मोठा वर्ग देशभर होता. 'जमिनीची मालकी' वगळता या कुळांना शेतकऱ्यांचा दर्जा होता.स्वातंत्र्यपूर्वकालखंडात या कुळांना संरक्षण द्यावे, खंड कमी करावा, अन्य कर लादू नका, वेठबिगारी बंद करा, दडपणूक व अत्याचार याला प्रतिबंध करा अशा पद्धतीच्या मागण्या कुळांच्या संदर्भात स्वातंत्र्यपूर्व काळात मांडल्या गेल्या.

स्वातंत्र्य मिळाल्यावर लगेचच महाराष्ट्रातील ठाणे जिल्ह्यात वारली-आदिवासींचा लढा साम्यवादी पक्षाने कॉम्रेड गोदावरी परूळेकर यांच्या नेतृत्वाखाली लढला. बिगर आदिवासी जमीनदार व सावकारांनी मोठ्या प्रमाणात या भागात शोषण चालविले होते. आदिवासींच्या जमिनी वैध वा अवैध मार्गाने बळकावल्या जात होत्या. यामुळे परूळेकरांनी हा लढा नुसत्या शोषणाविरुद्ध चालविला नाही तर आदिवासींना माणूस म्हणून जगू द्या या मागणीसाठी लढवला.

जमिनींचे फेरवाटप – काँग्रेस सत्तेवर आल्यावर सरकारने जमीनदारही-मालगुजारी नष्ट करणारे कायदे केले. कुळांचे हक्क नियमित करण्याचा प्रयत्न केला. कुळांना जमिनीची निर्धारित किंमत भरून मालकीहक्क देणारा कायदा केला. यास 'जमिनीचे फेरवाटप' असे म्हणतात. परंतु विरोधाभास असा की या सुधारणा झाल्यानंतर सुद्धा या प्रक्रियेत ज्यांना जमिनी मिळाल्या नाहीत तो भूमिहीन वा अत्यल्प क्षेत्रधारक वर्ग आणि शेतमजूर यांच्या अवस्थेत काहीच फरक पडला नाही.

महाराष्ट्रात सामाजिक व आर्थिक समता प्रस्थापित करण्यासाठी, शोषण व पिळवणूक नष्ट करण्यासाठी प्रत्यक्ष जमीन कसणाऱ्या सर्व कुटुंबामध्ये जमिनींचे समान व न्याय्य वाटप करण्याची मागणी शेतकरी पक्ष, समाजवादी , साम्यवादी करू लागले. यातूनच रिपब्लिकन पक्षाचे नेते दादासाहेब गायकवाड यांनी कम्युनिस्ट, समाजवादी, शेकाप यांच्या सहकार्याने संसदेवर विराट मोर्चा काढला. १९५६ साली 'कसेल त्याची जमीन' या मागणीसाठी सरकारी जमिनी ताब्यात घेण्यात आल्या. पुढे पुढे मात्र सरकारी पातळीवर इच्छेचा अभाव असल्याने कायदे अशा पद्धतीने बनविण्यात आले की फारच थोडी जमीन वाटपासाठी उरली.

भूदान आंदोलन

वैयक्तिक सत्याग्रहाचे पहिले सत्याग्रही, म.गांधी यांच्या कल्पनांवर प्रयोग करून त्या वास्तवात आणणारे विनोबा भावे यांनी गावोगावच्या भूमिहीनांना जमिनी मिळवून देण्याच्या उद्देशाने ही चळवळ सुरू केली. जमिनींचे प्रश्न 'कायदा आणि कत्तल' या मार्गाने सुटणार नसून ते दानाच्या माध्यमातून सुटू शकतील यावर विनोबांचा विश्वास होता. तेलंगण प्रांतात विनोबांना 'भूदान' हा विचार सुचला. भारतभर ही चळवळ पसरली. महाराष्ट्रसुद्धा त्याला अपवाद नव्हता. १९६८ पर्यंत ३७,७७५ गावांमधून ४२ लक्ष एकरांपेक्षा अधिक जमीन दान मिळाली.बारा लाख एकर जमिनीचे दानात वाटप झाले. विनोबांनी क्षेत्र संन्यास घेतल्यावर चळवळ संपुष्टात आली. समता व न्याय या तत्त्वांवर आधारित हे आंदोलन होते.

ऊस तोडणी-वाहतूक मजुरांचा लढा-१९५० साली सर्वोच्च न्यायालयाने 'ऊस तोडणी व वाहतूक मजूर' साखर कारखान्याचा कामगार आहे. असा निर्णय दिला. साखर कारखान्यांनी तो मानायला नकार दिला. दुष्काळी भागातील लाखो मजूर दरवर्षी ऊस तोडणी व वाहतूक मजूर म्हणून या कामाला जातात. त्यांच्या भवितव्याचा प्रश्न ६० च्या दशकात महाराष्ट्रात गाजला पण सुटला नाही.

किमान वेतन कायदा

कामगारांना त्यांच्या कष्टाचा योग्य मोबदला मिळावा म्हणून भारत सरकारने किमान वेतन कायदा १९४८ मध्ये लागू केला. तत्काळ महाराष्ट्रानेसुद्धा त्याची अंमलबजावणी केली. यात कामाचे तास, वेतन हमी यांचा समावेश होता. १९५३ मध्ये मुंबई राज्यात उंबरगाव, डहाणू, मोखाडा, पेठा, येथे किमान वेतन दर ठरवून देण्यात आले. कम्युनिस्ट पार्टीच्या नेतृत्वाखाली लढा जोरदार चालू होता. १९५४ मध्ये परभणी, यवतमाळ, अमरावती या भागात किमान वेतन ठरविण्यात आले.

शेतकऱ्यांच्या परिस्थितीत सुधारणा घडवून आणण्यासाठी झालेल्या

चळवळींच्या संदर्भात राजकीय आघाडीवर 'शेतकरी कामगार पक्ष' हा महत्त्वाचा टप्पा होय.

शेतकरी कामगार पक्ष

पुण्याजवळील देवाची आळंदी येथे काँग्रेसचा उपपक्ष म्हणून ३ ऑगस्ट १९४७ रोजी या पक्षाची स्थापना करण्यात आली. पक्ष संस्थापकांमध्ये शंकरराव मोरे, केशवराव जेधे, भाऊसाहेब राऊत, तुळशीदास जाधव यांचा समावेश होता. १९४६ मध्ये मुंबई राज्यात काँग्रेस मंत्रिमंडळ सत्तेवर असताना उच्चवर्णीय सत्ता गटाचे कष्टकरी जनतेच्या कल्याणाकडे लक्ष वेधावे, शेतकऱ्यांची दैन्यावस्था दूर करावी, बहुजन, कष्टकरी शेतकरी आणि श्रमजीवी यांच्या संदर्भात कल्याणकारक कार्यक्रम हाती घ्यावा, त्यांची कर्जे माफ करावीत, शेतसारा कमी वा रद्द करावा, आदिवासींच्या कल्याणकारी योजनांस प्राधान्य द्यावे या प्रमुख उद्दिष्टांसाठी हा पक्ष स्थापन करण्यात आला. पक्ष स्थापण्याचा दुसरा हेतू - अप्रकट हेतू म्हणजे काँग्रेस अंतर्गत उच्चवर्णीय व उजव्या नेतृत्वाच्या वाढत्या प्रभावाला शह देण्यासाठी ११ सप्टेंबर १९४६ रोजी काँग्रेस पक्षांतर्गत शेतकरी कामगार संघाची स्थापना करण्यात आली. शेतकरी-कामकरी राज्य स्थापन करण्याच्या काँग्रेसच्या उद्दिष्ट्यपूर्तीसाठीच हा संघ स्थापन करण्यात येत आहे, असा दावा या संघाच्या संस्थापकांनी केला. एप्रिल १९४८ च्या मुंबई काँग्रेस अधिवेशनात स्वतंत्र संघटना व कार्यक्रम असलेल्या संघटनेचे सभासदत्व काँग्रेस कार्यकर्त्यांना स्वीकारता येणार नाही, असा नियम आला. त्यामुळे २६ एप्रिल १९४८ पासून या उपपक्षाने स्वतंत्र पक्ष म्हणून कार्य सुरू केले.

१९५० च्या नाशिक (दाभाडी) अधिवेशनापासून मार्क्सवाद-लेनिनवादाचा पक्षाच्या वतीने अधिकृतपणे स्वीकार करण्यात आला व कम्युनिस्ट इंटरनॅशनलचे मार्गदर्शन पक्षाने मान्य केले. पुढील वाटचालीत समाजवादी पक्षाबरोबर युती करून १९५३ मधे संयुक्त मार्क्सवादी आघाडी स्थापण्यात आली. 'मार्क्सवादी विचारसरणी व बोल्शेव्हिकीकरण' या प्रश्नावरून कॉम्रेड दत्ता देशमुख व शंकरराव मोरे यांच्यात तीव्र मतभेद झाल्याने देशमुखांनी 'कामगार किसान पक्ष' स्थापन केला.

१९५२ च्या सार्वत्रिक निवडणुकीत शे.का.प.ला खूप कमी मते मिळाल्याने पक्ष विसर्जित करावा असे मत शंकरराव मोरे यांनी मांडले; पण त्याला विरोध झाला. सरचिटणीस र. के. खाडिलकर यांना पक्षविरोधी कारवायांमुळे बडतर्फ करण्यात आल्यावर त्यांनी १९५५ मध्ये भारतीय कामगार किसान पक्षाची स्थापना केली. पुढे पक्षाचे संस्थापक जेधे, जाधव, मोरे यांनी काँग्रेसमधे प्रवेश घेतला व पक्ष संपुष्टात येण्याच्या अवस्थेत असताना १९५५ च्या लातूरच्या चौथ्या अधिवेशनात सर्वश्री

उद्धवराव पाटील, दाजीबा देसाई, एन.डी.पाटील यांनी पक्षाची जबाबदारी घेतली.

सुरुवातीच्या काळात पक्षाचे मुखपत्र 'जनसत्ता' साप्ताहिक होते. पक्षाचा प्रचार व लोकशिक्षणाचे काम या पत्राने केले. मार्क्सची विचारसरणी लोकभाषेत मांडण्याचे कार्य या पक्षाने केले. लोकलढ्याला गती दिली. परंतु पक्षांतर्गत लढ्यात मतपत्राकडे दुर्लक्ष झाले. मतपत्राचा वाचक मुळातच मर्यादित असतो. खप कमी झाल्याने ते बंद पडले. त्याची जागा 'संग्राम' या मतपत्राने घेतली.

संयुक्त महाराष्ट्राच्या प्रश्नासंदर्भात पक्षाची भूमिका

या पक्षाच्या मते संयुक्त महाराष्ट्राचा लढा हा देशी वसाहतवादाविरुद्ध व मक्तेदार भांडवलदारांविरुद्ध असल्याने लोकशाहीचे ध्येय गाठण्यासाठीचा आवश्यक टप्पा आहे. त्यामुळे संयुक्त महाराष्ट्र समितीचा घटक पक्ष म्हणून शे. का. पक्षाने प्रभावी कामगिरी केली. १९५७ मध्ये पक्षाला विधानसभेत ३३ जागा मिळाल्या.

सत्यशोधक चळवळीची पार्श्वभूमी, संस्थापकांचे ब्राह्मण-ब्राह्मणेतर चळवळीतील कार्य यातच मार्क्सवादाची ढाल त्यामुळे पक्षाला अखिल भारतीय पातळीवर जाता आले असते. पण पक्ष अपुरा ठरला. शेतमजूर हा क्रांतिकारक घटक पक्षाने सुरुवातीपासून मानला. मात्र त्यासाठी संघटना बांधून कामगार पातळीवर पक्षाने व्यवस्थित प्रयत्न केले नाहीत असे इतिहास सांगतो.

भोरमधील शेतकऱ्यांचे प्रश्न

भोरमधील शेतकऱ्यांचे प्रश्न खूपच वेगळे होते. पुण्यापासून जवळ असणारे हे संस्थान राजकीयदृष्ट्या जागृत होते. १९२१ मधे ब्रिटिशांच्या सहाय्याने 'नरेंद्र मंडळ' हे भारतातील संस्थानिकांचे मंडळ तयार झाले. आंतरराष्ट्रीय परिषदांत हे संस्थानिक स्वत:ला भारताचे प्रतिनिधी म्हणत असत. १९२७च्या बटलर कमिटीपुढे या संस्थानिकांनी असा पवित्रा घेतला की ब्रिटिश हिंदुस्थान सोडून गेल्यावर आम्ही स्वतंत्र, सार्वभौम राजे होणार. हातची सत्ता सोडायला कोण तयार होणार?

भोरमधील शेतकऱ्यांवर संस्थानात अन्याय केला जाई. हिरडेफळावर निर्बंध, लग्न टक्का, म्हैसपट्टी असे करांच्या पुस्तकात न सापडणारे कर लादग्यात आले होते. हिरडा विकण्याच्या मक्तेदारी विरुद्ध १९२५ मध्ये भोरच्या शेतकऱ्यांनी सत्याग्रह केला.

मावळातील शेतकऱ्यांचा प्रश्न – मावळात मुळशी सत्याग्रहानंतर सावकार विरोधी आंदोलन झाले. शेतकऱ्यांच्या अज्ञानाचा फायदा घेऊन सावकार व त्यांचे हस्तक शेतकऱ्यांच्या नावावर वाट्टेल त्या रकमा कर्जाऊ लावत असत. त्या कधी कमीच होत नसत. कितीही हप्ते भरा मूळ मुद्दल कायमच असे. या दुष्ट कारवायांच्या

विरोधात पोतनीस व शेट्ये या सार्वजनिक कार्यकर्त्यांच्या मार्गदर्शनाखाली संघटित शेतकऱ्यांनी सावकारांच्या घरातून हिशेबाचे कागद, कर्जखाते, जामीनपत्रे, हुंड्या, चिठ्ठ्या यांची सार्वजनिक होळी केली.

साने गुरुजींचे कार्य

ब्रिटिश काळात मुंबई इलाख्यात बाळासाहेब खेरांचे मंत्रिमंडळ आल्यावर कामगार–शेतकरी चळवळी सर्वत्र वाढू लागल्या. साने गुरुजींनी धुळे–अंमळनेर भागात प्रचंड कार्य केले. ते स्वत: अंमळनेर गिरणी कामगार युनियनचे अध्यक्ष झाले. १९३८ मध्ये पूर्व खानदेशात अतिवृष्टी झाली त्यामुळे पिके बुडाली. शेतकरी देशोधडीला लागला. अशाही परिस्थितीत सरकार शेतकऱ्यांच्या दुःखाची काळजी घ्यायला तयार नव्हते. काँग्रेसच्या पहाणी पथकाने ३–४ आणेही पीक निघाले नाही असे सांगितले. कलेक्टरने मात्र पीक ६ आण्यांपेक्षा जास्त आल्याने नुकसानभरपाई देण्याचे नाकारले.

शेतकऱ्यांच्या दुःखाला वेशीवर टांगण्यासाठी आणि त्यांना न्याय मिळवून देण्यासाठी गुरुजींमधील कार्यकर्ता पायाला भिंगरी लावून सर्वत्र फिरू लागला. भाषणे, मोर्चे, आंदोलने, परिषदांनी त्यांनी वातावरण ढवळून काढले. आंदोलन टिपेला पोहोचताच गुरुजींमधील कवी जागा झाला आणि कवन रचू लागला –

आता उठवू सारे रान । आता पेटवू सारे रान
शेतकऱ्यांच्या राज्यासाठी लावु पणाला प्राण

कोल्हापूर संस्थान

कोल्हापूर संस्थानातील शेतकरी चळवळ संघटित करण्यासाठी व त्यावरील अन्याय दूर करण्यासाठी प्रजापरिषदेच्या माध्यमातून व काँग्रेसच्या सहकार्याने व प्रेरणेने कार्य सुरू झाली. साऱ्याच कामगारांना व शेतकऱ्यांना या चळवळीकडे आकृष्ट करण्यासाठी काही मागण्या राजाराम महाराजांसमोर मांडण्यात आल्या. १) राज्यातील शेतसाऱ्याचे प्रमाण शेतकऱ्याला झेपेल एवढे व ब्रिटिश भारतात जे प्रमाण आहे, तेवढे करावे २) संस्थानातील प्रजेला संपूर्ण नागरिक स्वातंत्र्याचे हक्क मिळावेत ३) प्रजेला जबाबदार राज्यपद्धती मिळावी.

कोल्हापुराच्या इतिहासातील शेतकऱ्यांचा अभूतपूर्व मोर्चा २५ डिसेंबर १९३८ रोजी निघाला. हा मोर्चा काढण्यास भाई बागल, दिनकरराव देसाई, रत्नाप्पा कुंभार, देशिंगकर, बापूसाहेब पाटील यांचे परिश्रम कारणीभूत ठरले. शेतकऱ्यांना दहशत बसावी म्हणून भाई माधवराव बागल यांच्या हातापायांत बेड्या घालण्यात आल्या. याचा उलटाच परिणाम झाला. भाईंची लोकप्रियता व मोर्चाची उपयुक्तता जाणून शेतकऱ्यांचा दुप्पट प्रतिसाद मिळाला. ४००० शेतकरी राज्यात रस्त्यात ठाण मांडून बसले.

राजारामहाराजांनी शेतसारा ब्रिटिश हद्दीएवढा, भाषणाचे स्वातंत्र्य, नागरी स्वातंत्र्याचे हक्क, जबाबदार राज्यपद्धतीचे हक्क, राजबंद्यांची सुटका करण्याची पोकळ आश्वासने दिली. कार्यवाही न झाल्याचे दिसताच पुन: एकदा शेतकऱ्यांनी आंदोलनास सुरुवात केली.

मुळशीचा शेतकऱ्यांचा लढा उर्फ मुळशी-पेटा सत्याग्रह

मुळशी सत्याग्रह व सेनापती बापट यांचे नाते अतूट आहे. पुणे शहराच्या पश्चिम दिशेस तांदुळाच्या शेतीसाठी प्रसिद्ध असणारा भाग म्हणजे मुळशी. त्याला पूर्वी मुळशी पेटा म्हणत. येथे आंबेमोहोर पिकतो व मुळा आणि निळा या दोन नद्यांचा संगम होतो. प्रचंड पाऊस पडणारा हा प्रदेश व नद्यांमुळे वाहणारा प्रदेश म्हणून मुंबईच्या कारखान्यांना अखंड वीजपुरवठा करण्यासाठी मुळशी येथे एक धरण बांधण्याची योजना टाटा कंपनीने आखली होती. या धरणाच्या कामासाठी ५४ खेड्यांतील शेतकऱ्यांच्या जमिनी जाणार होत्या. त्या बदल्यात मिळणारा मोबदला अत्यल्प होता. मोबदला अत्यल्प असला तरी जमिनीचे मोल, विस्थापन या गोष्टींची भरपाई कधीच होणार नव्हती. हजारो कुटुंबे देशोधडीला लागणार म्हणून शेतकऱ्यांनी जिल्हाधिकाऱ्यांकडे, कंपनीकडे अर्ज केला परंतु परकीय सरकारला फायदा होणार म्हटल्यावर शेतकऱ्यांना कोण विचारतो ! ५४ गावातले लोक एकत्र आले त्यांनी विचारविनिमय केला. पुण्यातील सामाजिक कार्यकर्ते विनायकराव भुस्कुटे यांनी तालुक्याच्या परिस्थितीचा स्वत:चा आढावा घेऊन अहवाल तयार केला. काँग्रेसच्या प्रमुख पुढाऱ्यांपैकी शंकरराव देव, शिवरामपंत परांजपे, डॉ.फाटक, न. चिं. केळकर, भालाकार भोपटकर यांना परिस्थिती कळविण्यात आली. सर्व गोष्टी म.गांधी यांना सांगण्यात आल्या. मुळशीचा टाटांचा प्रकल्प सत्याग्रह मार्गाने थांबवायचा ठरविण्यात आले. शंकरराव देवांनी सत्याग्रहाचा श्री गणेशा करण्याचे ठरविले. शेतकऱ्यांना परिस्थितीची जाणीव होतीच परंतु अन्य लोकांची मदत या कार्याला मिळणे आवश्यक होते. म.गांधी यांनी मुळशी पेट्या संदर्भात 'प्राण घ्या किंवा जमीन घ्या' असा ठराव केला. शेतकऱ्यांवर कोसळलेल्या आपत्तीसाठी बापटांनी धावून जाण्याचे ठरविले. या सत्याग्रहाचे नेतृत्व करण्यासाठी बापट पुढे सरसावतच महाराष्ट्राने त्यांना सेनापती पदवी दिली. शुद्ध सत्याग्रही विचारधारेने लढा सुरू झाला.

सेनापतींना क्रांतिकार्याची आणि परदेशातील गुप्त सशस्त्र कार्याची पार्श्वभूमी असल्याने लोकांचे संघटन कसे करावे हे माहीत होते. त्यांनी हजारो अशिक्षित शेतकऱ्यांचे संघटन केले. सत्याग्रहाचे मुख्य कार्यालय मुंबईत लॅमिंग्टन रस्त्यावर होते. सत्याग्रहाचा दिवस जाहीर झाला की पोलिस त्यांना पकडण्याचे प्रयत्न करीत मात्र सेनापती अकस्मात तेथे उगवत असत. पोलिस चक्रावून जात असत. सत्याग्रहीची

भूमिका असल्याने शत्रूला जखमी करायचे पण ठार मारायचे नाही या विचाराने सेनापतींनी १७ जून १९२१ रोजी मुळशीतील शेरे गावी टाटा कंपनीचे धरण बांधण्याचे साहित्य घेऊन येणाऱ्या ड्रायव्हरला स्वतःच जखमी केले. यामुळे संघर्ष पेटला.

मुळशी आंदोलनात सेनापतींना नऊ वर्षांची शिक्षा झाली. १९२५ ते ३१ सिंध मधील हैद्राबादच्या तुरुंगात ते होते. १० मे १९३१ रोजी शिक्षा संपवून पुण्यास परतल्यावर त्यांना समजले की धरणाचे काम टाटा कंपनीने पूर्ण केलेले आहे. सेनापतींना अटक नसती झाली तर धरणाचे काम झालेच नसते. परंतु धरणास त्यांचा विरोध नव्हता तर शेतकऱ्यांवर होणाऱ्या अन्यायाबद्दल त्यांना चीड होती.

कामगार हक्कांची वाटचाल

इंग्रज भांडवलदारांनी भारतीय मजुरांच्या, कामगारांच्या अत्यंत निकृष्ट दर्जाच्या राहणीमानाविषयी व अल्प वेतनाविषयी तक्रार करणे म्हणजे आश्चर्यच होते. मात्र त्यामागे त्यांचा स्वार्थ होता. मजुरीचे दर कमी, कामाच्या तासांवर बंधन नाही, यामुळे भारतातील मालाशी आपणास किमतीच्या संदर्भात स्पर्धा करता येत नाही, म्हणून इंग्लंडमध्ये आरडाओरड सुरू झाली. यामुळे १८८१ मध्ये कारखान्याबद्दलचा पहिला कायदा संमत झाला. पुढे-पुढे कामाचे मर्यादित तास, स्त्रिया व अल्पवयीन मुलांना कामावर ठेवण्यासंदर्भात नियम आले. हे बदल पुरेसे नव्हते कारण चहा मळे, खाणी यांसारख्या धंद्यांच्या बाबतीत कायद्याने कामगारांस संप करायला बंदी होती.

महागाई, असंतोष यामुळे अनेक संप घडून आले. संपासंदर्भात विचार करण्यासाठी त्या अगोदरच मुंबई सरकारने १९२१ मध्ये समिती नेमली होती. १९२२-२६ या काळात सरकारचे धोरण मालकांना मदत करण्याचे होते. कामगार संघटना कायदा १९२६ मध्ये मंजूर झाला. यामुळे संघटना बनविण्याचा हक्क कामगारांना प्राप्त झाला. मात्र मालकांनी कामगार संघटनांकडे शत्रू म्हणूनच पाहिले. १९२७-२९ या काळात कापड-ताग गिरणी कामगार, रेल्वे कामगार यांनी संप घडवून आणले. यावर उपाय म्हणून सरकारने १९२९ मध्ये उद्योगांमधील कलहासंदर्भात कायदा मंजूर केला. कलह निर्माण झाल्यावर चौकशी समिती नेमण्याची तरतूद करण्यात येणार होती. १९३० च्या पुढे आर्थिक कारणांवरून संप झाले. मालक तर सोडाच; पण वरिष्ठ अधिकारीसुद्धा या संपांची नोंद घेईनासे झाले.

१९३४ पासून कापडधंद्यातील औद्योगिक संबंध सुधारण्यासाठी सरकारने कामगारांच्या तक्रारींची दाद लावण्यासाठी कामगार अधिक्षक हा अधिकारी नेमला. १९३७ च्या दरम्यान काँग्रेसची प्रांतिक सरकारे अधिकारारूढ झाल्यावर काँग्रेस हा जनतेचा पक्ष म्हणून कामगारांना त्यांच्या मागण्या मिळवून देण्यासंदर्भात कामगार व

कारखानदार यांच्यातील संबंध सुधारण्यासंदर्भात वचनबद्ध होता. पक्षाने या संदर्भात काही प्रमाणात विधायक भूमिका बजावली. दुसऱ्या महायुद्धात भारतातील कामगारांनी आपली अडचण करू नये म्हणून सरकारने १९४१ मध्ये 'भारत संरक्षण कायदा', '८१ अ' कलम लावून संप व टाळेबंदी बेकायदा ठरविली. परंतु असंतोषाची वाफ बाहेर पडण्यासाठी सक्तीची लवाद निर्मिती करण्यात आली. १९४८ मध्ये कामगार संघटनांना मान्यता द्यायला लावणारा कायदा 'इंडियन ट्रेड युनियन्स ॲमेंडमेंट ॲक्ट' कागदोपत्री मान्य करण्यात आला.

कामगारविषयक कायदे

औद्योगिक क्रांतीची देणगी म्हणजे कारखाने. एकाच छत्राखाली उत्पादनाची प्राथमिक अवस्था ते अंतिम परिपूर्ण रूप या अवस्थेत उत्पादनाचा प्रवास व्हायचा. त्यासाठी कामगार हा महत्त्वाचा घटक. कारखान्यांतील कामाचे तास, विश्रांतीची वेळ,साप्ताहिक सुट्टी, कामगारांचे वय, कामाच्या दोन पाळ्यांमधील मध्यंतर या गोष्टी कायदेशीर करण्यासाठी कामगारांना संघर्ष करावा लागला. आजच्या अवस्थेपर्यंत येण्यासाठी कामगारांना प्रसंगी रक्तरंजित संघर्ष करावा लागला. कामगारांची परिस्थिती सुधारण्याच्या संदर्भात १८८१, १८९१, १९११, १९२२, १९३४, १९४६ साली विविध कायदे करण्यात आले. १९४८ मध्ये या कायद्यांचा परिपाक म्हणजे वर्षभर चालणाऱ्या कारखान्यात कामाचे तास रोज नऊ करण्यात आले. १८९१ च्या कायद्याने सर्व प्रकारच्या कामगारांकरिता साप्ताहिक सुट्टीची तरतूद केली.

१९२३ च्या कायद्याने खाणीत काम करण्यास मुलांना बंदी घालण्यात आली. खाणकामगारांच्या संदर्भात १९२३-२५ मध्ये कायदे करण्यात आले. खाणकामगारांचे खाणीतील व पृष्ठभागावरील कामाचे तास, विश्रांतीकाळ, साप्ताहिक सुट्टी या गोष्टींचे नियंत्रण करण्यात आले. याच दरम्यान कामगारांसाठी एक अत्यंत महत्त्वाचा कायदा आला. १९२१ चा 'हानिपूर्ती -अधिनियम' आला व कामगारांना अपघात झाला असताना किंवा काम करीत असताना मृत्यू झाला तर त्यासाठी भरपाईची तरतूद करण्यात आली. १९२९ पासून 'प्रसूति-सुविधा अधिनियम' अस्तित्वात आला व स्त्री कामगारांचे जीवन बदलून गेले.

कामगारांच्या प्रश्नांचा अभ्यास करण्यासाठी 'रॉयल कमिशन ऑन लेबर' १९२३ मध्ये ब्रिटिश शासनाने नेमले. या आयोगाने काढलेल्या निष्कर्षापैकी एक अत्यंत धक्कादायक निष्कर्ष म्हणजे २/३ कामगार-कुटुंबे कर्जबाजारी होती व प्रत्येक कामगाराला सरासरी त्याच्या तीन महिन्यांच्या वेतनाइतके कर्ज होते. याचा परिणाम पुढील कायद्यांवर झाला. कामगारांच्या भविष्याचा विचार करता त्यांच्या निर्वाहाची

तरतूद होणे आवश्यक होते. भारत स्वतंत्र झाल्याबरोबर १९४८ मध्ये कामगार राज्य विमा योजना सुरू करण्यात आली. १९५२ च्या कामगार भविष्यनिर्वाहनिधी योजनेने कामगारांचे निवृत्तीनंतरचे आयुष्य सुखमय केले. पुढे कामगार कल्याणनिधी स्थापन करण्यात आला.

कामगार कायदे (तांत्रिक)

आतापर्यंत आपण कामगारांचे जीवनमानात विधायक बदल घडवून आणणारे कायदे पाहिले. या भागात कायद्यांची वाटचाल घटनात्मकरीत्या कशी होत गेली हे आपण पाहणार आहोत.

भारतातील कामगार कायदे ब्रिटिश भारताला लागू होते. येथे सुरुवातीला जे कामगार कायदे करण्यात आले ते येथील परिस्थिती लक्षात घेऊन, ब्रिटिशांचा स्वार्थ महत्त्वाचा असल्याने त्यांनी स्वहिताला प्राधान्य देणारेच कायदे केले. जागृती, दोन महायुद्धांमधील काळ, काँग्रेसचे कार्य, जागतिक कामगार अवस्था या विविध घटकांमुळे भारतीय कामगार जागतिक पातळीवर कामगार वर्गाशी जोडला गेला. 'जगातील कामगारांनो, एक व्हा ' या मार्क्सच्या आवाहनाची भारतीय कामगारांनीसुद्धा दखल घेतली. त्यामुळे ब्रिटिश सरकारला येथील कामगारवर्गाला इंग्लंडमधील कामगारवर्गासारखेच वागविण्याची किंचित काळजी घ्यावी लागली. हे सारे अपरिहार्यतेतून झाले होते.

अगदी सुरुवातीला १८५९ मध्ये कामगार करारभंग अधिनियम व १८६० मध्ये मालक आणि कामगार कलह अधिनियम करण्यात आले. त्याचा उद्देश अगदीच स्पष्ट होता तो म्हणजे आपल्याला कामगार मिळावेत व त्यांनी काम सोडून जाऊ नये. त्यामुळे काम मध्येच सोडणे हा फौजदारी गुन्हा मानला गेला; परंतु लोकमताच्या दडपणामुळे तो मागे घ्यावा लागला.

इंग्लंडच्या भांडवलदार वर्गाचे दडपण, समाजसुधारकांचे प्रयत्न यामुळे १८८१ व १८९१ मध्ये कामगार कल्याण अधिनियम अस्तित्वात आले. १९११ च्या कायद्याने पुरुष कामगारांचे कामाचे तास नक्की करण्यात आले. १९२२ च्या कायद्याने दिवसाचे कामाचे तास १०, आठवडा ६० तास, साप्ताहिक सुट्टी, स्त्रियांना रात्रपाळी नाही अशा सुधारणा करण्यात आल्या.

त्याच्यापूर्वी १९१९ च्या सुधारणा कायद्याने कामगार हा विषय मध्यवर्ती व प्रांतिक सरकार यांच्या अधिकार क्षेत्रात आला. त्यामुळे कायद्यांची संख्या व जागृती वाढली. १९१९ मध्ये आंतरराष्ट्रीय कामगार संघटना स्थापण्यात आली. भारत त्याचा सदस्य असल्याने ब्रिटिशांना अनिच्छेने का होईना विधायक कायदे करावे लागले.

१९२९ मध्ये ब्रिटिशांनी व्हिटले कमिशन भारतीय कामगारांच्या परिस्थितीचा अभ्यास करण्यासाठी नेमले. त्याचा अहवाल १९३१ मध्ये येऊन शिफारशींपैकी २० कायदे करण्यात आले. कारखाने, रेल्वे, जहाजे, खाणी, मळे, मोटार वाहतूक यासंबंधीचे कायदे करण्यात आले. गोदी कामगार, कोळसाखाणी कामगार, साखर, मद्यार्क या क्षेत्रांसाठी कायदे करण्यात आले.

१९३६ च्या वेतनविषयक कायद्याप्रमाणे ठराविक तारखेपासून सात किंवा दहा दिवसांच्या आत कामगारांना वेतन दिलेच पाहिजे. १९४७ मध्ये किमान वेतन अधिनियम आला.

कामगार प्रशिक्षण

जगभरात कामगार प्रशिक्षण आयोजित करण्यात येते. भारतही त्याला अपवाद नाही. १९५७ मध्ये भारत सरकारने औद्योगिक कामगारात कामगार संघटना पद्धतीचे तत्त्वज्ञान व शिक्षण देण्यासाठी फोर्ड फाऊंडेशन तज्ज्ञांची समिती नेमली. त्यांच्या मतानुसार केंद्रीय कामगार प्रशिक्षण मंडळ स्थापन केले. जो कामगार संघटना सम्यक पद्धतींनी हाताळू शकेल, नेतृत्वाकरिता बाहेरच्यांवर अवलंबून असणार नाही, जो बाहेरील पक्षांकडून पिळला जाणार नाही, असा बहुश्रुत विधायक आणि जबाबदार कामगारवर्ग निर्माण करणे हे या योजनेचे उद्दिष्ट्य होते.

निवडक कामगारांना वा कामगार संघटनांच्या प्रतिनिधींना शिकविणाऱ्या निदेशकांसाठी पहिला अभ्यासक्रम मुंबईत १९५८ मध्ये सुरू करण्यात आला.

कामगार राज्य विमा योजना

कामगार राज्य विमा अधिनियम १९४८ अन्वये फेब्रुवारी ५२ मध्ये ही भारतातील सामाजिक विम्याची योजना सुरू करण्यात आली. आजार, प्रसूती, काम करताना आलेली विकलांगता यासाठी तरतुदी करून कामगारहिताचे संरक्षण करणे हा तिचा हेतू आहे. भारतभर ही योजना असून हंगामी नसलेल्या परंतु २० पेक्षा अधिक कामगारांना रोजगार देणाऱ्या व उत्पादनासाठी प्रेरक शक्तीचा उपयोग करणाऱ्या कारखान्यांतील सर्व कामगार या योजनेत येतात. कामगार व मालक या योजनेत अंशदान करतात.

योग्य वेतन समिती

योग्य वेतन कसे निश्चित करावे यासाठी भारत सरकारने १९४८ साली योग्य वेतन समिती नेमली होती. त्यांनी वेतनाचे तीन प्रकार दिले. किमान वेतन प्रत्येक कामगाराला हे मिळाले पाहिजे.

जीवन वेतन – सर्वसाधारणपणे सुखाने जगता येईल इतके वेतन

योग्य वेतन – वरील दोहोंमधे किंवा सुवर्णमध्य असे वेतन

कामगार चळवळी

जगभरात कामगारांनी वेळोवेळी स्वत:च्या हक्कांसाठी, चळवळी केल्याचे आपणास दिसते. कामगारांना मतदानाचा हक्क, कायदेमंडळात प्रतिनिधित्व, वेतनवाढ, सामाजिक सुरक्षितता, कल्याणयोजना, कामगारविरोधी धोरणे, मालकांचे अन्याय्य धोरण या संदर्भात कामगारांनी चळवळी केल्याचे दिसतात. परतंत्र देशात कामगार चळवळीचे एक ध्येय स्वातंत्र्य असू शकते तर स्वतंत्र देशात कामगार चळवळीचा अंतिम हेतू कामगारांची आर्थिक स्थिती सुधारणे, रोजगारप्राप्ती, संघटनेच्या सदस्य कामगारांच्या हक्कांचे हितरक्षण, कामाच्या परिस्थितीचे नियंत्रण हा असतो. भारत देश सुद्धा याला अपवाद नाही.

भारताचा इतिहास पाहता अखिल भारतीय ट्रेड युनियन काँग्रेस (आयटक) १९२० मध्ये स्थापन होऊन तिला १९२६ मध्ये कायदेशीर स्वरूप आले. १९२९ मध्ये 'आयटक' मधे फूट पाडून 'ऑल इंडिया ट्रेड युनियन फेडरेशन' ची स्थापना झाली. साम्यवादी आयटकमधे जहालांनी १९३१ मध्ये परत फूट पाडली. दुसऱ्या महायुद्धोत्तर काळात राष्ट्रीय सभेतील पुढाऱ्यांच्या पुरस्काराने व साम्यवादाचे वर्चस्व कमी करण्यासाठी इंडियन नॅशनल ट्रेड युनियन काँग्रेसची (इंटक) स्थापना करण्यात आली.

भारतातील कामगार संघटना - यात महाराष्ट्रातील संघटना आहेतच.

वर्ष	संघटना	सभासदसंख्या
१९२७-२८	२९	१,००,६१२
१९३४-३५	२१३	२,८४,९१८
१९३८-३९	५६२	३,९३,१५९
१९४७-४८	२,७६६	१६,६२,९२९
१९५३-५४	६,०२९	२१,१२,६९५
१९६०-६१	११,३१२	४०,१३,०००

(संदर्भ : ले.कर्णिक व मराठी विश्वकोश-खंड ३, पृ. ६८९.)

ज्या संघटनांनी आपला वार्षिक अहवाल सादर केला त्यातून सभासद संख्या आकडा कळतो. माहिती न दिलेल्या किंवा वेळेनंतर माहिती देणाऱ्या १/३ संघटना असतात. त्यांची माहिती येथे नाही. त्यामुळे प्रत्यक्षातील आकडे जास्त असू शकतील.

नारायण मेघाजी लोखंडे यांचे कार्य

कामगार चळवळ आणि नारायण मेघाजी लोखंडे उर्फ 'भारतीय कामगार चळवळीचे जनक' यांचा अतूट संबंध आहे. लोखंडे यांच्या कार्याकडे जाण्याअगोदर

कामगार शोषणाच्या अंतरंगावर प्रकाश टाकणे आवश्यक आहे.

भारतातील पहिली भारतीय मालकीची कापड गिरणी ११ जुलै १८५१ रोजी सुरू झाली. कावसजी दावर हे इंग्लंडमधील 'प्लॅट' ब्रदर्स या मशिनरी उत्पादक कंपनीचे भारतातील एजंट होते. मुंबईतील ५० सहव्यापारी मित्रांच्या साहाय्याने त्यांनी ५ लाख रुपये भांडवलावर संयुक्त स्टॉक कंपनी बनविली व गिरणी सुरू केली. १० ऑगस्ट १८५४ रोजी माणेकजी पेटीट यांनी दुसरी गिरणी सुरू केली. १८६० मध्ये मंगळदास नथुभाई, दिनशॉ पेटीट, बोमनजी वाडिया व केशवजी नाईक यांनी गिरण्या सुरू केल्या. इंग्रज, पारशी, भाटिया, खोजा यांनी काढलेल्या गिरणीत मराठी माणूस कामगार झाला.

भारतीय मजूर अगदीच स्वस्त, कष्टाळू. त्यातच कापड गिरण्यांत नवी संधी यामुळे शेतमजूर मुंबईकडे धाव घेऊ लागले. आर्थिक व सामाजिकदृष्ट्या मागे असलेले लोक रोजगाराच्या आशेने मुंबईकडे निघाले. या गिरण्यातून शोषणाची व्यवस्था अगदीच ठाकून-ठोकून घट्ट बसविलेली असे. गिरण्यांचा कारभार मॅनेजिंग एजंटस् पाहत असत. मॅनेजर व्यवस्थापन व दैनंदिन काम पाहत असे. खाते प्रमुख मास्टर, त्याचा मदतनीस कार्डिंग, विव्हिंग व स्पिनिंग सांभाळत असे. प्रशासन व तांत्रिक विभाग जॉबर्स व सुपरवायझर्स बघत. भारतीय ब्रिटिश गिरणी उद्योगात सुरुवातीला गिरण्यांमधील सर्व मुख्याधिकारी अभारतीय असत. १८९५ च्या सुमारास हे प्रमाण ५० टक्क्यांवर आले. मॅनेजिंग एजंटसूना शेअर्स, आर्थिक सवलती, कच्च्या मालाचे कॉन्ट्रॅक्ट पुरविण्याचा अधिकार मिळे. त्यामुळे ते खूपच श्रीमंत झालेले होते. तेच खातेप्रमुखाची भरती वा हकालपट्टी ठरवीत असत. गिरणीच्या संपूर्ण कामकाजाची जबाबदारी भारतीय मॅनेजर्सवर असे.

जॉबर्स लोक मजूर भरती कमिशनच्या माध्यमातून करीत असत. ओळखीच्या किंवा गाववाल्या माणसाकडून त्याला कामाला लावल्याबद्दल जे कमिशन घेतले जाई त्याला 'दस्तुरी' किंवा 'बक्षिसी' म्हणत असत. साधारण एक महिन्याचा पगार घेत असत. मागणी, उत्पादन, वाहतूक, मजूर या चारही गोष्टींची प्रचंड उपलब्धी झाल्याने गिरण्यांचे व मजूरांचे प्रमाण प्रचंड वाढले.

वर्ष	**गिरण्या**	**मजूर**
१८७१	१०	८५५३
१८८१	३२	३१,३५१
१८९६	७१	७८,४५५

या साऱ्याच गोष्टींची प्रचंड उपलब्धी असल्याने त्याचा नकारात्मक परिणाम असा झाला की, गिरण्यांच्या आधुनिकीकरणाची गरज कोणालाही वाटली नाही.

'यंत्रसामुग्रीचे वय आणि कामगारांचे वय' याकडे लक्ष द्यायची गरज मालकांना वाटली नाही.

१८७७ मध्ये स्त्री मजुरी ७ रुपये तर पुरुष मजुरी १० रुपये किमान होती. क्लिनिंग, वायडिंग, रिलिंग या खात्यात स्त्रियांना प्रसंगी १२ ते १५ तास काम करावे लागे. येण्याची वेळ ठरलेली; पण जाण्याची वेळ नक्की नसे. कमीतकमी मजुरी आणि प्रचंड कष्ट याला पर्याय नसे. दर्जेदार काम न झाल्यास वेतनकपातीचे संकट यामुळे कामगार प्रचंड पिळून निघत असत. बालमजुरी व शोषण हे दोन शब्द समानार्थी वापरावेत इतकी वाईट परिस्थिती असे. १८८१ मध्ये अल्पवयीन कामगार २४% च्या आसपास तर १८९२ मध्ये ६४,८३० कामगारात ३६०९ कामगार अल्पवयीन होते. सुरुवातीला जेवणाची सुट्टी नसे. स्वच्छतागृहांचा, पर्यायी सोयींचा विचारच करण्यात येत नव्हता. मॅनेजर सांगेपर्यंत काम, पूर्ण आठवडाभर काम, साप्ताहिक सुट्टीचा अभाव, सणवाराची सुट्टी अर्धा दिवसच मिळे. त्या दिवशी यंत्राची देखभाल व दुरुस्ती करावी लागे.

दंड, पगारकपात, सक्तीची निवृत्ती या गोष्टी कामगार जीवनातील दुःखाची त्रिसूत्री म्हणून ओळखली जाई. नोकरी सोडायची असल्यास एक महिना अगोदर तशी सूचना व प्रत्येक महिन्याच्या ठरलेल्या दिवशी नोटीस द्यावी लागे अन्यथा 'येणे' मिळत नसे.

बॉम्बे मिल ओनर्स असोसिएशनच्या नियम क्रमांक ०४ नुसार 'प्रत्येक मनुष्याचा जो पगार चढला असेल त्यातून निदान १८ दिवसांचा पगार वजा करून प्रत्येक मनुष्याने आपले काम चांगल्या रीतीने बजवावे आणि आपल्या वरिष्ठांचे सर्व कायदेशीर हुकूम मानावे आणि त्यातूनच अशा रीतीचे सर्व कायदेशीर हुकूम न मानल्यास किंवा आपले काम चांगल्या रीतीने न केल्यास त्या प्रत्येक मनुष्यास जो दंड होईल तो कापून घेतला जाईल.' अशी सक्ती होती.

कामगारांना अनेक दंडांना तोंड द्यावे लागे. त्यात परवानगीखेरीज गैरहजर राहिल्यास त्या दिवसाचा पगार दंड म्हणून कापत तो 'डबलखाडा' पद्धत म्हणून ओळखला जाई. कामावर उशिरा आल्यास अर्धा किंवा पूर्ण दिवसाचा पगार दंड केला जाई. विशेषत: १८७० ते १८८० मध्ये ही पद्धत होती. मशिन काही कारणाने बंद असल्यास कामगाराला पगार मिळत नसे. काही वेळा वर्षात ३० दिवस अशी परिस्थिती असे. या सगळ्या वातावरणाचा फायदा मालकांना किमती कमी ठेवणे या संदर्भात होत होता. याचा आर्थिक फटका लँकेशायरमधील गिरणीवाल्यांना बसला. येथील माल त्यांच्यापेक्षा स्वस्त आहे, असे त्यांच्या लक्षात आले तेव्हा त्यांनी त्यामागील कारणांचा वेध घेतला. तेव्हा कामगारांच्या दु:स्थितीवर प्रकाश पडला आणि या

गिरण्यांनी परिस्थितीच्या अपरिहार्यतेतून व स्वत:च्या भल्यासाठी सरकारने हिंदुस्थानातील कामगारांच्या संदर्भात कायदा करावा असे सुचविले. १८७४ मध्ये मेजर मूर या मुंबईतील कापूस निरीक्षकाने व रेडग्रेव्ह या कारखाने निरीक्षकाने कारखान्यांच्या संदर्भात कायदे करण्याचे सुचविले.

फॅक्टरी कमिशन

२३ मार्च १८७५ रोजी भारतातील पहिले फॅक्टरी कमिशन नेमण्यात आले. अर्बुथनॉट यांच्या अध्यक्षतेखाली मंगळदास नथुभाई, दिनशा पेटिट, मोरारजी गोकुळदास हे गिरणी मालक कामगारांच्या स्थितीत कशी सुधारणा करावी, याची चर्चा व नियम करणार होते. गिरणीमालक उर्फ बॉम्बे मिल ओनर्स असोसिएशनचे नेते कामगारांना न्याय कसा देणार? या समितीने सुधारणा करण्याऐवजी विरोध केल्याने १८७८ पर्यंत काहीच झाले नाही. १८७८ मध्ये सोराबजी शापूरजी बंगाली यांनी कामगार हिताचे विधेयक मुंबई सरकारला सादर करून त्यात गिरण्यांतील मजुरांचे तास कमी करा, लहान मुलांना संरक्षण द्या अशी मागणी केली. मुंबई विद्यापीठातील हेडक्लार्क जनार्दन रामचंद्र यांनीसुद्धा सुधारणा कायदा करण्याचा आग्रह धरला. विरोध व पाठिंबा अशा दोन आघाड्यांवर सौम्य स्वरूपात १८८१ चे विधेयक संमत झाले.

या सगळ्या कालखंडात पुण्यात सत्यशोधक समाजाची स्थापना झालेली होती. समाजात नवमन्वंतर घडून येत होते. सत्यशोधक समाजाने नवविचारांची मांडणी सुरू केली. 'पर्यायी संस्कृतीचे जनक' फुले नवसमाजाची रचना करू इच्छित होते की ज्यात शोषण नसेल. १८७३ ला पुण्यात स्थापन झालेल्या सत्यशोधक समाजाची शाखा १८७४ रोजी मुंबईत निघाली. ठाण्यात जन्मलेल्या नारायण मेघाजी लोखंडे यांनी सत्यशोधक समाजाचे कार्य सुरू केले. रेल्वे, पोस्ट, मांडवी मिल या क्रमाने त्यांनी नोकऱ्या बदलल्या. याच दरम्यान त्यांनी सत्यशोधन निबंधमाला, पंचदर्पण पुस्तिका लिहून समाजाच्या समस्यांवर वृत्तपत्रीय लेखन सुरू केले. गिरणी कामगार हे आयुष्याचे ध्येय होऊ शकत नसल्यामुळे लोखंडे यांनी 'दीनबंधू'कार कृष्णराव भालेराव यांच्या 'दीनबंधू' साप्ताहिकात संपादनाचे कार्य सुरू केले. साप्ताहिक ताब्यात आल्याबरोबर लोखंडे यांनी गिरणीमालक व मजूर यांच्यातील मध्यस्थांवर हल्ला चढविला. स्वत: कामगार म्हणून दु:ख पाहिलेले असल्यामुळे कष्टकरी वर्गाच्या दु:खांची नेमकी जाणीव त्यांना होती. मालक व मजूर यांच्यात बोलणे व्हावे, विचारांची देवघेव व्हावी, कामगारांची दु:खे मालकांनी समजावी यासाठी गिरण्यातील मंडळींची एक सभा (संघटना) सुरळीत चालायला हवी, असा विचार लोखंडे यांनी मांडला व तो कामगार चळवळीच्या इतिहासातील मैलाचा टप्पा ठरला.

बॉम्बे मिल हँडस् असोसिएशन

महाराष्ट्राच्याच नव्हे तर भारताच्या इतिहासातील हा एक संजीवक क्षण आहे. कामगारांचे संघटन ही गोष्ट नुसती संघटनेपुरती मर्यादित नव्हती तर तो सत्यशोधकी विचारांचा एक आविष्कार होय. १८८१ च्या विधेयकातील उणेपणा दूर करण्यासाठी १८८४ मध्ये मुंबई सरकारने कलेक्टर मुलक यांच्या अध्यक्षतेखाली एक फॅक्टरी कमिशन नेमून त्यांना कामगारांच्या संदर्भात काही विधायक सूचना करण्याचे व नवविधेयक तयार करण्याचे काम दिले. या कमिशनपुढे आपल्या मागण्या वैयक्तिक स्वरूपात मांडल्यास कोणीच लक्ष देणार नाही. सामुहिक शक्तीला पर्याय नाही या विचारातून 'बॉम्बे मिल हँडस् असोसिएशन' ही कामगार संघटना स्थापन करण्यात आली. या स्थापनेत गिरण्यांमधील जॉबर, सत्यशोधक समाजाचे कार्यकर्ते यांचा समावेश होता. यात प्रामुख्याने रघु भिकाजी, गेनू बाबाजी, नारायण सुर्कोजी, विठ्ठल कोरगावकर, कृष्णाजी अर्जुन केळूसकर, रामचंद्रराव शिंदे, नारायणराव पवार यांचा समावेश होता. लोखंडे यांच्या अध्यक्षतेखाली २३ व २६ सप्टेंबर १८८४ रोजी अनुक्रमे परळ व भायखळा येथे कामगार सभा होऊन असोसिएशनने पाच मागण्या त्यांच्यासमोर ठेवल्या.

(१) रविवारी सुट्टी देण्यात यावी. (२) दुपारी अर्धा तास (जेवणासाठी) सुट्टी द्यावी. (३) सकाळी ६.३० ते सूर्यास्तापर्यंत काम चालवावे. (४) पगार पुढील महिन्याच्या १५ तारखेच्या आत द्यावा. (५) कामगाराला गंभीर दुखापत झाल्यास बरा होईपर्यंत पूर्ण पगार व कामावर मृत्यू झाल्यास कुटुंबाला पेन्शन देण्यात यावी.

कमिशनला साडेपाच हजार कामगारांच्या सह्यांचे निवेदन देण्यात आले. सह्या करणाऱ्यांची संख्या तुलनेने कमी वाटली तरी हा विचार मान्य असण्याला कोणत्याच कामगाराची ना नव्हती.

निवेदनाचे महत्त्व कमिशन व सरकारच्या लक्षात यायच्या आत लोखंडे यांनी १८८५ मध्ये सरकारला संपाचा दणका दिला. पगार कपात व पगाराला उशीर या कारणांवरून दोन गिरण्यांत संप सुरू झाला. जे. एन. टाटा यांच्या मालकीच्या कुर्ल्याच्या स्वदेशी मिलमध्ये वाढीव पगारासाठी संप करण्यात आला. टाटांना संघटित कामगार शक्तीची जाणीव झाली व वेळीच या प्रश्नाला उत्तर शोधण्याची त्यांना गरज भासू लागली. २० नोव्हेंबर १८८९ ला लोखंडे यांनी सरकारला परत एक निवेदन दिले. त्यावर साडेसहा हजार लोकांच्या सह्या होत्या. त्या निवेदनात लोखंडे लिहितात, "इंग्लंडमधील कामगारांसारख्याच सोयी इथल्या कामगारांना हव्यात असा आमचा अट्टाहास नाही. कारण तशाच सोयी देऊ केल्यास कदाचित इथल्या उद्योगाला खीळही बसेल, याची आम्हास जाणीव आहे. त्यामुळे कामगारांना कायद्याने संरक्षण मिळायला

हवे. गिरणी मालकांनी कामगारांच्या समस्यांकडे सहानुभूतीने पाहिल्यास त्यांचाही त्यात फायदा आहे, असे आम्हाला वाटते.''

यातच कामगारांची रविवारची सुट्टीची मागणी प्रलंबित होतीच. कामगारांच्या न्याय्य मागण्यांना विरोध करताना गिरणी मालकांनी शिलकी साठ्याचे निमित्त करून ३१ मार्च १८९० रोजी एक कामगार विरोधी ठराव केला. या ठरावानुसार पुढील ३ महिने म्हणजे जून १८९० पर्यंत दरमहा ८ दिवस असे एकूण २४ दिवस गिरणी कामकाज बंद करायचे. संभाव्य संकटाची चाहूल लागताच २४ एप्रिल १८९० ला कामगारांनी महालक्ष्मीच्या रेसकोर्स मैदानावर सभा घेऊन कामगारांच्या भल्यासाठी गिरणी बंद ठराव मागे घ्यावा व रविवारी सुट्टी द्यावी असा ठराव केला. या सभेत दोन महिलांनी भाषणे केली. कामगार चळवळीत हे प्रथमच घडत होते.

कामगार चळवळीचा विजय आता दृष्टिपथात येऊ लागला. अर्थात ही वाटचाल कासवापेक्षासुद्धा मंद गतीने चाललेली होती. १० जून १८९० रोजी सर जॉर्ज कॉटन यांच्या अध्यक्षतेखाली झालेल्या मिल ओनर्स असोसिएशनच्या सर्वसाधारण सभेत रविवारची सुट्टी देण्याच्या कामगारांच्या बाजूचा तर दरमहा ८ दिवस काम बंदच्या कामगारविरोधी निर्णयावर शिक्कामोर्तब करण्यात आले.

लोखंडे यांच्या लढ्याला मिळालेली ही पावतीच होती. सरकार दरबारी त्यांच्या कार्याची व लेखनाची नोंद घेण्यात येऊ लागली. २५ सप्टेंबर १८९० च्या फॅक्टरी लेबर कमिशनमध्ये त्यांचा समावेश करण्यात आला. या कमिशनच्या अन्य सदस्यांत बाबू रसिकलाल घोष, सोराबजी शापूरजी बेंगाली, फ्रामजी मणिकजी यांचा समावेश होता. या सदस्यांनी कामगार प्रश्न, न्याय्य हक्क व गिरण्यांची वस्तुस्थिती, यावर आपला अहवाल तयार केला. १८९१ चा विधायक फॅक्टरी ॲक्ट निर्माण होण्यात लोखंडे यांनी खूप महत्त्वाची भूमिका बजावली. लोखंडे यांच्या कार्यामुळे प्रभावित होऊन कॉटन जॉर्ज यांनी त्यांचा उल्लेख 'अतिशय बुद्धिमान व समर्थ कामगार पुढारी' असा केला.

१८९१ चा कायदा १ जानेवारी १८९२ पासून अंमलात आला. स्त्रियांना पहाटे ६ पूर्वी व सायंकाळी साडेसहानंतर कामावर बोलावू नये वा थांबवू नये. दुपारी दीड तास स्त्री कामगारांना सुट्टी मात्र कामाचे एकूण तास ११ असणार. ९ ते १४ वयाच्या बालकामगारांस शाळेत जाता येण्यासाठी त्यांच्या कामाचे तास साडेसहा करण्यात यावेत व मधल्या वेळात शाळेत जाता येण्याची सोय व्हावी. पुरुष कामगारांचे तास १२ असणार अशा सर्व तरतुदी करण्यात आल्या. १८९२ साल कामगारांसाठी सुविधा व संप या कारणांसाठी गाजले कारण प्रत्येक गिरणीत पगारकपात, अन्याय या

कारणांमुळे संप चाललेला होताच. कामगारांच्या आर्थिक प्रश्नासंदर्भातच लोखंडे यांनी जागृती केली असे नव्हे, तर टिळक-आगरकर डोंगरीच्या तुरुंगातून सुटले त्या दिवशी त्यांचा सत्कार व मानपत्र देण्याचा कार्यक्रम लोखंडे यांनी केला. १८९३ च्या धार्मिक दंगलीनंतर राणीबागेत लोखंडे यांनी आयोजिलेल्या ऐक्य मेळाव्यास साठ हजार कामगार उपस्थित होते. 'मराठा ऐकेच्छू सभा' ही संस्था सर्वांच्या शिक्षणासाठी, कष्टकरी वर्गाच्या आरोग्यासाठी 'मराठा प्रॉव्हिडंट हॉस्पिटल', दीनबंधू नियतकालिक, मजुरांच्या तांत्रिक ज्ञानात भर घालण्यासाठी वृत्तपत्रीय लेखनही त्यांनी केले. सध्या कामगारांचे कामाचे तास आठ असतात. मात्र १८९६ मध्ये कामगारांच्या आरोग्यासाठी त्यांचे कामाचे तास पावणेसात असावेत असे त्यांनी सांगितले होते. द्रष्ट्या माणसांची वेगळी खूण काय असते?

स्वतंत्र मजूर पक्ष – डॉ. आंबेडकरांचे कामगारविषयक कार्य

आपल्या सहकाऱ्यांशी विचारविनिमय करून डॉ. आंबेडकरांनी १९३६ मध्ये 'स्वतंत्र मजूर पक्ष' नवीन राजकीय पक्ष स्थापन केला. त्या पक्षाचा जाहीरनामा पुढीलप्रमाणे होता. त्यात भूमिहीन, गरीब कुळे, शेतकरी नि कामगार ह्यांच्या प्रश्नांची दखल घेण्यात आली होती. त्यांच्या जाहीरनाम्यानुसार 'आमच्या पक्षाचे असे ठाम मत झाले आहे की, शेतजमिनीचे झालेले तुकडे नि तिच्यावर वाढत्या लोकसंख्येचा पडलेला भार ही खरी शेतकऱ्यांच्या दारिद्र्याची कारणे आहेत. याला उपाय म्हणजे जुने धंदे पुन्हा जोराने चालविणे आणि नवीन सुरू करणे. जनतेची उत्पादनशक्ती व तिची कार्यक्षमता यांची वाढ व्हावी म्हणून तांत्रिक शिक्षणाचे धंदे आणि जेथे आवश्यक आहे तेथे शासनाच्या मालकीचे नि शासनयंत्रणेखाली चालणारे धंदे सुरू करण्याचा मोठा विस्तृत कार्यक्रम आम्ही हाती घेणार आहोत' अशी पक्षाने घोषणा केली. कुळांना मालकांनी चालविलेल्या पिळवणुकीपासून संरक्षण मिळावे. मालकांनी त्यांना हुसकावून लावू नये म्हणून कुळांना संरक्षणाचे आश्वासन देण्यात आले होते. ज्याप्रमाणे कामगारांना काही सवलती मिळतात, त्याप्रमाणे योग्य तो फरक करून कुळांनाही त्या देण्यात येतील असे म्हटले होते.

'कामगारांच्या हिताच्या दृष्टीने कायदे करण्याची शिकस्त करण्यात येईल. नोकऱ्या देणे, बडतर्फ करणे, कारखान्यात बढती देणे, कामगारांना स्वस्त नि आरोग्यदायक वसतिस्थानाची तरतूद करणे वगैरे बाबतीत कायदे करू. बेकारीपासून मुक्तता व्हावी म्हणून भूमिहीनांना जमिनी देऊन त्यांच्या वसाहती स्थापण्यात येतील. जनहिताची कामे आरंभण्यात येतील. औद्योगिक धंद्याची केंद्रे, मोठी नगरे यातून कनिष्ठ मध्यम वर्गाला घरभाडे कमी पडावे म्हणून तरतूद करण्यात येईल.' असे

जाहीरनामा काढून आश्वासन दिले.

सामाजिक सुधारणांसंबंधी जाहीरनाम्यात म्हटले होते की, 'स्वतंत्र मजूर पक्ष समाजसुधारकांना साह्य करील. सनातनी नि प्रतिगामी स्वरूपाच्या सर्व शक्तींना आळा घालण्यासाठी (सामाजिक सुधारणांची) अत्यंत आवश्यकता आहे हे पक्षाला पटते. धर्मादाय संस्थेतून राहिलेल्या रकमेचा विनियोग शिक्षणासारख्या निधर्मी कामासाठी करण्यात येईल. खेड्यातील आरोग्यासाठी नि घरांसाठी खेड्यांची योजना सुरू करू आणि खेड्यांच्या आधुनिक स्वरूप देऊ. खेड्यांना सभागृहे, वाचनालये आणि 'रोटरी' बोलपट पुरविण्याची सोय करण्यात येईल.

हा जाहीरनामा गरीब आणि दलितवर्ग यांच्या उत्कर्षाच्या नि उद्धाराच्या ध्येयाने प्रेरित झालेला होता.

नवीन राज्यघटनेप्रमाणे झालेल्या पहिल्या सार्वत्रिक निवडणुकीत आंबेडकरांच्या स्वतंत्र मजूर पक्षाने घवघवीत यश संपादिले. त्यांच्या १७ उमेदवारांपैकी १३ यशस्वी झाले.

या पक्षाची वार्षिक सर्वसाधारण सभा नागपाडा नेबरहूड हाऊस, मुंबई येथे ७ ऑगस्ट १९३७ रोजी भरली. आंबेडकरांना कोषाध्यक्ष व अध्यक्ष, म.बा. समर्थ कमलाकांत चित्रे व शां.अ.उपशाम यांना कार्यवाह आणि कमलाकांत चित्रे यांना हंगामी संघटक म्हणून निवडण्यात आले.

शेतकऱ्यांचे हितासाठी आंबेडकर प्रयत्न करीत होते. कोकणातील खोती नष्ट करण्यासाठी त्यांनी मुंबई विधिमंडळात १७ सप्टेंबर १९३७ रोजी एक विधेयक मांडले. शेतजमीन कसणाऱ्या कुळांची गुलामगिरी नष्ट करण्याच्या हेतूने प्रांतिक मंडळात अशा तऱ्हेचे विधेयक मांडणारे विधिमंडळाचे ते पहिलेच सदस्य होते. खोती नष्ट होऊन कुळांना जमिनीचे स्वामित्व मिळावे हा त्यांच्या विधेयकाचा मुख्य हेतू होता. खोतांचे स्वामित्व नष्ट झाल्यामुळे होणाऱ्या नुकसानीची भरपाई त्यांस योग्य ती रक्कम देऊन करावी व कुळांच्या ताब्यात असलेली जमीन रयतवारी पद्धतीप्रमाणे त्यांच्याच मालकीची व्हावी असा त्यांचा हेतू होता. परंतु राज्यकर्त्यांनी हा प्रश्न रेंगाळत ठेवल्यामुळे आंबेडकर त्या विधेयकाला चालना देऊ शकले नाहीत. आंबेडकरांनी महारवतनांचे उच्चाटन करण्यासाठी या वेळीही एक विधेयक मांडले. त्याच्यासाठी ते १९२७ पासून चळवळ करीत राहिले होते. शेवटी महार वतन विधेयकही रेंगाळले.

❑❑

८

सामाजिक बदल व मराठी साहित्य

आधुनिक महाराष्ट्राच्या जडणघडणीत मराठी वाङ्मयाचा फार मोठा वाटा आहे. सामाजिक समतेचा संघर्ष साहित्यात प्रतिबिंबित झाला. जागतिक साहित्याला ललामभूत असणारे 'पसायदान' याच भाषेतील. १८१८ ते १९६० या कालखंडातील साहित्य आपण अभ्यासणार आहोत. त्या अगोदरचे वाङ्मय आपणास अभंग, श्लोक, गौळण, फटका, पोवाडा, लावणी, कीर्तन, प्रवचन, तमाशा यातून दिसते. संस्कृत भाषा व साहित्याच्या प्रभावातून मुक्तता झाल्यावर मराठी साहित्याने कात टाकली. इंग्रजी भाषेच्या प्रभावाने मराठी साहित्यक्षेत्रसुद्धा अपवाद राहिले नाही. भाषांतर, नाटक, कादंबरी, कविता, विनोदी वाङ्मय, ऐतिहासिक कथा, वाङ्मय-लेखन या सगळ्याच क्षेत्रांवर इंग्रजी भाषेने स्वत:चा ठसा उमटविला. म. फुले यांची साहित्यनिर्मितीची प्रेरणा व त्यांच्या अर्पणपत्रिका, वाङ्मयाचे विषय त्यांचे वेगळेपण दाखवून देतात. मराठी वाङ्मय क्षेत्रावर असणारा कबीरांचा प्रभाव, तुकारामांचा प्रभाव आपणास आधुनिक महाराष्ट्रातही दिसतो.

कवितेच्या प्रांतात केशवसुत यांनी नवविचारांची तुतारी सर्वप्रथम फुंकली आणि नवयुग अवतरले. केशवसुतांचा वारसा चालविणारे कवी, बंडखोर कवी अनेक आले. सामूहिक अन्यायाचा आक्रोश दलित साहित्यातून प्रभावीपणे प्रगटला. डॉ. आंबेडकरांचे लेखन, बाबूराव बागुलांचे लेखन, तत्कालीन पत्रकारिता यातून हा हुंकार प्रगटला. मानवी जीवनाला व्यापून राहणारे साहित्य याच कालखंडात उदयाला आले. त्याची पूर्वचिन्हे अभ्यासून आपण साहित्यशारदेच्या दरबारातील अनेक मानकऱ्यांचा आढावा घेणार आहोत.

महाराष्ट्रात बोलली जाते ती मराठी भाषा. महाराष्ट्राची राज्यभाषा ती मराठी भाषा होय. या भाषेचा उगमकाल सहाव्या-सातव्या शतकात दिसतो. सातव्या शतकात ती शब्दरूपात आढळते. तर अकराव्या शतकात वाक्यरूपात तिचा वापर होऊ लागलेला दिसतो. मराठीतील साहित्यनिर्मितीची सुरुवात मुकुंदराजाच्या 'विवेकसिंधू' या ग्रंथाने झालेली दिसते. शके अकराशे दाहोत्तर। म्हणजेच इ. स. ११८८ हा विवेकसिंधूचा लेखनकाल मानला जातो. सर्वमान्य असा 'विवेकसिंधू' मराठीतील पहिला ग्रंथ मानला

जातो. आपली शिकवण समाजाच्या सर्व थरांतील लोकांपर्यंत पोचवायची असेल तर बोलीभाषेचाच वापर केला पाहिजे, हे जाणून मुकुंदराजाने सर्वप्रथम संस्कृतातील वैदिक तत्त्वज्ञान मराठी भाषेतून आणले. याच भावनेचा पुढे ज्ञानेश्वरांनी स्वीकार केला.

महानुभाव पंथ

मराठीचे सुरुवातीच्या काळातील सर्व लेखन हे विविध पंथाच्या अनुषंगानेच झाले. त्यातील महानुभाव पंथ व त्यांचे वाङ्मय विशेष महत्त्वाचे. या पंथाने मराठी भाषेविषयी प्रखर अभिमान बाळगला आणि मराठी भाषेतूनच ग्रंथनिर्मिती करण्याचा आग्रह धरला. मराठीच्या बाल अवस्थेतच तिला वैविध्याने नटविले. मराठी भाषेत गद्य आणि पद्य अशा दोनही प्रकारची विपुल रचना केली. जी चिऊ-काऊची गोष्ट गेल्या कित्येक पिढ्यांपासून ऐकत आपण मोठे झालो. ती 'चिमणीचं घर मेणाचं - कावळ्याचं शेणाचं' ही गोष्ट महानुभावीय लीळाचरित्रानेच दिली. महानुभाव पंथाचे प्रवर्तक चक्रधर यांचे चरित्र या लीळाचरित्रात आहे. चक्रधरांचा वावर समाजाच्या सर्व थरातून असल्यामुळे यादवकालीन समाजाच्या चालीरीतींचे, व्यवहाराचे दर्शन यातून उत्तमरीत्या होते. तर चक्रधरांनी मराठी भाषेचा आग्रह धरल्यामुळे व आपले विचार बोली भाषेतूनच मांडल्यामुळे या ग्रंथातील मराठी भाषा ही यादवकालीन मराठी भाषेचा उत्तम नमुना आहे. तत्कालीन मराठी भाषा व समाज यांचे यथार्थ ज्ञान 'लीळाचरित्र' आपल्याला देते.

महानुभाव पंथाने त्यांच्या पंथाच्या आचारधर्मात सर्वांना समान मानले. त्यामुळे इथे संन्यास घेऊन राहणाऱ्या अनेक स्त्रियाही दिसतात. 'वछाहरणा'चा कर्ता दामोदर पंडित याची पत्नी 'हिराईसा' हिने आपल्या पतीच्याही आधी संन्यास घेतलेला दिसतो. मराठीतील आद्यकाव्य व आद्यकवयित्री 'महादंबा' ही महानुभाव पंथानेच दिली. महादंबेचे 'धवळे' हे मराठीतील पहिले काव्य ठरते. मराठीत गद्याची पायाभरणी करण्याचे काम लीळाचरित्रानेच केले. लीळाचरित्र (लेखक म्हाईंभट) हा मराठीतील आद्यचरित्र ग्रंथ ठरतो. या चरित्रलेखनामागे आवश्यक अशी शिस्त दिसते. चरित्रनायकाच्या लीळा संकलित करून, त्याचे संशोधन करून, त्याची सत्यासत्यता पडताळून मगच त्यांना ग्रंथात स्थान देणे या पद्धतीने म्हाईंभटाने हे चरित्र लिहिले. मराठीतील आद्यचरित्र ग्रंथ ऐतिहासिक सत्य, प्रांजलता व वाङ्मयीन विशेष यांनी नटलेला आहे, हे मराठी भाषेचे वैशिष्ट्यच मानावे लागेल. महानुभाव पंथीय 'साती' ग्रंथांनी मराठी भाषेला आख्यान काव्य व महाकाव्यसदृश रचना करण्याचे सामर्थ्य दिले व अत्यंत रसपूर्ण, अलंकारप्रचुर असे मराठीचे रूप या ग्रंथातून दिसले. संस्कृतमध्ये अडकलेले धर्मतत्त्वज्ञान सामान्य जनांसाठी खुले करून त्यांना समजेल अशा सोप्या भाषेत सांगितले तर वैचारिक जागृती

घडून येईल, असा विश्वास मनाशी बाळगून संत ज्ञानेश्वरांनी वैदिक तत्त्वज्ञान ज्ञानेश्वरीतून सांगितले आणि 'अमृतातेहि पैजा जिंकेल' असे मराठीचे रूप सर्वांसमोर आणले. ज्ञानेश्वरांनी महाराष्ट्रात धार्मिक प्रबोधनाची मुहूर्तमेढ रोवली आणि हे करत असताना लोकमानस ओळखून जुन्या परंपरेवर आघात न करता धार्मिक क्षेत्रात नव्या प्रेरणा निर्माण केल्या. अध्यात्माच्या क्षेत्रात उच्च-नीच, गरीब-श्रीमंत असे समाजातील सगळे भेद दूर केले व धर्मासाठी अठरा पगड जातींचा मेळा घडवून आणला आणि म्हणूनच ज्ञानेश्वरांनी आध्यात्मिक लोकशाहीची सुरुवात केली असे म्हटले जाते. ज्ञानेश्वरांनी आपली कर्तव्ये पार पाडीत असतानाच मोक्षप्राप्तीचा, परमेश्वरप्राप्तीचा मार्ग लोकांना दाखविला. भक्ती आणि कर्म यांची सांगड घातली. संपूर्ण मानव जातीच्या सुखाची मागणी त्यांनी परमेश्वराजवळ केली आणि मराठी साहित्याला अगदी सुरुवातीच्या काळातच मानवतावादी दृष्टी प्राप्त करून दिली.

या काळात महाराष्ट्रात असणाऱ्या धार्मिक चालीरीतींचे दर्शन 'हेमाडपंडित' यांच्या 'चतुर्वर्गचिंतामणी' या ग्रंथातून मिळते. समाज कसा चार वर्णांच्या कल्पनेत बद्ध होता, कोणती व्रतवैकल्ये, कर्मकांड समाजात होत होती याचे वर्णन या ग्रंथात अत्यंत बारकाईने येते. तत्कालीन महाराष्ट्रातील धार्मिक परिस्थितीचे दर्शन 'चतुर्वर्गचिंतामणी'तून बारकाईने घडते. धार्मिक पर्यावरणात झालेले व होत असलेले बदल या ग्रंथाद्वारे पडताळून पाहता येतील.

संत नामदेव

ज्ञानेश्वरांच्या समकालीन संतकवी, वारकरी पंथाचे वा भागवत धर्माचे आद्यप्रचारक व कीर्तनाचे प्रवर्तक म्हणून संत नामदेवांची ख्याती आहे. मराठीतील आद्यआत्मचरित्रकार व आद्य-पद्य चरित्रकार म्हणून नामदेव प्रसिद्ध आहेत. त्यांनी आपल्या अभंगातून आत्मचरित्र गायले व ज्ञानेश्वरचरित्र लिहिले. ज्ञानेश्वरचरित्रातील 'तीर्थावळी' तील अभंगांमधून मराठीतील प्रवासवर्णनाची बीजे आढळतात. अत्यंत प्रतिकूल परिस्थितीत त्यांनी भागवतधर्माचा व मराठी भाषेचा झेंडा पंजाबपर्यंत नेला. शीखांच्या 'ग्रंथसाहेब' या पवित्र धर्मग्रंथात नामदेवांची ६१ पदे समाविष्ट केलेली आहेत.

संत एकनाथ

यादवकालीन राजवटीतील स्थैर्य, शांतता जाऊन परकीय आक्रमणाच्या काळात संत एकनाथांचे साहित्य लिहिले गेले. या काळात मुसलमानी राजवटीचा अंमल सुरू झाला होता. मराठी भाषेची पीछेहाट झाली होती. सामाजिक परिस्थितीतील बदल साहित्यिकाच्या भूमिकेतही कसा बदल घडवून आणतो, हे पुढील उदाहरणावरून लक्षात येईल. उदा., यादवकालीन राजवटीत ज्ञानेश्वर मराठी भाषेविषयी लिहितात, 'माझा

मऱ्हाटाची बोल कौतुके। परि अमृतातेहि पैजा जिंके।' त्याच मराठी भाषेविषयी मुसलमानी राजवटीत फारशी व संस्कृत भाषांच्या आक्रमणापासून मराठी भाषेला वाचविण्यासाठी एकनाथ करडा सवाल करताना म्हणतात, 'संस्कृत वाणी देवे केले। प्राकृत तरी चोरापासून झाली।' एकनाथांनी आपल्या 'भावार्थ रामायण' या ग्रंथातून स्वधर्म व स्वराष्ट्र संरक्षणासाठी युद्ध लढण्याची भावना लोकांच्या मनात निर्माण करण्याचा प्रयत्न केला. समाजातील नित्य परिचयाचे विविध घटक, घटना यांच्या आधाराने एकनाथांनी लिहिलेली भारूडे ही समाजशिक्षणाचे प्रभावी साधन ठरली. समाजातील अनिष्ट प्रथांवर सडेतोड टीका करत व जनहिताच्या उद्देशाची शिकवण देत एकनाथांनी समाजातील सर्वच थरांमधील लोकांमधे जागृती घडविण्याचा प्रयत्न केला. यामुळेच एकनाथ 'लोकशिक्षक' म्हणून ओळखले जातात.

संत तुकाराम

धर्मसंरक्षणासाठी अवतार धारण करणाऱ्या परमेश्वराचे कार्य भक्तांनी केले पाहिजे असे ठाम मत तुकारामांनी मांडले व ते त्यांच्या अभंगातून स्पष्टपणे व्यक्त झाले. त्यांच्या लेखनामागे लोकोद्धाराची तळमळ होती. त्यांना सामाजिक अन्यायालाही तोंड द्यावे लागले. त्यांना उच्चवर्गाकडून कमालीचा विरोध झाला. या अन्यायाविरुद्ध आवाज उठविण्याचे कार्य त्यांच्या अभंगांनी अत्यंत प्रखरपणे केले. त्यांनी संत एकनाथांचे लोकजागृतीचे व समाजसुधारणेचे कार्य अधिक उत्कटतेने पुढे चालू ठेवले. अत्यंत कठोर व तीव्र अशा शब्दांनी समाजातील अनिष्ट प्रवृत्तींवर निर्भिडपणे हत्यार उपसले.

संत रामदास

या काळात हिंदू समाजसंस्था आधारभूत राज्यव्यवस्थेअभावी विस्कळीत होऊन डबघाईस येऊ लागली होती. मुसलमानांचे सर्वच क्षेत्रांवर अतिक्रमण झालेले होते. या सर्वाला विरोध करून स्वराज्य निर्माण करण्याची आवश्यकता निर्माण झाली होती. याची तीव्र जाणीव रामदासांच्या काव्यातून व्यक्त झालेली दिसते. त्यांनी आपल्या लेखनाच्या द्वारे धर्मस्थापनेचे कार्य चालू केले आणि म्हणून स्वराज्याच्या स्थापनेसाठी प्रयत्न करणारे शिवाजी महाराज त्यांच्या काव्यातून बऱ्याच वेळा दिसतात. शिवाजी महाराजांच्या या प्रयत्नांसाठी अनुकूल अशी जनमनोवृत्ती निर्माण करण्याचे काम त्यांनी आपल्या लेखनातून यशस्वीपणे केले.

मुसलमानी राजवटीत समाजस्थिती अस्थिर, असुरक्षित बनली. या काळात स्त्रियांचे चारित्र्य धोक्यात आले आणि याचा परिणाम दत्तसंप्रदायाच्या गुरुचरित्र या ग्रंथात स्पष्टपणे दिसला. यात स्त्रियांच्या वर्तणुकीविषयी अनेक नियम, बंधने सांगितली

आहेत. घर आणि घराच्या आतच तिचा वावर एवढेच मर्यादित क्षेत्र म्हणजे स्त्रीचे विश्व असाही भाव स्पष्टपणे व्यक्त केला आहे. हा त्या काळातील राजकीय व सामाजिक परिस्थितीचाच परिणाम होता.

या प्रमुख संतांबरोबरच इतर अनेक संत होते. ज्यांनी मराठी साहित्यातून समाजविश्व व्यक्त केले. जातिव्यवस्थेतून होणारे अन्याय संत चोखामेळा, यांनी व्यक्त केले. एकंदरीतच संत साहित्य हे जनजीवनाच्या उद्धाराची तळमळ ठेवूनच लिहिले जात होते व प्रत्यक्ष संतही तसे प्रयत्न सक्रियपणे करत होते.

संत साहित्यानंतर पंत साहित्याचा प्रवाह मराठी साहित्यात आला. अभिजातवादी असे हे साहित्य होते. संस्कृत साहित्य हाच यांचा आदर्श होता व हे सगळे लेखक संस्कृत पंडित होते. अभिजात अशा संस्कृत साहित्याचे अनुकरण करून कलाकुसर व पांडित्य यांच्या विलासाने नटलेले साहित्य या काळात मराठीत निर्माण झाले. वामन पंडित, रघुनाथ पंडित, मोरोपंत इ. या काळातील प्रमुख कवी होते. त्यांनी मराठी भाषेला संस्कृतप्रचुर असे रूप दिले. पण या वाङ्मयाने ह्या काळातील समाजपरिस्थितीची फारशी दखल घेतली नाही. हे कवी काव्याच्या क्षेत्रात रचनेच्या कारागिरीतच इतके रंगून गेले होते की, या काळात समाजात होत असलेल्या बदलांची, पडझडीची साधी दखलसुद्धा अगदी मोरोपंतांसारख्या कवीनेही घेतलेली दिसत नाही.

तंत साहित्य

शिवकालातील व पेशवेकालातील पराक्रमाचे गान गाण्यासाठी पोवाडा हा काव्यप्रकार तयार झाला. ह्या कालखंडात शाहिरी वाङ्मयाने आपला ठसा उमटविला. बखर, पोवाडा आणि लावणी या प्रकारांचा यात समावेश होतो. यालाच 'तंत' साहित्य असेही म्हटले जाते. या वाङ्मयाने तत्कालीन समाजजीवन व राजकीय जीवन व्यक्त केले. पेशवाईतील पराक्रमाच्या गाथा, पानिपतावरील दारुण पराभव, पेशवाईला लागलेली उतरती कळा या काळात समाजात वाढीस लागलेली विलासी वृत्ती या सगळ्या बदलांचा परिणाम या साहित्यावर झाला आणि त्याचे दर्शनही पोवाडा व लावणी यातून झाले. बखर ह्या वाङ्मय प्रकाराने अर्वाचीन मराठी गद्याची पायाभरणी केली तर शाहिरी कविता ही अर्वाचीन मराठी काव्याची सुप्रभात मानली जाते.

१८०० ते १८७४

अर्वाचीन मराठी साहित्याचे खरे रूप १८८५ नंतरच आकारास आले. पण या वाङ्मयाची प्रेरणा, प्राथमिक अवस्था, पूर्वपीठिका म्हणून या कालखंडातील साहित्याकडे बघावे लागते. मराठी साहित्याच्या दृष्टीने १८०० ते १८७४ हा कालखंड म्हणजे 'तमोयुग' होय. याच काळास 'भाषांतरयुग' असे म्हटले जाते. 'अव्वल इंग्रजीचा

काळ' म्हणूनही हा कालखंड ओळखला जातो. या युगाची ही नावे त्या काळाच्या प्रवृत्तीची दर्शक आहेत.

भाषांतर युग

१८१८ मध्ये पेशवाईचा अस्त झाला आणि इंग्रजी राजवट सुरू झाली. इंग्रजांनी स्वत:च्या फायद्यासाठी म्हणून सुरू केलेल्या इंग्रजी शिक्षणामुळे महाराष्ट्रात पाश्चात्त्य संस्कृतीचा, तेथील ज्ञानविज्ञानाचा, साहित्याचा अभ्यास सुरू झाला. नवशिक्षणासाठी साहित्याची गरज निर्माण झाली. नव्याने आणि अल्पावधीत जर वाङ्मयाची निर्मिती विशिष्ट कारणासाठी करावयाची असेल तर त्याला भाषांतराशिवाय पर्याय नसतो आणि म्हणूनच या काळात बहुतेक सर्व वाङ्मय इंग्रजीवरून भाषांतरित करण्यात आले. या भाषांतरित वाङ्मयात शालोपयोगी लेखन, शास्त्रीय स्वरूपाचे ग्रंथ, माहितीपर ग्रंथ व साहित्य असे विविध प्रकारचे वाङ्मय होते. शालोपयोगी साहित्य निर्माण करणे आणि उपयुक्त ज्ञानाचा प्रसार करणे हाच सुरुवातीला या भाषांतरामागचा प्रमुख उद्देश होता. हळूहळू साहित्याच्या क्षेत्रातही भाषांतर सुरू झाले. इंग्रजीबरोबरच संस्कृत, अरबी भाषांमधूनही कथा, कविता, नाटके यांचे भाषांतर होऊ लागले. या कालखंडातील भाषाप्रमुख कृष्णशास्त्री चिपळूणकर, 'बाळमित्र'चे कर्ते स. का. छत्रे, 'शालोपयोगी नीतिग्रंथ व यात्रिक क्रमण' कर्ते हरि केशवजी, 'नवनीत'कार परशुरामतात्या गोडबोले ही नावे उल्लेखनीय आहेत. याच काळात म्हणजे इ. स. १८३१ मध्ये मोल्सवर्थ व मेजर कॅण्डी यांच्या प्रयत्नातून मराठी-इंग्रजी कोश तयार झाला. या काळात इंग्रजांचे धोरण मराठी वाङ्मयनिर्मितीस अत्यंत प्रेरक होते. पण ज्यांनी निर्मिती करावयाची असे प्रतिभावंत इंग्रजांनी आणलेल्या सोयीसुविधा, सुधारणा आणि इंग्रजी भाषेत सामावलेले ज्ञान पाहून इतके दिपून गेले होते की, साहित्याच्या क्षेत्रातही इंग्रजी व संस्कृतमधून मोठ्या प्रमाणावर भाषांतरे होण्यापलीकडे काहीच झाले नाही. या काळात एकही मराठी ग्रंथ स्वतंत्र प्रतिभेने निर्माण झाला नाही. हे भाषांतरयुग म्हणजे महाराष्ट्रातील बदलत्या सामाजिक, राजकीय परिस्थितीचा अपरिहार्य असा परिणाम होता. या भाषांतरयुगामुळे इंग्रजीतील साहित्याचा, त्यातील साहित्य प्रकारांचा, साहित्यातील विषय वैविध्याचा परिचय आपल्याला झाला आणि यातून पुढे मराठी साहित्य विविध अंगाने बहरले. या दृष्टीने १८५१ मध्ये स्थापन झालेल्या 'दक्षिणा प्राइज कमिटी' चे कार्य उल्लेखनीय ठरते. १८६९ साली या कमिटीने प्रत्यक्ष साहित्यनिर्मितीला प्रेरणा द्यायला सुरुवात केली. तिने बक्षिसे जाहीर करून काही विषयांवर लेखन मागविले. यातूनच म.मो.कुंटे यांचे 'राजा शिवाजी' हे काव्य व पेठकर-कुरूंदवाडकर यांचे 'गंगावर्णन' हे स्वतंत्र निर्मितीचे प्रयत्न या भाषांतरयुगात झाले. मराठी नाट्यवाङ्मयाच्या

दृष्टीनेही हे भाषांतरयुग महत्त्वाचे ठरले. या काळात संस्कृतमधील उत्तमोत्तम नाटके तसेच शेक्सपियरची दर्जेदार नाटके मराठीत भाषांतरित झाली. याच भाषांतरयुगात इ.स. १८४३ मध्ये विष्णुदास भावे यांनी नाट्यवाङ्मयाची, रंगभूमीची सुरुवात केली. आणि यातूनच पुढे नाट्यवाङ्मयाचा, रंगभूमीचा उत्कर्ष झाला.

थोडक्यात, या भाषांतरयुगात स्वतंत्र प्रतिभेने दर्जेदार असा एकही ग्रंथ निर्माण झाला नसला तरी मराठी साहित्यात पुढील काळात निर्माण झालेले वैविध्य व दर्जा या दोन्हीची गंगोत्री म्हणून या सगळ्या प्रयत्नांची दखल घ्यावी लागते.

याच काळात मराठी साहित्याच्या व प्रबोधनाच्या दृष्टीने आणखी एक महत्त्वाची घटना घडली आणि ती म्हणजे नियतकालिकांचा उदय. १८३२ मध्ये बाळशास्त्री जांभेकर यांनी 'दर्पण' हे मराठीतील पहिले साप्ताहिक तर 'दिग्दर्शन' (१८३७) हे मासिक सुरू केले. या नियतकालिकांनाही नियतकालिकांनी मराठी साहित्यात फार मोलाची कामगिरी केली. तसेच वैचारिक प्रबोधनातही फार मोठी भूमिका पार पाडली. १८४० मध्ये भाऊ महाजन यांनी 'प्रभाकर' हे पत्र सुरू केले. या पत्रातूनच १८४८ ते १८५९ च्या दरम्यान लोकहितवादींची 'शतपत्रे' प्रसारित झाली. परंपराग्रस्त, रूढीग्रस्त समाजाला खडबडून जागे करण्यासाठी या शतपत्रांमधून लोकहितवादींनी हिंदू धर्मातील अनिष्ट, जाचक रूढींवर कडाडून टीका केली. आपल्याच धर्मातील दोष समाजासमोर ठेवून समाजात जागृती करण्याचा हा पहिला प्रयत्न होता जो नियतकालिकाच्याद्वारेच घडवून आणला. वाङ्मयाच्या क्षेत्रातही नियतकालिकांनी मोठी कामगिरी केली. समाजाला विचार प्रवृत्त करून विचार स्वातंत्र्याची भावना त्यांच्यात निर्माण केली. ज्ञानाची लालसा निर्माण केली. या कालखंडात नियतकालिकांची निर्मिती ही एक सांस्कृतिक घटना होती. राष्ट्रीय स्वाभिमान व अस्मिता जागृत करण्याचे कार्य या नियतकालिकांनी केले. समृद्ध वाङ्मयीन परंपरेबरोबरच समाजसुधारणेचे कार्य हे नियतकालिकांचे उल्लेखनीय योगदान होय. पुढील काळात 'विविध ज्ञानविस्तार', 'करमणूक', 'मनोरंजन' या नियतकालिकांनी साहित्याच्या क्षेत्रात भरीव कामगिरी केली. कथा, कादंबरी, काव्य, नाटक या सर्वच वाङ्मयप्रकारांना लोकांपर्यंत पोचवण्याचे काम या नियतकालिकांनी केले.

१८०० – १८७४ या कालखंडाचे आणखी एक वैशिष्ट्य म्हणजे या काळात महाराष्ट्राच्या धार्मिक जीवनात वैचारिक प्रबोधन सुरू झाले. स्त्रीसुधारणेच्या, जातिभेद निर्मूलनाच्या दृष्टीने काही कायदे इंग्रज सरकारकडूनच केले गेले. उदा. १८२९ मध्ये सतीची चाल कायद्याने बंद केली. या काळात इंग्रजी राजवट व इंग्रजी शिक्षण याचबरोबर आधुनिक विद्या, कला आणि विज्ञानासोबत पाश्चात्त्य संस्कृतीची मूल्ये भारतात स्वीकारली जाऊ लागली. स्वातंत्र्य, समता, बंधुता ही मूल्ये लोकांना परिचित झाली.

अंधश्रद्धा, अज्ञान दूर केल्यास माणसाचा सर्वांगीण विकास होईल हा विचार पटला. याचे पडसाद महाराष्ट्रातही उमटू लागले. तर्खडकर बंधूत्रयींनी १८६७ ला 'प्रार्थना' समाजाची स्थापना केली. ज्याची माहिती आपण मागील प्रकरणात घेतली. प्रार्थना समाजाचे जातिभेदाविरुद्ध, मूर्तिपूजेविरुद्ध जनमत घडविण्याचा प्रयत्न केला. या काळात प्रभावी ठरलेल्या 'सत्यशोधक समाज' या विषयी पूर्वीच आपण माहिती घेतली आहे. स्पृश्य-अस्पृश्य भेदांवर, अज्ञानावर टीका केली. म. फुले (१८२७-१८९०) हे या काळातले कर्ते सुधारक. त्यांनी वर्णव्यवस्थेवर हल्ला चढवला. अज्ञान, दारिद्र्य यापासून समाजाला वाचवले पाहिजे, त्यासाठी शिक्षणाचे महत्त्व स्पष्ट केले. शेतकऱ्यांच्या, मजुरांच्या, अस्पृश्यांच्या दुःखांना वाचा फोडण्याचे काम केले. आपल्या या कार्यास पूरक ठरणाऱ्या विचारांना लेखनात बद्ध केले. यातूनच 'ब्राह्मणांचे कसब', 'शेतकऱ्याचा असूड', 'गुलामगिरी' इ. ग्रंथ, शिक्षणाचे महत्त्व सांगणारे 'तृतीय रत्न' हे नाटकही त्यांनी लिहिले. शिक्षणाचे महत्त्व जाणून म. फुले यांनी अस्पृश्यांसाठी, मुलींसाठी शाळा काढली. अशा समाजाच्या सर्वच थरात वैचारिक प्रबोधन घडवून आणण्याचा यशस्वी प्रयत्न म. फुले यांनी केला.

म.फुले यांचे साहित्यातून घडणारे सामाजिक बदलांचे वास्तव

पार्श्वभूमी – सामाजिक बदल व महात्मा फुले यांचे साहित्य याचा निकटचा संबंध आहे. तत्कालीन समाजस्थितीचे समग्र दर्शन आपणास फुले यांच्या वाङ्मयात दिसते. महात्मा फुलेपूर्व साहित्य उच्चवर्णीयांच्या हातात नियंत्रित होते. त्यामुळे हे सारे साहित्य ठराविक वर्गाचे प्रतिनिधित्व करणारे होते. समाजातली सर्वसामान्य वर्गाचे प्रतिबिंब त्यात उमटणे शक्यच नव्हते. या वाङ्मयाचे वाचक आणि लेखक एकाच वर्गातील होते. फुले यांच्या साहित्याचा नायक कष्टकरी वर्गातला असून त्याची पार्श्वभूमी शहराऐवजी खेडेगाव आहे.

म.फुले यांची भूमिका – म.फुले यांची साहित्याकडे बघण्याची भूमिका पुढील उद्गारांवरून स्पष्ट होईल. १८८५ साली पुण्यात मराठी भाषिक ग्रंथकारांचे दुसरे संमेलन भरले असता न्या. रानडे यांनी फुले यांना निमंत्रणाचे पत्र पाठविले. त्या पत्राच्या उत्तरात ते लिहितात 'ज्या गृहस्थांकडून एकंदर सर्व मनुष्यांच्या मानवी हक्कांविषयी वास्तविक विचार केला जाऊन ज्यांचे त्यास ते हक्क त्यांच्याने खुषीने व उघडपणे देववत नाहीत व चालू वर्तनावरून अनुमान केले असता पुढेही देववणार नाहीत, तसल्या लोकांनी उपस्थित केलेल्या सभांनी व त्यांनी केलेल्या पुस्तकातील भावार्थाशी आमच्या सभांचा व पुस्तकांचा मेळ दिसत नाही.' (संदर्भ-महात्मा फुले- प्रा.गं.बा. सरदार)

वरील उत्तरावरून आपणास जोतीरावांचा या प्रश्नाकडे बघण्याचा दृष्टिकोन लक्षात येईल. जोतीरावांचा वाचक हा नुकताच ज्ञानाच्या क्षेत्रात पदार्पण केलेला असल्यामुळे जोतीरावांचे विवेचन व भाषापद्धती त्यांच्या विचारांशी व वाचकवर्गाशी सुसंगत आहे.

जोतीरावांची साहित्यिक कामगिरी पुढीलप्रमाणे

ग्रंथ	ठिकाण व लेखनकाळ
१) तृतीय रत्न (नाटक) पुणे १८५५	
२) पवाडा- छत्रपती शिवाजीराजे भोसले यांचा	मुंबई १८६९
३) ब्राह्मणांचे कसब	मुंबई १८६९
४) गुलामगिरी	पुणे १८७३
५) शेतकऱ्याचा असूड पुणे १८८३	
६) सत्सार, अं.१,२	पुणे १८८५
७) इशारा	पुणे १८८५
८) सार्वजनिक सत्यधर्म पुस्तक	मुंबई १८९१
९) अखंडादी काव्यरचना (स्फुट)	पुणे

तृतीय रत्न – भट, जोशी धर्माच्या नावावर लोकांना लुटतात व ख्रिस्ती धर्मोपदेशक लोकांना सत्याचे दर्शन घडवतात. हा मुख्य हेतू ठेवून या नाटकाचे लेखन करण्यात आले. हे नाटक प्रचारकी थाटाचे असून त्यात शिक्षणाचा खुबीने प्रसार केला आहे. प्रा.गं.बा.सरदार यांच्या मते मराठीतील बहुधा हे पहिलेच स्वतंत्र व सामाजिक नाटक होय.

छत्रपती शिवाजी राजे भोसले यांचा पवाडा

म.फुले यांनी हा पवाडा समाजसुधारक व परमहंस सभेचे अध्यक्ष रामचंद्र बाळ कृष्णजी यांना अर्पण केला आहे. हा पवाडा कोणासाठी व कसा लिहिला हे सांगताना ते म्हणतात ...कुणबी, माळी, महार, मांग वगैरे पाताळी घातलेल्या क्षत्र्यांच्या उपयोगी हा पवाडा पडावा असा माझा हेतू आहे. ...माळी कुणब्यांस समजण्याजोगी भाषा सोपी भाषा होण्याविषयी फार श्रम करून त्यांस आवडण्याजोग्या चालीने रचना केली आहे.

शिवाजी महाराजांचे मोठेपण त्यात वर्णिले आहे. शिवाजी महाराज हे प्रज्ञावंत होते. राजकारणाचे धडे त्यांना अन्य कोणाकडून घेण्याची गरज नाही.कारण 'मासा

पाणी खेळे गुरु कोण असे त्याचा' अशा शब्दात राजांचे समर्थन केले आहे.

ब्राह्मणांचे कसब – म.फुले यांनी हा ग्रंथ 'महाराष्ट्र देशातील कुणबी, माळी, मांग, महार यांना 'परम प्रीतीने' नजर केला आहे.

त्यांच्या सर्व लिखाणाचा हेतू तरुणांना सामाजिक कर्तव्याची जाणीव देणे, शिक्षणप्रसार करणे व लोकस्थिती सरकारच्या नजरेस आणणे हा आहे. पुस्तकाच्या नावावरूनच आपणास त्यातील मजकूराविषयी बोध होऊ शकतो. या पुस्तका-आधारे त्यांनी सामान्यांच्या धर्मभोळेपणाचा अन्य लोक कसा फायदा घेतात हे दाखवून दिले आहे.

गुलामगिरी – ग्रंथाची अर्पणपत्रिका पुढीलप्रमाणे आहे 'युनैटेड स्टेट्समधील सदाचारी लोकांनी गुलामांस दास्यत्वापासून मुक्त करण्याच्या कामात औदार्य, निरपेक्षता व परोपकारबुद्धी दाखविली यास्तव त्यांच्या सन्मानार्थ.'

माणसाला गुलाम करण्याच्या प्रवृत्तीविरोधात निषेध नोंदवून आपल्या देशातील गुलामीत राहणाऱ्या बांधवांस गुलामगिरीतून मुक्त करण्याचा आग्रह धरला आहे. शोषण, दमन यांच्या विरोधात त्यांनी लेखणी चालविली.

शेतकऱ्याचा असूड – हा ग्रंथ म.फुले यांच्या काळात प्रसिद्ध झाला नाही. त्यांनी स्वत: ''हा ग्रंथ अनेक इंग्लिश, संस्कृत व प्राकृत ग्रंथ व हल्लीचे अज्ञानी शूद्रादी अतिशूद्रांच्या दीनवाण्या स्थितीवरून रचिला आहे.''

यात वर्णनात्मक शैली असून विविध भागातून गोळा केलेली माहिती संकलित स्वरूपात यात आहे. शेतकऱ्यांची अवनत अवस्था वर्णून त्यावर उपाययोजना सांगितल्या आहेत. आपल्या असूडाचे फटके त्यांनी प्रस्थापित समाजातील उच्चवर्णीयांना दिले आहेत. शेतकऱ्यांनी स्वत:चेही दोष दूर करण्यावर त्यांनी भर दिला.

सत्सार – 'सत्सार' या नियतकालिकास प्रतिसाद मिळाल्यास पुढे अंक चालू ठेवण्याचे वचन म.फुले यांनी दिले होते. पहिला अंक प्रकाशित झाल्यावर १०५० प्रती खपल्या. या अंकात अधर्मावर हल्ला, बंधुत्वाची शिकवण या गोष्टींची मांडणी त्यात आहे. 'स्त्री' संदर्भात अन्यायकारी लेखन करणारांवर जोरदार टीका त्यांनी केली.

इशारा – या पुस्तिकेत जातिभेद व इंग्रजी राजवटीवर तर्कशुद्ध टीका केली आहे. म.फुले हे इंग्रजांचे समर्थक आहेत असे म्हणणारांस जोरदार चपराक दिलेली आहे.

सार्वजनिक सत्यधर्म – म.फुले यांनी उजवा हात पक्षाघाताने निकामी झाला असताही धीर न सोडता डाव्या हाताने हा ग्रंथ लिहून काढला. धर्मातील दांभिकपणावर त्यांनी टीका करून परमेश्वरासाठी 'निर्मिक' शब्द वापरला. खऱ्या धर्माचे धर्मचिंतन त्यांनी यात मांडले.

अखंडादी काव्यरचना – अभंगवाङ्मयाच्या धर्तीवर म.फुले यांच्या रचना आहेत. बळी राजा, मानव, महंमद या थोर महात्म्यांची महती अखंडात वर्णिली आहे.

म. फुले यांच्या लेखनाचे वेगळेपण – म.फुले यांचे लेखन मराठी सारस्वताला ललामभूत ठरेल असे आहे. मराठी मातीशी, मनाशी इमान राखणारी भाषा हे त्यांचे वैशिष्ट्य होय. इंग्रजी शिक्षण घेतल्यावर सुद्धा त्यांचे पाय येथल्या मातीत घट्ट होते. सर्वसामान्यांच्या सुखदुःखाशी त्यांची नाळ कायमच जोडली गेली होती. जे अंतरंगात तेच बाहेर असा त्यांचा व्यवहार असल्याने त्यांच्या वैयक्तिक जीवनात दांभिकपणा, खोटेपणाला जागा नव्हती. अत्यंत तर्कशुद्ध व रोखठोक भाषा व व्यवहार यांमुळे त्यांचे साहित्य समजायला सोपे जाते. अन्यायाच्या विरोधात त्यांची लेखणी कचरली नाही. आणि 'जे जे उत्तम, उदात्त, उन्नत' ते ते मांडतांना त्यांची लेखणी खुरटली नाही. कबीर, तुकाराम, टॉमस पेन यांचा प्रचंड प्रभाव त्यांच्यावर दिसून येतो. इतिहासकाराला शोभेल अशा पद्धतीने माहिती गोळा करणे व त्या आधारे मांडणी करणे हे त्यांचे विशेष होते. 'ज्ञान हीच शक्ती आहे.' यावर तत्कालीन समाजसुधारकांचा विश्वास होता.फुले त्याला अपवाद नव्हते. त्यांचे सारे लेखन ज्ञानोपासनेला प्रोत्साहन देणारे आहे. साहित्य माणसाला उन्नतीप्रत नेऊ शकते याचा पुरावा म्हणजे म.फुले यांचे साहित्य. साक्षर माणूस सरस व्हावा हीच आकांक्षा फुले वाङ्मयातून व्यक्त होते. फुले यांचे वाचन आणि लेखन पाहिले की मन थक्क होते. एवढे वाचन झाल्यावरही त्यांनी येणारी विद्वतजडता टाळली यातच त्यांचे मोठेपण दडले आहे.

अशाप्रकारे १८०० ते १८७४ हा कालखंड साहित्यात स्वतंत्र निर्मितीच्या दृष्टीने महत्त्वाचा नाही पण या काळातील भाषांतरित वाङ्मय भाषांतराने व नवशिक्षणाने इंग्रजी साहित्याशी झालेला परिचय व विविध धार्मिक, सामाजिक चळवळी यामुळे पुढील काळातील साहित्यनिर्मिती व समाजाची जडणघडण याला निश्चित महत्त्वाचा ठरतो. या काळातील घडामोडीवरच मराठी साहित्याची समर्थ परंपरा उभी राहिलेली दिसते.

१९ व्या शतकापासूनचा पुढचा सत्तर-ऐंशी वर्षांचा मराठी वाङ्मयाचा इतिहास म्हणजे ब्रिटिश राजवटीमुळे निर्माण झालेल्या नवसंस्काराच्या क्रिया-प्रतिक्रियांच्या प्रारंभीचा व विस्ताराचा इतिहास या कालखंडातील साहित्याचे १८०० ते १८७४, १८७४ ते १९२० व १९२० ते १९४५ या तीन टप्प्यांवर वर्णन करावे लागते. त्यातील पहिला टप्पा म्हणजे भाषांतरयुगाचा जो आपण याआधी पाहिला. यानंतरचा काळ म्हणजे १८७४ ते १९२०. हा कालखंड मराठी साहित्यदृष्टीने सुवर्णयुग म्हणून ओळखला जातो. तसेच सामाजिक, राजकीय, धार्मिक सुधारणांचाही हा कालखंड आहे.

आधीच्या काळात होत असलेले वैचारिक प्रबोधन या काळात अधिक तीव्रतेने सुरू झाले. गो.ग. आगरकर, डॉ. बाबासाहेब आंबेडकर, महर्षी विठ्ठल रा. शिंदे, कर्मवीर भाऊराव पाटील, महर्षी धोंडो केशव कर्वे, वि.दा. सावरकर, यांच्या लेखनातून, कार्यातून समाजात बदल होऊ लागले होते. भारतीय स्वातंत्र्यलढ्याची सगळी सूत्रे महाराष्ट्रातून लो. टिळक यांच्या नेतृत्वाखाली हलविली जात होती. असा हा राजकीय स्वातंत्र्य, सामाजिक सुधारणा, धार्मिक प्रबोधनाची अपेक्षा निर्माण करणारा कालखंड होता. या सगळ्या आशा आकांक्षाचे प्रतिबिंब या काळातील साहित्यातही तीव्रतेने पडले व साहित्य आणि समाजातील बदल यांचा असणारा अतूट संबंध अधिक स्पष्ट झाला.

१८७४ मध्ये सुरू झालेली विष्णुशास्त्री चिपळूणकर यांची 'निबंधमाला' हा पुढील काळ घडविण्यास प्रामुख्याने कारणीभूत ठरली. तिने मराठी मनात स्वराष्ट्र, स्वदेश, स्वभाषा याविषयी प्रखर अभिमान निर्माण केला. तिने समाज-विषयक, धर्मविषयक, साहित्यविषयक, भाषाविषयक अशा विविध विषयांवर लेखन केले व निबंधाच्या माध्यमातून त्या-त्या क्षेत्रात हालचाल घडवून आणली. लो. टिळक, आगरकर यांच्यासारखी देशाला सर्वस्व अर्पण करणारी पिढीच निबंधमालेने तयार केली. निबंधमालेतील निबंधाने इंग्रजी राजवटीविरुद्ध तीव्र असंतोष व स्वातंत्र्याची आकांक्षा लोकांच्या मनात जागृत केली. यातून मराठी साहित्याला राष्ट्रवादी दृष्टिकोन मिळाला व राष्ट्रीय वृत्ती-प्रवृत्तींचे लेखन होऊ लागले. या काळात मराठी साहित्य विपुलतेने व वैविध्याने बहरले. याची सुरुवात काव्य या वाङ्मयप्रकारापासून झाली.

कविता (१८८५ ते १९२०)

हा कालखंड मराठी कवितेच्या क्षेत्रात क्रांतिकाल म्हणून ओळखला जातो आणि ही क्रांती घडवून आणण्याचे श्रेय केशवसुतांना द्यावे लागते. अर्वाचीन मराठी कवितेचे जनक म्हणूनच केशवसुत (कृष्णाजी केशव दामले) ओळखले जातात. केशवसुतांनी कवितेच्या अंतरंगात आणि बाह्यांगात अशा दुहेरी पातळीवर क्रांती घडविली आणि म्हणूनच ती परिपूर्ण होती. याआधीची कविता ही दीर्घ कथनात्मक होती. केशवसुतांनी तिला स्फूट व भावगीतात्मक बनवली. तसेच आधीची कविता प्रामुख्याने ओवी-अभंगादी छंदात व अक्षर गणवृत्तात व्यक्त होत होती. आता ती मात्रावृत्त व जाती प्रकारातून व्यक्त होऊ लागली. केशवसुतांनी कवितेला अक्षरगण-वृत्ताकडून मात्रारचनेकडे वळवले. मात्र त्याचबरोबर मात्रा रचनेत काही नवीन बंध जाणीवपूर्वक निर्माण केले. याचाच एक भाग म्हणून त्यांनी यमक रचनेचेही निरनिराळे बंध तयार केले. काव्याच्या बाह्यांगातील बदलाबरोबरच त्यांनी मराठी कवितेचे विषयविश्व पूर्णतः बदलून टाकले. स्वतःच्या भावना, अनुभव, भोवतालचा समाज,

प्रत्यक्षातील घटना, वैयक्तिक व लौकिक प्रेमभावना, सामाजिक-राजकीय घडामोडींवर स्वत:ची प्रतिक्रिया या सर्व विषयांना कवितेत स्थान दिले. स्वातंत्र्य, समता या तत्त्वांचा पुकारा कवितेतून केला. सामाजिक रूढींविरुद्ध बंडाचा झेंडा फडकाविला. त्याचबरोबर इंग्रजीतील काही काव्यप्रकारही मराठीत रूढ झाले. ह्या साऱ्यांचे श्रेय केशवसुतांना जाते व केशवसुतांच्या या कर्तृत्वाचा प्रभाव इतका जबरदस्त होता की त्यातून 'केशवसुत संप्रदाय' निर्माण झाला. कवीने जीवनातील आपल्या अनुभूतींना धरून आपल्या स्वत:च्या प्रतिक्रिया आपल्या म्हणून जी भावकविता लिहिली ती समग्र या संप्रदायाची कविता होय. व्यक्तिगत स्नेहसंबंध, कवी व कवित्व, स्त्री-पुरुषांमधील प्रेम, निसर्ग, समाजस्थिती, सामाजिक बंडखोरी, गूढानुभूती अशा विविध विषयांवरील भावाविष्कार केशवसुतांच्या कवितेत दिसला. केशवसुतांचा प्रभाव ज्या कवींवर पडला त्यात ना. वा.टिळक, गोविंदाग्रज, बालकवी, माधवानुज, रेंदाळकर, रहाळकर, नागेश इ. चा समावेश होतो. गोविंदाग्रज तर स्वत:ला 'केशवसुतांचा सच्चा चेला' म्हणवत. कवित्वाची जाणीव, कवी असण्याचा अभिमान आणि आपण काहीतरी नवीन करीत आहोत याचा स्पष्ट उल्लेख केशवसुतांच्या काव्यातून व्यक्त होताना दिसतो.

१८८५ ते १९२० हा अर्वाचीन मराठी कवितेचा क्रांतीकाल म्हटला जातो. या काळात कवींच्या दोन पिढ्या होऊन गेल्या. त्यातील पहिली पिढी ही केशवसुत आणि त्यांचे समकालीन म्हणजेच ना.वा.टिळक, माधवानुज, दत्त, विनायक, लक्ष्मीबाई टिळक इ. कवी आणि दुसऱ्या पिढीमधे गोविंदाग्रज, रेंदाळकर, मुरलीधर नारायण गुप्ते (बी), त्र्यंबक बापूजी ठोंबरे (बालकवी) इ. कवींचा समावेश होतो. पहिल्या पिढीने नवीन रचनेस सुरुवात केली तर दुसऱ्या पिढीने ती दृढमूल केली. या काळात मराठी कवितेत पूर्वी नसलेले काही काव्य प्रकार अंतर्भूत झाले.

त्यापैकी एका प्रकाराचा सर्वप्रथम उल्लेख करायला हवा तो म्हणजे सुनीत. इंग्रजीत विचाराधिष्ठित भावना व भावनांकित विचार व्यक्त करण्यासाठी याचा उपयोग होतो. मराठीतही असे विचार काव्यातून बदलत्या काळामुळे व्यक्त होऊ लागल्याबरोबर केशवसुतांनी सुनीताचाच वापर योग्य मानला. 'मयुरासन व ताजमहात्म्य' हे मराठीतील पहिले सुनीत. पुढे रविकिरण मंडळाने या काव्यप्रकाराला चांगली मान्यता मिळवून दिली. दुसरा प्रकार विलापिकांचा. म्हणजे कवीने आपल्या प्रिय व्यक्तीच्या मृत्यूनंतर केलेला शोक व्यक्त करणारे काव्य. हा काव्यप्रकार मराठीत जोम धरू शकला नाही. उपहास काव्य हाही एक नवा प्रकार या काळात सुरू झाला. कवी मोगरे यांनी या प्रकारात चांगल्या प्रकारे रचना केलेली दिसते. याच काळात आणखी एक काव्यप्रकार उदयास आला तो म्हणजे शिशुगीतांचा. मुलांच्याकरिता काही वाङ्मयनिर्मिती व्हावी

या हेतूने अमेरिकन मिशन ‘बालबोध मेवा’ हे नियतकालिक १८७३ पासूनच काढीत असे. कवी टिळक यांचा जेव्हा या नियतकालिकाशी संबंध आला तेव्हा त्यांनी कवी दत्त व बालकवी यांच्याकडून मुलांसाठी काव्यरचनेचा आग्रह धरला व या दोन्ही कवींनी अत्यंत मनोरम अशी शिशुगीते लिहून बालवाङ्मय काव्याचा आरंभ केला. आधुनिक कवी पंचक म्हणून सर्वमान्य असणारे केशवसुत, ना. वा. टिळक, विनायक, गोविंदाग्रज आणि बालकवी हे पाच कवी आहेत.

या कवी पंचकातील गोविंदाग्रज ‘प्रेमाचे शाहीर’ म्हणून ओळखले जातात. त्यांनी प्रेमकाव्य त्यातही विफल प्रीतीच्या कथा उत्कटपणे काव्यबद्ध केल्या. बालकवींची कविता निसर्गाला काव्यात प्रतिष्ठेचे, मानाचे व काव्यातील प्रमुख विषयाचे स्थान देताना दिसते. रे.टिळक हे फुला-मुलांचे कवी म्हणून ओळखले जातात. कवी विनायकांच्या काव्याचा वेगळा उल्लेख करावा लागतो. त्यांनी आपल्या काव्यातून राष्ट्रीय भावना व्यक्त केली. राजकीय स्वातंत्र्याची मागणी करणारी व त्यासाठी जनमनाला प्रेरित करणारी काव्यरचना केली. राजकीय स्वातंत्र्यलढ्याचा हा अपरिहार्य असा परिणाम होता.

अर्वाचीन मराठी कवितेचा तिसरा कालखंड म्हणजेच १९२० ते १९४५ हा होय, पण त्या कालखंडाकडे वळण्यापूर्वी आधीच्या कालखंडातील दोन कवींचा स्वतंत्र उल्लेख करायला हवा. कवी चंद्रशेखर व कवी भा. रा. तांबे हे दोनही कवी महाराष्ट्राबाहेर राहून आपली कविता करत होते. चंद्रशेखरांनी अत्यंत माधुर्यपूर्ण अशा रचना केल्या व आपल्या काव्याद्वारे पंडिती काव्याची परंपरा यशस्वीरीत्या चालू ठेवली. भा. रा. तांबे यांनीही आपला स्वत:चा स्वतंत्र मार्ग चोखाळला व गेयता असणारी काव्यरचना केली. तांबे यांच्या प्रभावातून गीतसंप्रदाय मराठी काव्यात आला. एकंदरीतच केशवसुतांच्या प्रभावातून नवशिक्षणाच्या व बदलत्या राजकीय, सामाजिक परिस्थितीच्या परिणामातून तांबे, चंद्रशेखर यांच्या वेगळ्या प्रतिभेतून १८८५ ते १९२० या कालखंडातील कविता पूर्वीच्या कवितेपेक्षा अभूतपूर्व बदलली व एका वेगळ्याच, नव्या रूपात अवतीर्ण झाली व लोकमानसात रूढही झाली.

यानंतरचा म्हणजेच १९२० ते १९४५ चा कालखंड हा रविकिरण मंडळाचा काल होय. माधव ज्युलियन, कवी गिरीश (शं. के. कानेटकर), यशवंत (य. दि. पेंढरकर) हे या मंडळातील प्रमुख कवी. संघटितपणे काव्यरचना करण्याचा हा एकच महत्त्वाचा असा प्रयत्न होता ज्याला आजही तोड नाही. क्रांतिकालातील कविता निर्माण होताना काहीशी अव्यवस्थितपणे होत होती. तिचे व्यवस्थापन करणे व विस्तार करणे, हे या रविकिरण मंडळाचे प्रमुख कार्य आहे. तसेच रविकिरण मंडळाने काव्यवाचनाच्या माध्यमातून शिक्षित वर्गातच का होईना, पण कवी मंडळाबाहेरच्या

म्हणजे जे कवी नाहीत अशा लोकातही ती लोकप्रिय केली. अज्ञातवासी, काव्यविहारी, प्र. के. अत्रे यांची विडंबनकाव्ये, 'आनंदकंद ऐसा' या गीताने लोकप्रिय झालेले आनंदराव टेकाडे, सावरकरांची राष्ट्रीय कविता इ. कवी याच काळातील आहेत. याच काळात कवी अनिलांनी मुक्त छंदाला सुरुवात केली. समाज व धर्मस्थितीतील बदलाचा परिणाम म्हणून या काळात पुरुषकवींच्या बरोबरीने इंदिरा संत, पद्मा गोळे या कवयित्रीही कविता लिहिताना दिसतात. या काळात गझल, ग्रामीण गीते, रुबाया, कणिका तसेच गद्यकाव्य हे काव्य प्रकार आले.

अर्वाचीन कवितेचा शेवटचा व चौथा टप्पा म्हणून ज्या काव्याचा विचार करायचा ते काव्य १९४५ ते १९६० या कालखंडातील. या काव्यास नवकाव्य असे म्हटले जाते. कवी मर्ढेकर हे या काव्याचे प्रमुख प्रतिनिधी होत. स्वातंत्र्य, स्वातंत्र्यानंतर झालेला भ्रमनिरास, यांत्रिकता, समाजातील बकाली, जगण्यातील फोलपणा या सगळ्यामुळे म्हणजेच बदलत्या समाजवास्तवामुळे नैराश्याने ग्रासलेले मन या काव्यातून व्यक्त होऊ लागले. इथे आशय व अविष्कार अभिन्न रूपात येऊ लागले, तसेच आपल्यास जे दिसले, जे वाटले, जाणवले ते तसेच्या तसे लिहिले हा प्रमुख हेतू या काव्यातून जाणवतो. इतरांना हे काव्य समजावे ही भावनाच या काव्यामागे नाही. त्यातूनच या काव्यात अश्लिलता, दुर्बोधता, नैराश्य व वास्तववाद आलेला दिसतो. नवकविता वास्तववादी आहे, तिच्यात विचाराला प्राधान्य आहे त्यामुळे मुक्तछंदातून आविष्कृत होणे अगदी स्वाभाविक झाले. मर्ढेकरांनी नवकविता लिहिली व तिच्या समर्थनार्थ तिची समीक्षा करून तिचे गुणही स्पष्ट केले. प्रतिमा नाविन्य हे या नवकवितेचे आणखी एक वैशिष्ट्य अशा प्रतिमांना योजनेतही वास्तवता व परिचित जीवनातील परिचित प्रतीकांना उदा. 'काळाचा क्यू'अशा प्रतिमांना स्थान मिळाले व यातून ती अधिक परिणामकारक व वेगळी ठरली. नवकवितेचे जनक असणारे मर्ढेकर मराठी कवितेतील 'दुसरे केशवसुत' म्हणून ओळखले जातात. याच काळात य. द. भावे, मुक्तिबोध हे कवी उल्लेखनीय आहेत. वसंत बापट, विंदा करंदीकर, मंगेश पाडगावकर, बा.भ. बोरकर हे कवीही आपल्या पद्धतीने काव्य करत होते. मात्र नवकाव्यामध्ये आधीच्या कवितेप्रमाणे विविध प्रकार मात्र उरले नव्हते. किंबहुना एकच काव्यप्रकार उरला तो म्हणजे कमी-अधिक लांबीची स्फुट कविता होय. एकंदरीतच ही कविता व्यापक मानव जीवन, जगण्याचा अर्थ या दृष्टीने विचार करू लागली. तिच्यामध्ये एक वैचित्र्यहीन अशी एकरूपता येऊ लागली. पण १९४० च्या आसपास मराठी कविता लोप पावते आहे की काय असे वाटत असतानाच नवकवितेने नव्याच जोमाने मराठी काव्यप्रकाराची काव्यधारा वाहती ठेवली. मर्ढेकरी कविता ही नवकाव्याची एक बाजू तर दुसरी बाजू विंदा करंदीकर,

वसंत बापट, मंगेश पाडगावकर, दिलीप चित्रे, पु. शि. रेगे, शरद्‌चंद्र मुक्तिबोध, सदानंद रेगे यांची कविता ही होय.

नाट्यवाङ्मय

मराठ्यांच्या स्वराज्याच्या काळात वाङ्मयाचे व काव्यकलेचे पोषण व संवर्धन होत होते. पण या काळात नाट्यकला मात्र दिसत नाही. उलट महाराष्ट्रीयांचा पराक्रम अस्तंगत होऊन समाजाचे जीवन सर्वस्वी परावलंबी व दुबळे बनले. त्या अव्वल इंग्रजीच्या काळातच नाट्यकलेचा जन्म झाला. बदललेली सामाजिक स्थिती यामागे असणारे प्रमुख कारण होय. आधीच्या काळातील सरदार इनामदारांचा वर्ग, त्यांच्या आश्रितांचा वर्ग, जुना चाकरमाना वर्ग. स्वराज्याच्या काळातील लष्करी पेशा नाहीसा झाल्याने बेकार झाला. तसेच आधीची परंपरागत असलेली करमणुकीची साधने पुरी पडेनाशी झाली आणि यातून नाटक या वाङ्मय प्रकाराचा उदय झाला. श्रीमंत चिंतामणराव आप्पासाहेब सांगलीकर यांच्या प्रेरणेवरून विष्णुदास भाव्यांनी पौराणिक काव्यांची सुरुवात केली. १८४३ साली विष्णुदास भावे यांनी 'सीतास्वयंवर' हे पहिले नाटक रंगभूमीवर आणले. पुढे निरनिराळ्या पौराणिक कथांवर त्यांनी नाटके लिहिली. या नाटकांमध्ये निश्चित स्वरूपात आगाऊ रचलेला भाग म्हणजे सूत्रधाराने म्हणावयाची पदे किंवा कविता इतकाच असे. या पौराणिक नाटकांनी फार काळपर्यंत महाराष्ट्रातील बहुजनसमाजाचे मनोरंजन केले. मात्र स्थायी स्वरूपाचे संवादात्मक नाट्य रचण्याचा प्रयोग या नाटकातून दिसत नाही. पौराणिक नाट्य पद्यमय असत. त्यांचे स्वरूप सामान्यत: रांगडे ओबडधोबड व वैचित्र्यहीन असे होते. या नाटकांना 'अलललडुर्र' किंवा 'तागडथोम' स्वरूपाची नाटके म्हटले जाई. १८६० च्या सुमारास पौराणिक आख्यानांच्या जोडीला गद्यात्मक फार्स करून दाखविला जाई. हे फार्स काही ऐतिहासिक, काही अद्‌भुतात्मक असे असत. त्यात बरेचवेळा उत्कट रसात्मक असे तीव्र प्रसंग व खदखदा हसविणारा विनोद असे. काही फार्सांना थोडेसे सामाजिक स्वरूपही असे. हळूहळू या पौराणिक नाटकांमधे अभिनय रंगभूमीची सजावट, नाटकातील पदे यात सुधारणा होत गेली. हा टप्पा नाट्यवाङ्मयाच्या उदयास निश्चितपणे उपयोगी ठरली.

बुकिश नाटकांची निर्मिती ही नाट्यवाङ्मयाची खरी सुरुवात होय. बुकांच्या स्वरूपात प्रसिद्ध होणारी नाटके ती बुकिश नाटके. ही गद्यमय असत. १८५१ मध्ये प्रसिद्ध झालेले 'प्रबोधचंद्रोदय' हे नाटक पहिले बुकिश नाटक होय. त्यानंतर परशुरामपंत गोडबोले यांचे १८५७ मध्ये 'वेणीसंहार' हे नाटक आहे. अर्थातच ही नाटके भाषांतरित होती. ही बुकिश नाटके बरीच रंगभूमीवर आली. रंगभूमीवर सादर करण्याच्या उद्देशातून ती लिहिली गेली. या नाटकांनी नाट्यकलेच्या उदयास हातभार लावला. पण या

खेळांवर सुशिक्षित समाजाची मनोरंजनाची भूक भागेना आणि त्यातूनच हळूहळू या कलेत सुधारणा होऊ लागल्या. दोन-चार तुरळक प्रयत्न सोडून दिल्यास इ.स.१८६० हाच नाट्यकलेचा उगमकाल मानला पाहिजे.

मराठीतील खराखुरा पहिला नाटककार म्हणजे वि. ज. कीर्तने होय. 'थोरले माधवराव पेशवे' हे पहिले नाटक होय. हे ऐतिहासिक नाटक होते. तर कीर्तने यांचे दुसरे नाटक 'जयपाळ' हे काल्पनिक होते. ऐतिहासिक व काल्पनिक अशा दोन प्रकारांच्या नाटकांचा पाया कीर्तने यांनी घातला तर म. बा. चितळे यांच्या 'मनोरमा' (१८७१) या नाटकाने सामाजिक नाटकांचा पाया घातला. १८८० मध्ये अण्णासाहेब किर्लोस्करांनी पुणे येथे आपल्या 'संगीत शाकुंतल' या नाटकाचा प्रयोग केला. त्यांनी पूर्वी कधीही एकत्र न आलेल्या गोष्टी नाटकात एकत्र आणल्या. 'संगीत सौभद्र' हे त्यांचे आणखी एक यशस्वी नाटक. तत्कालीन सुखासीन सुशिक्षित समाजाची रूची अचूक ओळखून किर्लोस्करांनी पौराणिक नाटकातून तत्कालीन रम्य संसाराची दृश्ये समजण्यास सोपी व गोड अशी पदे व त्यांची सर्व मुख्य भूमिकांवर विभागणी, नाट्यपूर्ण प्रवेश, प्रेक्षकांच्या बुद्धीला ताण न देणारे रहस्य व त्याची उकल अशा अनेक गोष्टी एकत्र करून उत्तम नाटक लिहिले. त्यांची नाटके म्हणजे चांगले नाट्य व उत्तम गाणे यांचे मिश्रण असे नाटकाच्या रंगभूमीवरील प्रयोगातही त्यांनी अनेक निवडक व चांगल्या गोष्टींचा समन्वय घडवून आणला. उत्कृष्ट गाणारी, चांगला अभिनय करणारी रूपवान पात्रे, आकर्षक पडदे व सीनरीचा वापर, उंची वेशभूषा व कंपनीशी संबंधित व्यक्तींची मालक मॅनेजर यांची रूबाबदार वागणूक या व अशा अनेक गोष्टींमुळे किर्लोस्करांच्या नाटकांना समाजात प्रतिष्ठा मिळाली व नाट्यवाङ्मयाला प्रतिष्ठा आणि लोकप्रियता लाभली व नाट्यवाङ्मयाचा उत्कर्ष साधला गेला.

१८८० ते १९०० हा कालखंड सुधारणावादाचा काळ होता. या काळात धार्मिक ध्येयवाद न्या. रानडे यांच्याद्वारे, राजकीय ध्येयवाद लो. टिळकांच्याद्वारे व्यक्त होत होता तर सामाजिक ध्येयवादाचा पुरस्कार गो. ग. आगरकर यांनी केलेला होता. या तिघांच्या कार्याने, लेखन-भाषणाने हा काळ वैचारिक प्रबोधनाचा बनला होता. या सर्व विचारमंथनाचे, प्रामुख्याने या सुधारणावादाचे प्रतिबिंब तत्कालीन नाट्यवाङ्मयात मोठ्या प्रमाणावर पडले. यातूनच नाट्यवाङ्मयाची प्रत्येक शाखा भरभराटीला आली. सामाजिक नाटकांनी तर हा कालखंड प्रकर्षाने व्यक्त केला. नारायण बापूजी कानेटकर यांनी या काळात 'तरुणीशिक्षण नाटिका', 'संमति कायद्याचे नाटक' यासारख्या नाटकांतून त्या काळातील सामाजिक घडामोडी व्यक्त केल्या. शंकर मोरो रानडे यांनी तर आपले आयुष्यच नाट्यकलेला वाहून घेतले.

१८८० ते १९२० हा कालखंड काव्याप्रमाणेच नाट्यकलेतही महत्त्वाचा ठरतो. किर्लोस्कर, देवल, खाडिलकर, कोल्हटकर व गडकरी हे नाटककार या काळात महत्त्वाचे ठरतात. कोल्हटकर, देवल, गडकरी यांच्या नाटकातून सामाजिक घटनांचे प्रतिबिंब उमटले. देवलांची 'संगीत शारदा', गडकरी यांचे 'एकच प्याला' नाट्यवाङ्मयात अजरामर अशी नाटके आहेत. ध्येयवादिता हा खाडिलकरांच्या नाटकाचा विशेष होय. राजकीय, सामाजिक, वैयक्तिक ध्येयांची उदात्त चित्रे त्यांनी आपल्या नाटकांतून रंगविली. पौराणिक कथेवर आधारलेले त्यांचे 'कीचकवध' हे नाटक तत्कालीन राजकीय स्वातंत्र्यलढा, जनतेवर होत असलेले अन्याय, जहाल-मवाळ पक्ष या सगळ्या वास्तवाला व्यक्त करणारे एक सुंदर रुपक होते. य. ना. टिपणीस, विष्णू हरी औंधकर यांचे बेबंदशाही यासारख्या नाटककारांनी या काळात ऐतिहासिक व पौराणिक नाटकांचा प्रकार विकसित केला. अशाप्रकारे या काळात नाट्यवाङ्मय विविध प्रकारातून बहरू लागले. तंत्राच्या बाबतीत शेक्सपिअरच्या नाटकांचा प्रभाव या काळात दिसतो. या विकासास १९२० च्या आसपास ओहोटी लागली. या पडत्या काळात मामा वरेरकरांनी नाट्यकलेला जिवंत ठेवण्याचा जिवापाड प्रयत्न केला. १९२० ते १९४० हा कालखंड नाट्यकलेच्या क्षेत्रात ही कला तग धरून राहिली आहे, असे म्हणण्याइतकाच महत्त्वाचा दिसतो. वा. वा. भोळे, महादेव जोशी यांची सामाजिक नाटके वीर वामनराव जोशी, वि. दा. सावरकर यांची राजकीय आकांक्षा व्यक्त करणारी नाटके. काही पौराणिक नाटके यांचा हा काल. नाट्यकलेला ऊर्जितावस्था आणण्याचा प्रयत्न करणारा नाट्यमन्वंतर चा प्रयोगही याच काळातला. वि. वि. वर्तक यांनी काही दर्जेदार उदा. 'आंधळ्याची शाळा' सारखी नाटके दिली. प्र. के. अत्रे यांच्या नाटकांनी यश मिळविले व बुडत्या नाट्यकलेला आधार देण्याचा प्रयत्न केला. उदा. 'घराबाहेर', 'उद्याचा संसार' या काळात प्र. के. अत्र्यांनी मोठी प्रसिद्धी मिळविली. याबाबतीत श्री. ना. बनहट्टी म्हणतात, 'मराठी नाट्यकलेच्या बाबतीत दिवा विझताना मोठा व्हावा तसाच हा प्रकार होता.' मामा वरेरकर, अत्रे यासारखे काही अपवाद वगळता या काळात नाट्यकला जवळजवळ संपण्याच्या अवस्थेत होती. १९४० च्या आसपास जवळजवळ संपुष्टात आलेली नाट्यकला या काळात पुन्हा एकदा उभी राहिली. १९४३ साली नाट्यकलेचा शतसांवत्सरिक महोत्सव साजरा झाला. ही घटना नाट्यकलेला प्रेरक ठरली. या काळातही प्र. के. अत्रे व मामा वरेरकर यांची काही नाटके आली. ना. सी. फडके यांनी 'जानकी' या नाटकात फाळणीची पार्श्वभूमी वापरली. मामा वरेरकरांचे 'अपूर्व बंगाल' हेही फाळणीतील होरपळलेल्या स्त्रीची कथा, जी अधिक हृदयस्पर्शी होती. वि. वा. शिरवाडकरांची 'कौन्तेय', 'दुसरा पेशवा' ही नाटकेही याच काळात

प्रसिद्ध झाली व नाट्यवाङ्‌मयात महत्त्वाची ठरली. अ. वा. वर्टी यांचे 'राणीचा बाग', सौ. मुक्ताबाई दीक्षित यांचे 'जुगार' लोकप्रिय ठरले तर मालतीबाई बेडेकर यांनी 'पारध' लिहिले. अशी अनेक नाटके या काळात आली. रंगभूमीवर गाजली पण हा कालखंड गाजवला तो मो. ग. रांगणेकर यांच्या नाट्यनिकेतन या संस्थेने व त्यांच्या नाटकांनी. त्यांच्या कुलवधू या नाटकाने प्रचंड लोकप्रियता मिळविली. या नाटकाचे सुमारे ८०० प्रयोग झाले. नंदनवन, अलंकार, माझे घर, वहिनी, वेगळे ठरलेले 'एक होता म्हातारा' अशी अनेक दर्जेदार नाटके त्यांनी लिहिली. इब्सेनप्रणित नाट्यतंत्राचा त्यांच्यावर प्रभाव दिसतो. नाट्यप्रयोग करू इच्छिणारी नाट्यमंडळे, त्यांच्याकरिता नाटके लिहून देणारे लेखक, प्रेक्षकांचा उत्तम प्रतिसाद, निर्मितीची विपुलता व त्यात दर्जेदारपणाचे सातत्य, काही ग्रामीण विषयांवर आधारित नाटके, परळ रंगभूमीचा उदय अशा अनेक घडामोडी या काळात नाट्यकलेच्या क्षेत्रात घडल्या ज्यांनी पुन्हा एकदा नाट्यकलेला नवे व आशादायक स्वरूप प्राप्त करून दिले.

कथावाङ्‌मय

प्राचीन मराठी वाङ्‌मयातून कथा आली ती पद्याचे रूप घेऊन. विविध काव्यप्रकारातून कथा आली. महानुभाव पंथातील साहित्याचे महत्त्व कथावाङ्‌मयाच्या दृष्टीने लक्षात घ्यायला हवे. चक्रधरांनी दिलेले निरनिराळे दृष्टांत म्हणजे छोट्या-छोट्या गोष्टीच आहेत. शिवकालात व पेशवेकालात या कथेने बखरीचे स्वरूप धारण केले. ऐतिहासिक सत्यात कल्पनाविलास, दंतकथा, अतिशयोक्तीची भर घालून वर्णने बखरकार करीत. भाषांतरयुगात इसापनीती, पंचतंत्र, हितोपदेश, सिंहासनबत्तिशी या गोष्टीरूप ग्रंथांची भाषांतरे मराठीत केली गेली. या कथेत उपदेशपरतेचा, अद्‌भुतरम्यतेचा पगडा होता. खरी मराठी लघुकथा 'करमणूक' मधून १८९० पासून सुरू झाली असे मानले जाते. करमणूक पूर्व कथा ही परप्रकाशित, सामान्य, दुबळी अशी होती.

१८९० ते १९१० हा कालखंड 'करमणूक' कालखंड म्हणून ओळखला जातो. कथेच्या क्षेत्रात कालखंडाची विभागणी करताना ती नियतकालिकांच्या नावानेच ओळखली जाते. कारण लघुकथेला रूप देण्यापासून तिचा विकास घडवून आणण्यात नियतकालिकांचा फार मोठा हात होता.

१८९० ते १९१० हा कालखंड 'करमणुकी'चा होता. कारण या कालखंडात हरिभाऊ आपटे व त्यांनी 'करमणुकी'तून लिहिलेल्या स्फुट गोष्टी याच पद्धतीची कथा या काळात लोकप्रिय झाली. कथेच्या क्षेत्रात हरिभाऊंनी केलेली कामगिरी उल्लेखनीय मानली पाहिजे. मध्यमवर्गीय जीवनातील साधेच पण भावोत्कट प्रसंग घेऊन ते मोठ्या कलात्मकतेने त्यांनी आपल्या 'स्फुट गोष्टी'तून रंगवले आहेत. लघुकथेचे आजचे तंत्र

त्यात आढळत नाही. लघुकथा म्हणजे लांबीने कमी असणारी कादंबरी असाच त्या काळात समज होता. 'अपकाराची फेड उपकारांनीच', 'काळ तर मोठा कठीण आला' यांसारख्या दीर्घकथा म्हणजे छोट्या-छोट्या कादंबऱ्याच म्हणाव्या लागतील. या कथांतून प्रसंगाची गर्दी आहे. पात्रांची गर्दी आणि वर्णनाचाही पाल्हाळ आहे; पण या कथांनाच त्या काळी स्फुट गोष्टी म्हटले जाई. या कथा वास्तववादी मध्यमवर्गीय जीवनाचे अतिशय वास्तव व परिणामकारक असे चित्रण यात येते. साधारणत: हरिभाऊंनी आपल्या सर्वच कथांतून व्यवहारधर्म व नीतिनियम शिकविणे हाच उद्देश ठेवलेला दिसतो. 'दुर्गाताईंची ओवाळणी' ही एकच गोष्ट त्यांनी समाजातील केशवपन चालींविषयी चीड व्यक्त करणारी म्हणजेच सामाजिक प्रश्नाला अधोरेखित करणारी लिहिली तर त्यांच्या 'काळ तर मोठा कठीण आला' या कथेतून ग्रामीण जीवनाचे चित्रण आले. याच कालखंडातील दुसरे महत्त्वाचे लेखक म्हणजे 'सहकारी कृष्ण' हे होय. कुटुंबाला योग्य व उपदेशपर अशा तऱ्हेच्या गोष्टी त्यांनी कुटुंबमालेतून लिहिल्या आहेत. मध्यमवर्गाच्या जीवनावर त्यांनी आपल्या कथा लिहिल्या. या काळात कथावाङ्मय लिहिले जात होते पण तसे उपेक्षितच होते. कादंबरीच्या लोकप्रियतेमुळे कथावाङ्मयाचा विकास होत नव्हता.

कथेची उपेक्षा दूर करून तिला मानाचे स्थान देण्याचे कार्य 'मनोरंजन' या नियतकालिकाने केले.

१९१० व १९२६ हा कालखंड मनोरंजन कालखंड म्हणून ओळखला जातो. या काळात कथेला लोकप्रिय बनविण्याचे कार्य वि. सी. गुर्जर यांनी केले. गुर्जरांची कथा ही 'संपूर्ण गोष्ट' म्हणून ओळखली जाते. गुर्जरांनी मराठी कथेची दृष्टी बदलली. मराठी कथा आतापर्यंत बोधप्रधान होती. ती रंजनप्रधान केली. हे त्यांचे महत्त्वाचे कार्य होय. कथानकामध्ये वाचकांची उत्कंठा वाढविण्यासाठी कोणते ना कोणते तरी रहस्य निर्माण करायचे, त्यातील गुंतागुंत वाढवून वाचकांचे कुतूहल शेवटपर्यंत जागृत ठेवायचे व शेवटी कथानकाला अनपेक्षित कलाटणी देऊन वाचकांना विस्मयाचा धक्का द्यायचा हे तंत्र त्यांनी आपल्या कथेतून वापरले. त्यामुळेच कथा लोकप्रिय होऊ लागली. त्यांच्या कथांनी वाचकांच्या मनाची पकड घेतली.

याच काळात नारायण हरी आपटे यांनी बोधप्रधान व रंजक असे दोन्ही गुण एकत्र करून कथा लिहिल्या. कृ. के. गोखले, वा. ना. देशपांडे, वा. म. जोशी, न. चिं. केळकर यांच्या कथाही याच काळात आल्या. श्रीपाद कृष्ण कोल्हटकरांच्या कथेने कल्पनारम्य रूप धारण केले, तर उपहास, उपरोध, काव्यात्म कल्पनाविलास या गुणांनी शिवरामपंत परांजपे यांची कथा नटली. 'सुदाम्याचे पोहे', 'संपूर्ण बाळकराम'

हे कथासंग्रह याच काळातले. काशीबाई कानिटकर, आनंदीबाई शिर्के, गिरिजाबाई केळकर, वामनसुता इ. काही कथालेखिकांनीही मराठी कथाविश्व समृद्ध करण्यास मदत केली. तरीही कथाविषयाचे विश्व या काळात हरिभाऊ व गुर्जर यांच्या कथेच्या पलीकडे गेले नाही. मात्र या काळातील कथांनी बोधाचे जोखड फेकून देऊन आपणामध्ये रंजकता आणली व रचनेत थोडीफार रेखीवता आणली. संपूर्ण गोष्टीने केलेले हे कार्य मराठी कथेच्या प्रवासातील महत्त्वाचा टप्पा ठरले.

१९२६ ते १९४० हा कालखंड कथेच्या क्षेत्रात यशवंत – रत्नाकर कालखंड म्हणून ओळखला जातो. १९२६ मध्ये रत्नाकर मासिक सुरू झाले व १९२८ मध्ये प्राधान्याने लघुकथेला वाहिलेले यशवंत मासिक सुरू झाले. किर्लोस्कर, ज्योत्स्ना, प्रतिभा, समीक्षक इ. मासिकांनी या काळात मराठी कथेला चांगलेच समृद्ध केले. कथेचे लघुकथा हे नाव या काळातच रूढ झाले. लघुकथेच्या तंत्राची आणि स्वरूपाची सर्व बाजूंनी चर्चा होऊ लागली. नागरी जीवनाबरोबर जानपदजीवनाची चित्रेही कथांतून येऊ लागली. व्यक्तिमनाचे, भावनांचे चित्रण होऊ लागले. ना. सी. फडके व वि. स. खांडेकर हे या काळातल्या कथेचे मानकरी होते. मात्र मनोरंजनकाल व रत्नाकर काल यांमधील सांधा जोडण्याचे काम प्रामुख्याने दिवाकर कृष्ण यांनी केले. त्यांच्या काही कथा मनोरंजनातूनच प्रसिद्ध झाल्या. त्यांच्या कथांनी मराठी कथेत व्यक्तिमनातील भावनांची गुंतागुंत व्यक्त करण्याचे कौशल्य आले. त्यांच्या कथांतील घटनांमधून माणसाचे हृदय, काव्यात्मपणे, हळूवारपणे व्यक्त करण्यावर, बालमनाच्या व स्त्रीमनाच्या विविध भावछटा रंगवण्यावर भर दिलेला दिसतो. याच काळात कॅ. गो. ग. लिमये यांनीही मनोविश्लेषणात्मक कथा लिहिल्या त्या उल्लेखनीय आहेत.

कथेच्या दृष्टीने या काळात आणखी एक महत्त्वाची घटना घडली ती म्हणजे फडके–खांडेकर यांच्या कथालेखनास सुरुवात झाली. मराठी कथा अधिक वैशिष्ट्यपूर्ण बनविण्याचे कार्य या दोघांनी केले आणि म्हणूनच कथेच्या क्षेत्रात या कालखंडाला 'फडके–खांडेकर युग' म्हणून ओळखले जाते.

लघुकथेला कथेचे म्हणून जे तंत्र आहे ते फडके यांच्या कथांमधून स्पष्टपणे व्यक्त झाले. तंत्रशुद्धता, रेखीवपणा, डौलदारपणा व लालित्यपूर्ण भाषा या त्यांनी मराठी कथेला दिलेल्या खास देणग्या होय. त्यांच्या बहुसंख्य कथा आदर्श तंत्रशुद्धतेचे उत्तम नमुने बनलेल्या दिसतात. फडके–पूर्वकालातील कथांमधून येणारा पाल्हाळ व विस्कळीतपणा लक्षात घेतला म्हणजे फडक्यांचा तंत्राबद्दलचा आग्रह आवश्यकच होता. अर्थात पुढे पुढे हा आग्रह अतिरेकी बनला व फडक्यांची कथा स्वप्नरंजनात्मक बनली व वास्तवापासून ती खूप दूर गेली.

फडके आणि खांडेकर समकालीन लेखन. खांडेकरांच्या कथेत सामाजिक आशय लक्षणीयपणे आला. कथेच्या एकाच कालखंडात खांडेकर व फडके हे दोघेही लेखन करत होते. खांडेकर हे जीवनवादी तर फडके हे शुद्ध कलावादी लेखक होते. एकाने मराठी कथेला जीवनाभिमुख बनवले तर दुसऱ्याने तिला सौंदर्यदृष्टी दिली. खांडेकरांनी आपल्या कथांमधून समाज, समाजातील समस्या यांचे प्रत्ययकारी चित्रण केले. त्यांनी लिहिलेल्या रूपककथा हा त्यांच्या काव्यात्म व तत्त्वचिंतक प्रतिभेचा एक विलासच होय. य. गो. जोशी हे या काळातले आणखी एक महत्त्वाचे लेखक. कौटुंबिक जीवनातील जिव्हाळा त्यांनी कथेतून उत्कट रीतीने व्यक्त केला. कौटुंबिक नात्यातील भावविश्व त्यांनी कथेतून सुरेखरीत्या उलगडून दाखवले. याप्रमाणेच दत्त रघुनाथ कवठेकर, खं. सा. दौंडकर, अ. वा. वर्टी, प्र. शां. मांजरेकर हे लेखकही याच काळात कथा लिहित होते. प्रादेशिक व ग्रामीण कथांचा ओघही याच सुमारास या कथा प्रवाहात येऊन मिळाला. वि. स. सुखटणकर, लक्ष्मणराव सरदेसाई, बा. द. सातोस्कर या लेखकांनी प्रादेशिक व ग्रामीण कथा लिहिली. याच काळात दलितांचे, उपेक्षितांचे, स्त्रीजीवनाचे चित्रण कथा करू लागली. या कालखंडातील कथेत तंत्रदृष्ट्या, विषयदृष्ट्या, प्रकारदृष्ट्या वैविध्य निर्माण झाले व कथा अत्यंत विकसित रूपात वावरू लागली. १९४० च्या आसपास कथेत पुन्हा एकदा पोकळी निर्माग झाली जी १९४३-४४ च्या सुमारास फोडली गेली व पुन्हा एकदा कथेने नवे रूप धारण केले. नवे कथालेखक क्षितिजावर चमकू लागले व त्यांच्या कथेनेही सर्वस्वी नवे रूप धारण केले. या नव्या लघुकथांमधून जीवनाचे अधिक वास्तव, अधिक सूक्ष्म आणि अनुभवांच्या विविध पातळ्यांवरून दर्शन घडू लागले. ती मानवी मनाचा खोलवर वेध घेऊ लागली. अनुभूतीच्या कक्षा रूंदावल्या व यातूनच 'नवकथे'ची चाहूल जाणवली. चिंतनशील मनोवृत्ती व काव्यात्म अविष्कार यामुळे वामन चोरघडे व कुसुमावती देशपांडे यांच्या कथांनी फडकेप्रणित तंत्रबद्धतेतून कथेला मोकळे केले. नाजूक व तरल वैयक्तिक भावनेपासून तीव्र सामाजिक भावनेपर्यंत अनेक छटा त्यांच्या कथेतून व्यक्त झाल्या. नवकथेची अंतर्मुखता, मनोविश्लेषण व तंत्राची चौकट झुगारणे ही वैशिष्ट्ये या दोघांच्या कथेतून व्यक्त झाली.

सत्यकथा-अभिरूची युग

१९४५ ते १९६० हा कालखंड नवकथेच्या बहराचा काळ होय. सत्यकथा-अभिरूची ही नियतकालिके आवर्जून नवी कथा प्रसिद्ध करू लागली. अरविंद गोखले, गंगाधर गाडगीळ, पु. भा. भावे व व्यंकटेश माडगूळकर यांच्या कथांनी हा काळ घडविला व कथा अंतर्बाह्य बदलली. दुसऱ्या महायुद्धाने जगावर जी विफलतेची व विकलतेची

छाया पडली होती व मानवी मूल्ये धडाधड कोसळत होती त्यामुळे समाजात अश्रद्ध वृत्ती, नैराश्य पसरले होते. यंत्र संस्कृतीचा अतिरेक, स्वातंत्र्यानंतर झालेला भ्रमनिरास याचा परिणाम साहित्यावर होत होता. कथेवर तो प्रकर्षाने झाला. तिने आपले बाह्यस्वरूप, आकार, कथाविश्व यात बदल केला व ती अंतर्बाह्य बदलली.

नवकथाकार ही पदवी सार्थ करणारे गंगाधर गाडगीळ खरे नवकथाकार होय. त्यांनी नवकथेची सर्व वैशिष्ट्ये आपल्या कथेतून व्यक्त केली व समीक्षा लिहून नवकथेची भूमिकाही स्पष्ट केली. कथेची असणारी ठराविक चौकट नवकथेने पूर्ण झुगारून दिली. आशय व अभिव्यक्ती यात एकरूपता आणली. केवळ व्यक्तीच नव्हे तर एखादी भावना, एखादी वेळ सुद्धा कथेचा विषय बनू लागली. जे जसे आहे तसे लिहिणे यातून ती वास्तवाच्या अधिक जवळ गेली, आशयगर्भ बनली. जीवनदर्शन सखोलतेने करू लागली. अर्थात हळूहळू या प्रायोगिकतेचे, बदलांचेच आवर्त तिच्यात निर्माण होऊन एक प्रकारचे साचलेपण तिच्यात येऊ लागले पण कथावाङ्मय अधिक जीवनसदृश करून कथाविश्वाला मनोव्यापाराचा आशय देण्याचे व तिला अधिक सखोल बनविण्याचे काम नवकथेने केले.

कादंबरी

कादंबरी हा वाङ्मयप्रकार इंग्रजी राजवटीतच जन्माला आला. पुराणे, आख्याने, बखरी इ. ग्रंथातून कादंबरीची काही वैशिष्ट्ये जाणवतात. एका विशिष्ट तऱ्हेच्या कल्पित कथेला कादंबरी हे नाव मराठीत आधीपासून रूढ असावे, असे कुसुमावती देशपांडे म्हणतात. खऱ्या अर्थाने अठराव्या शतकातच कादंबरीची सुरुवात झाली व एकोणिसाव्या शतकाच्या पूर्वार्धातच ती एक प्रमुख वाङ्मयप्रकार म्हणून प्रतिष्ठित झाली.

कादंबरी या वाङ्मय प्रकाराची सुरुवात भाषांतरयुगात हरि केशवजी यांच्या 'यांत्रिक क्रमण' या भाषांतरित कादंबरीने झाली. 'यमुना पर्यटन' ही बाबा पद्मनजींनी लिहिलेली कादंबरी मराठीतील पहिली कादंबरी होय. पण ख्रिस्ती धर्मप्रसाराची प्रेरणा या कादंबरीतून स्पष्टपणे व्यक्त होत असल्याने ती वादग्रस्त ठरली. मात्र तिने तत्कालीन महाराष्ट्रातील विधवाजीवनाचे अत्यंत जिवंत चित्रण केले व तिच्यातून कादंबरीरूप स्पष्टपणे व्यक्त झाले.

१८५७ ते १८८५ – हरिभाऊंची पहिली कादंबरी 'मधली स्थिती' १८८५ मध्ये पुणे–वैभवमधून क्रमश: प्रसिद्ध झाली आणि तिने या वाङ्मय प्रकाराचा आवाकाही स्पष्ट केला. मात्र यापूर्वीच्या ज्या अनेक कादंबऱ्या लिहिल्या गेल्या त्या अद्भुतरम्य अशा होत्या.

लक्ष्मणशास्त्री हळबे यांची 'मुक्तामाला' ही मराठीतील पहिली ललित वा अद्‌भुतरम्य कादंबरी होय. नायक-नायिकेवर कोसळणारी संकटे, योगायोग, रहस्ये इ. योजून पुढे काय? याविषयी वाचकाची उत्सुकता जागती ठेवायची व अखेर दुष्टांचा नाश व सुष्टांचा विजय अशा रीतीने कादंबरी संपवायची, असा कादंबरीचा साचाच या कादंबरीपासून तयार झाला आणि अशा अद्‌भुतरम्य कादंबऱ्यांचे पीकच आले, इतके की का. बा. मराठे यांनी 'नावल आणि त्याजवरील कीड' हा लेख लिहून या प्रकाराची टीका केली. 'मंजुघोषा', 'वसन्तकोकिला', 'चंद्रप्रभाविरह वर्णन', 'विचित्रपुरी' यासारख्या अनेक कादंबऱ्यांनी या अद्‌भुतरम्य कादंबऱ्यांची परंपरा लोकप्रिय केली. त्यातही बाबा गोखले यांनी 'राजा मदन' ही कादंबरी शोकान्त ठेवून वेगळी वाट चोखाळली. या सर्व कादंबऱ्यांमागे रंजन व बोध हाच हेतू होता. या कादंबऱ्यांना कादंबरी या वाङ्‌मयप्रकाराला लोकप्रियता मिळवून दिले हे त्यांचे श्रेय उल्लेखनीय आहे. मात्र अगदी सुरुवातीला कादंबरीला लाभलेली सामाजिक पार्श्वभूमी मात्र यामुळे लोप पावली. अशी सामाजिक आशयाची वास्तववादी कादंबरीची परंपरा पुन्हा सुरू झाली ती १८८५ पासून, हरिभाऊंच्या 'मधली स्थिती' या कादंबरीने. इथे मराठी कादंबरीने एक नवे वळण घेतले. हरिभाऊंनी पाश्चात्त्य कादंबरीचे अंतरंग, तिचे सामर्थ्य, तिचे प्रयोजन, निर्मितीचे घटक व तिच्या परिणामाचे मर्म अचूक हेरले अन्य साहित्यप्रकारांच्या तुलनेने कादंबरीचा आवाका विस्तृत असल्याने ती व्यक्तींच्या गतिमान, भरघोस व विविध स्वरूपाच्या जीवनप्रवाहांचे दर्शन ती सहजपणे घडवू शकते. तिच्यात समाजमनाची उकल करण्याचे सामर्थ्य आहे. या सगळ्या गोष्टींची जाणीव ठेवून अत्यंत संवेदनशील व कलासक्त मनाने त्यांनी कादंबरी लेखन केले व या वाङ्‌मयप्रकाराला त्याचे स्वरूप प्राप्त करून दिले. त्यांनी एकाच वेळी सामाजिक आणि ऐतिहासिक अशा दोन्ही कादंबऱ्या अत्यंत यशस्वीपणे लिहिल्या. पण 'लक्षात कोण घेतो' ही सामाजिक आणि 'वज्राघात' ही ऐतिहासिक या त्यांच्या सर्वोत्तम अशा दोन कादंबऱ्या होय. त्यांच्या कादंबऱ्यांनी वाचकांना आपलेच अनुभव वाचत असल्याचा अनुभव दिला. याच काळात 'विदर्भाचे हरिभाऊ' अशी उपाधी लावलेले बाळकृष्ण गडकरी, नारायण हरि आपटे, सहकारी कृष्ण, नाथमाधव हे काही उल्लेखनीय कादंबरीकार लिहित होते. याच काळात वा. म. जोशी यांचे नाव घेणे महत्त्वाचे ठरते. हरिभाऊंचे समकालीन पण त्यांच्यापेक्षा अत्यंत वेगळ्या ढंगांची कादंबरी त्यांनी लिहिली. त्यांच्या कादंबरीमागील प्रेरणा, तिचे रूप अगदी वेगळे आहे. तात्त्विक कादंबरी म्हणून तिचा गौरव केला जातो. 'रागिणी', 'सुशिलेचा देव', 'इंदू काळे व सरला भोळे' या त्यांच्या कादंबऱ्यांनी एक नवेच विश्व मराठी कादंबरीला दिले. त्यांच्या कादंबरीतून पांढरपेशा मध्यमवर्गाचे वैचारिक विश्व,

त्यातील मतमतांतरे यातून व्यक्त झाले. वा. म. जोशींच्या कादंबऱ्या १८८५ ते १९२० या बरोबरच १९२० नंतरही येत होत्या. मात्र १९२० नंतरचा कालखंड हा ओळखला जातो तो प्रामुख्याने फडके-खांडेकर यांच्या कादंबऱ्यांमुळे.

१९२० ते १९५०

आधीच्या कालखंडात मूळ धरलेल्या रंजक कादंबरीची वाढ या कालखंडातही चालू होती. या कादंबरीकारात ना. सी. फडके अग्रणी होते. कलेसाठी कला या भूमिकेतून त्यांनी निखळ करमणूक करणारी, वास्तवापासून दूर पण वास्तवसदृश अशी स्वप्नरंजनात्मक कादंबरी त्यांनी घडविली. कादंबरीच्या अनेकविध घटकांचे मिश्रण त्यांनी अत्यंत कौशल्याने, तंत्रशुद्ध पद्धतीने केले. त्यांच्या या कादंबऱ्यांनी अपार लोकप्रियता मिळविली. 'जादुगार', 'दौलत', 'अटकेपार' इ. अनेक कादंबऱ्या प्रचंड गाजल्या. याच काळात वि. स. खांडेकरांनी जीवनासाठी कला या मताचा पुरस्कार करत जीवनवादी कादंबऱ्या (उदा. ययाती) लिहिल्या. साम्यवादी क्रांती, मार्क्सवाद, समाजवाद, गांधीवाद, वर्गीय समाजरचनेला विरोध, गरीब-श्रीमंतामधील संघर्ष- समाजातील या सगळ्या घटकांचे, बदलांचे प्रतिबिंब कादंबरीतून पडले.

श्रीधर व्यंकटेश केतकर यांनी समाजशास्त्रीय बैठक कादंबरीला मिळवून दिली. त्यांच्या 'ब्राह्मणकन्या' या कादंबरीने वाचकांचे लक्ष वेधून घेतले. याच काळात विभावरी शिरूरकरांनी 'हिंदोळ्यावर', 'विरलेले स्वप्न' मधून अत्यंत धीटपणे स्त्रीमन उलगडून दाखविले. या काळात अनेक स्त्री कादंबरीकारही दिसतात.

ग. त्र्यं. माडखोलकर यांनी तत्कालीन राजकीय वाद-प्रवाद आपल्या कादंबऱ्यांतून मांडले. त्यांची 'मुक्तात्मा' ही उल्लेखनीय कादंबरी. तत्कालीन राजकीय परिस्थितीचे प्रतिबिंब यात पडले. भा. वि. वरेरकर यांच्या 'धावता धोटा' मधून गिरणी कामगारांच्या जीवनाचे दर्शन घडले. थोडक्यात, या काळात मराठी कादंबरीच्या आशय विश्वात वैविध्य निर्माण झाले. तिने अनेक वेगळ्या वाटा चोखाळल्या. पण तरीही या काळावर म्हणजे जवळ जवळ १९४० पर्यंत या कादंबरी लेखनावर फडकेप्रणित कादंबरीचा प्रभाव दिसतो.

१९४० ते १९६०

१९३९ साली विश्राम बेडेकरांची 'रणांगण' ही कादंबरी प्रसिद्ध झाली. तर १९४० मध्ये र. वा. दिघे यांची 'पाणकळा' आणि एक वेगळा प्रयोग म्हणून मर्ढेकरांची 'रात्रीचा दिवस' १९४२ मधे प्रसिद्ध झाली आणि कादंबरीच्या नव्या विकासाच्या दिशा सूचित झाल्या. कादंबरीत असे नवे सामर्थ्यशाली वळण येऊनही अद्यापही कादंबरी फडके-माडखोलकरांच्याच प्रभावाखाली राहिली. याच काळात खांडेकरांच्या

'क्रौंचवध', 'पहिले प्रेम', 'जळलेला मोहोर' या कादंबऱ्या लिहिल्या व त्या लोकप्रियही झाल्या. मात्र त्यांनी कादंबरीचे स्वरूप बदलले नाही.

साधारणत: १९५० च्या आसपास मराठी कादंबरीच्या निर्मितीमागे प्रेरणांमध्ये पुन्हा काही बदल झाले. श्री. ना. पेंडसे, व्यंकटेश माडगूळकर, गो. नी. दांडेकर, उद्धव शेळके, यासारखे कादंबरीकार उदयास आले. पेंडसे यांची 'हद्दपार', 'गारंबीचा बापू', माडगूळकर यांची 'बनगरवाडी', दांडेकरांची 'पडघवली', व उद्धव शेळके यांची 'धग' यासारख्या कादंबऱ्या आल्या आणि फडके युगातील कादंबरीच्या साचेबंद रूपात बदल घडून आले. ती अधिक वास्तववादी बनली. जीवनाच्या विविध स्तरांना चित्रित करण्यास तिने सुरुवात केली. ग्रामीण जीवन कादंबरीतून येऊ लागले. थोरले माधवराव पेशवे, यांच्यावर रणजित देसाई यांनी लिहिलेल्या 'स्वामी' या कादंबरीला प्रचंड लोकप्रियता मिळाली. यातूनच चरित्रात्मक कादंबऱ्यांचा प्रवाह जोरकसपणे सुरू झाला. उदा. 'झेप', 'आनंदीगोपाळ', कर्णाच्या जीवनावर आधारित कादंबऱ्या इ. स. १९६० नंतर कादंबरी या प्रकारात अधिक बदल घडून आला. नवसाहित्याच्या प्रेरणेतून कादंबरीतही नवे रूप दिसू लागले. झोपडपट्टीवासियांचे गावकुसाबाहेरच्या स्थित्यंतराचे चित्रण कादंबरी करू लागली. तिने आपले अनुभवविश्व अधिक व्यापक बनविले. आवश्यकतेनुसार भाषाही घडविली. तिच्यात हवे ते बदल घडवून आणले आणि अत्यंत विकसित असे रूप कादंबरीला लाभले.

□□

पुरवणी

महाराष्ट्रातील दुष्काळ (१८०० ते १९२५)

१८०२-०३	ठाणे, रत्नागिरी व डेक्कन (यशवंतराव होळकरांचा दुष्काळ)
१८१८	सोलापूर
१८१९-२०	पुणे, सोलापूर
१८२४-२५	डेक्कन, कोकण
१८३२-३३	डेक्कन
१८३४	खानदेश
१८३८-३९	खानदेश, ठाणे
१८४४	खानदेश, पुणे
१८४५	डेक्कन
१८४६	डेक्कन
१८४८	कुलाबा, ठाणे
१८५२	कुलाबा
१८६२	डेक्कन
१८७२-७७	डेक्कन-मोठा दुष्काळ-ऑक्टोबर, ७६ ते जुलै, ७७ -८० लाख लोकांची उपासमार-बरीच मनुष्यहानी व पशुहानी
१८९६-९७	डेक्कन-मोठा दुष्काळ-प्लेग
१८९८-१९००	सर्व प्रांतभर दुष्काळ (त्या वेळेचा मुंबई इलाखा)
१९००-१९०१	डेक्कन
१९०१-०२	डेक्कन
१९०२-०३	डेक्कन
१९०५-०६	डेक्कन
१९११-१२	पूर्व डेक्कन
१९१८-१९	सर्व प्रांत
१९२०-२१	पूर्व डेक्कन

संदर्भ : आपला महाराष्ट्र, ले. - पन्नालाल सुराणा

कालपट (शिक्षणक्षेत्रातील महत्त्वाच्या घटना)

१८२१ पुण्याच्या विश्रामबागवाड्यात 'पूना हिंदू कॉलेज' तथा 'पुणे संस्कृत पाठशाळा' स्थापन (७ ऑक्टोबर). पुण्यातील पहिले महाविद्यालय डेक्कन कॉलेजची मूळ संस्था होय.

१८२६ मुंबईच्या 'इंजिनिअर इन्स्टिट्यूट' तथा 'गणित शिल्प विद्यालयातून' (स्थापना १८२३) पाच मराठी अभियंत्यांची पहिली तुकडी उत्तीर्ण (१ मे) त्यांचे शिक्षणाचे माध्यम मराठी होते.

१८३५ लॉर्ड मेकॉलेचे शिक्षणविषयक टिपण. त्यानुसार गव्हर्नर जनरल लॉर्ड बेंटिंककडून भारतातील इंग्रजी शिक्षणाचे धोरण जाहीर.

१८४० मुंबई इलाख्याच्या बोर्ड ऑफ एज्युकेशनचा प्रारंभ

१८४८ म. जोतीबा फुले यांचे शिक्षणविषयक कार्य सुरू. शुद्रातिशूद्रांसाठी मुलींची शाळा

१८५१ विश्रामबागवाड्यातील संस्कृत पाठशाळा व सरकारी इंग्रजी शाळा यांच्या एकीकरणातून 'पूना कॉलेजची' (भावी 'डेक्कन कॉलेज' ची) निर्मिती (२ जून)

१८५४ सर चार्ल्स वुड यांचा शिक्षणविषयक खलिता : 'भारतीय शिक्षणाचा मॅग्नाचार्टा'

१८५७ भारतातील पहिल्या आधुनिक विद्यापीठांची स्थापना : कलकत्ता (२४ जानेवारी), मुंबई (१८ जून) आणि मद्रास (५ सप्टेंबर) विद्यापीठे

१८५९ मुंबई विद्यापीठातर्फे मॅट्रिकची पहिली परीक्षा

१८६१ मुंबई विद्यापीठाची बी.ए. ची पहिली परीक्षा

१८६४ मुंबई विद्यापीठाच्या अभ्यासक्रमातून प्रादेशिक भाषांचे उच्चाटन. पुण्याच्या गणेशखिंडीत मुंबईचे गव्हर्नर यांच्यासाठी प्रासादाचे बांधकाम सुरू.

१८७१ गणेशखिंडीतील गव्हर्नर प्रासादाचे (राजभवनाचे) बांधकाम पूर्ण. (हीच पुणे विद्यापीठाची आजची मुख्य इमारत)

१८८२ शिक्षणविषयक हंटर आयोग (१८८२ - ८३)

१८८४ पुण्यात डेक्कन एज्युकेशन सोसायटीची स्थापना (२ जानेवारी)

१८८७ रयत शिक्षण संस्थेचे संस्थापक कर्मवीर भाऊराव पाटील यांचा जन्म.

१९०१ एम. ए. च्या परीक्षेसाठी प्रादेशिक भाषांना मुंबई विद्यापीठाच्या अभ्यासक्रमात स्थान

१९०४ 'द इंडियन युनिव्हर्सिटीज अ‍ॅक्ट, १९०४' हा कायदा मंजूर

१९०५ कलकत्ता येथील काँग्रेस अधिवेशनातील चतु:सूत्री च्या ठरावातील एक तत्त्व राष्ट्रीय शिक्षणाचे.

१९१३ सक्तीच्या प्राथमिक शिक्षणाच्या तत्त्वास मान्यता देण्यास भारतातील ब्रिटिश सरकारचा नकार

पुणे व अहमदाबाद येथे नवी विद्यापीठे स्थापन करण्याच्या इष्टतेचा मुंबईचे राज्यपाल सर जॉर्ज क्लार्क यांच्याकडून उच्चार

१९१७ द सॅडलर युनिव्हर्सिटी कमिशन (१९१७-१९)

मुंबई येथे प्रांतिक शिक्षण परिषद. अध्यक्ष न्या. सर नारायण चंदावरकर. भाषावार विद्यापीठे स्थापन करण्याची मागणी

पुण्यात भांडारकर ओरिएंटल रिसर्च इन्स्टिट्यूटची स्थापना (६ जुलै)

१९२० मुंबई विद्यापीठाच्या बी.ए. च्या अभ्यासक्रमात प्रादेशिक भाषांचा अंतर्भाव

१९२१ १९१९ च्या माँट-फोर्ड सुधारणांनुसार प्रांतिक पातळीवर सोपीव खाते म्हणून शिक्षण भारतीय मंत्र्यांच्या नियंत्रणाखाली

न. चिं. केळकर यांच्या अध्यक्षतेखालील बडोदा येथील मराठी साहित्य संमेलनात भाषावार प्रांतरचना व प्रादेशिक विद्यापीठ याबाबत ठराव संमत.

१९२४ मुंबई विद्यापीठाच्या सुधारणेबाबत सेटलवाड समितीची नियुक्ती (२४ मे)

१९२६ पुणे येथे महाराष्ट्राचे स्वतंत्र विद्यापीठ स्थापन करावे अशी मुंबई विद्यापीठाच्या अधिसभेची शिफारस

मुंबई येथील साहित्य संमेलनात महाराष्ट्र विद्यापीठाबाबत ठराव

१९२८ महाराष्ट्र युनिव्हर्सिटी असोसिएशनची पुणे येथे स्थापना (जुलै)

१९२९ शिक्षणविषयक हरटॉग समिती

१९३२ महाराष्ट्र युनिव्हर्सिटी कमिटी स्थापन. अध्यक्ष डॉ. मु. रा. जयकर

१९३३ जयकर यांच्या नेतृत्वाखालील शिष्टमंडळाचे महाराष्ट्र विद्यापीठाच्या स्थापनेबाबत राज्यपालांना निवेदन. मुंबई येथे शिक्षणविषयक परिषद (७-८ जुलै)

१९३७ १९३५ च्या कायद्यानुसार प्रांतिक स्वायत्तता. मुंबईसह सात प्रांतात प्रांतिक सरकारे व त्यांचे शैक्षणिक प्रयोग. म.गांधींची शिक्षणविषयक वर्धा योजना: मूलोद्योगी शिक्षणाची योजना

१९३९ डेक्कन कॉलेज पोस्ट ग्रॅज्युएट इन्स्टिट्यूटची स्थापना. त्याबाबतच्या तरतुदीत भावी विद्यापीठाबाबत सूचक उल्लेख (ऑगस्ट). या संस्थेत समाजशास्त्र व मानसशास्त्र विभाग सुरू. (हा विभाग पुणे विद्यापीठाच्या स्थापनेनंतर विद्यापीठात समाविष्ट)

१९४४ राष्ट्रीय शैक्षणिक धोरणाची सार्जंट समितीची योजना

१९४८ मुंबई विधिमंडळात विद्यापीठ - स्थापनेबाबत ठराव. डॉ. ग.स. महाजनी यांचे त्यावरील प्रभावी भाषण (४ मार्च)

'पुणे विद्यापीठ कायदा १९४८' अधिसूचित (२४ मार्च) पुणे विद्यापीठाचे पहिले कुलगुरू म्हणून नेक नामदार बॅरिस्टर डॉ. मु. रा. जयकर यांची नियुक्ती (१५ एप्रिल). पहिले कुलसचिव म्हणून प्रा. गोपाळचंद्र बॅनर्जी यांची नियुक्ती (१९ मे). पुण्याच्या भांडारकर प्राच्य विद्या संशोधन संस्थेच्या निझाम गेस्ट हाऊस पुणे येथे विद्यापीठाचे पहिले कार्यालय.

शिक्षणविषयक डॉ. राधाकृष्णन आयोग (१९४८-४९)
सातारा येथे कर्मवीर भाऊराव पाटील यांनी कमवा व शिका योजना सुरू केली. आज पुणे विद्यापीठासह महाराष्ट्रात सर्वत्र ती राबवण्यात येते.

१९५६ विद्यापीठ अनुदान आयोग कायदा, १९५६ संमत. डॉ. चिंतामणराव देशमुख हे आयोगाचे (UGC) पहिले अध्यक्ष

१९५९ ना. यशवंतराव चव्हाण यांच्या राज्य मंत्रिमंडळाचा निर्णय : कमी उत्पन्न गटातील विद्यार्थ्यांना उच्च शिक्षणात फी-सवलत (१९५९-६० या अभ्यासवर्षापासून)

१९६० महाराष्ट्र राज्य निर्मितीमुळे संयुक्त महाराष्ट्राचे स्वप्न साकार (१ मे)

(संदर्भ पुणे विद्यापिठाचा इतिहास - ले. डॉ.राजा दीक्षित.)

३१ मार्च १९६० रोजी महाराष्ट्रात अस्तित्वात असलेल्या संस्था

संस्था प्रकार	संख्या	संस्था प्रकार	संख्या
प्राथमिक शिक्षण	३२,९३४	कायदा	८
विद्यापीठे विभाग	५	वैद्यक	१४
संशोधन संस्था	१६	पशु-वैद्यक	१
आर्टस् व सायन्स	१६४	पौर्वात्य	३
शेतकी-व्यापारी कला	१	सामाजिक शिक्षण	१
वाणिज्य	१०	ग्रामीण शिक्षण	२
स्थापत्य	६		

महाराष्ट्र सरकारचे अंदाजपत्र (१९६०-६१)

	जमा	कोटी रुपये	खर्च	कोटी रुपये
१	केंद्रीय करातील वाटा	१५.४८	महसुलावरील प्रत्यक्ष मागण्या	११.७५
२	जमीन महसूल	७.३३	पाटबंधारे व पाणी पुरवठा	२.३१
३	इतर कर	२४.७२	कर्जविषयक	८.९७
४	विक्री कर	२७.००	राज्यकारभार	५७.७३
५	जलसिंचन	१.१४	मुलकी कामे	५.८१
६	व्याज	४.४०	संकीर्ण	११.११
७	राज्यप्रशासन (फी इ.)	११.६३	असाधारण बाबी	३.७१
८	मुलकी कामे	३.२५		
९	इतर	६.०१		
	एकूण	१००.९६	एकूण तूट	१०१.१२ ०.१६

(संदर्भ : आपला महाराष्ट्र पन्नालाल सुराणा)

महाराष्ट्र आणि भारत : तुलनात्मक आकडेवारी
(१९५१च्या आकडेवारीप्रमाणे)

		महाराष्ट्र	भारत
१	क्षेत्रफळ (चौरस मैल)	१,१८,४५९	१२,६९,६४०
२	लोकसंख्या	३,२०,००,०००	३६,८१,००,०००
३	घनता (लोकसंख्या दर चौ. मैलास)	२७०	३१२
४	शहरे	४३४	३,०१८
५	खेडी	३५,४६५	५,५८,०८८
६	एकूण जमीन	७,५९,८०,०००	८०,६०,००,०००
७	दरडोई लागवडीखालील जमीन एकर	१.२८	०.८४
८	लागवडीखालील जमीन	४,१४,१६,७००	३१,८०,००,०००
९	जंगल (एकर)	१,४४,००,८००	१२,५०,००,०००
१०	पशुसंख्या	२,१३,९०,०००	३०,७०,००,०००
११	कारखाने संख्या	८,०३३	
१२	उत्पन्न (एकूण) रु. (१९५४–५५)	९४१.९ कोटी	२,१९,६१० कोटी
१३	दरडोई उत्पन्न	रु. २७८	रु. २५४
१४	साक्षरतेचे प्रमाण	२०.९६	१६.६

संयुक्त महाराष्ट्र चळवळ (प्रकरण ३)

१. ब्रिटिशकालीन वऱ्हाड, मध्य प्रांताचे द्वैभाषिक मोडून सर्व सलग मराठी भागाचे 'विदर्भ' नावाचे एकभाषी राज्य स्थापन करण्याचा ठराव त्या प्रांताच्या विधानसभेने संमत केला – १ ऑक्टोबर १९३८

२. विदर्भासह सर्व भाषिक प्रदेशाच्या एकछत्री सलग मराठी राज्याची मागणी करणारा ठराव मुंबई येथे स्वातंत्र्यवीर सावरकरांच्या अध्यक्षतेखाली मराठी साहित्य संमेलनाने केला. एकभाषी मराठी राज्याचा हा पहिला संघटित उद्घोष होय. –१५ ऑक्टोबर १९३८

३. हा हेतू साध्य करण्यासाठी मुंबई येथे 'संयुक्त महाराष्ट्र सभे'ची स्थापना – २८ जानेवारी १९४०

४. दुसरे महायुद्ध आणि 'चलेजाव' आंदोलनामुळे या मागणीचा प्रचार स्थगित. – १९४०–४५

५. बेळगांव मराठी साहित्य संमेलनात माडखोलकर यांचा संयुक्त महाराष्ट्र राज्याचा ठराव व सतत चळवळ चालविण्यासाठी एका तात्पुरत्या तयारी समितीची स्थापना.–१२ मे १९४६

६. संयुक्त महाराष्ट्र परिषदेची स्थापना – २८ जुलै १९४६

७. एकभाषी राज्यांच्या मागणीची चौकशी करून शिफारशी करण्यासाठी 'दार' कमिशनची नियुक्ती. – १७ जून १९४७

८. दादरची विराट परिषद – १५ व १६ ऑक्टोबर १९४८

९. दार कमिशनच्या शिफारशी : "असे प्रांत केल्याने देशाचे तुकडे, लोकवस्तीचे स्थलांतर व रक्तपात होईल. मराठी लोक तर गतकालांत वावरणारे–सरंजामी आक्रमक वृत्तीचे असल्याने त्यांचा प्रांत करण्यात देशाला धोका" – १३ डिसेंबर १९४८

१०. त्याचवर्षी डिसेंबरात भरलेल्या जयपूर काँग्रेसने दार अहवाल रद्द करून नेहरू, पटेल, पट्टाभी यांच्या नियुक्त केलेल्या समितीची मुंबई वगळून महाराष्ट्र राज्याची शिफारस – ५ एप्रिल १९४९

११. देवांनी सं.म.परिषद पेटीबंद केली. अन्य लोकांची चळवळ पुढे चालविण्याची खटपट, डांगचा प्रश्न – १९५० ते १९५३

१२. पोट्टी रामल्लूंचे आंध्रसाठी आत्मबलिदान–फाझल अली कमिशनची नियुक्ती– डिसेंबर १९५३

१३. कैफियतीचे पर्व – १९५४

१४. नगर हवेली व गोमंतक मुक्तीचा लढा – जानेवारी ते सप्टेंबर १९५५

१५. फाझल अली कमिशनच्या शिफारशी – १० ऑक्टोबर १९५५

१६. पुन्हा परिषद पेटीबंद – पूरक व कृती समिती – ऑक्टोबर–नोव्हेंबर १९५५

१७. प्रचंड विरोधाचा उठाव – मुंबईत संप व उग्र निदर्शने – दोन विराट मोर्चे–गोळीबार. पहिले १५ बळी – १८ व २१ नोव्हेंबर १९५५

१८. त्रिराज्य योजना – केंद्रशासित मुंबई, गुजराथ व महाराष्ट्राची वेगवेगळी राज्ये – पंतप्रधानांचे निवेदन – १५ जानेवारी १९५६

१९. मुंबईचा रुद्रावतार–भीषण हत्याकांड–शंभर नरबळी– १६ ते २० जानेवारी १९५६

२०. संयुक्त महाराष्ट्र समितीची स्थापना – ६ फेब्रुवारी १९५६

२१. सत्याग्रह सत्र–निदर्शने, दिल्ली मोर्चा–मुंबई निर्णय रद्द – विशाल द्वैभाषिकाची स्थापना – ३१ ऑक्टोबर १९५६

२२. संसदेवर सत्याग्रही स्वारी – राज्यकारभार विस्कळीत – निवडणुकांचा कौल द्वैभाषिकाला मूठमाती – मुंबईसह संयुक्त महाराष्ट्र राज्याचा संसदेचा ठराव – २३ एप्रिल १९६०

२३. महाराष्ट्र राज्याची प्रतिष्ठापना – शिवजयंती, १ मे १९६०.

मुंबई प्रांत १९३६–३७

मुंबई इलाख्याचे प्रशासन

१९३५ च्या कायद्याने झालेल्या निवडणुकीत मुंबई प्रांतात श्री. बी. जी.उर्फ बाळासाहेब खेर यांच्या नेतृत्वाखालील काँग्रेस पक्षाला विजय मिळाला. प्रांताच्या राज्यपालांनी खेर यांना मंत्रिमंडळ बनविण्यासाठी पाचारण केले. परंतु काँग्रेसच्या केंद्रीय कमिटीकडून हिरवा कंदिल न मिळाल्यामुळे खेर मंत्रिमंडळ बनविण्यास असमर्थ होते. मुस्लीम लीगचे सर अली मोहम्मद खान देहलवी यांनीसुद्धा राज्यपालांच्या निमंत्रणाचा स्वीकार केला नाही.

अशी परिस्थिती निर्माण झाल्यावर तत्कालीन गव्हर्नरांनी शेवटच्या एक्झ्युक्युटिव्ह कौन्सिलमधील (निवडणूकपूर्व कौन्सिल) सर धनजीशाह बी. कूपर (जे उत्तर सातारा भागातून अपक्ष म्हणून निवडून आले होते) यांना मंत्रिमंडळ बनविण्यास पाचारण केले. गव्हर्नरांनी धनजीशाह कूपर यांच्याशी चर्चा करून पुढील मंत्रिमंडळ बनविले.

१) सर धनजीशाह कूपर– गृह व सर्वसाधारण मंत्री

२) सर एस. टी. कांबळी– ब्राह्मणेतर प्रतिनिधी व मागील मंत्रिमंडळाचे सदस्य– शिक्षणमंत्री

३) श्री. जमनादास एम. मेहता- डेमॉक्रॅटिक स्वराज्य पार्टीचे नेते- महसूल व अर्थ मंत्री

४) श्री. हुसेनअल्ली एम. रहिमतउल्ला- मागील लेजिसलेटिव्ह कौन्सिलचे प्रेसिडेंट- स्थानिक स्वराज्य खात्याचे मंत्री-लोकल सेल्फ गव्हर्नमेंट-मंत्री

१९३७-३८ चे प्रांताचे प्रशासन जुलैच्या सुरुवातीला 'काँग्रेस वर्किंग कमिटी'ने मुंबई प्रांतात मंत्रिमंडळ बनविण्यास परवानगी दिल्याने १५ जुलैच्या सुमारास अंतरिम मंत्रीमंडळाने राजीनामा दिला. गव्हर्नरांच्या निमंत्रणानुसार श्री. बी. जी. खेर (काँग्रेस पक्षाचे नेते) यांनी मंत्रिमंडळ बनविण्याचे मान्य केले. त्यानुसार पुढील मंत्रिमंडळ अस्तित्वात आले.

१) श्री. बी. जी. खेर	-	पंतप्रधान
२) श्री. ए. बी. लठ्ठे	-	अर्थमंत्री
३) श्री. के. एम. मुन्शी	-	गृह व कायदे मंत्री
४) डॉ. एम. डी. डी. गिल्डर	-	सार्वजनिक आरोग्य (स्वास्थ्य व (excise) जकात)
५) श्री. एम. आर. देसाई	-	महसूल मंत्री
६) श्री. एल. एम. पाटील	-	स्थानिक स्वराज्य प्रशासन
७) श्री. एम. वाय. नूरी	-	सार्वजनिक बांधकाम मंत्री

या मंत्रिमंडळास मदत करण्यासाठी ६ पार्लमेंटरी सेक्रेटरी (संसदीय सचिव) नेमण्यात आले.

मुंबई प्रांताचे प्रशासन-१९/७/१९३७ सर जॉन कॉल्विल (Sir John Colville) गव्हर्नर, राज्यपाल व नेक नामदार

मंत्रिमंडळ

१) श्री. बी. जी. खेर	-	पंतप्रधान- राजकीय खाती, शिक्षण व सरकारी सेवा क्षेत्र
२) श्री. मोरारजी देसाई	-	गृह व महसूल मंत्री
३) डॉ. एम. डी. डी. गिल्डर	-	आरोग्य व सार्वजनिक कार्ये
४) श्री. दिनकरराव एन. देसाई	-	कायदा व नागरी पुरवठा मंत्री
५) श्री. वैकुंठ एल. मेहता	-	अर्थ, सहकार व ग्रामोद्योग
६) श्री. एल. एम.पाटील	-	excise व पुनर्बांधणी

७)	श्री. गुलझारीलाल नंदा	–	श्रममंत्री/मजूरमंत्री
८)	श्री. एम. पी. पाटील	–	वन व कृषी मंत्री
९)	श्री. जी. डी. वर्तक	–	स्थानिक स्वराज्य संस्था
१०)	श्री. जी. डी. तपासे	–	उद्योग, मत्स्योद्योग, मागासवर्गीय (कल्याण) खाती

पार्लमेंटरी सेक्रेटरी (राज्यमंत्री)

१) श्री. वाय. बी. चव्हाण	२) कु. इंदुमती चिमणलाल शेठ
३) श्री. डी. के. कुंटे	४) श्री. एस. आर. कांठी
५) श्री. कल्याणगौडा पाटील	६) श्री. पी. के. सावंत
७) श्री. डी. एन. वॉड्रेकर	८) श्री. एस. पी. गोयंकार

GENERAL ADMINISTRATION DEPARTMENT
Sachivalaya, Bombay, 1st May 1960 / Vaisakha 11, 1882.

No. CER. 2160-E, - The Governor of Maharashtra has been pleased to appoint Shri Yeshwantrao Balwantrao Chavan to be the Chief Minister of the State of Maharashtra and upon his advice to appoint the following to be the Ministers and Deputy Ministers of the State of Maharashtra with effect from the forenoon of 1st May 1960.

Ministers

1.	Shri M. S. Kannamwar	Minister for Buildings and Communications
2.	Shri Shantilal H. Shah	Minister for Law, Judiciary and Labour
3.	Shri Vasantrao P. Naik	Minister for Revenue
4.	Shri B. G. Gadhe	Minister for Rural Development and Forests
5.	Shri S. K. Wankhede	Minister for finance
6.	Shri D. S. Desai	Minister for Education
7.	Shri S. G. Kazi	Minister for Civil Supplies, Housing, Printing Presses, Waqfs and Fisheries
8.	Shri T. S. Bharade	Minister for Co-operation

9.	Shri P. K. Savant	Minister for Agriculture
10.	Dr. T. R. Naravane	Minister for Prohibition and Social Welfare.
11.	Shri S. B. Chavan	Minister for Irrigation and Power
12.	Shri H. J. H. Taleyarkhan	Minister for Public Health, Small Savings and Tourism.
13.	Shri D.Z. Palaspagar	Minister for Urban Development

Deputy Ministers

1.	Dr. Bhaskar R. Patel	Deputy Minister for Prohibition
2.	Shrimati Nirmala Raje Bhosale	Deputy Minister for Educaton
3.	Shri Devisingh V. Chauhan	Deputy Minister for Buildings and Communications.
4.	Shri S. R. Patil	Deputy Minister for Sarvodaya, Forest Labourers Societies and Khar Land Developments
5.	Shri G. D. Patil	Deputy Minister for Planning and Industries.
6.	Dr. N. N. Kailas	Deputy Minister for Co-operation
7.	Shri M. D. Choudhari	Deputy Minister for Revenue
8.	Shri Y. J. Mohite	Deputy Minister for Home
9.	Shri Madangopal J. Agrawal	Deputy Minister for Public Health
10.	Shri N. U. Deshmukh	Deputy Minister for Irrigation and Power
11.	Shri Narendra M. Tidke	Deputy Minister for Rural Development
12..	Shri Madhusudan A. Vairale	Deputy Minister for Agriculture.

Shri Yeshwantrao Balwantrao Chavan will be in charge of General Administration, Home, Planning and Industries.

The Chief Minister and other Ministers and Deputy Ministers took upon themselves the execution of their office this day afternoon.

महाराष्ट्र १९६०–६१

बाब	१९६०–६१	बाब	१९६०–६१
भौगोलिक क्षेत्र		एकूण सिंचित क्षेत्र	१,२२०
(हजार चौ.कि.मी.)	३०६	**प्रमुख पिकांखालील क्षेत्र**	
प्रशासकीय रचना		(हजार हेक्टर्समध्ये)	
महसूली विभाग	४	तांदूळ	१,३००
जिल्हे	२६	गहू	९०७
तहसील	२२९	ज्वारी	६,२८४
वस्ती असलेली गावे	३५,८५१	बाजरी	१,६३५
वस्ती नसलेली गावे	३०१६	एकूण तृणधान्ये	१०,६०६
शहरे	२६६	एकूण कडधान्ये	२,३४९
जनगणनेनुसार लोकसंख्या		एकूण अन्नधान्ये	१२,९५५
(हजारांत)		ऊस क्षेत्र	१५५
एकूण	३९,५५४	कापूस	२,५००
पुरुष	२०,४२९	भुईमूग	१,०८३
स्त्रिया	१९,१२५	प्रमुख पिकांचे उत्पादन	
ग्रामीण	२८,३९१	(हजार टनात)	
नागरी	११,१६३	तांदूळ	१,३६९
अनुसूचित जाती	२,२२७	गहू	४०१
		ज्वारी	४,२२४
		बाजरी	४८९
अनुसूचित जमाती	२,३९७	एकूण तृणधान्ये	६,७५५
लोकसंख्येची घनता	१२९	एकूण कडधान्ये	९८९
(प्रति चौ.कि.मी.)		एकूण अन्नधान्ये	७,७४४
साक्षरता प्रमाण (टक्के)	३५.१	उस	१०,४०४
स्त्री–पुरुष प्रमाण	९३६	कापूस (रुई)	२८८
(स्त्रिया प्रती हजार पुरुष)		भुईमूग	८००
नागरी लोकसंख्येचे प्रमाण (टक्के)	२८.२२	**कृषी गणना**	
कृषी		वहित खातेदारांची संख्या	४,९५१
(क्षेत्र हजार हेक्टर्समध्ये)		(हजारात)	
निव्वळ पेरणी क्षेत्र	१७,८७८	वहितीचे क्षेत्र	२१,१७९
पिकाखालील एकूण क्षेत्र	१८,८२३	(हजार हेक्टर्समध्ये)	

बाब	१९६०-६१	बाब	१९६०-६१
वहितीचे सरासरी क्षेत्र (हेक्टर)	४.२८	बाल मृत्युदर	८६
एकूण कोंबड्या बदके (हजारात)	१०,५७७	**वाहतूक**	
ट्रॅक्टर	१,४२७	रेल्वे मार्गाची लांबी (किलोमीटर)	५,०५६
वन क्षेत्र (चौ.कि.मी.)	६३,५४४	एकूण	३९,२११
एकूण उत्पादन	३,२६८	पृष्ठांकित	२४,८५२
बाब	**१९६०-६१**	मोटार वाहने (हजारात)	१००
एकूण वापर	२,७२०	**सहकार**	
औद्योगिक वापर	१,८५३	प्राथमिक कृषी पतसंस्था	२१,४००
कृषि वापर	१५	**बाब**	**१९६०-६१**
घरगुती वापर	२६०	सभासद (हजारात)	२,१७०
शिक्षण		एकूण सहकारी संस्था	३१,५६५
विद्यार्थी (हजारात)	४,१७८	एकूण सभासद (हजारात)	४,१९१
माध्यमिक शाळा (उच्च माध्यमिक सह)	२,४६८	खेळते भांडवल (कोटी रु.)	२९१
बाब	**१९६०-६१**	**स्थानिक स्वराज्य संस्था**	
जन्मदर	३४.७	जिल्हा परिषदा	२५
मृत्युदर	१३.८	ग्रामपंचायती	२१,६३६
		पंचायत समित्या	२९५
		नगर परिषदा	२१९
		महानगरपालिका	३

औद्योगिक कामगार चळवळी : ठळक घटना :

- १८५१ मुंबईला पहिली कापड गिरणी सुरू झाली.
- १८५३ मुंबई-ठाणे रेल्वेची सुरुवात झाली.
- १८७७ मुंबई पोस्टल युनियनची स्थापना.
- १८८१ कारखाना कायदा (फॅक्टरी ॲक्ट) पास झाला.
- १८८४ रा.ब. लोखंडे यांनी कामगार परिषद बोलविली.
- १८७२ ते १८९० या काळात मुंबई व मद्रास येथे २५ संप झाले.

❍	१८९०	रावबहादूर लोखंडे ह्यांचे अध्यक्षतेखाली 'मिलहॅण्ड्स असोसिएशन' ही संघटना स्थापन झाली.
❍	१९१०	कामगार हितवर्धक सभेची स्थापना.
❍	१९१७	'मजुर महाजन' संघटना स्थापन.
❍	१९१८	मद्रास लेबर युनियनची स्थापना.
❍	१९१९	आंतरराष्ट्रीय कामगार संघटना (आय.एल.ओ.) स्थापन झाली.
❍	१९२०	ऑल इंडिया ट्रेड युनियन काँग्रेसची (आयटक) स्थापना.
❍	१९२२	ऑल इंडिया रेल्वेमन्स फेडरेशनची स्थापना.
❍	१९२८	'मुंबईमध्ये' गिरणी कामगार युनियनची स्थापना.
❍	१९२९	आयटकचे दहावे अधिवेशन नागपूर येथे भरले.
❍	१९३७	भारताला प्रांतिक स्वायत्तता मिळाली. कामगार असंतोष राहण्यासाठी चौकशी मंडळ स्थापन झाले.
❍	१९४७	राष्ट्रवादी विचारसरणीची 'इंटक' ही कामगार संघटना स्थापन.
❍	१९४८	हिंदू मजदूर सभा स्थापना झाली व तीत इंडियन फेडरेशन ऑफ लेबरचे विलीनीकरण झाले.
❍	१९४७-५२	महत्त्वपूर्ण कामगार कायदे पास झाले.
❍	१९५५	भारतीय मजदूर संघाची स्थापना झाली.
❍	१९५६	नवे औद्योगिक धोरण संमत व मिश्र अर्थव्यवस्था सुरू
❍	१९५७-५८	भारतीय श्रम परिषद स्थापन झाली व त्यामुळे कामगार शिक्षण योजना सुरू झाली.

(पुस्तक ३ - संदर्भ - सामाजिक चळवळी : अस्पृश्यता निवारण,
दलित, शेतकरी व कामगार य. च. म. मु. विद्यापीठ)

❑❑

संदर्भग्रंथ

१) अत्रे प्र. के आणि कृ. पां. कुलकर्णी (संपा.) महाराष्ट्र गाथा
भारती प्रकाशन – मुंबई १९६०

२) कदम मनोहर, नारायण मेघाजी लोखंडे
प्रकाशक म. जोतीराव फुले समता प्रतिष्ठान, पुणे १९९५

३) कसबे रावसाहेब – लामखडे मा.रा.–शेती आणि सहकार
प्रकाशक – भाऊसाहेब थोरात गौरव समिती, संगमनेर, १९८४

४) कानिटकर रा. प्र. – क्रांतीच्या ज्वाला – चित्रशाळा प्रेस, पुणे १९६७

५) कीर धनंजय – राजर्षी शाहू छत्रपती– पॉप्युलर प्रकाशन, मुंबई, २००१

६) कीर धनंजय–महात्मा फुले–पॉप्युलर प्रकाशन, मुंबई, दु.आ.१९७३

७) कुलकर्णी अ.रा.–जेम्स कनिंगहॅम ग्रॅन्ट डफ–प्रकाशक–पुणे विद्यापीठ १९६९

८) कुलकर्णी अ. रा., खरे ग.ह.–मराठ्यांचा इतिहास–खंड १ ते ३
प्रकाशक – कॉन्टिनेन्टल १९८४

९) केतकर कुमार–कथा स्वातंत्र्याची, प्रकाशक– म.रा.पा.वि. व अ सं. मं. पुणे, २००३

१०) कोरपे कुसुमताई–विदर्भातील नेतृत्वाची वाटचाल
प्रकाशक –डॉ.वा.रा.कोरपे, अकोला, १९७८

११) खोबरेकर वि. गो. – महाराष्ट्रातील स्वातंत्र्य लढे (१८१८–८४)
म. रा. सा. आ. सं. मंडळ, मुंबई, १९९४

१२) गर्गे स. मा. – (संपा.) भारतीय समाजविज्ञान कोश–खंड १ ते ६

१३) गाडगीळ भा.य. – हाक स्वायत्त महाराष्ट्राची, ग्रंथाली प्रकाशन, मुंबई,
द्वितीय आवृत्ती १९९९, कॉन्टिनेन्टल, पुणे

१४) गायकवाड नरेन्द्र – मराठवाड्यातील दलित चळवळ आणि हैद्राबादचा
स्वातंत्र्यसंग्राम, सुगावा प्रकाशन, पुणे १९९०

१५) जावडेकर आचार्य – आधुनिक भारत – कॉन्टिनेन्टल प्रकाशन, पुणे

१६) जोशी महादेवशास्त्री (संपा.) भारतीय संस्कृतीकोश–खंड १ ते १०
प्रकाशक–भारतीय संस्कृतीकोश मंडळ, पुणे च. आ. २००४

१७) जोशी लक्ष्मणशास्त्री (संपा.) मराठी विश्वकोश–खंड १ ते १६

१८) दीक्षित श्री.म.(राजा)-पुणे विद्यापीठाचा इतिहास,
पुणे विद्यापीठ प्रकाशन, १९९९
१९) दीक्षित श्री. म.(राजा) - इतिहास, समाजविचार आणि केशवसुत,
लोकवाङ्मय गृह प्रकाशन, द्वि. आ. २००५, पुणे
२०) दीक्षित पु.य.-शिक्षणशास्त्राचा परिचय, लेखन वाचन प्रकाशन,पुणे १९९४
२१) दीक्षित म.श्री.-सार्वजनिक काका, पुणे सार्वजनिक सभा प्रकाशन,१९९३
२२) देशमुख सुदाम, ए.बी. वर्धन - विदर्भाच्या विकासाचे प्रश्न,
विदर्भ कम्युनिस्ट पार्टी प्रकाशन, नागपूर १९५७
२३) नरके हरि (संपा.)-म.फुले-शोधाच्या नव्या वाटा, महात्मा जोतीराव फुले चरित्र साधने प्रकाशक समिती प्रकाशन, मुंबई, प्र.आ.१९९८
२४) नरके हरि-सत्यशोधक केशवराव विचारे समग्र वाङ्मय,
पद्मगंधा प्रकाशन, पुणे २०००
२५) नाडकर्णी आनंद, देशपांडे वसंत-समाजवाद : प्रेरणा व स्वरूप, जोशी-लोखंडे प्रकाशन पुणे, १९७१
२६) परूळेकर रा. वि. - शैक्षणिक लेखसंग्रह,
इंडियन इन्स्टिट्यूट ऑफ एज्युकेशन प्रकाशन, पुणे १९८२
२७) पवार गो.मा.-महर्षी विठ्ठल रामजी शिंदे,
लोकवाङ्मय गृह प्रकाशन, मुंबई २००४
२८) पाटील पंढरीनाथ-महात्मा जोतीराव फुले चरित्र,
मनोविकास प्रकाशन, मुंबई, ति.आ.२००१
२९) पेंडसे लालजी - महाराष्ट्राचे महामन्थन,
साहित्य सहकार संघ प्रकाशन, १९६५, मुंबई
३०) पोतदार द.वा.-मराठी गद्याचा इंग्रजी अवतार,
व्हीनस प्रकाशन, पुणे, दु.आ.१९५७
३१) पंडित नलिनी - महाराष्ट्रातील राष्ट्रवादाचा विकास,
मॉडर्न बुक डेपो प्रकाशन, पुणे दु.आ.१९७२
३२) पंडित भवानीशंकर - महाराष्ट्राच्या जीवनांतील स्थित्यंतरे,
पुणे विद्यापीठ प्रकाशन, १९६८
३३) फडके य.दि. -बिवलकर राम (संपा.) भारत : काल आणि आज,
मुंबई विश्वविद्यालय प्रकाशन, १९७९

३४) बनहट्टी श्री. ना. व शहाणे मो. ज्ञा. (संपा) भारतीय स्त्री, हिंगणे स्त्री शिक्षण संस्था प्रकाशन, पुणे, प्रथम आवृत्ती १९६७
३५) बागूल बाबूराव – दलित साहित्य आजचे क्रांतीविज्ञान, बुद्धिस्ट पब्लिशिंग हाऊस प्रकाशन, नागपूर १९८१
३६) बेडेकर दि.के. – संयुक्त महाराष्ट्र, चित्रशाळा प्रकाशन, पुणे १९४७
३७) भोळे भा.ल. व बेडकीहाळ किशोर (संपादक) – बदलता महाराष्ट्र, आंबेडकर अकादमी प्रकाशन, सातारा – २००३
३८) महाजनी ह.रा. – संयुक्त महाराष्ट्राची समस्या, केशव भिकाजी ढवळे प्रकाशन – मुंबई
३९) महाम्बरे गंगाधर (संपादक) – महाराष्ट्र गौरव गीते, शब्दरंजन स्पर्धा प्रकाशन, १९६० मुंबई
४०) मोरे सदानंद, चौधरी प्रकाश, भोपटकर अलका (संपा.)–अर्भकाचेसाठी, प्रेस्टीज प्रकाशन, पुणे, १९९८
४१) मंगुडकर मा. प. आणि मंगरूळकर अरविंद (संपा.)–उद्याच्या महाराष्ट्राची वाटचाल, इंडियन कमिटी फॉर कल्चरल फ्रीडम प्रकाशन (पुणे शाखा) १९५६
४२) मंगुडकर मा.प.– महाराष्ट्रातील समाजप्रबोधन आणि छत्रपती शाहू महाराजांचे कार्य, पुणे विद्यापीठ प्रकाशन, १९७५
४३) प्रा. स. अ. रानडे – महाराष्ट्र मागे कां? प्रकाशक – स्वत: लेखक, मुंबई ५७ प्र. आ. १९६५ – मुखपृष्ठकार – बाळासाहेब ठाकरे
४४) लेले रा. के. – मराठी वृत्तपत्रांचा इतिहास, कॉन्टिनेन्टल प्रकाशन, पुणे १९८४
४५) वाडेकर दे.द.(संपादक) – मराठी तत्त्वज्ञान महाकोश–खंड १ ते ३, मराठी तत्त्वज्ञान महाकोश मंडळ प्रकाशन, पुणे १९७४
४६) सरदार गं.बा. (प्र. संपादक) महाराष्ट्र जीवन खंड १–२, जोशी–लोखंडे प्रकाशन, पुणे १९६०
४७) सरदार गं.बा. – महात्मा फुले, ग्रंथाली प्रकाशन, द्वितीय आवृत्ती १९८२ महाराष्ट्राच्या सामाजिक प्रबोधनाची वाटचाल, नवनिर्माण न्यास प्रकाशन
४८) सरदार गं.बा.–रानडेप्रणित सामाजिक सुधारणेची तत्त्वमीमांसा, पुणे विद्यापीठ प्रकाशन, १९७३
४९) सरदेसाई श्रीनिवास – संयुक्त महाराष्ट्राच्या लढ्याला तयार व्हा! बी.डी. गुजराथी प्रकाशन, मुंबई
५०) सहस्त्रबुद्धे पु.ग.–महाराष्ट्र संस्कृती, कॉन्टिनेन्टल प्रकाशन, पुणे तृ.आ.२००३

सूची

ह

□□

www.ingramcontent.com/pod-product-compliance
Lightning Source LLC
LaVergne TN
LVHW040342051026
849518LV00001B/277
9788184833614